புது வாழ்வு

(நாவல்)

ப.பரமசிவம்

நியூ செஞ்சுரி புக் ஹவுஸ் (பி) லிட்.,
41-பி, சிட்கோ இண்டஸ்டிரியல் எஸ்டேட்,
அம்பத்தூர், சென்னை - 600 050.
☎ : 044 - 26251968, 26258410, 48601884

Language: Tamil
Pudhu Vaazhvu
Author : **P.Paramasivam**
First Edition: June, 2023
Copyright: Author
No.of Pages: 216
Publisher:
New Century Book House Pvt. Ltd.,
41-B, SIDCO Industrial Estate,
Ambattur, Chennai - 600 050.
Tamilnadu State, India.
Email: info@ncbh.in
Online: www.ncbhpublisher.in

ISBN. 978-81-2344-466-6

Code No. A 4820

₹ 295/-

Branches

Ambattur 044 - 26359906 **Spenzer Plaza (Chennai)** 044-28490027
Trichy 0431-2700885 **Pudukkottai** 04322- 227773 **Thanjavur** 04362-231371
Tirunelveli 0462-4210990, 2323990 **Madurai** 0452-2344106, 4374106
Dindigul 0451-2432172 **Coimbatore** 0422-2380554 **Erode** 0424-2256667
Salem 0427-2450817 **Hosur** 04344-245726 **Krishnagiri** 04343-234387
Ooty 0423-2441743 **Vellore** 0416-2234495 **Villupuram** 04146-227800
Pondicherry 0413-2280101 **Nagercoil** 04652-234990

புது வாழ்வு
ஆசிரியர் : ப.பரமசிவம்
முதல் பதிப்பு: ஜூன், 2023

அச்சிட்டோர்: **பாவை பிரிண்டர்ஸ் (பி) லிட்.,**
16 (142), ஜானி ஜான் கான் சாலை, இராயப்பேட்டை, சென்னை - 14
☎: 044-28482441

All rights reserved. No part of this book may be reprinted or reproduced or utilised in any form or by any electronic, mechanical, or other means, now known or hereafter invented, including photocopying and recording, or in any information storage or retrieval system, without permission in writing from the publishers.

கண்மூடிப் பழக்கமெல்லாம்
மண்மூடிப் போக ஒரு புது வாழ்வு

அரசியல், தொழிற்சங்கம் இரண்டிலும் முன்னணிப் போராளியாகத் திகழ்பவர் தோழர் ப. பரமசிவம். மார்க்சிய வெளிச்சத்தில் இயங்கும் அவர் போர்த்தளங்களில் தடுக்கி விழாதிருக்க தந்தை பெரியாரின் கைத்தடியைப் பிடித்துக் கொள்வார். அவரின் இன்னொரு பரிமாணம் இலக்கியப் படைப்பாற்றல்.

உயிரினங்களின் உச்சத்தில் மனிதன். இயற்கைச் சீற்றங்கள், கோள்களின் சுழற்சிகள், கனவு, நோய், மரணம், பேய்கள் என அவனை அச்சுறுத்தின. அவற்றிலிருந்து தன்னைப் பாதுகாக்கவும் தேவையானதை வேண்டிப் பெறவும் அவன் சிந்தித்தான். அதன் விளைவே மந்திரம், சடங்கு, ஆவி, கடவுள், சாத்திரங்கள். இவை மனிதனை மூடநம்பிக்கைக்கு இழுத்துச் சென்றன.

பகுத்தறிவுப் பாதைக்கு மனித குலத்தை வழிநடத்த பலர் தோன்றினர். அவர்களுள் ஒருவராகவும் தன்னை அடையாளம் காட்டினார் பரமசிவம். அதன் வெளிப்பாடே பேய்களும் மூட நம்பிக்கைகளும் என்னும் நூல். தற்போது ஜாதகம்; சோதிடம்; தோஷங்கள் போன்றவற்றை அவர் தோலுரிக்கிறார். அது புதுவாழ்வு புதினமாக மிளிர்கின்றது.

குழந்தை ராகுகாலத்தில் பிறந்தது, கேட்டை நட்சத்திரம், அது அப்பா அம்மா முகத்தில் முழித்தால் அவர்களை அடிச்சிடும் என்று கூறுகிறார் சோதிடர். மகனின் ஜாதகத்தைத் திருத்தி மயிலேறியைக் கல்யாணம் செய்து வைத்தால்தான் பேரனுக்கு இந்தத் தோஷம் நீங்கும் எனக் கருதினார் செங்கோடன். குழந்தையைக் கொன்றுவிடுவார்களோ எனப் பயந்தார். இரவோடு இரவாகப் பேரனைத் தூக்கிக்கொண்டு மனைவி அழகம்மாளுடன் சேலம் நகரில் குடியேறுகிறார். பேரன் செங்கதிரவன் படித்து ஆளாகி வேலையும் பார்க்கிறான். மலையாளப் பெண்ணான கதிரழகிக்கும் அவனுக்கும் காதல். ஜாதகம் பாராது அவளை மணக்க நினைக்கிறான். அதை ஏற்றுக் கொள்ள முடியாத தாத்தாவும் பாட்டியும் சொல்லாமல் கொள்ளாமல் சென்றுவிடுகிறார்கள். செங்கதிரவன் கதிரழகியைத் திருமணம் செய்கிறான்.

செங்கதிரவன் அப்பா முகத்தில் முழித்தானா? செங்கோடன் பேரனின் திருமணத்தை ஏற்றுக் கொண்டாரா? அறிய ஆவலாக புரட்டுங்கள் புதுவாழ்வு புதினத்தை.

அதில் நம் நெஞ்சை ஈர்ப்பது இரண்டு திருமணங்கள். ஒன்று, அறிவு - மயிலேறி திருமணம். இன்னொன்று, செங்கதிரவன் - கதிரழகி திருமணம்.

நாற்பது ஐம்பது இடங்களில் தேடியும் அறிவுக்குப் பெண் கிடைக்கவில்லை. காரணம் செவ்வாய் தோஷம். மயிலேறியின் சாதகத்துக்கு ஏற்றபடி அறிவின் சாதகத்தை மாற்றி எழுதி மணம் முடிக்கிறார் செங்கோடன். இதை மகாபாரத நிகழ்வு ஒன்றைச் சுட்டி நியாயப்படுத்துகிறார் புதின ஆசிரியர்.

குருசேத்திரப் போர் நல்ல நாளில் காளிக்கு உயிர்ப்பலி கொடுப்பவர்க்கே வெற்றி. அந்த நாளைக் கணிப்பதில் நிபுணன் சகாதேவன். முதல் ஆளாக அவனைத் தேடி வருகிறான் துரியோதனன். வரும் அமாவாசை அன்று பலி கொடுத்தால் வெற்றி உறுதி என்கிறான் சகாதேவன். இதைக் கேள்விப்பட்ட கண்ணபிரான் அருச்சுனனிடம் நீங்கள் தோற்க உங்கள் தம்பியே நாள் குறித்திருக்கிறான் என்கிறார். பதற்றமடைந்த பாண்டவர்கள் மாற்றுவழி இல்லையா எனக் கேட்கிறார்கள். இருக்கிறது என்று கூறி மறைகிறார் கண்ணன்.

அமாவாசைக்கு முந்தின நாள் ஆற்றங்கரைக்குச் சென்று தம் முன்னோருக்குத் திவசம் கொடுக்கிறார் கண்ணன். பார்த்தவர்கள் நையாண்டி செய்தனர். சூரிய பகவான் ஓடிவந்து நாளை அல்லவா அமாவாசை இன்று ஏன் திவசம் கொடுக்கிறீர்? எனக் கேட்கிறார். அதே கேள்வியைக் கேட்டபடி சந்திரனும் வருகிறார். இருவரையும் பார்த்த கண்ணன் சூரியனும் சந்திரனும் கூடினால் அன்று என்ன நாள்? என்று எதிர்வினா எழுப்புகிறார். எல்லாரும் அமாவாசை என்கின்றனர். உடனே அவர் பாண்டவர்களிடம் இன்றே காளிக்கு உயிர்ப்பலி கொடுங்கள் என்கிறார். பாண்டவர்களும் பலி கொடுக்கின்றனர்.

இப்படிக் கோளும் நாளும் மாற்றினார் கண்ணன். அதுவே அறிவின் சாதகத்தைத் திருத்தி (செவ்வாய் தோசம், நாகதோசம்) மயிலேறியை மணம் முடித்து வைக்கிறார் செங்கோடன். பாண்டவர் போல் இவர்கள் வாழ்விலும் வெற்றிதான். இங்கு நமக்கு ஏற்றபடி கோளும் நாளும் மாற்றுவதில் தவறில்லை என்றும்; மனித வாழ்வைத் தீர்மானிப்பது கோளும் மீனும் அல்ல; உற்பத்தியும் உற்பத்தி உறவுகளுமே என நிறுவுகிறார் தோழர் பரமசிவம்.

அடுத்தது செங்கதிரவன் - கதிரழகி திருமணம். இருவரும் முற்போக்கானவர்கள். இடதுசாரிச் சிந்தனைகளால் ஈர்க்கப்பட்டவர்கள். இருவரும் பிறப்பியம்(சாதகம்) பார்க்காது தாலி கட்டாது திருமணம் செய்யத் தயாராகின்றனர்.

பழந்தமிழகத்தில் ஓர் ஆணும் பெண்ணும் பெற்றோரும் மற்றோரும் அறியாவண்ணம் காதலித்து கணவன் மனைவியாய்க் கூடி வாழ்வர். அதைக் களவு மணம் என்பர்.

களவு மணம் புரிந்தோர் மனையறம் மேற்கொள்ளும்போது ஆடவன் மனம் மாறி பெண்ணைக் கைவிட நேர்ந்தது. மணச்சான்றோ சான்றாளரோ இல்லாததால் அவையோரால் நீதி வழங்க இயலாது போயிற்று. இதனால் ஆடவர் அவளை அறியேன் என மறுத்தல் கூடிப்பெற்ற பிள்ளைகளுக்கு எந்த உரிமையும் கொடாது விலக்கல் போன்ற குற்றங்கள் நடந்தன. இதை வெளிப்படுத்தும் அகநானூறு (256) பாடலைக் காண்போம்.

கள்ளூர் என்னும் ஊரில் நேர்மையற்ற ஒருவன், இளம்பெண் ஒருத்தியின் பெண்மை நலத்தைக் கவர்ந்து உண்டான். பின்பு அவளைக் கைவிட்டான். அந்தப் பெண்ணோ ஊரவையில் முறையிட்டாள். அவனே அவளை அறியேன் என்று பொய்யுரைத்தான். இருவரின் சேர்க்கையை அறிந்த சிலர் அப்பெண்ணுக்கு ஆதரவாகச் சாட்சியம் கூறினர். அவையோர் அந்த ஆடவனை மூன்றாகக் கவர்ந்த மரக்கிளையின் நடுவே கட்டிவைத்து சாம்பல் நீற்றினை அவன் தலையில் கொட்டித் தண்டித்தனர்.

இதுபோல் ஆங்காங்கே தோன்றிய களவுமணக் குற்றங்களும் வேறு சிலவும் திருமண முறையை ஏற்படுத்தக் காரணிகள் ஆயின. இந்த மாற்றத்தைத் தொல்காப்பியர்,

"பொய்யும் வழுவும் தோன்றிய பின்னர்
ஐயர் யாத்தனர் கரணம் என்ப".   (கற்பியல்-4)

என்பார். ஒருவனும் ஒருத்தியும் விரும்பியோ பெற்றோரால் ஏற்பாடு செய்தோ திருமணங்கள் நடைபெற்றன. அவற்றைக் கற்பு மணம் என்பர்.

வேளாண் உற்பத்தியும் வணிகமும் பெருகத்தொடங்கின. வடக்கேயிருந்து ஆரியர் வருகையும் மிகுதியாயின. பொருள் உற்பத்தியை விட கோளும் மீன்களுமே வாழ்வைத் தீர்மானிக்கின்றன என்பதே ஆரியன் ஆதிக்கச் சிந்தனை. அதில் புரோகிதம், மந்திரம், யாகம்,

அடக்கம். ஆரியர் சிந்தனை தமிழர் வாழ்வுக்குள் மெல்லப் புகுந்ததை அகநானூறு(86) பாடல் வழி அறிகின்றோம்.

உரோகிணியோடு சேர்ந்த வளர்பிறைச் சந்திரன் உச்சன் என்றும் அந்த நாள் காலையில் திருமணம் நிகழ்ந்தால் மணமக்களுக்கு எந்தத் தீங்கும் நேராது என்றும் ஆரியர் தமிழ்க் குடிகளை நம்பச் செய்திருந்தனர்.

அந்த நாளில் வயது முதிர்ந்த மங்கல மகளிர் குடங்களில் தண்ணீரைக் கொண்டுவந்து கிறுமண்டை என்னும் அகன்ற வாயுடைய கலத்தில் ஊற்றுவர். புதல்வனைப் பெற்றெடுத்த மங்கல மகளிர் நால்வர் கூடி அத்தண்ணீரில் பூவிதழ்களையும் நெல்மணிகளையும் சொரிவர். பின்பு அந்நீரால் மணமகளை நீராட்டுவர். இதற்கு வதுவை மணம் என்று பெயர். அப்போது அப்பெண்டிர் 'இவர் கற்புநெறி வழுவாது கணவனை விரும்பிப்பேணும் துணைவி ஆகுக' என வாழ்த்துவர். மணமகளின் பெற்றோர் பெரிய ஓர் இல்லத்தின் கிழத்தியாக ஆவாய் என வாழ்த்தி அவளை மணமகனுக்குக் கொடுப்பர். இதுபோல் அகநானூறு 136ஆம் பாடலிலும் காணலாம். இவற்றில் திருமணச் சடங்குகள் நடத்தும் பார்ப்பான் இல்லை, மந்திரம் இல்லை, தாலி கட்டுதலும் இல்லை.

ஆரிய பழக்கங்கள் பெருகிவந்த காலத்திய காப்பியம் சிலப்பதிகாரம். அதன் மங்கல வாழ்த்தில்

"மாமுது பார்ப்பான் மறைவழி காட்டிடத்
தீவலம் செய்வது". (52-53)

என்பார் இளங்கோவடிகள். இதில் பார்ப்பான் உண்டு, மந்திரங்கள் உண்டு, தீவலம் உண்டு. தாலி கட்டும் சடங்கு இல்லை.

கந்தபுராணம், பெரியபுராணம் ஆகியவற்றிலும் தாலி பற்றிய குறிப்புகள் இல்லை. எனவே மணமகன் மணமகளுக்குத் தாலி கட்டும் வழக்கம் கி.பி பத்தாம் நூற்றாண்டுக்கு முன்பு ஏற்படவில்லை எனலாம். கி.பி 958இல் கிடைத்த கல்வெட்டு ஒன்றே இவ்வழக்கத்தை முதலில் தெரிவிக்கும் (இந்திய சமுதாய வரலாறு பக்:174). இச்சான்று களிலிருந்து பத்தாம் நூற்றாண்டுக்குப் பின்பே தாலி கட்டும் வழக்கம் தமிழகத்தில் தோன்றியிருக்கும் எனக் கணிக்கலாம்.

அதன் பின்பு பிராமணிய திருமண முறையே கோலோச்சியது. மணவறை அமைப்பு மந்திரம் ஓதுதல், தீவலம் வருதல், அம்மி மிதித்தல், அருந்ததி பார்த்தல் போல்வன நடந்தேறின. இதனூடே அகமணமுறை குழந்தை மணம், கைம்பெண் கொடுமை மிகுதியாயின. சுருங்கக் கூறின்

பிராமணத் திருமணமுறை ஆண் ஆதிக்கத்தையும் சாதியத்தையும் வலுப்படுத்தியது. அதேநேரம் தலித்துகளையும் மிகவும் பிற்பட்டோரையும் புரோகிதர்கள் விலக்கி வைத்திருந்தனர் எனலாம்.

இம்முறையை மாற்றித் தமிழர் மணமுறையை உருவாக்கி ஊக்குவிக்கச் சில சீர்திருத்தச் செம்மல்கள் தோன்றினர். தனித்தமிழ் இயக்கங்கண்ட மறைமலையடிகளும் தமிழ்த் தென்றல் திரு.வி.கல்யாண சுந்தரனாரும் சமஸ்கிருத மந்திரங்களைத் தமிழாக்கி ஓதினர்.

இந்திய சிந்தனையாளர்களில் தந்தை பெரியார்தான் முதன்முதலில் தாலியை நிராகரித்துப் பேசவும் எழுதவும் துவங்கினார். அவரது தலைமையில் தாலி இல்லாத திருமணங்கள் நடைபெறத் தொடங்கின. ஆணுக்குப் பெண் தாலி கட்டும் அதிர்ச்சி நிகழ்ச்சிகளும் சில இடங்களில் நடந்தன என தொ. பரமசிவன் கூறுகிறார் (பண்பாட்டு அசைவுகள் பக்:53). தந்தை பெரியார் வகுத்தளித்த புரட்சித் திருமணம் எப்படி நடத்தப்பட வேண்டும் என்பதை பாரதிதாசன் குடும்ப விளக்கு காவியத்தில் விளக்குவார்.

திராவிட நாட்டுப்பண், சான்றோர் ஒருவர் தலைமை ஏற்றல், மணமக்கள் இசைவு தெரிவித்தலும் உறுதிப்பாடும், மாலை மாற்றுதல், சான்றோர் வாழ்த்தல், பரிசுகள் வழங்கல், பதிவு செய்தல் இம்முறை யிலான மணங்கள் பெரும்பாலும் தன்மானக் காதலர் மணங்களாம்.

இன்னொரு பக்கம் தமிழறிஞர் சிலர் ஒன்று கூடித் தமிழர்க் கென்று ஒரு மணமுறையை உருவாக்கினர். அது குறித்துத் தேவநேயப் பாவாணர் தமிழர் திருமணம் நூலில் விவரிப்பார். வாழ்க்கை ஒப்பந்த விழா, இல்லற இணைப்பு விழா மன்றல், அழைப்பு மடல் என அழைப்பிதழில் தமிழ் பூத்தது. இதில் கடவுள் வாழ்த்துப் பாடலாம். தாலிகட்டுதல் அல்லது மணமகளுக்கு மோதிரம் செறித்தல் உண்டு. இவை பெரும்பாலும் பெற்றோர் ஏற்பாடு செய்யும் மணங்கள். பிற வழக்கங்கள் பாரதிதாசன் சொன்னதுபோல் நடைபெறும்.

பொதுவுடைமை இயக்கத்தைச் சேர்ந்த பலரும் சீர்திருத்த மணங்களையே பின்பற்றினர். கட்சித் தலைவர் ஒருவரின் தலைமையில் நடந்தது. அவர்கள் போல் இப்புதினத்தில் பிறப்பியம் (சாதகம்) பார்க்காது கோள் நாள் கணிக்காது மந்திரம் ஓதாது செந்தமிழ் மணக்க செங்கொடி பறக்க செங்கதிரவன் - கதிரழகி திருமணம். சீர்திருத்தமாக மட்டுமல்லாது தொழிலாளர்கள், சிறுமுதலாளி, தொழிற்சங்கத் தலைவர், பொதுமக்கள் ஒன்றிணைந்து நிற்கும் அரசியல் நிகழ்வாகவே அது அமைகிறது.

இப்புதினத்தை படித்தால் தோழர் பரமசிவத்தின் கையில் இருக்கும் தீப்பொறி உங்கள் குறிப்பாக இளைஞர்கள் கரங்களுக்கு வந்துவிடும். இளையோர் எரியூட்டினால் கண்மூடிப் பழக்கமெல்லாம் வெந்து வெண்ணீறு ஆகிவிடும். இவர் இதுபோன்ற படைப்புகள் பல தந்து தமிழ் மக்களை விழிப்புறச் செய்வார் என நம்புகிறேன். தோழரின் கடின உழைப்பைப் பாராட்டுகிறேன்.

எழுத்தாளர்
இலா. வின்சென்ட்

ஆரியபட்டர்

குப்தர் காலத்தில் வாழ்ந்த ஆரியபட்டர், 'ஆரியபட்டம்' என்ற தம் வானவியல் சம்பந்தப்பட்ட நூலை எழுதி கி.பி. 476 இல் வெளியிட்டார். அதில் சோதிடமும், சாதகமும், வெறும் ஊகங்களை அடிப்படையாகக் கொண்டவை என்று ஆரியபட்டர் அவற்றை ஏற்றுக்கொள்ளவில்லை. அவர் அன்றைய சிறந்த நாகரீகத்தை உடைய கிரேக்க, எகிப்திய, பாபிலோனிய மொழிகளில் இருந்த 'வானவியல் கணிதம்' பற்றிய குறிப்புகளை கற்றுத் தேர்ந்திருந்தார். அதன் அடிப்படையில் ஆய்வு செய்து தனது கண்டுபிடிப்புகளை வெளியிட்டார். அதன் மூலம்தான் சோதிடமும், சாதகமும் வெறும் ஊகங்களே என்று வெளியிட்டார்.

கி.பி. 499-ஆம் ஆண்டில் சூரியமண்டல உலகு பற்றிய கருத்தியல்களை வெளியிட்டார். அதில் பூமி தனது அச்சில் சுழன்று வரும் ஒரு கோலம் என்றும்; பூமி மற்றும் சந்திரனின் நிழல்களே கிரகணங்கள் ஏற்படுவதற்கான காரணம் என்றும் அறிவித்தார். ஆண்டிற்கு 365 நாட்கள் என்று அவர் கணக்கிட்டுக் கூறியது இன்றைய வானவியல் கண்டு பிடிப்புகளோடு ஒத்துப்போகிறது. வானவியல் விஞ்ஞானி என்று அழைக்கப்படுவதற்கான தகுதி உடையவர் என்று இந்திய வானவியல் விஞ்ஞானிகள் 'ஆரியபட்டா' என்ற ராக்கெட்டை விட்டு பெருமைப் படுத்தினார்கள். ஆனால், அவர் கூறியதை பார்ப்பனியமும் அன்றைய பார்ப்பனிய ஆட்சி அதிகாரமும் ஏற்றுக்கொள்ளவில்லை. ஆரிய பட்டரின் சமகாலத்தவர் 'வராகமிகிரர்' பார்ப்பனியத்தை ஆதரிப்பவர். அவர் வானவியலை கணிதம், சோதிடம், சாதகம் என்று மூன்று பகுதிகளாகப் பகுத்தார். சோதிடத்திற்கும், சாதகத்திற்கும் அதில் முக்கியத்துவம் அளிக்கப்பட்டது. புரோகித கும்பல் ஆரியபட்டரை புறக்கணித்த வராகமிகிரரின் சோதிடம், சாதகம் ஆகியவற்றை ஏற்றுக் கொண்டது. அதனால் இந்தியாவில் வானவியல் கணிதம் ஆகியன வளர்ச்சியுறாது தடுத்து நிறுத்தப்பட்டது.

பொருளாதார கட்டமைவுக்கும் அதன் செயல்நெறிக்கும் உட்பட்ட ஒரு சமூகத்தில் பண்பாடு, சமயம், அரசியல் என்னும் மூன்றும் ஆதாரமான வெளிப்பாடுகளாகவும், நடவடிக்கைகளாகவும் இருக்கின்றன. பொதுவாக இவை ஒன்றோடு ஒன்று சார்ந்தும் எதிர்வினை கொண்டும் இயங்குகின்றன. இத்தகைய பண்பாடும்,

காட்சியோடும் கலை இலக்கியத்தில் இவை பாடுபொருள்களாகவும், நடைமுறைகளாகவும் சித்தரிக்கப்படுகின்றன, கவனங்கொள்ளப் படுகின்றன. இவற்றில் எது அழுத்தமாக அல்லது தூக்கலாக அல்லது சாதுரியமாக சொல்லப்படுகிறது என்பதையொட்டி அவ்விலக்கியத்தின் நோக்கம் அடையாளம் காணக்கூடியதாக ஆகிறது. குறிப்பிட்ட காலத்தின் குரலாகவும் அது கவனங்கொள்ளுகிறது.

ப.பரமசிவம்,
சேலம்.

புது வாழ்வு

வீட்டில் தூங்காமல் புறங்கையைக் கட்டிக்கொண்டு வீட்டு நடையில் நடை போட்டுக் கொண்டே சுவர்க் கடிகாரத்தைப் பார்த்த வண்ணம் மணி 10 ஆகிவிட்டது. இன்னும் காணவில்லையே இப்படி பொறுப்பில்லாமல் நடந்து கொள்கிறானே. தாயும் தந்தையும் வளர்ப்பில் இவனை வளர்த்திருந்தால் அவர்கள் மிகுந்த உரிமையோடும் பாசத்தோடும் கண்டித்து வளர்த்திருப்பார்கள். அவனும் மன பயத்தோடு வளர்ந்திருப்பான். நாமோ பேரன் ஆச்சே! அப்பா அம்மா அவனை கைவிட்டுவிட்டார்களே! என்று எடுத்து வந்து அதிக பாசத்தைக் காட்டி வளர்த்துவிட்டோம். அவனுக்கு தாத்தா பாட்டி, நேரம் கழித்து போனால் திட்டுவார்கள் என்ற பயமே கொஞ்சம் கூட நெஞ்சில் இல்லாமல் போச்சு. வேலைக்கு போனவனுக்கு என்ன ஆச்சோ ஏது ஆச்சோ என்று நாமதான் வயிற்றில் நெருப்பை அள்ளி விட்ட மாதிரி துடிக்க வேண்டியுள்ளதே, என்று நடந்து கொண்டே புலம்பினான் செங்கோடன். உள் வீட்டில் படுத்திருந்த அழகம்மாளுக்கு புரண்டு புரண்டு படுத்தாலும் தூக்கம் வரவில்லை.

தன் கணவன் படுத்திருக்கும் பக்கம் திரும்பிப் பார்த்து படுக்கையில் கணவனைக் காணவில்லை என்றதும் திடுக்கிட்டு எழுந்து கணவனைத் தேடி வந்தாள். நடையில் புலம்பிக் கொண்டே நடந்து கொண்டிருந்த கணவனைப் பார்த்து, "ஏங்க காலையிலிருந்து சாயப்பட்டறையில் அந்த தண்ணியில வேலை செஞ்சிங்க, இப்போ ராத்திரியில ஏதோ சாப்பிட்டு விட்டு படுத்து தூங்கினால்தானே நாள் முழுதும் வேலை செய்த அலுப்புபோகும். இப்படி நடையில் வந்து அங்கும் இங்கும் நடந்துகொண்டே புலம்பினால் எல்லாம் சரி ஆகுமா?" என்று செங்கோடனைப் பார்த்து அழகம்மாள் கேட்டாள். அதற்கு, "இன்னும் பாரு அவனைக் காணோம்" என்று செங்கோடன் கூறினான். "இப்படிப் புலம்பினால் மட்டும் அவன் வந்து விடப் போகிறானாக்கும்" என்கிறாள் அழகம்மாள். "அவன் வீடு வந்து சேரும் வரைக்கும் நான் படுத்தா மட்டும் தூக்கம் வந்துருமா? அவன் வரட்டும் இன்னைக்கு அவனை பார்த்து நாலு கேள்வி கேட்டுட்டு படுத்தா தான் எனக்கு தூக்கமே வரும்" என்று கூறினான் செங்கோடன். அதற்கு "எப்படியோ நீயாவது பேரனாவது எப்படியோ போங்க! அவனும் உங்க பேச்சை கேட்கப் போறதில்லை. அவனை நாம அடிச்சு வளர்த்து இருக்கணுங்க. அவனுக்கு அதிக செல்லம் கொடுத்து வளர்த்து விட்டோம். அவன் எப்படி

நம் மேல பயம் வச்சுக்குவான். இந்த கிழவனும் கிழவியும் போனால், ஏண்டா கண்ணா இவ்வளவு நேரமாச்சு சீக்கிரம் வரக்கூடாதா என்றுகொஞ்சுவார்கள் அதைத் தவிர அவர்களுக்கு என்ன தெரியும்... நினைச்சுக்கிட்டு அவன் எந்த நேரத்திற்கு வேணும்னாலும் வருவான் போவான்'' என்று கணவனைப் பார்த்து அழகம்மாள் சொன்னாள்.

“ஆமாடி அவனுக்கு கல்யாண வயசாச்சுல. அவனோட சேத்தாலிங்களோட சேர்ந்து கொண்டு கும்மாளம் போட்டுட்டு இருப்பான். சினிமாவுக்குப் போயிட்டு இருப்பான். ஒரு வயசு பசங்களோட பேசத்தான் அவனுக்கு விருப்பம் இருக்கும். அவர்கள் ஊர் நடவடிக்கை நல்லது கெட்டது என்ன? என்பதை எல்லாம் பேசிட்டு இருப்பான். அவன் இங்க வீட்டுக்கு வந்தா நாம எல்லாம் அத தெரிஞ்சா வைத்திருக்கிறோம். நாம் அந்த நாளில் பத்தாம் பசலி கதைகளை சொல்லிக்கிட்டிருப்போம். நேரத்தில் வரணும் வேளா வேளைக்கு சாப்பிடணும் படுத்துத் தூங்கணும் யாருடனும் கூட்டு வைச்சி கூட்டாளி போட்டுக்கிட்டு ஊர்சுத்தக் கூடாதுன்னு போட்டு அறுத்து எடுப்போம்முன்னுதான் அவன் தினமும் நாம தூங்கட்டும் அதுக்கப் புறம் போயிக்கிலாம்னு இருப்பான் போல'' என்று செங்கோடன் கூறினான். “அதான் சொன்னது சரியா போச்சா. பேரனாச்சு தாத்தா வாச்சுன்னு சொன்னது சரியா போச்சா. இன்னுமுட்டும் அவன் மேல குறையை சொல்லி பொலம்பிட்டு இருந்தீங்க. அதுக்கு நாம வளர்த்த முறை சரியில்லை செல்லமாக வளத்திட்டோம். அவனுக்கு நம்ம மேல கொஞ்சம்கூட நெஞ்சில பயமில்லை என்று சொன்னதும் போதும் இப்ப அவனுக்கு பரிந்து பேசிட்டு இருக்கீங்க. இப்படி நீங்க அவனுக்குப் பரிந்து பேசற வரைக்கும் அவன் திருந்தப் போவதில்லை'' என்று அழகம்மாள் கணவனைப் பார்த்து சத்தம் போட்டாள். “ஆமாடி அவனுக்கும் கல்யாண வயது வந்திருச்சு, அவனுக்கும் காலா காலத்துல ஒரு கால்கட்டு போட்டு வச்சாதான் அவனும் ஒழுங்கா குடும்பமாய் இருப்பான். அதுவரைக்கும் இப்படித்தான் நடந்து கொள்வான்'' என்று செங்கோடன் கூறினான்.

“அதோ அவன் வர்ற வண்டி சத்தம் கேக்குது. அதோ அவனேதான் அவன் வந்துட்டான். உன் செல்லப்பேரன்கிட்ட நீயே பேசிக்கப்பா. நான் போயி அவனுக்கு சாப்பாடு எடுத்து வைக்கிறேன்'' என்று அழகம்மாள் வீட்டிற்குள் சென்று விட்டாள். செங்கதிரவன் வீட்டு நடைக்குள் இரண்டு சக்கர மோட்டார் வாகனத்தை நிறுத்திக் கொண்டே “ஏன் தாத்தா தூக்கம் வரலையா? தூங்காமல் இங்கே வந்து நின்னுகிட்டு இருக்கிற'' என்று கேட்டான். “ஆமாப்பா சும்மா வீட்டில் படுத்துக் கொண்டு எந்த நேரமும் தூங்கிக் கொண்டே இருந்தனல்ல அதனால இப்ப தூக்கம் வரலை'' என்று செங்கோடன் கூறினார்.

அதற்கு "என்ன தாத்தா கேலி பேசக் கூட கத்துக்கிட்டீங்க போல இருக்கு; நான் கேட்ட கேள்விக்கு இப்படி நக்கல் பண்றீங்க. இனிமே நீங்க நாளையிலிருந்து வேலைக்குப் போக வேண்டாம் நான்தான் வேலைக்குப் போறேன். இனிமே எல்லாத்தையும் நான் பார்த்துக்கிறேன்" என்று செங்கதிரவன் கூறுகிறான். அதற்கு செங்கோடன் "அந்த நல்ல புள்ளையாட்டம் பேச்செல்லாம் இங்க வேணாம். இப்ப மணி என்னாவுது. நானும் பாட்டியும் அவனுக்கு என்னாச்சோ ஏதாச்சோன்னு எங்கே போயிட்டாங்கனு தெரியலையேன்னு பதட்டத்தோடு தூங்காம இங்க வந்து காத்துக்கிட்டிருக்கிறோம். உன்னை பார்த்ததும் தான் உன் பாட்டி உனக்கு சாப்பாடு எடுத்து வைக்கப் போறா. இப்படி தினமும் எங்களை காக்க வைக்கிறது உனக்கு பொழப்பா போச்சு. ஆமா நான் தெரியாமதான் கேட்கிறேன்; என்ன வேலைக்குப் போக வேண்டாம் போக வேண்டாம் என்கிறியே உன் கல்யாணம் காட்சிக்கெல்லாம் பணத்துக்கு எங்கசார் போறது. நீ ஒருத்தனே சம்பாதிச்சு இந்த விலைவாசி ஏற்றத்தில் குடும்பச் செலவை சமாளிப்பியா? அல்லது துணிமணிதான் எடுத்துக்கட்டுவியா? உன் ஒருத்தனோட சம்பாதித்த சம்பளத்தை வைச்சிக்கிட்டு. நானும் உன் பாட்டியும் படாத கஷ்டப்பட்டு உன்னை வாழவைக்க செய்யாத வேலை இல்லை. நான் கூலி வேலைக்கு ஓடிப்போவேன், உன் பாட்டி நீ கைக்குழந்தையாய் இருந்த உன்னை விட்டுட்டு எந்த வேலைக்கும் போக முடியல."

"நீ அஞ்சு வயசு பையனா வரவரைக்கும் உன்ன ஒரு பள்ளிக்கூடம் வைக்கிற வரைக்கும் அவ எந்த வேலைக்கும் போகல. நீ பள்ளிக்கூடம் போனபிறகுதான் அதற்கு அப்புறம் உங்க பாட்டி என்னோட சாயப் பட்டறைக்கு நூல் காயவைக்க வருவா. நீ மத்தியான சோறு பள்ளிக் கூடத்திலேயே தினமும் வீட்டில் இருந்து தட்டு எடுத்துட்டு போயி சாப்பிடுவே. அதனால உங்க பாட்டி கவலை இல்லாமல் மாலை 4 மணிவரை வேலை செய்வா. அதுக்கு மேல வண்ணான் ஆட்டு தலைக்கு அடிச்சுக்கிற மாதிரி தினமும் அடிச்சுக்குவா என் பேரன் வந்துடுவான். துறக்கோல் என்கிட்ட இருக்கு. அவன் எங்க வெளியே உட்கார்ந்து இருப்பான்; என்று புலம்பிக்கொண்டே காய வைத்த நூலை வலைகளிலிருந்து உருவிக் கொண்டு வந்து கட்டுக் கட்டாகக் கட்டிக் கொண்டு போய் குடோன்ல போட்டுட்டு மாராக்கை எடுத்து கட்டிக் கொண்டு ஓடி வருவாள் பார்; அதை பார்த்துக்கொண்டிருந்த எனக்கு இந்தக் கிறுக்கிக்கு பேரன் மேல் எவ்வளவு பாசம் வைத்திருக்கிறாள் என்று நினைத்தால் என் கண்ணில் தாரை தாரையாய் கண்ணீர் வந்து விடும்" என்று செங்கோடன் நெஞ்சுருகக் கூறினார். அதைக் கேட்டுக் கொண்டிருந்த பேரன் செங்கதிரவன் "இப்படியே ஏன் தாத்தா தினமும்

என்னை போட்டு உலுக்குறீங்க” என்று கண்ணை துடைத்துக் கொண்டு வா தாத்தா உள்ள போகலாம் என்று சின்ன குழந்தைகள் எப்படி ஓடி வந்து தாத்தாவை கட்டிப்பிடிச்சுக்கொண்டு கொஞ்சுவார்களோ அப்படி கட்டிப்பிடித்துக்கொண்டு கொஞ்சினான். அதைப் பார்த்ததும் அவன் வந்தா நல்லா திட்டனும் என்று நினைத்ததை எல்லாம் மறந்துபோய் “அதுக்கில்லப்பா நீ நேரத்துல வரலைன்னா உன்னையே நினைத்துக் கொண்டிருக்க எங்களுக்கு எப்படியா தூக்கம் வரும். அதாம்பா இனிமேலும் நேரத்துல வந்துரு. இந்தக் கிழவனையும் கிழவியையும் ஏங்க வைக்காதடா” என்று செங்கோடன் சொல்லிக்கொண்டே பாட்டி இருக்குமிடத்திற்கு கூட்டிச் சென்று “சரி சரி! சாப்பிடு சீக்கிரம்; அவனுக்கு சாப்பாடு போடு அவன் பசியோடு வந்திருக்கிறான், எதுவா இருந்தாலும் காலைல பேசிக்கலாம். இப்ப பேசி பயலுக்கு பசியில எதை சொன்னாலும் புரியாது” என்று அழகம்மாவைப் பார்த்து கூறினான் செங்கோடன்.

அதற்கு “ஏதோ அவன் வரவரைக்கும் தாட்பூட் தஞ்சாவூர்னு குதிச்ச? இப்ப பேரன் வந்ததும் மயக்கிபுட்டானாக்கும்.” “சரி சரி! நீ போய் படு. நான் இவனுக்கு சோறு போட்டுட்டு அவன் சாப்பிட்ட பிறகு படுத்துக்கிறேன்” என்று கூறிக்கொண்டே “கண்ணு சீக்கிரம் கைகால் அலம்பிகிட்டு வாடா” என்று கூறினாள் அழகம்மாள். கைகால் அலம்பிக்கொண்டு துண்டு எடுத்து துடைத்துக்கொண்டு தோளின் மீது துண்டை போட்டுக்கொண்டு தட்டின் முன்வந்து உட்கார்ந்துகொண்டு “ஏன் பாட்டி நீங்க படுத்துத் தூங்கலாம் இல்ல நான் வந்து சோத்தை போட்டு சாப்பிட்டுக் கொள்ள மாட்டேனா? என்னால உங்களுக்கு தான் எவ்வளவு கஷ்டம் பாட்டி” என்று கூறினான் செங்கதிரவன். “ஆமாடா நீ கொடுத்ததில்லப்பா இந்தக் கஷ்டம். 22 வருஷத்திற்கு முன் உங்க அப்பாவும் அம்மாவும் கொடுத்ததுடா இந்தக் கஷ்டம். அப்ப நீ வேண்டாம் என்று சொல்லி இருந்தா பரவாயில்ல, நீ அப்ப மூன்று மாத பச்சைக்குழந்தை. அப்ப உங்க அப்பாவும் அம்மாவும் அவங்க உசுருதான் பெருசுன்னு சோசியக்காரன் பேச்சைக் கேட்டுவிட்டு, நீ பெருசா வளர்ந்து ஆளாகி உங்க அப்பா அம்மா உயிருக்கும் ஆபத்தாகி செத்துப் போய் விடுவார்களாம். அதனால நீ அவங்க முகத்திலேயே முழிக்கக் கூடாதாம். முழிச்சா போச்சாம். அதனால உன்ன எருக்கம் பாலை ஊத்தி கொன்னுபுடலாம் என்று பேசிக்கிட்ட மாதிரி எங்க காதுக்குக் கேட்டது அதனால நானும் தாத்தாவும் இத கேட்டுட்டு வாயிலும் வயிற்றிலும் அடித்துக்கொண்டு உன்ன தூக்கிக்கிட்டு வந்தவங்க தான். உங்க அப்பா அம்மாவுக்கும் சொந்தக்காரங்க யாரு கண்ணுலயும் படாம நாங்க இந்த ஊருக்கு வந்து மறைந்து வாழ்ந்து கொண்டிருக்கிறோம்” என்று கண்ணீர் மல்க கண்ணை கசக்கிக்கொண்டு

சோத்தை எடுத்து தட்டில் போடுகிறாள் அழகம்மாள். அதைக் கேட்டுக் கொண்டிருந்த செங்கதிரவன் “அதைத் தான் தினம் தினம் சொல்லிச் சொல்லி என்னை வளக்குறீங்களே! எனக்கு எங்க அப்பா அம்மா அவங்க மேலெல்லாம் எள்ளளவும் கோவம் கிடையாது பாட்டி. இந்த சமுதாயமும் இந்த சமுதாய மக்களின் அறியாமையைப் பயன்படுத்தி சோசியம் சொல்லி ஏமாற்றிப் பிழைக்கிறார்கள். அவர்களின் மீதுதான் எனக்கு கோபம். என்ன எனக்கு அப்பா அம்மா மேல இல்லாத பாசம் உங்களுக்கு எப்படிதான் வந்ததுன்னு தெரியவில்லை. எங்க அம்மா என்னை பத்து மாதம் சுமந்து கஷ்டப்பட்டு பெற்றிருக்கிறாள் அவளுக்குக் கூடவா என்மீது பாசம் இல்லாமல் போயிடுச்சு. எந்த மனசவச்சி எனக்கு எருக்கம் பாலை ஊற்றிக் கொள்ளலாம் என்று எண்ணம் வைத்திருக்கும். அதை நினைச்சா தான் என் அம்மா மீது கோவம் கோவமா வருது” என்று கூறினான் செங்கதிரவன்.

அதைக்கேட்ட பாட்டி அழகம்மாள், “ஆமாடா அவ மேல ஏண்டா கோவப்படுற. அவ என்ன செய்வா. அவன் நாங்க உன்னை தூக்கிட்டு வந்தப்ப விழுந்து புரண்டு அழுதாடா. உன் அப்பங்காரன் அறிவுதான் ஏண்டி அழுவுற அதுதான் அவன் பாட்டனும் பாட்டியும், நான் செத்தாக் கூட பரவாயில்லை என் பேரன்தான் முக்கியம்னு தூக்கிக்கிட்டு போறாங்க. அப்ப அவங்க என்ன பத்தி உன்ன பத்தி கவலைப் படலை. போகட்டும் இந்த வயசுல அவங்களுக்கு காட்டு வேலை தவிர எதுவும் தெரியாது. கைப்பிள்ளையை வைத்துக் கொண்டு தாய்ப்பால் இல்லாமல் எப்படி அவங்க வச்சிருப்பாங்க. நாலு நாள் பார்த்துட்டு வந்துடப் போறாங்க. அவங்க பேரனையே விட முடியாத அவங்க, என்னை எப்படி எல்லாம் பொத்தி பொத்தி வளர்த்தாங்க. அவங்க என்ன உட்டுபுட்டு எப்புடிடி அங்க தனியே எத்தனை நாளைக்கு இருந்துடுவாங்க பார்க்கலாம். அதெல்லாம் பயப்படாத மயிலேறி என்று, உங்க அம்மாவை உன் அப்பன் தான் சமாதானப்படுத்தினான். அவள் அழுது புலம்பிக் கொண்டு தான் இருந்தா. மனதுக்குள் நாமதான் அவர்களுக்குத் தெரியாமல் சாமத்தில் தூக்கிக்கொண்டு வந்துவிட்டோம். அவன் மனசு கலங்காமல் இருக்க இப்படிச் சொல்ல வேண்டியுள்ளது. நாங்க உன்மேல வைத்திருந்த பாசத்துல இங்கே இந்த ஊருக்கு வந்து சேர்ந்தோம். ஒரு ஊட்ட பார்த்து தட்டுமுட்டு சாமான்கள் எல்லாம் வாங்கி வந்து சமைத்து சாப்பிட்டுக் கொண்டு உனக்கு தாய்ப்பால் இல்லாத குறைதான். உனக்கு பசு மாட்டுப் பால செல்லமுத்து கவுண்டர் காட்டில் போய் தண்ணி ஊத்தாத பாலா வாங்கிக் கொண்டு வந்து ஊத்தி உன்ன வளர்த்தோம். அதுதான் உங்க அப்பன் சொன்னான்ல. எப்படியும் நாலு நாள்ல வந்துருவாங்கன்னு. அந்த நாலாவது நாளும் வந்துச்சு.

எங்களுக்கு ஊசலாட்டம் வந்துருச்சு. காரணம் உனக்கு பாலாஷ்டம் பட்டுருச்சி. வாந்தி பேதி வந்து எங்களை கலங்க வைத்துவிட்டது. பக்கத்து வீட்டில் இருந்த பாட்டி இதுக்கெல்லாம் ஏன் பயப்படுறீங்க. இந்த மூன்று மாத குழந்தைக்கு இதெல்லாம் வர்றதுதான். தாய்ப்பால் வேற இல்லை அதனால் வரத்தான் செய்யும் என்று கூறி கஞ்சமலை அடிவாரத்தில் ஒரு பண்டிதக்காரன் இருக்கிறான்; அவன் கிட்ட போனால் ஒரு பாடம் போட்டு ஒரு சீட்டு கட்டுவான். பாலில் கலக்கி உள்ளுக்கு ஊத்த குலுவை குடுப்பான். அதை வாங்கிக் கொண்டு வந்து பாலில் கலக்கி குழந்தைக்கு ஊத்தினால் எல்லாம் சரியாப் போயிடும்னு கூறினாள். அது மாதிரியே நானும் தாத்தாவும் கொண்டலாம்பட்டியில் இருந்து நெய்க்காரப்பட்டிக்கு நடந்தே உன்னை தூக்கிட்டுப் போனோம். அப்பல்லாம் சைக்கிளைத் தவிர குதிரை வண்டியைத் தவிர வேறு வாகனம் கிடையாது, ரோடு கிடையாது, வயல்காட்டு வரப்பு மேல தான் தூக்கிக் கொண்டு போகணும். ஒத்தையடிப் பாத. உன் தாத்தா உன்ன கையில் ஏந்திகிட்டு அந்த வரப்பு மேல நடந்து பவுசியா நடந்து போய்க்கிட்டு இருந்தாரு. தன் தாய்க்குப் பின்னால ஆட்டுக்குட்டி ஓடுமே அதுபோல நான் உங்க தாத்தா பின்னால ஓடிப்போய் உனக்கு வைத்தியம் பார்த்தோம். அந்தப் பெரியம்மா சொன்ன மாதிரியே ரெண்டு நாளிலே உனக்கு நல்லாயிடுச்சு. அதுக்குப் பின்னாடிதான் எனக்கும் உங்க தாத்தாவுக்கும் நல்ல உசுரே வந்துச்சு.

அதற்கு அப்புறமும் உன் அப்பனை நினைத்து நாங்க ரெண்டு பேரும் என்ன செய்கிறான் ஏது செய்கிறான் என்றும் பண்ணையத்தை எப்படிப் பார்க்கிறானோ? ஆட்டை மாட்டை எல்லாம் யாரு பார்க்கிறார்களோ? மேய்ச்சலுக்கு என்ன செய்கிறார்களோ? தண்ணிவேற கிடைக்காது கஷ்டம். பாவம் பச்சை பிள்ளைக்காரி உங்க அம்மா என்ன பாடு படுகிறாள் என்று அழுது புலம்பிக்கொண்டிருந்தோம். இருந்தாலும் இந்தச் சோசியன் இப்படிச் சொல்லிட்டானே! அங்க போனா உனக்கு உயிருக்கு ஆபத்து ஏதும் வந்துவிடுமோ என்ற பயமும் உண்டு. அதோடு உன்னைக் கொண்டு போய் உங்க அப்பா அம்மா கண்ணில் நீ பட்டால் அவங்க உயிருக்கு ஏதாவது ஆபத்து வந்துவிடுமோ என்று பயந்து குழம்பிப் போய் தவியா தவித்தோம். கடைசியில் ஒரு முடிவுக்கு வந்தோம். உன்னையும் பாதுகாக்கணும், என் மகனையும் மருமகளையும் பாதுகாக்கணும், அதனால உன்னை யார் கண்ணிலும் படாமல் வளர்க்கணுமுன்னுதான் இங்கு சேலம் நகரத்திற்கு பக்கத்திலே ஒரு ஒதுக்குப்புறமா பார்த்து வீடு எடுத்தோம், என்று கூறி செங்கதிரவன் முகத்தைப் பார்த்தாள் அழகம்மாள். அவன் சற்று கோபம் தணிந்து முகமலர்ச்சியோடு இருந்ததைப் பார்த்து நம்ம சொன்னதை சிலது மாற்றி சொல்லி இருந்தாலும், அவன் சமாதானம் அடைந்து விட்டான்.

அவன் அம்மா அப்பா மேல இருந்த கோவத்த தணிய வைத்து விட்டேன். அது போதும் எனக்கு என்று மனதுக்குள் நினைத்துக் கொள்கிறாள்.

அதன் பிறகு பத்து நாள் கழிந்தது. சாப்பாட்டுக்கும் பாலுக்கும் செலவுக்கு கையில் சல்லிக்காசு இல்லாமல் அவதிப்பட்டோம். ஊருக்குப் போனாதான் பணம் கிடைக்கும் என்ன செய்யறதுன்னு தெரியாம நெருப்புல போட்ட புழுவா தாத்தாவும் நானும் துடித்தோம். நாங்க இருந்த இடத்தில் நாலாவது வீட்டில் இருந்து தினமும் காலையில் தூக்கு போசியில சோத்த ஊத்திக் கொண்டு, ராத்திரி 7, 8 மணிக்கு நம்ம வாசல் வழியா தான் போவார் ஒருத்தர். ஒருநாள் இரவு 7 மணிக்கு வாசலில் உட்கார்ந்துகிட்டு நானும் தாத்தாவும் புலம்பிக்கிட்டு இருந்தோம் அப்ப அவர் அந்த வழியாக பச்சை வேட்டியை கட்டிக்கொண்டு, மேலே சிவப்பு சாயம் கலந்த துண்டை போட்டுக் கொண்டு போனார். தினமும் பார்த்து இருக்கிறோம். அவரும் பார்த்து இருக்கிறார். ஆனால் பேசியதில்லை. அவரைப் பார்த்து உங்க தாத்தா ஏங்க அண்ணன் தினமும் இந்த வழியா போயிட்டு வர்றீங்களே என்ன வேலைக்கு போயிட்டு வர்றீங்க? என்று கேட்க அதற்கு அவர் சாய வேலைக்கு போயிட்டு வரேன். இதோ இந்த நாலாவது வீட்டுலதான் குடி இருக்கிறேன் என்றார் அவரு. யாப்பா எதுக்கு கேக்குற என்று அவர் திருப்பி கேட்க, உங்க தாத்தா சும்மாதான் என்று கூறி தினமும் போய்ட்டு வர்றீங்களேன்னு சொன்னார். அதற்கு அவர் ஆமா நானும் கேட்கணும்னு நினைச்சேன் பெரியவங்க நீங்க கைக்குழந்தையை வைத்துக்கொண்டு இருக்கீங்களே பேரனா? என்று கேட்டார். அதற்கு உங்க தாத்தா பேரன்தான் என்று கூறினார்.

அதற்கு அவர் அப்ப அவங்க அப்பா அம்மா எங்கே? என்று கேட்கிறார். அதற்கு தாத்தா அதெல்லாம் பெரிய கதை. சொன்னால் விடிஞ்சுடும் நீங்க காலையிலிருந்து வேலை செஞ்சுட்டு பசியோட வந்து இருக்கிறீர்கள். அது பத்தி இன்னொரு நாளைக்கு சாவகாசமா இருக்கிற பொழுது சொல்றேண்ணா. இப்போதான் உள்ளூர்க்காரர் ஆயிட்டோம். பக்கத்திலேயே குடியிருக்கிறோம் என்று உங்க தாத்தா சொன்னார்.

அதைக் கேட்ட அவர் எது எப்படி நடக்குமோ அப்படித்தான் நடக்கும் உன்னை பார்த்தா பரிதாபமாக இருக்கு. சரி நான் வர்றங்கன்னு கூறிக் கொண்டு நடையைக் கட்டினார். உடனே உங்க தாத்தா அண்ணே ஒரு நிமிஷம் நில்லுங்கண்ணே. நீங்க செய்யற வேலையை நானும் செய்ய முடியுங்களா?. எனக்கு காட்டு வேலை மட்டும்தான் தெரியும். வேற வேலை தெரியாதுன்னு உங்க தாத்தா அவர்கிட்ட கூறினார். அதற்கு சாயத் தொழிலாளி அட நானும் காட்டு வேலை செஞ்சி

வந்தேன். ஒண்ணரை ஏக்கர் மேட்டு காடுதான் இருக்குது. அதை பொண்டாட்டி புள்ளைங்க பார்த்துக்கிறாங்க. மேட்டு வெள்ளாம தானே மழை பெஞ்சா மூணு மாசத்துக்கு வேலை இருக்கும். அதுக்கு அப்புறம் சும்மாதான் காட்ட சுத்திக்கிட்டு இருக்கணும். கடன்பட்டு தான் சாப்பிடணும் என்கிற நிலை! அதுக்கப்புறம் தான் இந்த வேலைக்குப் போனேன். ஒரே வாரத்துல வேலையை கத்துக்கிட்டேன். நம்ம மாதிரி கஷ்டத்தை அனுபவித்தவங்க சாயத் தொழிலாளிகள். அதனால நமக்கு வேலையை சுலபமா கத்துக் கொடுத்துடுவாங்க. என்ன நம்ம முழுசா வேலை கத்துக்குற வரைக்கும் சரி! கூலி பிரித்து கொடுக்க மாட்டாங்க. முதல் வார சம்பளம் ஒரு தொகை கொடுப்பாங்க. அப்புறம் வேலையை பார்த்துட்டு பாதி கூலி போட்டுக் கொடுப்பார்கள். அப்புறம் முக்கா கூலி. நாலைந்து வாரம் கழித்து முழுகூலியையும் பாகம் பிரித்துக் கொடுத்து விடுவாங்க. அதெல்லாம் சாயத் தொழிலாளர் சங்கம்னு ஒண்ணு செங்கொடிகாரங்க வைச்சி இருக்காங்க. அவங்க அதெல்லாம் தொழிலாளிகளுக்கு என்ன வேணுமோ அதை போராடிப் பெற்றுத் தந்து விடறாங்க. அதனால நீங்க நாளைக்கு வாங்க. நான் வேலை செய்ற சாயப்பட்டறையில் ஒரு ஆள் தேவைப்படுது. என்னையும் முதலாளி ஒரு ஆள் இருந்தா கூட்டி வாங்க. நீங்க நாலு பேரால வேலை செய்ய முடியல; சரியான நேரத்துல நீங்க சாயம் போட்டு கொடுக்க முடியல; அதனால பாவு நூல் இல்லாமல் தறியெல்லாம் நிக்குது என்று நேற்றுதான் சொன்னார் எங்க முதலாளி. நம்மை யார் எங்கு போய்த் தேடுவது என்று நினைச்சுக்கிட்டே வந்தேன். நல்ல வேளையா நீங்களே வேலை கேட்டுட்டீங்க. நாளைக்கே தயாராக இருங்க. நான் வந்து விடுவேன், சேர்ந்து போகலாம் என்று சாயத் தொழிலாளி கூறினார். அதற்கு உங்க தாத்தா நாளைக்கு வர நேரமாச்சுன்னா நாம் அவரைத் தேடிப் போகலாம் என்று நினைத்துக் கொண்டு, ஏண்ணா உங்கபேரு என்னங்கண்ணே? என்று கேட்டார் அதற்கு அந்த சாயக்காரர் அட பேர கேக்கிறியா? சாயக்காரர் வீடுன்னு கேட்டாலே இங்கு சுற்றுவட்டாரத்தில் தெரியும். இருந்தாலும் என் பேரையும் தெரிஞ்சுக்கோங்க. கருப்பண்ணன்னு கூப்பிடுவாங்க. கருப்பண்ணன்னு என்கிறது கூட தெரியாது எல்லாருக்கும் சாயக்கார கருப்பண்ணன்னு என்று சொன்னால்தான் பளிச்சுன்னு தெரியும்னு கூறிக் கொண்டே போனார்.

அடுத்த நாள் அவருடன் ஒரு ஈய தூக்குப்போசியில கம்புக் கஞ்சியை ஊத்திக் கொண்டு போனவர்தான் உங்க தாத்தா. அந்த சாயக்காரர் கருப்பண்ணன் தான் நமக்கு வேலை வாங்கிக் கொடுத்து நம்ம குடும்பத்தை துலக்க வைத்த மவராசன். அவரதான் படுக்கறப்ப நினைச்சு கும்பிட்டு படுக்கணும். இந்த ஊரிலேயே யாரையும்

தெரியாதப்ப அவர்தான் முதலில் பழகி வேலையும் வாங்கிக் கொடுத்து வேலையும் பழக்கி வாழவைத்த தெய்வம் என்று கூட சொல்லலாம். சரி, சரி, நம்ம கதையை சொல்லிக் கொண்டே போகலாம். விடிஞ்சு போயிடும். நீ வேற நாளைக்கு வேலைக்கு போகணும். நீ போய் படு; நான் தட்டு கழுவி வைத்துவிட்டு நானும் படுக்கிறேன். காலையில் எழுந்து வீட்டு வேலைகளை பார்க்கணும். உங்களை வேலைக்கு அனுப்பணும்னு அழகம்மாள் பேரனிடம் ஆரம்பகால கதைகளை சொல்லிவிட்டுப் படுக்கப் போனாள்.

காலை எழுந்து வீட்டு வேலைகளை செய்துவிட்டு சாப்பாடு குழம்பெல்லாம் வைத்துவிட்டு பாத்திரங்கள் கழுவிக் கொண்டிருந்தாள் அழகம்மாள். தாத்தா செங்கோடன், பேரன் செங்கதிரவன் டீ கடைக்கு சென்று டீ குடித்துவிட்டு வந்தார்கள். பாட்டி வேலை செஞ்சிட்டு இருப்பதைப் பார்த்த செங்கதிரவன் பாட்டி நான் என்ன வேலை செய்யணும்? சொல்லு பாட்டி நான் செய்யறேன். நம்ம வூட்டுல பெண் பிள்ளைகளா இருக்காங்க? நான்தான் உனக்கு உதவி செய்யணும் என்று கேட்டான். அதற்கு அழகம்மாள், டேய் நீ ஆம்பள பையன்டா, இது வேற டவுன் புறமாக இருக்குது. யாராவது பார்த்தாங்கண்ணா உன்னை ஒரு மாதிரி பார்ப்பாங்க. அதெல்லாம் வேண்டாம் நானே எல்லாம் பாத்துக்குறேன் என்றாள். அதற்கு செங்கதிரவன், பாட்டி நீயே சொல்லியிருக்கல்ல; தாத்தா உங்களுக்கு ஆரியம் அரைக்க, களிகிண்ட, துணிகளை துவைக்கக் கூட உதவி செய்வாங்கன்னு. அதற்கு அழகம்மாள், ஆமாடா கண்ணு உன் தாத்தா மாதிரி ஒவ்வொரு பெண்ணுக்கும் புருஷன் கிடைச்சா போதும், அதுவே பெண்களுக்கு பெரிய சொத்துடா என்று கூறினாள். அதற்கு செங்கதிரவன் தாத்தாவைப் பற்றி புகழ ஆரம்பித்து விட்டாயா? சரி இன்னைக்கு வேலைக்குப் போன மாதிரிதான் என்று கூறி சிரித்தான். அதை கேட்டுகிட்டு இருந்த செங்கோடன் என்ன? என்ன? பேரனும் பாட்டியும் சிரிக்கிறீங்க. என்கிட்ட சொன்னா நானும் சிரிப்பேன் என்று கேட்டான். அதற்கு செங்கதிரவன் உங்க பொண்டாட்டி உங்க புராணத்தை வாசிக்க ஆரம்பிச்சுட்டாங்க அதுதான் சிரிப்பு வந்தது என்றான். அதற்கு செங்கோடன் அப்படியா? இதுதானா, நானு வேற மாதிரி நினைத்துக் கொண்டேன் என்கிறார். வேற எந்த மாதிரி நீங்க நெனச்சீங்க அது என்ன? சொல்லு தாத்தா என்று கேட்டான் செங்கதிரவன். அதெல்லாம் சொல்லக் கூடாது அது உங்க பாட்டிக்கும் எனக்கும் தெரிந்த விஷயம் என்றார் செங்கோடன். அப்படி என்ன உங்களுக்குள் ஒரு ரகசியம்! அதை எனக்கு சொல்லக் கூடாதா என்று கெஞ்சுகிறான் செங்கதிரவன்.

நானு என்ன மூணாவது ஆளா? என்ன இருந்தாலும் உங்க மகன் மாதிரி என்ன நினைப்பீங்களா? வேறொரு ரத்தத்தில் ஊறி பொறந்தவன் தானேன்னு என்ன நினைக்கிறீர்களா? என்றான். அதை கேட்ட அழகம்மாள் துடித்துப்போய் டேய் கண்ணு என்ன வார்த்தை சொல்லிட்ட உன்ன வேற்றுமைய்யா நினைப்போமா? என்று கூறிக்கொண்டே கண்ணீரைத் துடைத்துக் கொண்டாள். உங்க அம்மா என்னடா எங்க மீது பாசம் இல்லாதவள் என்று நினைத்துகிட்டியா? உங்க அப்பன காட்டிலும் என் மீது அவ்வளவு பாசம் வைத்திருந்தாளடா. நானும் அவளை ஒரு மகளாகத்தான் நடத்தினேன். அவளும் என்னை மாமியாரா ஒருநாளும் பார்த்ததில்லை. என்ன ஒரு வேலையும் செய்ய விடமாட்டா. நான் சும்மா இருக்க முடியாததால் சண்டை போட்டு அவளுக்கு உதவியாக வேலை செஞ்சு கொடுப்பேன். ஒருநாளும் மாமனார் மாமியாரை ஒரு சொல்கூட பல்லு மேல போட்டு சொன்னவ கிடையாதுடா. நீ எங்க கிட்ட வளர்ந்ததோட அவகிட்ட வளர்ந்திருந்தனா அவ உன்ன மேலும் நல்ல பிள்ளையாக வளர்த்து இருப்பாளடா. உன் அப்பன விட அவ நிறைய விவரம் தெரிந்தவடா. பத்து ஜனங்ககிட்ட பழகிய நல்லது கெட்டது எல்லாம் தெரிந்தவடா. நீ எப்போவாது நாங்க உங்க அப்பா அம்மாவை பிரிந்து வந்த பிறகு அவர்களுக்கு குழந்தைகள் பிறந்து இருந்தால் ரெண்டு வருஷம் தான் குறைவாய் இருக்கும். அவர்களோடு பழகுற நேரம் வந்தா பழகிப் பாருடா என்னுடைய மருமகளைப் பற்றி நீயே தெரிஞ்சுக்குவ. எங்களுக்கு அப்பவே தெரியுமடா விளையும் பயிர் முளையிலேயே தெரியும்ன்னு. பெரியவங்க சொல்லி வச்சிருக்காங்க தெரியுமா என்றாள். அதைக் கேட்ட செங்கதிரவன் சரி, சரி. இப்ப மருமகள் புராணத்தை பாட ஆரம்பித்துவிட்டாயா. உங்களை நினைச்சா எனக்கு பெருமையா இருக்குது பாட்டி என்றான்.

அப்படி என்னடா என்ன பாத்தா பெருமையா இருக்குங்கற என்று கேட்டாள் அழகம்மாள். ஆமா பாட்டி நீங்க இதுவரைக்கும் யாரையும் குறையே சொன்னதில்லயே. உங்க வயசு பாட்டிகளை பாத்தா குசலகாரா கிழவி ஊட்டுல சண்டையை மூட்டி விட்டுருவான்னு கிழவிகளை பாத்தா பயப்படுற இந்தக் காலத்தில் இப்படி ஒரு பாட்டி இருக்குறியே, அத நெனச்சாத்தான் எனக்கு உங்க மேல பெருமையா இருக்குது பாட்டி என்றான் செங்கதிரவன். அதைக் கேட்ட பாட்டி அழகம்மாள் ஏண்டா நானே உன்னை பார்த்து பெருமைப்பட்டிருக் கிறேன். நீ எங்க குலதெய்வம்டா. உங்க அம்மா அறிவும் உங்க அப்பன் அறிவும் சேர்ந்தாப்ல நீ இருக்கிற எதையும் நாம நல்லாதான் நினைக்கணும்பா. அப்பதான் தப்பு செய்றவங்களும் திருந்துவாங்க. எனக்கெல்லாம் மற்றவர்கள் எவ்வளவுதான் துரோகம் செய்தாலும்

அதை துரோகமாக நினைக்க மாட்டேன்டா. அது ஒரு படிப்பினையாக எடுத்துகிட்டு அவர்களுக்கு மாதிரி நடந்துக்குவேண்டா. அதைக் கேட்ட செங்கதிரவன் பாட்டி நீங்க காந்திஜிக்கு சிஷ்ய பிள்ளையா கொஞ்ச நாளாவது இருந்தியா? என்று கேட்டு சிரித்தான். இதைக் கேட்ட அழகம்மாள் காந்தி நாட்டுக்கு சுதந்திரம் வாங்க பாடுபட்டார். அவரையே சுட்டுக் கொன்னுட்டாங்க சண்டாள பாவிங்க.

அப்பவே ஊரெல்லாம் சொல்லிக்கிட்டு ஒப்பாரி வைத்து அழுதவங்கடா நாங்க. அந்த சுட்டவனைக் கூட ஒண்ணும் செய்யாதீர்கள் அவரை மன்னித்து விட்டுவிடுங்கள் என்று சொன்னவர் தாண்டா காந்தி. அது ஒன்று போதாதா அவரை புகழின் உச்சிக்குக் கொண்டு போக என்று கூறினாள். சரி, சரி, நானும் தாத்தாவும் வேலைக்குப் போகவேண்டும் சாப்பாடு குழம்பு எல்லாம் தயாரா? என்று செங்கதிரவன் கேட்டான். நீ எங்கடா விட்ட, கேள்வி மேல கேள்வி கேட்டு என்னுடைய பழைய நினைப்புக்கு போக வைத்துவிட்ட. இப்படியே கிளறி கிளறி எங்களுடைய கடந்த கால வாழ்க்கையைப் பற்றித் தெரிந்து கொள்கிற. நீ சேலம் டவுனுக்கு போய் வேலை செய்து விட்டு வர பல ஜனங்களோடு பழகுகிற வாய்ப்பு கெடச்சது. இந்த அனுபவங்களை எல்லாம் நீ எங்களுக்கு சொல்லாமல் மறைக்கிறியே என்று அழகம்மாள் கேட்கிறாள். சரி, சரி, நானும் தாத்தாவும் வேலைக்குப் போகணும் என்றான் செங்கதிரவன். இதோ சாப்பாடு வடிச்சாச்சு. குழம்பு கொதிக்குது. இன்னும் பத்து நிமிஷத்துல சாப்பிட்டுவிட்டு நீங்க மத்தியான சாப்பாட்ட எடுத்துக்கொண்டு வேலைக்குப் போகலாம். பேரா நீயும் உங்க தாத்தாவும் இருக்கிற பொழுது எனக்கு என்ன கவலை. நீங்க தான் எனக்கு எல்லா வேலைகளுக்கும் ஒத்தாசையா இருக்கீங்களே என்று கூறினாள் அழகம்மாள். சாப்பாடு, தட்டில் போட்டு வைத்தது தான் மிச்சம். பாட்டி சிறிய விசிறியை எடுத்து சோத்தை ஆறவைக்க தாத்தாவும் பேரனும் சாப்பிட்டுவிட்டு சாப்பாட்டு பாத்திரத்தை எடுத்து பையில் போட்டுக் கொண்டு, வண்டியை எடுத்துக் கொண்டு தாத்தா வாங்க நான் உங்க சாயப்பட்டறை வழியாகத்தான் போக வேண்டியது இருக்கு, உங்கள அங்க விட்டுட்டு போறேன் என்றான் செங்கதிரவன். அதற்கு ஆமாம்! ஆமாம்! உங்க பாட்டியின் கதையையும் உன் கதையையும் கேட்டு நேரம்போனதே தெரியல. உங்க பாட்டி என்கிட்ட வந்து அடிமைப்படலனா ஒரு பெரிய அரசியல் தலைவியா ஆயிருப்பா போல இருக்கு, என்று பேரன் கிட்ட செங்கோடன் கூறினான். அதைக் கேட்ட செங்கதிரவன், தாத்தா எப்படி இவ்வளவு விவரமா தெளிவாக இருக்காங்க என்று கேட்டான். ஆமாடா நானும் உங்க பாட்டி நீ சின்ன பையனா இருக்கிறப்ப இருந்த

சாயக்காரர் கருப்பண்ணனோடு சங்க கூட்டத்துக்குப் போவோம். அப்ப இருந்த தலைவர் தோழர் எஸ்.எம்.ராமையான்னு பேரு. அவர் பேச்சைக் கேட்டுதான் உங்க பாட்டி இவ்வளவு தயாரானா பாரேன் என்றான் செங்கோடன். ஆமா தாத்தா, பாட்டி ஒரு எழுத்து கூட படிக்காதவங்க ஆனா இவ்வளவு விபரங்களை அந்த தலைவர் பேசின பேச்சைக் கேட்டே பேசுறாங்களே. அடேயப்பா! அவங்கள் எல்லாம் பெரிய மனுசங்க தான். படிக்காத தொழிலாளி விவசாயிகளை அந்த அளவிற்கு விபரம் உள்ளவர்கள் ஆக்கி இருக்காங்க தாத்தா என்று தாத்தாவும் பேரனும் பேசிக்கொண்டே வண்டியில் போய்க் கொண்டிருந்தார்கள்.

செங்கோடன் வேலை முடித்து மாலை ஆறு மணிக்கு வீட்டிற்கு வந்து விட்டான். அழகம்மாள் கூட பேசிக் கொண்டிருந்தான். காலையில் செங்கதிரவன் கிட்ட பேசுகிற பொழுது; நானும் உங்க தாத்தாவும் உன்னை பத்திதான் பேசிகிட்டு இருந்தோம். நீ எங்க போரன்னு எங்களுக்கு தெரியுமுன்னு பொடி வச்சு பேசுனியே அவன் அதைக் கேட்டு எப்படி துடிதுடித்துப் போய்விட்டான் தெரியுமா என்று கேட்டார். அதற்கு அழகம்மாள், ஆமாங்க அவனுக்கும் கல்யாண வயசு ஆகுதுல்ல. நமக்குத் தெரியாததில்ல. நாம அவன் வயசைத் தாண்டி வந்தவர்கள் தானே. இந்த காலத்துல தான் வயசு பிள்ளைங்க காதல் கீதல்னு இப்ப வர சினிமாவைப் பாத்து கத்துகிட்டு அந்த நினைப்பிலேயே நேரம் காலம் போவது கூட தெரியாமல் சுத்துறாங்க. நம் பயனும் நேரம் கெட்ட நேரத்தில் எல்லாம் வரான்ல்ல. அதனால பொடி வச்சு பேசுனா அவன் அப்படி நடந்தாலும் நம்மகிட்ட சொல்றதுக்கு கூச்சப்படுவான் இல்லை. அவன் கிட்ட அப்படி பேசினால் தான் ஏதாவது அப்படி பொம்பள பிள்ளைகளோடு நட்பு இருந்தா நம்மகிட்ட சொல்ல ஆரம்பிப்பான். அப்படி ஏதாவது நமக்கு தெரிந்தால் தானே நாம நம்ம பையனுக்கு நல்ல வழிகாட்ட முடியும் என்றாள் அழகம்மாள். ஆமா புள்ள! நீ சொல்றதும் சரிதான் குழந்தைகளை வளர்க்கிறது பெருசு இல்ல. அதுக்கு எந்தெந்த வயதில் என்னென்ன தேவை என்பதை உணர்ந்துகிட்டு அவங்களுக்கு சரியான வழிகாட்டுவதுதான் நல்ல வளர்ப்புக்கு அடையாளம். ஒரு காலத்துல அவங்க அப்பா அம்மாவோடு சேருகிற பாக்கியம் வந்துதுன்னு வச்சுக்கோ, இவன் கெட்ட நடவடிக்கை பையனா இருந்தா வச்சுக்கோ, இதுக்குத்தான் இவனை தூக்கிகிட்டு கண்காணாமல் ஓடுனீங்களா? இப்படி இருப்பான்னு தான் அன்னைக்கே ஜோசியன் தெரிந்து சொல்லி இருக்கான். அதனாலதான் இவன் வளர்ந்துவிட்டால் அப்பா அம்மா இருக்க மாட்டாங்க என்று சொன்னான். அன்னைக்கே கொன்றிருந்தால் இப்படிப்பட்ட ஒரு கெட்ட பிள்ளையை பார்க்காமலே

இருந்திருப்போம் இல்லன்னு; அவன் அப்பன் ஆயா பேசுவாங்க என்றான் செங்கோடன். செங்கதிரவன் வேலையில் இருந்து புறப்பட்டு வீட்டிற்குள் வந்து நுழைந்தான். அவனைப் பார்த்த தாத்தாவும் பாட்டியும் ஏம்பா இன்னைக்கு இவ்வளவு நேரத்தில் வந்து விட்டே என்று கூறிக் கொண்டே, ஏங்க வெளியே போய் பாருங்க. ஏதாவது மழை வருகிற மாதிரி கருக்கல் கட்டி இருக்கான்னு என்று அழகம்மாள் கூற, சரி. சரி, இதோ போய் உடனே பார்த்து சொல்றேன் என்று கூறிக்கொண்டே வெளியே ஓடி பார்க்கிறார் தாத்தா செங்கோடன்.

இதை கவனித்துக் கொண்டிருந்த செங்கதிரவன் என்ன ஆச்சு உங்களுக்கு, என்ன பார்த்து ரெண்டு நாளா கலாய்க்கிறீங்க! என்ன நடக்குது இங்க எனக்கு தெரியாமல் என்று தாத்தாவையும் பாட்டியையும் பார்த்து கேட்டான். அப்பா நீ தொடர்ந்து இரவு 10 மணிக்கு மேல் தான் வருவே. இன்னைக்கு 6 மணிக்கு இவ்வளவு சீக்கிரத்தில் வரதனால தான் மழை ஏது வருதான்னு பார்க்கச் சொன்னேன், என்று அழகம்மாள் சொன்னதும் உடனே செங்கதிரவன், அப்ப என்ன பார்த்து கேலி கிண்டல் அடிக்கற அளவிற்கு என்ன பாக்குறீங்க இல்ல என்று கேட்டான். சும்மாதான் அப்படி பேரன்கிட்ட விளையாடிப் பார்க்கலாமே என்று தான் உங்க பாட்டி சொன்னாள். அதை தப்பா எடுத்துக்காதப்பா என்று செங்கோடன் கூறினான். அதைக் கேட்ட செங்கதிரவன் நான் ஏன் இரண்டு மூன்று நாளா நேரம் கழித்து வந்தேன் தெரியுமா? அதை நீங்கள் தெரிந்து கொண்டால் நீங்கள் இப்படி என்னை கேலி பேச மாட்டீங்க என்று கூறினான். அதற்கு அழகம்மாள், கதிரவா நீ சொன்னால் தான் தெரியும் நீ சொல்லாட்டி எங்களுக்கு எப்படிப்பா தெரியும். சொல்லு சொல்லு எங்க என்ன வேலையா போன? அதுக்குள்ளதான் இரவில் புருஷனும் பொண்டாட்டியும் வாசலிலேயே காத்துக்கொண்டிருந்து எதை எதையோ கதையை சொல்லி காலத்தை ஓட்டுகிறீர்கள். காலையில எழுந்தா ஏதாவது சொல்லலாம்னு பாத்தா உன் மருமகள பத்தியும் மகனை பத்தியும் கதை அளந்து விடுகிறீர்கள். என்ன எங்க சொல்ல விட்டீர்கள், என்று செங்கதிரவன் கூறினான். சரி நீ சொல்லுப்பா. அவ அப்படித்தான் ஏதாவது கற்பனையை சொல்லிக் கொண்டிருப்பா. ஏண்டி பேசாமதான் வாயை வெச்சுக்கிட்டு கொஞ்ச நேரம் சும்மா இரு, பயந்தான் ஏதோ சொல்லவாரான் என்று செங்கோடன் கூறினான். அதற்கு, நீங்களும் சேர்ந்துதான் பேசினீங்க இப்ப ஒண்ணுமே தெரியாத மாதிரி பாட்டிய மட்டும் திட்டுற மாதிரி திட்டுறீங்க. நான் வீட்டுல இல்லனா என்ன பத்தி இரண்டு பேரும் ஏதோ பேசி வச்சுகிட்டு என் வாயைக் கிளறி ஏதாவது புடுங்கலாம்னு திட்டம் போடுவீர்கள் போலிருக்கே என்றான் செங்கதிரவன். ஏண்டா

எங்கள பார்த்தா உனக்கு எப்படிடா இருக்கு? என் பேரனைப் பற்றி நினைக்கக் கூடாதா? என்று அழகம்மாள் கேட்டாள். சும்மா பேச்சுக்கு சொன்னேன் நீங்க என்ன பத்தி சிந்திக்காமல் வேற யாரு ரோட்டுல போறவணா என்ன பத்தி சிந்திப்பார்கள். அல்லது எனக்கு அப்பா அம்மாவைத் தான் காமிச்சிருக்கீங்களா என்ன பத்தி சிந்திக்கறதுக்கு. என்று செங்கதிரவன் சொல்லிவிட்டு, நான் ரெண்டு மூணு நாளா ஏன் நேரங்கழித்து வரேனுதானே உங்கள் கேள்வி? இப்ப நான் சொல்லுறேன் கேட்டுக்கோங்க.

நேத்து நான் வேலை செய்யுற முதலாளி வீட்டுக்குப் போனேன். அவர் என்னை உட்காரவைத்து உன்னுடைய வளர்ப்பு சரியானதா இருக்கே. உன்னை நல்ல முறையில் யாரும் உன்னை குற்றம் சொல்லாத மாதிரி நல்ல குணம் படைத்தவனா வளர்த்திருக்காங்க. தொழில்லயும் நல்ல முறையில் யாரும் சொல்லாத மாதிரி அந்தந்த வேலையை கச்சிதமாக முடிச்சிற. அதனாலதான் நான் எங்க வீட்டுக்கு கூட்டி வந்து எங்க வீட்டிலேயும் அறிமுகப்படுத்தி வைக்கலாம் என்று கூட்டி வந்தேன். இதோ இவங்க என் மனைவி ரேணுகா. இது எங்க ரெண்டாவது பொண்ணு ஐந்தாவது படிக்கிறாள். இவ பேரு "ஸ்ரீ". இவன் முதல் பையன் இவன் எட்டாவது படிக்கிறான். பேரு 'நாவலன்'. அதற்குள் டீ கொண்டுவந்து கொடுத்துக்கொண்டே யாருங்க இவரு என்று கேட்டாள் ரேணுகா. என்னை காட்டி நம்ம பேக்டரியில் வேலை செய்யும் மேனேஜர். பேரு செங்கதிரவன். சின்ன வயதாக இருந்தாலும் வேலையில சுட்டி யாருடனும் நல்லா பழகுவார். எதை எந்த நேரத்தில் செய்யணும்னு சரியா செய்துவிடுவார். ஏப்பா அந்த வேலையை செஞ்சியா நீ என்று கேட்டா, அது நேத்து செய்யுற வேலை. அதை இப்ப கேக்குறீங்க; அதை நேத்தே செஞ்சு முடிச்சுட்டேன். மூட்டை இந்நேரம் கேரளாவிற்கு போயிருக்கும் என்று சொல்லுவார். அதனால இவருக்கு ஒதுக்கிய வேலையில் நான் தலையிடுவதே இல்லை. நாம ஜவுளி போடறவங்களும் நாம சொன்ன நேரத்தில சொன்னபடி சரக்கு அனுப்பறதால சரியான நேரத்துல நமக்கு பில்ல அனுப்பிவிடுறாங்க. அதுக்கெல்லாம் செங்கதிரவன் தான் காரணம்.

நம்ம தொழில் இன்னைக்கு நல்ல முறையில் நடக்குதுன்னா அதுக்கும் செங்கதிரவன் தான் காரணம். அதனாலதான் நான் யாரையும் நம்மகிட்ட வேலை செய்யறவங்கள வீட்டுக்கு இதுவரை கூட்டி வந்ததே இல்லை. ஆனால் கதிரவனை எனக்கு நல்லா புடிச்சி போச்சு. பழகும் குணம் ஏதோ ஐம்பது அறுபது வயது மனுஷன் மாதிரிதான். அவ்வளவு அனுபவத்தோடு நடந்து கொள்வார். அதுக்காகத்தான்

செங்கதிரவனை கூட்டி வந்து நம்ம புள்ளைங்க கிட்ட அறிமுகப் படுத்தலாம் என்று கூட்டி வந்தேன். செங்கதிரவன் மாதிரி ஆளுங்க கிட்ட நம்ம பிள்ளைகளும் பழகினா அவங்களும் இவன் மாதிரியே வரமாட்டார்களா? அதான் கூட்டி வந்தேன் ரேணுகா என்று கூறினார். அதற்கு அவங்க ரேணுகா, அப்பா செங்கதிரவா உங்க முதலாளி இப்படி யாரையுமே புகழ மாட்டாரே உன்னை இந்த அளவுக்கு புகழராரே உங்க ஊர் எது என்று கேட்டாங்க. அதுக்கு நான் கொண்டலாம்பட்டி என்றேன். அதுக்கு அவங்க உங்க அப்பா அம்மா என்ன வேலை செய்கிறார்கள்? என்று கேட்டாங்க. எங்க அப்பா அம்மா கிராமத்தில் காட்டு வேலை செய்யறாங்க நான் எங்க தாத்தா பாட்டிகிட்ட இருக்கிறேன்.

எங்க அம்மா அப்பாவை நான் பார்த்ததே இல்லை. நான் பொறந்த மூணு மாசத்துல எங்க அம்மா அப்பா சோசியம் பார்த்தாங்களாம். ஜோசியக்காரன் இந்தக் குழந்தை ஜாதகப்படி அப்பா அம்மா இருக்க மாட்டார்களே! என்று கூறியுள்ளான். அதுக்கு எங்க அப்பா அதான் நான் உயிரோடு தானே இருக்கிறேன் என்றாராம். அதற்கு ஜோசியக் காரன் அப்படியா ஏதோ நீ அதிர்ஷ்டம் செஞ்சு இருக்கிற இனியும் உனக்கு அதிர்ஷ்டம் நிலைக்காது! உன் பையன் வளர வளர நீயும் உன் மனைவியும் இருக்க மாட்டீங்க அழித்துவிடுவான் என்று கூறினாராம். அதைக் கேட்ட அப்பா அம்மா வெளியில் சொல்ல! அது ஊரெல்லாம் தெரிய ஆளாளுக்கு எங்க அப்பா அம்மாவை குழம்ப வச்சுட்டாங்களாம். அவங்க பயந்து போயி நமக்கு என்ன வயது ஆகிவிட்டது இன்னும் பத்து புள்ளைங்க கூட பெத்துக்கலாம் என்று இரவு எல்லாம் எங்க அம்மாகிட்ட எங்க அப்பன் சொல்லி அழுது கொண்டு, பேசாம எருக்கன் பாலை ஊத்தி கொன்று விடலாம் என்று பேசிக்கொண்டிருந்ததை எங்க தாத்தாவும் பாட்டியும் காதுல கேட்டுட்டாங்க. விடியறதுக்குள்ள அதிகாலையில் எழுந்து என்னை தூக்கிக்கொண்டு ஓடி வந்து இதுவரை என்னை கண்ணும் கருத்துமாக வளர்த்து ஆளாக்கி விட்டார்கள்.

அண்ணன் முதலாளி சொன்னாங்களே, ஐம்பது அறுபது வயது காரனாட்டம் பெரிய அனுபவமாக பேசுவான் என்று கூறினாரே, அது எங்க தாத்தா பாட்டியின் அறிவுரை தான். எங்க அம்மா அப்பாவுக்குக் கூட இந்த அளவிற்கு அனுபவம் இருந்திருக்காது. அப்ப அவர்கள் சின்ன வயது தான். தாத்தா பாட்டி தான் நீங்களெல்லாம் புகழ்ந்து பேசற மாதிரி வளர்த்துள்ளார்கள் என்று கூறினேன். அதைக் கேட்ட முதலாளியம்மா கண்களில் மாலை மாலையாய் கண்ணில் தண்ணீர் வடித்து விட்டது. அவங்க கண்ணீர் விடுவதைப் பார்த்து எனக்கும் கண்ணுல தண்ணி வந்துருச்சு. அதுக்கு எங்க முதலாளி இவ்வளவு நாளும் ஏப்பா

கதிரவா இந்த சோக கதையை என்கிட்ட சொல்லல. இன்னைக்கு என் மனது ஆடிப் போச்சு பாருடா. ரேணுகா உன் கதையைக் கேட்டு அழுதே விட்டாள். உங்க தாத்தா பாட்டியைப் பார்த்து இப்படிப்பட்ட புள்ளைய உயிரை காப்பாற்றி வளர்த்து இந்த சமுதாயத்திற்கு கொடுத்ததற்கு அவர்களுக்கு நன்றி சொல்லணும் என்று கூறினார். அதற்கு முதலாளி மனைவி ரேணுகாவும் உங்களை பார்க்கணும் என்று கூறினார்கள் தெரியுமா? அதனால்தான் நேற்று நேரம் கழித்து வந்தேன்.

அப்போது தனது பேரனைப் பார்த்து எங்க ராசா என்று இரண்டு கைகளையும் அவன் கன்னத்தை வைத்து நீவி தனது இரண்டு கன்னத்திலும் வைத்து படபடவென்று நெட்டி முறித்துவிட்டு, நாங்க பட்ட கஷ்டங்களை எல்லாம் வீணா போகலப்பா வீண் போகல. ஊர் உலகம் மெச்சும் படியாக இருக்கிறோம், என்று அழகம்மாள் ஆனந்தக் கண்ணீர் விடுகிறாள். அதைப் பார்த்துக்கொண்டிருந்த செங்கோடன் தனது துண்டில் கண்ணீரை துடைத்துக் கொண்டே எப்பா செங்கதிரவா உங்க அப்பா அம்மாவை பத்தி அவங்க ஏதும் தப்பா நினைச்சுக்க மாட்டாங்களே. அப்படி எல்லாம் அவங்க தப்பா நினைக்கிற மாதிரியாக அப்படி ஏதும் சொல்லலப்பா. ஜோசியத்தை நம்பி ஊர் பேசிய பேச்சைக் கேட்டு பயந்து போய் எங்கப்பா பயத்துல எருக்கம்பால ஊத்தியாவது கொன்று போடலாமா? என்று சொல்லிய போது எங்க அம்மா கத்தி கதறி அழுதார்களாம். அதைக்கேட்ட தாத்தா பாட்டி என்னை தூக்கிக்கொண்டு ஓடி வந்து விட்டார்களாம் என்றுதான் சொன்னேன். ஏதாவது அவர்களை களங்கப்படுத்தற மாதிரி சொல்லி இருந்தா என்னை மன்னிச்சுக்குங்க பாட்டி என்று கேட்டுக்கொண்டே கண்ணீரை துடைத்துக் கொண்டான் செங்கதிரவன். தாத்தாவும் பாட்டியும் மேலும் கண்ணீர் விட்டு அழுதபடி சரி, சரி. நீ சரியாதாப்பா சொல்லியிருக்கிற ஏதும் தப்பா சொல்லல, என்று பேரனை தனது மடிமீது போட்டுக்கொண்டு தடவித்தடவி அழாதே அழாதே நம்ம விதி இப்படித்தான் என்று அந்த ஜோசியக்காரன் தீர்மானித்து விட்டான் என்று அழகம்மாள் தட்டிக் கொடுத்தாள். செங்கோடனும் தனது பங்குக்கு, நீ எதுவும் தப்பா சொல்லலப்பா. நாங்க உங்க அப்பா அம்மா மேல வெறுப்பு ஊட்டியா உன்னை வளர்த்தோம். நீ அப்படி அவங்கள தப்பா வெறுத்துக் கொண்டு அவர்களை மாற்றி மற்றவர்களிடத்தில் தப்பா சொல்லுறதுக்கு அழாதே என்று தாத்தாவும் பேரனை தட்டிக்கொடுத்து தேற்றினார்.

செங்கதிரவன், முந்தின நாள் நேரம் கழித்து வந்ததை கேட்டீங்களே! அதையும் சொல்லட்டுமா? என்று கேட்டான். டேய்

வேண்டான்டா, சாப்பாடு சாப்பிட்ட பிறகு அதைப் பத்தி சொல்லு. அதுக்குள்ள நாங்க கொஞ்சம் தேக்கம் தேரிக்கிறோம். ஒரேடியா இதுமாதிரி சொல்லிட்டேனா மேலும் மனசு அல்லாடிப் போய்விடும் என்று அழகம்மாள் சொன்னாள். மூவரும் சாப்பிட்டு விட்ட பிறகு, “சரி இப்ப சொல்லுப்பா. அதற்கு முந்தின நாள் எங்க போனன்னு சொல்லறேன்னு சொன்ன. இப்போ சொல்லு எங்கப்பா போன?” என்று செங்கோடன் கேட்டார். தாத்தா, சேலம் போஸ் மைதானத்தில் மே தின விழா பொதுக்கூட்டம் நடந்தது. அதில் கலை நிகழ்ச்சியும், நாடகமும் நடந்தது. அதுல தலைவர்களும் பேசினார்கள். அதைக் கேட்டு விட்டு வருவதற்கு ராத்திரி 10 மணி ஆயிடுச்சு என்று செங்கதிரவன் கூறினான். அப்படியா! மே தின விழாவில் கலந்துகொண்டாயா? எங்களுக்கும் சொல்லியிருந்தா நாங்களும் வந்திருப்போமில்ல என்று அழகம்மாள் கேட்டாள். காலையில வேலைக்குப் புறப்பட்ட போது எனக்குத் தெரியாது. மாலைதான் ஒரு தோழர் மூலம் எனக்குத் தெரிய வந்தது. அதன் பிறகுதான் நான் போனேன். அதனால்தான் நான் சொல்ல முடியவில்லை.

அதற்கு அடுத்த நாள் நாயர் கடையில் சில நண்பர்களோடு உட்கார்ந்து பேசிக் கொண்டிருந்தேன். நேரம் போனதே தெரியல என்று கூறினான் செங்கதிரவன். ஆமாம். ஆமாம். நான் கூட அந்த டீக்கடையில் தான் டீ குடிப்பேன். டீக்கடைக்காரன் பெயர்கூட கோவிந்தன், குட்டி நாயர் என்று கூப்பிடுவார்கள். அவர்களுக்குக் கூட ஒரே பொண்ணு, படித்துவிட்டு இருந்தது. பார்த்தா மலையாள பொண்ணு. பாக்க மூக்கும் முழியுமா இருக்கும். அந்தக் கடையில இரவு பத்து மணி வரைக்கும் உட்கார்ந்து அப்படி என்னப்பா பேசுவீங்க? நீ அடிக்கடி அந்தக் கடையில் தான் உட்கார்ந்து கொண்டு இருப்ப என்று எனக்குத் தெரிந்த மூணு நாலு பேர் சொல்லிட்டாங்க என்று செங்கோடன் கேட்டார். அதற்கு செங்கதிரவன், தாத்தா, சும்மா தான் பொழுது போகலைன்னா லீவு நாள்ல அங்க உட்கார்ந்திருப்போம். அதைப்போய் அடிக்கடி உட்கார்ந்திருக்கிறோம் என்று யாரோ சொன்னதை வைத்து சொல்றீங்களே என்று கேட்டான். அதற்கு, அவன் உட்கார்ந்து இருந்தா என்ன? ஏதோ திருடனை சந்தேகப் பார்வை பார்ப்பது போல பையன பார்க்கிற மாதிரி தெரியுது. நீ கேட்கற கேள்விய பார்த்தா என்று ஒரு இழுப்பு இழுத்து, பயன ஏதோ தப்பா எடை போடுற மாதிரி இல்ல தெரியுது என்கிறாள் அழகம்மாள். அதற்கு செங்கதிரவன், ஆமா பாட்டி! தாத்தா, எப்பப் பாரு இப்படியே தான் சந்தேகமாகவே என்னை பார்க்கிறார் என்று கூறினான். அதற்கு டேய் கதிரவா நானும் உங்க வயதைக் கடந்து வந்தவன் தாண்டா! பொட்ட புள்ள இருக்கிற இடத்தில

அவ்வளவு நேரம் போய் உட்கார்ந்தா அப்படித்தான் நினைக்கத் தோணுது. அதனாலதான் மத்தவங்க என்னிடம் வந்து சொல்றாங்கடா என்று செங்கோடன் கூறினார். இதைக் கேட்ட செங்கதிரவன் டீக்கடையில் தான் உட்கார்ந்து இருந்தோம். அவங்க ஊட்டுக்குள்ளேயா உட்கார்ந்து இருந்தேன். தாத்தா, இப்படி எல்லாம் என்ன அசிங்கமா பார்க்காத.

அதற்கு செங்கோடன் அப்படியா? நாயர் கடையிலதான் உட்காரணுமா? ஏன் அதுக்கு முன்னால இருக்கே அந்தப் பெரியவர் கடைக்குப் போய் உட்காரது தானே? அங்கு அரட்டை அடிக்கறதுக்கு அந்த நாயர் கடைதான் கிடைத்ததா என்று கேட்டார். இதை கேட்டுகிட்டிருந்த அழகம்மாள், ஏண்டா செங்கதிரவா அப்படி ஏதாவதுன்னா எங்ககிட்ட சொல்லுப்பா நானும் தாத்தாவும் தெரிஞ்சுக்கிறோம் என்று கேட்டாள். அதற்கு போங்க பாட்டி தாத்தாவுக்கு தான் வேலை இல்லனா உனக்குமா? பாட்டி என்று வெட்கத்தோடு முகத்தைத் திருப்பிக் கொண்டான் செங்கதிரவன். அப்படி அந்தப் புள்ள மேல உனக்கு ஏதாவது இருந்தால் அதை மறந்திருப்பா. அவங்க இங்க பொழைக்க வந்தவங்க. அவங்க என்ன சாதியோ, அவங்க பாசையே வேற. நமக்கும் அவர்களுக்கும் ஒத்துவருமான்னு நினைச்சு பார்க்கணும் என்றான் செங்கோடன். நம்ம சாதி குலத்துல நல்ல பொண்ணா பாத்து நாங்க உனக்கு கட்டி வைக்கிறோம் கண்ணு என்றாள் அழகம்மாள். அதற்கு, பாட்டி எனக்கு அந்தப் பொண்ண புடிச்சிருக்கு. அந்தப் பொண்ணுக்கும் என்ன புடிச்சிருக்கு. இதுல சாதி என்ன? மதம் என்ன? பாசை என்ன வேண்டிக் கிடக்கிறது? நாங்கள் இருவரும் மனித இனம் தானே? என்று கேட்டான் செங்கதிரவன். அவங்க அப்பா அம்மாகிட்ட நீங்கதான் பொண்ணு கேட்டு எனக்கு கட்டி வைக்கணும் என்று தாத்தாவையும் பாட்டியையும் பார்த்துச் சொல்கிறான்.

சரியப்பா, நாம கூட போய் கேட்கலாம். அவங்க நமக்கு பொண்ணு குடுப்பாங்களா? நம்மள பாத்து ஏன்யா பொண்ணு இருந்தா வந்து கேட்டுடுவீங்களா? உங்க சாதி என்ன? எங்க சாதி என்ன? உங்க பாஷை வேற, எங்க பாஷை வேற. நீங்க யாரோ? எப்படி நீங்க வந்து எங்க பொண்ண கேட்டீங்கன்னு திட்டிட்டு அவமரியாதையாக பேசினால் எந்த மூஞ்ச வச்சிக்கிட்டு வரதாம் என்று செங்கோடன் செங்கதிரவனைப் பார்த்துக் கேட்டார். அதற்கு செங்கதிரவன், தாத்தா அவங்க பொண்ணு கேட்டா கண்டிப்பா கொடுப்பாங்க. நம்ம ஊர்ல பொண்ணு பார்த்து கிடைக்காதவங்க, கேரளா போய்தான் கல்யாணம் கட்டிக்கிட்டு வராங்க. காரணம் அங்கே ஆண்களை விட பெண்கள் கூடுதலா இருக்காங்க. ஆண்கள் எல்லாம் வெளிநாட்டில் தானே

இருக்காங்க. அது மட்டுமல்ல; அவங்களெல்லாம் நம்மள மாதிரி சாதி, சனங்க, குலம், கோத்திரம் இதெல்லாம் பார்க்கமாட்டார்கள். இந்தக் குடும்பமும், இந்தப் பையனும் நம்ம பொண்ண கண் கலங்காது வாழ வைப்பார்களா? என்றுதான் பார்ப்பார்கள். நாம பொண்ணு கேட்டா கொடுப்பாங்க தாத்தா. அதைக் கேட்ட செங்கோடன் யாப்பா சாதி, பாசை எது எப்படி இருந்தாலும் பரவாயில்லை. அவங்க எந்த மதமோ தெரியல என்கிறான். அதற்கு செங்கதிரவன் தாத்தா அவங்க தினமும் புருசனும் பொண்டாட்டியும் நெற்றியில் சந்தனப்பொட்டு பட்டை பட்டையா வச்சிருக்காங்களே அதைப் பாக்கலையா? அதிலிருந்து அவர்கள் இந்து மதம்தான் தெரியலையா? அதைக் கேட்ட செங்கோடன், ஆமாப்பா அதெல்லாம் வியாபார உத்திப்பா. இங்க நாம இந்துக்கள் மட்டும்தான் இருக்கோம். இங்க ஒரு கிறிஸ்துவனோ ஒரு முஸ்லிமோ வந்து கடை வைச்சா வியாபாரம் சரியா ஆகாது. எந்த சனங்க அதிகமா இருக்கிறார்களோ அந்த வேஷத்தைப் போட்டுகிட்டு தான் ஒரு சாண் வயிற்றுபொழப்புக்கு வேண்டி, அய்யப்பன் சீசன் வந்தா நிறைய பேரு ஐயப்பன் வேஷம் போட்டுக்கிறாங்க. அதைப் பார்த்த ஓட்டல் கடைக்காரர்களும் டீக்கடைக் காரனுங்களும் வியாபாரம் நடக்க அவங்களும் ஐயப்பன் வேஷம் போட்டுக்கிட்டு இருக்காங்க. அந்த சீசன் முடிந்ததும் அந்த வேஷத்தை கலைச்சுடுவாங்க. அந்த கலையை கற்றுக் கொடுத்தவர்கள் மலையாளிங்க தான். அப்படிக் கூட இருக்குமில்ல, என்றான் செங்கோடன்.

அதைக் கேட்ட செங்கதிரவன், அதனால் என்ன தாத்தா அவர்களும் மனிதர்கள் தானே! இதில் என்ன சாதி, மதம் வேண்டிக்கிடக்கு? என்றான். சரிப்பா இது சரிப்பட்டு வருமான்னு நாலு பக்கம் விசாரிக்கலாமே? என்றாள் பாட்டி அழகம்மாள். பாட்டி இங்கு இருக்கிற நாலுபேர்கள் யார் யாரெல்லாம், மதம், சாதி, கடவுள் சார்ந்த மன சிறைக்குள் வாழும் பழமைவாதிகள் தானே? அவர்கள் ரத்தத்திலேயே ஊறிப் போய் இருக்கு. அவர்களுகிட்ட போயி ஆலோசனை கேட்டா என்ன சொல்லுவாங்க? அதெல்லாம் நம்ம இனத்துக்கு சரிப்பட்டு வராது என்றுதான் சொல்லுவாங்க. நம்ம வீட்டுக்குள்ள பொழைக்கிறதுக்கு கொண்டுவரும் பொண்ணு நமக்கு ஒத்து வருவாளா? என்று நாம்தான் பார்க்க வேண்டுமே ஒழிய இந்த ஊர்ல இருக்கிறவங்ககிட்ட கேட்கிறது நடக்காத காரியம். அதுமட்டுமல்ல, நாம விளக்க பிடிச்சுகிட்டே கிணத்துல இறங்குற மாதிரி என்று மறுத்துப் பேசினான் செங்கதிரவன். சரி, சரி. இப்ப போய் தூங்கலாம் நாளைக்கு வேலைக்குப் போகணும் இல்ல. இப்படி

தாத்தாவும் பேரனும் பேசி நேரத்தை போக்காதீங்க. அடுத்து பேசிக்கலாம், போய் படுங்க எனக்கு தூக்கம் வருது. நான் போய் தூங்குகிறேன் என்று பாட்டி அழகம்மாள் படுக்கப்போக பாட்டனும், பேரனும் படுக்கையை நோக்கிச் சென்றார்கள்.

அடுத்த நாள் காலையில் வழக்கம் போல் எழுந்து பாட்டனும் பேரனும் டீக்கடைக்கு சென்று டீ குடித்துவிட்டு வந்தார்கள். இருவரும் எப்போதும் போலவே கலகலப்பாக பேசிக் கொண்டு வந்தார்கள். இதைப் பார்த்த அழகம்மாள் அப்பாடா! எங்க தாத்தாவும், பேரனும் ராத்திரி பேசிகிட்டதனால பயந்தே போயிட்டேன். ரெண்டு பேரும் இனி பேசிக்கொள்ளாத மாதிரி பெரிய முரண்பாடு வந்து விடுமோ? என்று நெனச்சுக்கிட்டு இருந்தேன். நல்லவேளை தாத்தாவும் பேரனும் எப்பவும் போலத்தான் சகசமாக பேசிக்கிட்டு வராங்க என்று மனதுக்குள் நினைத்துக் கொண்டாள். தாத்தாவும் பேரனும் காலை உணவு சாப்பிட்டு விட்டு மதிய உணவு சாப்பாட்டு பையோடு இருவரும் அவரவர் வேலைக்குக் கிளம்பி விட்டார்கள். செங்கதிரவன் பணிக்குச் சென்று அவன் வேலைகளை கவனிக்கத் தொடங்கினான். ஆனால் ஏதோ சிந்தனையில் எங்கோ பார்த்தபடி சிந்தித்துக் கொண்டிருந்தான். இரவு, தாத்தா பாட்டியோட விவாதித்ததைப் பற்றியும் அவர்கள் மனது புண்படும்படியாக ஏதாவது பேசி விட்டோமோ? என்று சிந்தித்துக் கொண்டே தாவாயில் கைவைத்தபடி யோசித்துக் கொண்டிருந்தான்.

“கதிரழகி” அவள் மலையாள பொண்ணு தான். ஆனால் இங்கேயே இந்த மண்ணில் பிறந்து வளர்ந்த பொண்ணு. இந்த மண் வாசனை அறிந்த பொண்ணு. மலையாளம் கூட அவ்வளவாகத் தெரியாது. அவள் பேசும் பொழுதுகூட ஒரு சரியான தமிழச்சியை போலத் தான் பேசுவாள். நம்ம மண்ணில், நம்ம சீதோஷண நிலையில், நம்ம காற்றை சுவாசித்து, நம்ம கலாச்சாரம், நம்ம சமூகத்தோடு சேர்ந்து வாழ்ந்த ஒரு பெண்ணை நாம் ஏன் வேறு சாதி, வேறு இனம், வேறு மொழி என்று இனம் பிரித்துப் பார்க்க வேண்டும். இதையெல்லாம் கூடாது என்று கற்றுக் கொடுத்த தாத்தா, பாட்டி இதுல ஏன் முரண்படுகிறார்கள்? மத்தவங்களுக்கு ஒண்ணு; தங்களுக்கு ஒண்ணுன்னு சிந்திப்பார்களா? ஆமாம் அப்படிக் கூட இருக்கலாம். அவர்கள் வயதான காலத்தில் தான் பிழைக்க வந்த இடத்தில் அவர் கற்றுக்கொண்ட பாடம் தானே. அவர்கள் என்னிடம் பேசியது எல்லாம் அவர்கள் இளமைக்காலம் முதல் நடுத்தர வயது வரை. அவர்கள் இந்த சமூக கலாச்சாரத்தில் ஊறி வந்தவர்கள் தானே! அதனால்தான் அவர்கள் எவ்வளவு முற்போக்கான விவரங்களை

எனக்கு கற்றுக் கொடுத்து இருந்தாலும்; அவர்கள் அடி மனதில் இருந்து வந்ததில்லையே. அவர்கள் ரத்தத்தில் கலந்ததல்லவா! இந்த பழமைவாதம், கலாச்சாரம். என்னதான் பொதுவுடமைக் கருத்துக்களை பேசி வந்தாலும் அவர்களுக்கு என்று வருகிறபோது கலாச்சார உறவுகளில் அது அவர்களுடைய சாதி, சனத்தோடுதானே கொடுக்கல் வாங்கல் வைத்துக் கொள்கிறார்கள்.

நமது தாத்தா பாட்டி நம்முடைய நிலைக்கு ஒத்து வரலனா என்ன செய்வது? கதிரழகியை மறந்து விடுவதுதானா? அப்ப அவங்க அப்பா, அம்மாவுக்கு நான் செய்து கொடுத்த சத்தியம் என்ன ஆவது? அவர்கள் என்னை நம்பிதானே காவல் நிலையம் வந்தார்கள். அந்த கயவர்களை தண்டிக்க உடன்பட்டார்கள். தாத்தா பாட்டி நிலைக்குப் போனால் கதிரழகியை கைவிட்ட நிலை ஆகாதா? அந்தக் குடும்பம் என்னைப் பற்றி என்ன நினைக்கும்? கதிரழகியை மறந்து விடுவது தானா? அப்படி மறந்தால் அது துரோகம் ஆகாதா? அப்படி எப்படி மறக்க முடியும்? நாமதான் ஆம்பள, மனதை மாற்றிக் கொள்ளலாம். ஒரு பெண் பிள்ளை மனதில் பதிந்துவிட்டால் மாற்றிக் கொள்ளவே மாட்டாள் என்றல்லவா சொல்கிறார்கள்! அப்படி இருக்குமா? எந்தப் பொண்ணுக்கு அவள் நினைத்தபடியே நடக்குது. நூத்துக்கு ஒரு பொண்ணுக்குக் கூட அவள் நினைத்தது நடப்பதில்லை. 99 பெண்கள், தான் முதலில் நினைத்து விரும்பிய தனது மனதை பறிகொடுத்த வரன் கிடைக்காமல் இந்த சமூக சிறையில் அடைபட்டுதான் ஒவ்வொரு பெண்பிள்ளைகளும் இந்த சமூக சிறைவாசத்தை அனுபவித்து வருகிறார்கள். அப்படிப்பட்ட சிறைவாசத்தில் நம் மீது ஆசை வைத்த காரணத்தால் கதிரழகி அந்த சித்திரவதையை அனுபவிக்க வேண்டுமா? நினைத்தாலே நெஞ்சம் வெடித்துவிடும் போலிருக்கிறது. முடியாது முடியவே முடியாது. என்னைக் காப்பாற்ற தன்னுடைய சுற்றத்தார், உறவுகள், மகன், மருமகள் அத்தனையையும் உதறித் தள்ளிவிட்டு எனக்காகவே இதுவரை வாழ்ந்து வரும் தாத்தா பாட்டியை உதாசீனப்படுத்துவதா? அவர்கள் பேச்சை கேட்டால் எனது வாழ்வு தான் இனிக்குமா? எனது மனசாட்சி ஏற்றுக்கொள்ளுமா? ஒருவேளை கதிரழகியை மணமுடிக்க அவர்கள் எதிராக இருந்தால் அவர்களுக்குத் துரோகம் செய்து விட்டோம் என்று என் வாழ்நாள் முழுவதும் அந்த இறுக்கமான மன அழுத்தத்தோடு தானே வாழ வேண்டும். அப்படிப் பட்ட வாழ்வு நமக்கு வேண்டுமா? வாழ்நாள் முழுதும் மனச்சிறையில் தான் வாழ வேண்டும் என்று எண்ணினான் செங்கதிரவன்.

தாத்தா பாட்டியை மீறி நடந்து, இவளை கை பிடித்தால் அவர்கள் எனக்காகவே வாழ்கிறவர்கள். அவர்களுக்கு துரோகம் செய்து

விட்டோம் என்றும், அதுவும் வாழ்நாள் முழுவதும் அந்த மன அழுத்தத்தோடு தானே வாழ்ந்தாக வேண்டும் என்ற பெரும் மனக் குழப்பத்தோடு நிலைகுலைந்து போய் நாற்காலியில் உட்கார்ந்திருந்தான். எப்படியும் நம்ம தாத்தா பாட்டியை நம்ம நிலைக்கு ஒப்புக்கொள்ள வைக்க வேண்டும். அவர்கள் எனக்காக எதையும் விட்டுக் கொடுப்பார்கள். எனக்காக மகன், மருமகள் குடும்ப உறவை 23 ஆண்டுகளுக்கு முன்பே துறந்து இதுவரை வாழ்ந்து வருகிறார்கள். எனக்காக இந்த சமூகக் கட்டுப்பாட்டை உடைத்துக்கொண்டு எனக்கு உதவ மாட்டார்களா? பார்ப்போம் என்று யோசித்துக் கொண்டிருக்கையில், முதலாளி ஆய்வேள் வந்தார். இரண்டு நிமிடம் நின்று கதிரவனையே கவனித்தார். என்ன இவன் எப்போதும் சுறுசுறுப்பாக வேலை செய்து கொண்டிருப்பான். ஏன் இன்னைக்கு என்ன ஆனது?

ஏதோ மிகுந்த சிந்தனையில் நான் வந்ததைக் கூட கவனிக்காமல் ஆழ்ந்த சிந்தனையில் உள்ளான் என்று நினைத்தபடியே! செங்கதிரவன் செங்கதிரவன் என்று கூப்பிட்டார். மின்சார ஷாக் அடித்து விட்டது போல் உடல் ஒரு குலுங்கு குலுக்கி யாங் யாங் கூப்பிட்டீங்களாயண்ணே? என்று எழுந்து நின்று திருதிருவென்று விழித்தான் செங்கதிரவன். அதற்கு ஆமாம் செங்கதிரவன்! நான்தான் கூப்பிட்டேன். நானும் ரொம்ப நேரமாவே கவனித்துக் கொண்டிருந்தேன். என்ன யோசனை? ஆடாமல் அசையாமல் ஒரே சிந்தனையில் இருந்தாய்? அப்படி என்ன ஏதாவது ஆர்டர் கூடுதலா வந்துவிட்டதா? நம்மகிட்டதான் அவ்வளவு சரக்கு கைவசம் இல்லையே என்ன செய்யலாம் என்ற யோசனையில் மூழ்கி விட்டாயா? என்று கேட்டார் முதலாளி ஆய்வேள்.

ஆமாம், ஆமாம் அண்ணே! அதை பத்திதான் யோசித்துக்கொண்டு இருந்தேன். அதான் நீங்க கூப்பிட்டது கூட என் காதில் விழவில்லை என்றான் செங்கதிரவன். அதைக் கேட்ட ஆய்வேள் அதற்கெல்லாம் நீ ஒன்றும் கவலைப்படாதே! எனது நண்பன் ஏ.பி.டி டெக்ஸ் என்ற நிறுவனம் வைத்துள்ளான். அவனிடத்தில் வேண்டிய சரக்கை வாங்கிக் கொள்ளலாம் என்று கூறினான். சரி, சரி. அப்படியே வாங்கிக் கொள்ளலாம். என்று கூறிவிட்டு வந்திருக்கும் தபால்களை ஒவ்வொன்றாக உடைத்து எடுத்து அடுக்கி ஒவ்வொன்றாக கோப்பில் போட்டு வைத்து விட்டு ஒவ்வொன்றாகப் பார்த்தான். முதலாளி வாய்க்கு சக்கரைதான் கொட்ட வேண்டும். ஒவ்வொரு தபாலிலும் முன்பைக் காட்டிலும் கூடுதல் சரக்கு கேட்டுதான் அனுப்பியுள்ளார்கள். ஒட்டுமொத்தமாக எவ்வளவு சரக்கு கூடுதலாக வேண்டும் என்று நம்மிடம் இருக்கும் சரக்கை உடனேயே பார்த்துவிட்டுதான் சொல்ல முடியும். இது எல்லாம் இந்த வாரத்திற்குள் தயார் செய்து அனுப்ப வேண்டும் என்று செங்கதிரவன்

நினைத்துக் கொண்டிருந்து ஏம்பா, இரும்பொறை இங்கே வா என்று கூப்பிட்டு, போய் குடோனில் 'ஓரி' இருப்பான். அவன்கிட்ட இந்த கோப்பைக் கொடுத்து இதற்குரிய சரக்கை தயார் செய்யச் சொல்லு. பத்தாது என்றால் எவ்வளவு சரக்கு தேவை என்று நாளை மறுநாள் காலைக்குள் பட்டியலை தயார் செய்து கொடுக்கச் சொல். அப்பதான் நம்ம முதலாளியிடம் சொல்லி அவர் நண்பர் டெக்சில் தேவைப்பட்டதை கேட்டு வாங்கி அனுப்ப வேண்டும் என்று கூறினான் செங்கதிரவன்.

செங்கோடன் சாய வேலையில் இறங்கி வேலை செய்து கொண்டிருந்தான். பேல் மூட்டையிலிருந்து ரோல்களை பிரித்தெடுத்து, ஒவ்வொரு கட்டையும் கட்டை உடைத்து, நூலை ஒவ்வொரு பொந்தாக உருவி உருவி முறுக்கி அடுக்கிக் கொண்டிருந்தான். வேலை மட்டும் அது பாட்டுக்கு இயந்திரம் போல் நடந்துகொண்டு இருந்தது. ஆனால் இரவு தன்னுடைய பேரனோடு பேசிக்கொண்டிருந்த சிந்தனை தான் வந்து வந்து போய்க் கொண்டிருந்தது. செங்கதிரவன் ஆசைப் படுகிற அந்தப் பெண்ணையே கட்டிவைத்துவிடலாம் என்று தான் தோணுது. நாமதான் இப்ப நம்ம சாதி ஜனங்களோடு இல்லாமல் எந்தத் தொடர்பும் இல்லாமல் 23 வருஷமா இருந்து விட்டோம். இன்னும் எவ்வளவு நாளைக்கு இருப்போம். நாமும் அந்திம காலத்தை நெருங்கி விட்டோம். நமக்குப் பின்னாடி பேரன் நம்ம குடும்பத்தோடு சேர்ந்து வாழணும் இல்ல. அப்படி போய்ச் சேருகிற காலம் வந்தா இந்தப் பொண்ண கட்டிவச்சா அது அவர்கள் சேர்ந்து வாழ தடையா போய்விடுமே? அப்ப காலாகாலத்துக்கும் அவன் நம்ம இனத்ததோட சேர முடியாதவனா ஆயிடுவான். அவன்தான் இதெல்லாம் தெரியாம அந்த மலையாளத்தான் வீட்டுல பொண்ணு கேட்டு கல்யாணம் செய்து வையுங்கன்னு கேட்டான். நாம எப்படி செஞ்சு வச்சு, மீண்டும் ஒரு தப்ப செஞ்சு மேலும் ஒரு சிக்கலை நம்ம குடும்பத்துல உருவாக்கி விடக் கூடாது. அந்தத் தப்பு இன்னும் அழகம்மாளுக்குக் கூட தெரியாது. எனக்கும் சித்தனுக்கும் தெரிந்த உண்மை இவர்களுக்கெல்லாம் தெரிந்தால் என்னைப் பற்றி தப்பா இல்ல பேசுவார்கள். இவ்வளவு நாள் குடும்பத்தைப் பிரித்ததற்கு நான்தான் காரணம் என்று அல்லவா நினைப்பார்கள், தூற்றுவார்கள். அன்னைக்கு குரூப்பை மாற்றி எழுதி கல்யாணத்தை செஞ்சதுனாலதான் இது நடந்தது.

பிறந்த உடன் பிறந்த நேரத்தை வைத்து சோசியம் கேட்டதற்கு, இவன் அப்பா அம்மாவுக்கு உயிருக்கு ஆபத்து என்று சொன்னதுனால தான் அறிவும் அவன் மனைவி மயிலேறியும் ராத்திரியில பேசியதை கேட்டுக்கொண்டு, கதிரவனை தூக்கிக் கொண்டு வந்து பாதுகாத்தோம். அவர்கள் முகத்தில் இவனை முழிக்காமல் வைத்ததால்தான் அவர்களை

பாதுகாத்தோம். அவர்கள் உயிரோடு இருக்க நாம ஊரைவிட்டு ஓடி வந்தோம். அறிவுக்கு கல்யாணம் செய்யும் பொழுதே உண்மையான குரூப்பை வைத்து பேர் பொருத்தம் செய்து வைத்திருந்தால் இதெல்லாம் நடந்திருக்குமா? நாம செஞ்ச ஒரு தப்பால இப்ப இவ்வளவு பிரச்சினை களை சமாளிக்க வேண்டியிருக்கு. அண்ணைக்கே 36 பொண்ணுங்களைப் பார்த்து ஒத்து வராததால்தான் இந்த நிலை. மேலும் 15 பொண்ணுங்களைப் பார்த்தாவது சுத்த ஜாதகப்படி கல்யாணம் செஞ்சு வச்சிருக்கலாம். பக்கத்து ஊரில் பொண்ணு கிடைக்குதுன்னு சித்தன் சொன்னவுடன், அந்தப் பொண்ணும் புடிச்சிப் போனதால இனி எங்கு நடக்கிறதென்று நினைத்து, பழமொழி சொல்லுவாங்களே, "நடக்க மாட்டாதவன் சித்தப்பன் வீட்டுல பொண்ணு கேட்டானாம்" அது மாதிரில்ல நான் செஞ்சுட்டேன். அதனாலதான், என் வாழ்க்கையில் இப்படிப்பட்ட இந்த பிரிவினையை சந்தித்துள்ளேன் அதனாலதான் செங்கதிரவன்கிட்ட சொல்லி எப்படியாவது அந்தப் பொண்ணு வேண்டாமுன்னு சொல்லி நிறுத்த வேண்டியது தான், என்று தன்னுடைய மனதுக்குள்ளேயே பேசிக்கொண்டிருந்தான் செங்கோடன்.

தொட்டியில் நூலை போட்டு மிதித்துக் கொண்டு இருந்த மாதவன், யண்ணெ செங்கோடண்ணே, நூலை எல்லாம் உருவி யாச்சா? நூலை எல்லாம் அள்ளிக் கொண்டு வந்து தொட்டி மேல போடுங்கண்ணா என்று கூறினான். அதெல்லாம் செங்கோடன் காதிலேயே விழவில்லை. ஆனால், நூல் உருவர வேலை மட்டும் இயந்திரம் மாதிரி வேலை செய்து கொண்டிருந்தது. இதைப் பார்த்த மாதவன் சொல்லி சொல்லிப் பார்த்துவிட்டு தொட்டியிலிருந்து மேலே ஏறி வந்து நூல் உருவிக் கொண்டிருக்கும் செங்கோடன் கையைப் பிடித்துக் கொண்டான். உருவும் வேலை தடைபட்டவுடன் சடக்கென்று நினைவு வந்தவர் ஏண்ணே, மாதவண்ணே யாங் கைய பிடித்து தடுத்து நிறுத்திவிட்ட. எப்படி நூலை உருவுவது என்று கேட்டான் செங்கோடன். அதற்கு அண்ணே செங்கோடண்ணே உனக்கு என்ன ஆச்சு எவ்வளவு நேரமா தொட்டியிலிருந்து நூலை அள்ளிக் கொண்டு வரச்சொல்லி கூப்பிட்டுகிட்டு இருந்தேன். நீ இயந்திரம் நூலுருவுற மாதிரி உருவிகிட்டு இருக்கிறியே தவிர, நீ வேற நினைப்பில் இருக்கற. அதனால தொட்டியில் இருந்து ஏறி இங்கு வந்து உன் கையைப் பிடித்து நிறுத்திய பிறகுதான் உன்னை இந்த உலகத்திற்கே கொண்டுவர முடிந்தது. அப்படி என்ன சிந்தனை? இப்ப வர தேர்தல்ல நின்னு ஏதாவது ஆட்சிய பிடித்துவிடலாம் என நெனச்சிட்டு இருந்தியா? என்று கேட்டான்.

ஆமாப்பா வரக்கூடிய தேர்தல்ல இந்த நாட்டை குட்டிச் சுவர் ஆக்கிய இரண்டு கட்சிகள்தான் மாறி மாறி ஆட்சிக்கு வராங்க. அவர்களுக்கு எதிரா போட்டி போட்டு ஜெயித்து எப்படியாவது இந்த தமிழ் நாட்டைக் காப்பாற்றி விடலாம் என்று நினைத்தேன். அதனால என்ன சுத்தி என்ன நடக்குதுன்னு மறந்துவிட்டேன், என்று செங்கோடன் கூறிவிட்டு; மாதவண்ணே, நீ வந்து மந்திரியாவதை தடுத்து நிறுத்திட்ட. நல்ல வேலை இல்லன்னு வச்சுக்க, நான் ஆட்சிக்கு வரும் கனவிலேயே வந்து இருந்தேன்னு வைச்சுக்கோ, நான் அவர்களை விட பெரிய ஊழல்வாதியா ஆயிருப்பேன். அந்தத் தவறிலிருந்து என்ன பாதுகாத்துட்ட என்று கூறியவுடன் இருவரும் சேர்ந்து சிரியா சிரிக்கிறாங்க. அதற்கு மாதவன், சரி, சரி. உன் கற்பனைகள் எல்லாம் பகல் கனவாக தான் இருக்கு. எழுந்து நூலை அள்ளிக்கிட்டு வாங்க. இன்னிக்கு நேரத்துல ஐந்து மணிக்கெல்லாம் வேலையை முடித்துவிட்டு வீட்டிற்குப் போக வேண்டும் என்றான். அதைக் கேட்ட செங்கோடன், அப்படி என்ன அவசரம் இன்னைக்கு 10 மணிதான் ஆகட்டுமே செஞ்சுட்டு போகலாம் என்றான். ஆமாப்பா நீதான் தினமும் நேரத்தில் போகணும், என் பொண்டாட்டிக்கு வீட்டு வேலைக்கு ஒத்தாசையா இருக்கணும், என் பேரன் நேரத்துல வந்துருவான். அவங்கூட பேச்சு துணைக்கு ஆள் நான்தான் இருக்கணும், இல்லன்னா அவன் வயசுல இருக்கிற பசங்களோடு போய் பழகி அவனுங்க செய்யுற கெட்ட செய்தியை எல்லாம் கத்துக்குவான் என்று நேரத்தில ஓடுவ. இப்ப என்னடான்னா இரவு 10 மணிக்கு போகலாம் என்கிறாய். இதை யெல்லாம் கேட்ட செங்கோடன், அதெல்லாம் ஒண்ணும் இல்லப்பா என் பேரன் இன்னைக்கு வர நேரம் ஆகும்ன்னு சொன்னான். ஏது இன்னைக்கு வெளியூருக்கு சரக்கெல்லாம் அனுப்பனுமாம். அதை அனுப்பி வைத்துவிட்டு வர நேரமாகும். அதனால தான் நேரம் கழித்துப் போகலாம்னு நினைச்சேன். அதனால என்ன? வேலை முடிச்சா நேரம் காலத்தில் ஊடு போய் சேர்ந்திடலாம். மழை வர மாதிரி கருக்கள் கட்டிகிட்டு இருக்கு. சிக்கிக் கொண்டால் விடிய விடிய மழை விடாது. அதனாலதான் பெரியவங்க, "ராமழையிலே சிக்காத, நேரம் பொழுது இருக்கும்போதே வீடு போய் சேர்" என்கிறார்கள். அதனால நாம நேரத்திலேயே போய்விடலாம் என்று செங்கோடன் கூறினான்.

செங்கோடன், மாலை 6 மணிக்கே வீடு வந்து சேர்ந்துவிட்டான். அழகம்மாளைப் பார்த்து இன்னும் செங்கதிரவன் வரவில்லையா என்று கேட்டான். அதற்கு அவள் இன்னும் வரல. நீங்க இன்னைக்கு வந்ததும் வராததுமா அவனை கேக்குறீங்க? என்று கேட்டாள். செங்கோடன் ஆமாம் அவன்கிட்ட சில விஷயங்கள் பேசணும். அப்படி என்னங்க

பேசப் போறீங்க? என்று அழகம்மாள் கேட்கிறாள். அவன்கிட்ட பேசி தான் ஆகணும். இவன் பொறந்த உடனே சோசியம் பார்த்ததில் இவன் அப்பா அம்மாவுக்கு ஆபத்துன்னுதான், இவனை அவர்கள் கொன்று விடுவார்களோ என்று நாம் இரவோடு இரவாக இவனை தூக்கி வந்து 23 வருஷம் ஆகுது. அவர்கள் கண்ணில் படாம எவ்வளவு கஷ்டப்பட்டு வளர்த்தோம். இப்ப நம்ம பேச்சை கேட்காம, அந்த மலையாளி பொண்ண கட்டிக்குவேன்னு எங்கிட்டயே சொல்லுறான். சாதி, சடங்கு எல்லாம் பார்க்காமல் செய்யுறேன்னு கூறினான். ஜோசியம் பார்க்காமல், பொருத்தம் பார்க்காமல், நல்ல நாள், கெட்ட நாள் பாக்காம கல்யாணம் முடிக்க முடியுமா? அப்படித்தான் செஞ்சா அந்தக் குடும்பம் விளங்குமா?

அவங்க அப்பனுக்கு அவன் மாமனார், ஜோசியம் பார்த்து நல்ல நாள், கெட்ட நாள் எல்லாம் பார்த்து, கல்யாண நாள் குறிச்சிட சொன்னான். அவங்க பேச்சைக் கேட்டு அவர்கள் ஜோடிப் பொருத்தம் எல்லாம் நல்லா இருக்குன்னு தானே சொல்லி அந்தத் தேதியில கண்ணாலத்த வெச்சிக்கிட்டோம். அவர்கள் சரியா சோசியம் பார்த்திருந்தா பிறகு புத்திர பாக்கியத்தால் மாப்பிள்ளை பொண்ணுக்கு தோஷம் இருக்கான்னு சொல்லி இருப்பாங்கல. நாம அத கண்டுக்காம விட்டதாலதான் இருபத்தி மூணு வருஷமா வனவாசம் வந்துட்டோம். அதை நினைச்சு நொந்து நூலாகிட்டோம். நாம இன்னும் கொஞ்ச காலம் இருக்கப் போறோம். இவனையும் தொலச்சிட்டு நாம எங்கடி போறது, இப்ப இவன் இப்படி சொல்லுறான் என்று இடைவெளி விடாமல் பதட்டத்தோடு பேசினான் செங்கோடன். பேசி முடித்தது தான் மிச்சம். அதோ உங்க பேரன் வந்துட்டான் அவன்கிட்டயே பேசிக்குங்க. ஏன் என் தலையை போட்டு உருட்டுறீங்க? என்றாள் அழகம்மாள். சரி, சரி. வாயை மூடு அவன் வந்த உடனே ஏதும் பேச வேண்டாம். அவன் எந்த நிலையில் இருக்கிறானோ? அவனும் என்னாட்டம் எதையாவது நினைத்துக் கொண்டு நம்மிடம் கேட்க வேண்டுமென்று படபடப்போடு வந்து இருப்பான் போலிருக்கு. அவன் நேரத்துல வேற வந்துட்டான். அவன் பாக்கறப்பவே அவன் முகத்தில் தெரியுது. அவன ஏதோ பேச தயாராக வந்து இருப்பான் போலிருக்கு. அவன் என்ன பேசுவான் என்று தெரிந்து அதுக்குத் தகுந்த மாதிரி பேசுவோம் என்று செங்கோடன் அழகம்மாளிடம் குசுகுசுவென்று சொல்கிறான்.

செங்கதிரவன், வீட்டிற்குள் நுழைந்ததும் சமையல் கட்டுக்கு சென்று தண்ணீரை எடுத்து ஒரு செம்பு குடித்துவிட்டு, மூஞ்சை கைக்குட்டையால் துடைத்துக் கொண்டு வந்தான். அழகம்மாளைப்

பார்த்து பாட்டி என்ன இன்னைக்கு தாத்தா நேரத்திலேயே வந்து விட்டார். வேலை முடிஞ்சிருச்சாம்மா? என்று கேட்டான். அழகம்மாள், ஏண்டாப்பா தாத்தாவுக்கும் பேரனுக்கும் சண்டையா? தீராத பகையா எங்கிட்ட கேட்கிறே. அத உன் தாத்தாகிட்ட கேட்க வேண்டியதுதானே என்றாள். உடனே செங்கோடன், ஏண்டா நீ ஏதோ வேகத்துல நான் இருக்க மாட்டேன். பாட்டி கிட்ட பேசலாமின்னு படபடப்பா வந்ததைப் பார்த்தேன். ஒரு சொம்பு தண்ணிய குடிச்சிட்டு வந்து ஒண்ணும் தெரியாத சின்ன கண்ணன் மாதிரி பேசுற. அதற்கு அவன் அப்படி எல்லாம் ஒண்ணும் இல்லையே! நேரத்துல வேலை முடிஞ்சிருச்சு. அதனால வந்துட்டேன் இதுல என்னத்த கண்டுபிடிச்சீங்க தாத்தா? என்று பேரன் கேட்டான். அதற்கு செங்கோடன் டேய் சும்மா மறைக்காதடா. என் பேரனைப் பற்றி எனக்கு தெரியாதாடா. அகத்தில் இருப்பது முகத்துல தெரியுமடா. உன் முகத்தைப் பார்த்து தெரிஞ்சுக்கிட்டேன் என்று கூறினார். உடனே பேரன் அப்படித்தான் வெச்சுக்கோங்களேன். நீங்க அப்படி புரிஞ்சுகிட்டா உங்க நினைப்புக்கு நான் குறுக்க நிக்க முடியுமா? என்றான். சரி! அப்பா நான் இன்று முழுவதும் உன்னைப் பற்றியும், நானும் நீயும் ராத்திரி பேசிக் கொண்டதைப் பற்றியும் தான் நெனச்சு நெனச்சு ஓஞ்சு போயிட்டேன் என்று தாத்தா கூறினார். மனசுக்குள்ள தாத்தா என்னைப் போலவே பகல் முழுவதும் சிந்தித்துக் கொண்டே இருந்திக்கிறார் என்று செங்கதிரவன் மனதிற்குள் எண்ணினான். ஏண்டா, நான் என்ன சொல்லிட்டு இருக்கேன் நீ என்னவோ பராக்கு பார்த்துகிட்டு யோசனையில் இருக்கிற? என்று தாத்தா அதட்டுகிறார். நீங்க என்னப் பத்தி அப்படி என்ன நெனச்சீங்க சொல்லுங்க. அப்படி என்ன நெனச்சீங்க சொல்லுங்க? என்று பதட்டத்துடனான தோரணையில் கேட்டான்.

நானு நாலாபக்கமும் ஓசிச்சுப் பாத்துட்டேன்பா. நீ இரவு சொன்ன அந்த மலையாள பொண்ணை கட்டிக்கிறது சரி இல்லன்னு தான் எனக்கு தோணுது. நாம எவ்வளவுதான் பேசினாலும் என் வாழ்நாள்ல நம்ம குடும்பத்துல இப்படி ஒரு வேறு சாதிப்பெண்ணை கட்டியது இல்ல. அதனால அந்தப் பொண்ணு வேண்டாம்பா. அதை மறந்துடு என்று செங்கோடன் கூறினார். அதைக் கேட்ட செங்கதிரவன் தாத்தா நாம எல்லாம் மனித சாதி தான். நான் என்ன மிருக சாதியில கண்ணாலம் கட்டிக்கிறேன்னு சொன்னேன் என்று கேட்டான். அதற்கு, ஏண்டா இந்த நக்கல்தான வேண்டாங்கிறேன். அவங்களும் மனித இனம் என்கிறது எனக்கும் தெரியும். மனித இனத்துல சாதியின்னு இருக்குது இல்ல. அந்தக் காலத்துல தெரியாமலா பிரிச்சி வச்சாங்க. எப்படி மிருக சாதியில பல வகையான இனங்கள் மாடு, எருமை,

பன்னி, நாய், பூனை, சிங்கம், புலி, மான் இப்படி பல வகை மிருகங்கள் இருக்கின்றனவே, அதுபோலத்தான் மனித சாதியில வன்னியன், பறையன், சக்கிலியன், வெள்ளாளன், செட்டியார், சோழியன், பிள்ளைமார், நாயுடு, நாயக்கர் என்று ஆயிரக்கணக்கான சாதிகளை பிரித்து வைத்திருக்கிறார்கள், என்று செங்கோடன் கூறினார். அப்படியா தாத்தா, நீங்க எனக்கு தாத்தாவா இருக்க வேண்டியவரே தான். மிருகங்கள் பல இருக்கிறது தான். அது மாதிரி ஒரு மிருகத்தில் இருந்து வந்தவன்தான் மனிதன். ஆனால் மாடு இருக்குதுன்னா அதுல சாதி இருக்கா? இப்ப குரங்கே எடுத்துக்கோங்க. அதுல சாதி இருக்கா? அப்படி ஒவ்வொரு மிருகத்திற்கும் சாதி இருக்கா? மனித இனத்தில் மட்டும்தான் ஏன் ஜாதி இருக்கு? என்று கேட்ட செங்கதிரவன், நல்லா மாட்டிக்கிட்டாரு தாத்தா என்று மனசுக்குள்ளே எண்ணினான்.

அதைக் கேட்ட செங்கோடன், டேய் முட்டாள், முட்டாள். சாதி இல்லையாடா உனக்கு. அப்படி யாருடா சொன்னது. உனக்கு மாட்டுல எத்தனை வகை சாதி இருக்குது தெரியுமா, சிந்துங்கறான், காங்கேயம் காளைங்கிறான், வடக்கத்தி மாடுங்கிறான் எல்லாம் அது அது வேற மாதிரி இருக்குது. மானுன்னு சொல்ல வேண்டியதுதானே? புள்ளிமான், கடத்திமான், கொம்புமான், அதுமட்டுமா முயலு எத்தனை சாதி இருக்கு? குரங்குல சிம்பன்சி குரங்கு, சிம்ம குரங்கு, ஜப்பான் குரங்கு இப்படி மிருகங்களிலும் பல சாதி இனங்கள் இருக்கு. இதெல்லாம் தெரியாதா உனக்கு. பாவம் சின்னப் பையன். இதெல்லாம் எப்படித் தெரியும் உனக்கு, என தாத்தா விளாசிவிட்டு நல்லா மாட்டிகிட்டான், இதுக்கு என்ன சொல்ல போறான்னு பார்ப்போம் என்று மனதுக்குள் கம்பீரமாகக் கேட்டுக் கொண்டான். இதைக் கேட்டுக் கொண்டிருந்த செங்கதிரவன், அடே அப்பா தாத்தா எப்படி எல்லாம் நம்மள மடக்குகிறார். இதற்கு என்ன பதிலை நாம் சொல்லுறது என்று மனசுக்குள்ள நினைத்துக்கொண்டிருந்தான். செங்கதிரவன் மௌனமாக இருப்பதைப் பார்த்துவிட்டு தாத்தா, டேய் என்னடா சிந்திக்கிற, நான் உன் தாத்தா. என்கிட்டயேவா? என்று மார்தட்டுவது போல் தாத்தா பேரனைப் பார்த்தார். செங்கதிரவன் நீங்க என் தாத்தா இல்ல நல்ல திறமையாதான் பேசுறீங்க. ஆனா ஒண்ணு மறந்துட்டீங்க. அந்த மிருகங்களுக்கு எல்லாம் பேரு வச்சது யாரு? மனுஷங்க தானே? அதுங்களா பேரு வச்சிக்கல. அதுங்களுக்கு அதுங்களப் பத்தியே தெரியாது. ஏன்னா அதுங்களுக்கு ஆறு அறிவு இல்ல. ஐந்து அறிவு தான். மனிதனுக்குத்தான் ஆறறிவு. எதையும் சிந்திக்க பேச முடியும்; மிருகங்களும் சீதோசன நிலைக்குத் தகுந்த மாதிரி மாறுபட்டு இருப்பதால் அவன் அன்னைக்கு அடையாளம் தெரிவதற்காக அப்படி

பெயர் வச்சான். இது போலத்தான் நாட்டுக்கு நாடு; கண்டத்துக்கு கண்டம்; சீதோசன நிலைக்கு தகுந்த மாதிரி மனிதன் நிற வேறுபாடு, முக வேறுபாடு, குரல் வேறுபாடு, மொழி வேறுபாடுன்னு ஆப்பிரிக்கன், மங்கோலியன், வெள்ளையன், கருப்பன் என்றுதான் உண்டானான்.

ஆனால், அவங்க மத்தியில சாதி என்று ஏதும் மாறுபடலையே? இங்க இந்த நாட்டுல தான், இந்த நாடு பெரிய நாடு. பல சீதோசனம் உள்ள நாடு. ஆறு, கடல், மலைகள் நிறைந்த நாடு. அதனால ஒவ்வொரு பகுதியின் வெப்ப நிலைக்கு தகுந்த மாதிரி மனிதன் வளர்ந்துள்ளான். அதனால எப்படி உயர்ந்த சாதி தாழ்ந்த சாதி என்று சொல்லமுடியும்? பல ஆயிரம் சாதிகள் எப்படி வந்தது தாத்தா? என்று ஏதோ தாத்தாவை மடக்கி விட்டதாக மனதிற்குள் கம்பீரத்துடன் தாத்தாவைப் பார்த்தான். அதைக் கேட்ட தாத்தா, இப்ப என்ன இவனுக்கு பதில் சொல்றது? என் பேரனாச்சே என்னையே என்ன மடக்கு மடக்குகிறான் என்று மனதுக்குள்ளேயே பேசிக்கொண்டான். அதைப் பார்த்துக்கொண்டிருந்த செங்கதிரவன் ஏன் தாத்தா பேசாமல் இருக்கீங்க? நான் உங்க வளர்ப்பு தாத்தா. உங்களை விட திறமையா இருந்தால்தான் உங்களுக்கு பெருமை. தெனாலிராமன் கதை தெரியுமா? தெனாலிராமன் எத்தனை பேரை மடையர்களாக்கினான். ஒருமுறை ஆற்றை கடக்கும் பொழுது தன்னுடைய மகனை தோளில் சுமந்து கொண்டு போனாராம். நடு ஆற்றில் போகும்போது தோளின் மேல் இருக்கும் மகன் அப்பா அப்பா மீனு என்றானாம். அதைக் கேட்ட தெனாலிராமன் திடுக்கிட்டு எங்கடா எங்கடான்னு கேட்டான். சுட்டு தின்னுட்டேன் என்றானாம். உடனே அதைக் கேட்ட தெனாலிராமன் எனக்கேவா? என்று நினைத்துக் கொண்டு மகனை சுமந்து சென்றான். அப்ப தெனாலிராமன் நம்மை விட நம்ம மகன் திறமைசாலியாகத்தான் வருவான். வரணும் என்று எண்ணினாராம். அதுபோலத்தான் தாத்தாவைப் போல பேரனும் திறமைசாலியாகத்தான் இருக்கவேண்டும். இதுதானே வளர்ச்சி. அதாவது மனித இனத்தின் பரிணாம வளர்ச்சி என்றான். சொல்லுங்க தாத்தா சொல்லுங்க ஏன் பேசாமல் இருக்கீங்க சொல்லுங்க என்றான்.

இதை எல்லாம் உன்னிப்பாகக் கேட்டுக்கொண்டிருந்த அழகம்மாள், இடையில் நுழைந்து பாட்டனும் பேரனும் நல்லாத்தான் பேசிக்கிறீங்க. நாம எல்லாம் மனுஷங்கதான். அதுல சாதி மொழி இன வேறு பாடெல்லாம் வேணாம். அதுக்கு எதுக்கு தாத்தாவும் பேரனும் மூச்சை புடிச்சிகிட்டு ஏதோ கூத்துல வருகிற எரிந்த கட்சி, எரியாத கட்சி மாதிரி சண்டை போட்டுக்கிறீங்க என்று கூறி பேச்சை நிறுத்தக் கூறினாள். பாட்டனும் பேரனும் அமைதியானார்கள். அழகம்மாள் சரி, சரி. வாங்க சாப்பிடலாம் என்று கூப்பிடுகிறாள். தாத்தாவும் பேரனும் சீக்கிரம்

சாப்பாட்டைப் போடு பசியாதான் இருக்கு என்றார்கள். அதைக் கேட்ட அழகம்மாள் பின்னர் பசிக்காமல் என்ன செய்யும்? பாட்டனும் பேரனும் மூச்சுவிடாமல் பேசினா அப்படித்தான் பசிக்கும் என்று கூறிக் கொண்டே சாப்பாட்டைப் பரிமாறினாள். தாத்தாவும் பேரனும் ஒருவரை ஒருவர் பார்த்துக் கொள்ளாமலேயே சாப்பிட்டுக்கொண்டே, தாத்தா தன் மனதிற்குள் இவன் பேசுறதப் பாத்தா அந்தப் புள்ளையைத்தான் கட்டிக்கிற மாதிரி தெரியுது. எதை சொன்னாலும் அதற்கு சரியா பதில் பேசறானே. இவனை இந்த அளவிற்கு வளர்க்க நானே காரணமாகி விட்டேனே என்று மனதுக்குள் சப்புக் கொட்டிக் கொண்டார். செங்கதிரவன் என்ன ஒண்ணுமே புரியலையே. இதுவரை நாம சொல்வதற்கெல்லாம் தாத்தா மறுத்துப் பேச மாட்டார். இப்ப என்னடான்னா நம்மோடு வாதம் செய்கிறார். நிறைய விபரங்களைத் தெரிந்து வைத்திருக்கிறார். நாம என்ன படித்ததை வைத்துக்கொண்டு பேசுகிறோம். அவர் வயசுக்கு எவ்வளவு விபரங்களை நடைமுறை யோடு பார்த்திருப்பார். பார்த்தால் நம்மை பேச்சில் மடக்கி எங்க கதிரழகியை நாம கல்யாணம் கட்டிக்காத நிலையை உருவாக்கி விடுவார் போலிருக்கே என்று மனசுக்குள்ளே எண்ணினான்.

அதே நேரத்தில் பாட்டனும் பேரனும் சோறு வேணுமா குழம்பு வேணுமான்னு ஒன்றுமே கேட்கவில்லை. சாப்பாட்டைப் பார்த்து சுவைச்சி சாப்பிடுங்க. சும்மா அள்ளிக்கொட்டாதீங்க. சரியா சீரணம் ஆகாது. இதுவரைக்கும் வெளிப்படையா பேசிக்கிட்டீங்க. இப்ப ரெண்டு பேரும் மனசுக்குள்ளேயே பேசிக்கிறீங்க போலிருக்கு? என்று அழகம்மாள் பேசிக்கொண்டே இருவருக்கும் மறுசோறு போட்டு குழம்பை ஊற்றினாள். இதைக் கேட்டு திடுக்கிட்ட செங்கோடன் இவ நம்மளோட கில்லாடியா இருக்கா. நாம என்ன மனசளவில் பேசிக் கொண்டோம் என்பதைக்கூட சொல்லிடுவா போலஇருக்கே? உடனே பேரனும் திடுக்கிட்டு தாத்தாவோட பாட்டி ரொம்ப விபரமானவங்க இப்ப நான் என்ன நெனச்சேன்னு கேட்டேன்னு வச்சுக்க; நான் நினைத்ததையே வெளிப்படையா போட்டு உடைத்துவிடுவார்கள் என்று எண்ணிக்கொண்டு பாட்டியைப் பார்த்து புன்சிரிப்பு சிரித்தான். அதைப் பார்த்த பாட்டி என்னப்பா செங்கதிரவா நமட்டு சிரிப்பு சிரிக்கிறே? என்னடா, தாத்தா இப்படி எல்லாம் பேசுறார். பாட்டி எதையுமே பேச மாட்டேங்குறாங்களேன்னுதானே நினைக்கிற. அதற்கு செங்கதிரவன் ஆமா பாட்டி! தாத்தா மட்டும் பேசுகிறார் நீ எதையும் பேச மாட்டே என்கிறாய். அதற்கு பாட்டி நான் என்னடாப்பா சொல்லுவேன். தாத்தாவுக்குப் பரிந்து பேசினா பேரனுக்குப் பிடிக்காது. பேரனுக்குப் பரிந்து பேசினால் தாத்தாவுக்குப் பிடிக்காது. தாத்தாவும்

பேரனும் ஒரு ஒத்த முடிவுக்கு வாங்க. நான் நீங்க எந்த முடிவு எடுத்தாலும் சந்தோசமே என்று கூறினாள்.

செங்கதிரவன் நாங்க ரெண்டு பேரும் ஒத்த முடிவுக்கு வரலன்னா என்ன செய்வ? அதற்கு பாட்டி நானா? நான் என்ன முடிவு எடுக்கணும்னு நீ நினைக்கிற? நீயே சொல்லு கதிரவா? பாட்டி, நீ தாத்தா எடுக்கிற முடிவுதான் ஆதரிக்கணும் என்று கூறினான் செங்கதிரவன். அதைக் கேட்ட செங்கோடன் தலையிட்டு இல்லை, இல்லை, நீ உன் பேரன் முடிவையே ஆதரி. அதுதான் சரியா இருக்கும். அதற்கு அழகம்மாள் தாத்தாவும் பேரனும் இந்த வகையில் ஒத்துமையா இருக்கீங்களே? அந்தப் பொண்ணு விஷயத்தில் மட்டும் ஏன் மாட்டேங்கிறீங்க? என்று கேட்டாள். அப்படிக்கேளு பாட்டி. அந்தப் பொண்ணு என்னை விரும்பறா நான் அவளை விரும்பறேன். அதை ஏற்றுக்கொண்டு எங்களுக்கு கல்யாணம் பண்ணி வைக்க வேண்டியதுதானே? என்று செங்கதிரவன் கேட்டான். நல்லாத்தான் இருக்கு. ஆனா நம்ம குடும்ப வாழ்க்கைக்கு ஒத்து வருமா? ஏற்கனவே, நாம சொந்த பந்த உறவைத் தள்ளி வைத்து விட்டு இவனை தனியா கூட்டிவந்துட்டோம். நம்ம வாழ்வு இன்னும் எவ்வளவு நாள். நமக்குப் பிறகு இவனுக்கு யாரு இருக்காங்க? அதனால தான் அந்தப் பொண்ணு வேண்டாம். இவன் நமக்குப் பின்னால் அவன் அப்பா அம்மாவோடு போய் சேரனும்இல்ல. அவங்க அந்தப் பெண்ணுடைய இனம் சாதி பார்த்து மதம் பார்த்தால் என்ன செய்வான் இவன். அதற்காகத்தான் நான் வேண்டாங்கறேன். பாட்டி அவர் சொல்லறது அவருக்குத்தான் நியாயமாத் தெரியும். நான் ஒண்ணும் தெரியாதவன் அல்ல. அவங்க உறவு இருந்தால் தான் வாழ முடியுமுன்னு நான் எப்போதும் நினைக்கல. நீங்க ரெண்டு பேரும் யாரை நம்பி என்ன வளர்த்தீங்க. அப்ப அந்த உறவுக்காரர்கள் எல்லாம் என்ன செஞ்சாங்க? உங்க உழைப்பைபும் என்னை வாழவைக்க வேண்டும் என்ற எண்ணமும் தானே நம்மை வாழ வைத்தது. அப்படி நான் வாழ்ந்து விட்டுப் போறேன்.

இப்ப நம்ம நாட்டிலிருந்து வேறு நாட்டிற்கு வெளிநாடுகளுக்கு பிழைப்பைத் தேடிப் போறாங்க. அங்கே எந்த உறவுக்காரங்களும் இல்ல. நம்ம மொழி பேசறவங்க கூட இல்ல. நம்ம கலாச்சாரம் இல்ல. இவ்வளவையும் சகிச்சுக்கிட்டுதானே மக்களோடு பழகி பேசி அண்ணன் தம்பிகளாக வாழ்கிறார்கள். அவர்கள் நீங்க நினைக்கிற மாதிரி எல்லாம் நினைத்தால் இந்த உலகம் இந்த அளவிற்கு மாறியிருக்குமா? இன்னிக்கு பார்த்தா இந்த உலகமே ஒரு கிராமமாக மாறி இருக்கிற காலத்தில் என் பேரன் நமக்குப் பின்னால் எப்படி உறவுகள் இல்லாமல் வாழுவான் என்று வெறும் வெட்டிப் பேச்சு பேசிக் கொண்டிருக்கிறார் என்றான்

செங்கதிரவன். அப்படியா இந்தக் கிழவன் பேச்சு இந்த கிண்ணராத்துக்கு எங்க மண்டையில ஏறப் போகுது. அது ரத்த முறுக்குல பேசுது. நான் அந்திம காலத்தில் இருந்து பேசுறேன். சரிப்பா அதெல்லாம் விடு மணப்பொருத்தம் ஒத்துவருமா? ஜோசியம் பாக்காமலா? நீ கல்யாணம் கட்டிக்குவ என்று கேட்கிறார் செங்கோடன். யா தாத்தா எந்தக் காலத்துல இருக்கற? இப்ப என்ன சோசியம் வேண்டிக் கிடக்கு? என்கிறான் செங்கதிரவன். சரி. நீதான் சோசியம் வேண்டாங்கிற. பொண்ணு கொடுக்குற அவங்க அதை ஏத்துக்குவாங்களா? அதைப்பற்றி நினைச்சியா? என்றான் செங்கோடன். தாத்தா இன்னைக்கு தமிழ்நாட்டுல பொண்ணு கிடைக்காதவங்க, பொருத்தம் சரியாக வராதவர்கள், நாக தோஷம், செவ்வாய் தோஷம் இருக்கிறவங்க இவங்க எல்லாம் கேரளா போயி பொண்ணு எடுத்துக்கிட்டு வந்து நல்லாதான் பொழைக்கிறாங்க. அது எல்லாம் நீங்க பாக்கலையா?

அது மாதிரிதான் அவங்களும் அதை எல்லாம் பார்க்காமல் பெண் கொடுக்க தயாராக இருக்காங்க. நீங்க ஊ..ண்ணு சொன்னா போதும் எதையும் பார்க்காமல் பெரிய செலவு செய்யாமல் நாளைக்கே அந்தப் பெண்ணை கூட்டி வந்து விடுவேன் என்று கூறினான் செங்கதிரவன். டேய் அந்த அளவுக்கு வந்துட்டயா? நாங்கள் எல்லாம் இல்லாமல் கூட கல்யாணம் கட்டி கூட்டி வந்திருவ போலிருக்கே? என்று மனைவியைப் பார்த்து பார்த்தாயா உன் பேரன் பேசற பேச்சை கேட்டாயா? இதையும் நீ கேட்டுக்கிட்டு பேசாமல் இருக்கிற? என்று அழகம்மாவைப் பார்த்து சத்தம் போட்டார் செங்கோடன். அழகம்மாள் தாத்தாவும் பேரனும் பேசிக்கிறீங்க அதனாலதான் நான் என்ன சொல்ல முடியும். நீங்க ரெண்டு பேரும் பேசிக்கிறதைப் பார்த்தால் எது சரி? எது தவறு? என்று எனக்கு குழப்பமா இருக்கு. உங்களுக்கு நான் என்ன பஞ்சாயத்து பண்ண முடியும். நீங்களே ஒரு முடிவுக்கு வாங்க என்று பேசிக் கொண்டே எழுந்து கை கழுவுங்க. சாப்பிட்ட கைகூட காஞ்சிப் போச்சி. அந்த அளவிற்கு உங்களையே மறந்துட்டு வாதிக்கிறீங்க என்றாள் அழகம்மாள். எழுந்து கை கழுவிக்கொண்டு யோசித்தவாறே அவர்கள் கட்டிலில் உட்காந்தார்கள். சரி தாத்தா! நான் என் நிலையில் சரியாக இருக்கிறேன். நீங்க உங்க நிலையில் சரியாக இருக்கிறீங்க. கடைசியில் என்னதான் முடிவு வரப்போகுதோ தெரியல! என்றான். அதற்கு தாத்தா டேய் நான்தான் ஜெயிப்பேன். நான் உன் தாத்தா என்கிறார் செங்கோடன். தாத்தா சமுதாயம் முன்னோக்கிதான் இது வரை வளர்ந்துள்ளது. நீங்க ஜெயிச்சீங்கன்னு வச்சிக்கோங்க அது பின்னோக்கி போகுதுன்னு வச்சுக்குங்க. சரி போய் நல்லா படுத்து தூங்குங்க. நானும் தூங்கணும் நாளைக்கு நெறைய வேலை

இருக்குன்னு செங்கதிரவன் கூற இருவரும் படுக்கையைப் போட்டு படுத்து உறங்க ஆரம்பித்துவிட்டார்கள்.

காலையிலே எழுந்து தாத்தாவும் பேரனும் காலைகடன்களை முடித்துக்கொண்டு எப்போதும்போல வேலைக்குப் புறப்பட்டு போனார்கள். செங்கோடன் வேலை ஆரம்பிக்கும் முன் வேலை களையும் கற்றுக் கொடுத்தது மட்டுமல்லாமல், சாயத்தொழிலாளர் சங்கத்தின் தலைவராகவும் செயல்பட்டு வரும் கருப்பண்ணனை தேடிப்போனார். அவருக்கு ஏதாவது தொழில், குடும்பத்தில் குழப்பமும், சிக்கலும், வருகிற பொழுது அவரை நாடிச் சென்று ஆலோசனை கேட்பார். அவர் சொல்வதுதான் வேதவாக்கு. கருப்பண்ணன் சங்க அலுவலகத்தில் உட்கார்ந்து இருந்தார். செங்கோடனைப் பார்த்ததும், வாங்க தோழர் செங்கோடன், எங்க ரொம்ப நாளா ஆபீஸ் பக்கமே வருவதில்லை. நல்ல வேலை நீ கொஞ்ச நேரம் கழித்து வந்திருந்தீங்க, நான் இருந்திருக்க மாட்டேன். வேறொரு சங்க கூட்டம் இருக்குது. அங்க போய் இருப்பேன். வந்த சங்கதி என்ன சொல்லு. உங்க முதலாளி ஒப்பந்தப்படி கூலி போனஸெல்லாம் கொடுக்கிறார்களா? என்று கேட்டார் சாயக்கார கருப்பண்ணன்.

தோழரே தொழில் எல்லாம் எதுவும் சிக்கலில்லை. குடும்பத்தில் தான் சிக்கல். அதனாலதான் உங்ககிட்ட யோசனை கேட்கலாம் என்று வந்தேன் என்று செங்கோடன் கூறுகிறான். அதற்கு அப்படியா? ஏன் நீ தான் விபரமான தோழர் ஆச்சே. உங்க மனைவி அழகம்மாள் நல்லா இருக்காங்களா? உன் பேரன் செங்கதிரவன் நல்லா இருக்கானா? என்று குடும்ப நலம் விசாரித்தார், சாயக்கார கருப்பண்ணன். எல்லாம் நல்லாதான் இருக்கு. எனக்கு தான் மனசு சரியில்ல. மன குழப்பத்தில் இருக்கிறேன். நீங்க பேரு வைச்சீங்களே செங்கதிரவன்னு அவன் போக்குதான் சரியில்லை. அதைப் பத்திதான் பேச வந்திருக்கிறேன். அவனை, நீங்கதான் கூப்பிட்டு ஒழுங்குபடுத்தணும் என்று செங்கோடன் கூறினார். அதைக் கேட்ட கருப்பண்ணன் என்னப்பா உன் பேரன் செங்கதிரவன் நல்ல தோழராச்சே. நல்ல விவரத்தோடு இருக்கிறானே. எல்லாத் தோழர்களும் அவன் மீது தனி மரியாதை வச்சிருக்காங்களே? அப்படிப்பட்ட தோழர் மீது நீங்கள் குறை சொல்லுறீங்க. அப்படி என்ன தப்பு செஞ்சாரு சொல்லுங்க. தப்பா இருந்தா கூப்பிட்டு சுட்டிக் காட்டினால் போதும்! தவறுகள் இருந்தால் திருத்திக் கொள்வார். அவர் மீது எனக்கு நம்பிக்கை இருக்கிறது. அதுவும் உங்க வளர்ப்பாச்சே. அப்ப உங்கள் மீது நம்பிக்கை இல்லையா? என்று கருப்பண்ணன் கேட்டார்.

அதற்கு செங்கோடன், தோழரே ஒழுக்கத்தைப் பற்றி எல்லாம் என் பேரன் மேல் எந்தக் குற்றமும் சொல்ல மாட்டேன். அவன் வேற சாதி பெண்ணை கல்யாணம் கட்டிக்கிறேன் என்கிறான். அதுவும் நம்ம தமிழ்நாட்டு பெண்ணல்ல கேரள மாநிலத்தைச் சேர்ந்த மலையாள பெண்ணையல்லவா கல்யாணம் கட்டிவை என்கிறான். அதெப்படி சாத்தியமாகும்? நீங்களே சொல்லுங்கள் தோழரே! நீங்கள் நாலும் தெரிந்தவர். அதெல்லாம் தப்புதானே. அதனாலதான் உங்ககிட்ட சொல்லி அந்தப் பொண்ண கட்டிக்க வேண்டான்னு நீங்க சொன்னீங்கனா அவன் கேட்பான் என்று கூறினார். அப்பா தோழா செங்கோடா, நாம சாதி மத மொழி பேதம் அற்ற ஒரு சமுதாயத்தை உருவாக்க வேண்டும் என்று போராடிக்கொண்டு இருக்கிறோம். அதன்படி உன் பேரன் நடந்துக்கிறான். அவனைப் பாராட்டுவதை விட்டுவிட்டு அவனை கண்டிக்கணுமுன்னு சொல்லுறியே? உனக்கு ஏதாவது மூளை குழம்பிப் போச்சா? உன் பேரன் எடுத்த முடிவு சரியான முடிவு அதன்படியே நீ அவனுக்கு கல்யாணத்தை முடிச்சுவை. நான்தான் அவனுக்கு பேர் வெச்சேன். அவனுக்கு கல்யாணம் செஞ்சு வைக்க ஒரு வாய்ப்பைக் கொடு தோழா செங்கோடன் என்று கருப்பண்ணன் கூறினார். நீங்க சொல்லுறது சரிதான் தோழரே அதெல்லாம் இந்த சமுதாயத்தில் ஒத்து வருமா! என்று கேட்டார் செங்கோடன்.

தோழரே பொருளாதார சமத்துவத்திற்காக மட்டும் நாம் போராடல சமூக சமத்துவத்திற்காகவும் தான் போராடுகிறோம். நாமதான் நடைமுறைப்படுத்தி மக்களுக்கு வழிகாட்டியாக இருக்கணும். ஏதோ ஒரு பழமொழி சொல்லுவாங்க; விடிய விடிய பெருமாளை விழுந்து விழுந்து கும்பிடுவானாம்! விடிஞ்சதும் அதே கோயிலை இடிப்பானாம்! அது மாதிரி இல்ல இருக்கு உன் செயல் என்று கூறினார்.

சோசியம், மனப்பொருத்தம், சடங்கு, சம்பிரதாயம் எல்லாம் இருக்கே அதெல்லாம் இல்லாம எப்படி செய்யுறது என்று எண்ணுகிறாய். மாப்பிள்ளைக்கும் பெண்ணுக்கும் ஒத்துப்போய் ஒருத்தரை ஒருத்தர் ஒத்துப் போய்விட்டால் சோசியம், மனப்பொருத்தம், சடங்குகள் எல்லாம் தேவை இல்லை தோழரே. நீ சொல்லுறது எல்லாம் பொண்ணு பற்றியும் மாப்பிள்ளை பற்றியும் அதன் குடும்பங்கள் பற்றியும் ஒருத்தரை ஒருத்தர் தெரியாத இடத்தில் பெண் எடுத்தாலும், கொடுத்தாலும் இது சரிப்பட்டு வருமா? பொண்ணு கொடுக்கலாமா வேண்டாமா? என்ற குழப்ப நிலை வருகிற பொழுதுதான் மனதை திடப்படுத்திக் கொள்வதற்கு சோசியம், மனப்பொருத்தம், சடங்கு

இதெல்லாம் செய்து மனதை தைரியப்படுத்திக் கொள்வதற்கும் மனதை ஒருநிலைபடுத்துவதற்கும் செய்யக்கூடியது.

இப்ப நீயும் நாலு பக்கம் சுத்துரவந்தான். எத்தனை குடும்பங்கள் எல்லா பொருத்தமும் பார்த்து மனுதர்மப்படி எல்லா சடங்குகளும் செஞ்சு, பெரியவர்கள் பார்த்து கல்யாணம் கட்டி வைத்த குடும்பங்கள் எல்லாம் சண்டை சச்சரவு இல்லாமல் ஒழுங்கா குடும்பம் நடக்கிறதா? எத்தனை விவாகரத்துக்கு ஊர் பஞ்சாயத்து நடத்தி அவர்களால முடியாதபோதுதான் கோர்ட்டுக்குப் போகுது. கோர்ட்டுல எவ்வளவு வழக்கு வருடக் கணக்கில் காத்துக் கிடக்குது. அப்படிப் பார்த்தா காதல் கல்யாணம் செஞ்சுக்கிட்டவங்க வழக்கு எங்கோ ஒன்றுதான் நடக்கிறது. நூத்துக்கு ஒண்ணு கூட வரவில்லை. அதைப் பற்றி எல்லாம் கவலைப்படாத செங்கோடா. நல்ல முறையில் தோழர் செங்கதிரவனுக்கு அந்தப் பெண்ணை கல்யாணம் செய்து வை. கூடிய சீக்கிரம் கல்யாண சாப்பாடு போடு தோழா, என்று தோளில் தட்டிக் கொடுத்துவிட்டு, யார் அந்தப் பொண்ணு நான் பார்த்து இருப்பேனா என்று கேட்டார் கருப்பண்ணன். அதெல்லாம் உங்களுக்கும் தெரியும். எங்க வீட்டுக்கு முன்னாடி பைபாஸ் ரோட்டில் அந்த ரவுண்டானாவில் டீக்கடை வைத்திருக்கிறாரே, நாயர். அவங்க பொண்ணுதான் என்று செங்கோடன் கூறினார். ஓ... கோவிந்தகுட்டி நாயர் அவங்க பொண்ணா. நல்ல குடும்பம் ஆச்சே. 20, 25 வருஷமா இங்குதானே டீக்கடை வைத்திருக்கிறார், நாயர் டீக்கடை என்று சொல்லுவாங்க. ஆனால் அவங்க பேசுவது பழகுவது எல்லாம் நம் தமிழாளுங்க மாதிரி தான் இருப்பாங்க. அந்தப் பொண்ணும் பாக்குறதுக்கு லட்சணமா சிவப்பா இருக்கும். படிச்சு வேற இருக்கு. அவர் அப்பா கேரளா சிவப்பு வாடை உள்ளவர்கள். அவர்கள் இந்த கல்யாணத்திற்கு சம்மதம் என்று சொல்லி இருந்தால் அவர்களுக்கும் உங்கள் வளர்ப்பில் வளர்ந்த செங்கதிரவனைப் பிடித்துப் போயிருக்கும்.

இந்த நாயர் குடும்பம் என்ன, உங்க செங்கதிரவன் குணத்திற்கும் அவன் செயல்பாட்டிற்கும் ஒழுக்கத்திற்கும் எந்தப் பெண்ணாக இருந்தாலும் அவங்க தாய் தந்தை ஒத்துக்குவாங்க. சரி தோழரே என்று எழுந்து, செங்கோடன் கையைப் பிடித்து குலுக்கிக்கொண்டே, நேரமாச்சு நான் ஒரு கூட்டத்துக்குப் போகணும் நீங்கள் எந்தக் குழப்பத்திற்கும் இடம் கொடுக்காமல் உடனே கல்யாணத்துக்கு உரிய வேலையைச் செய். கல்யாணத்தில் சந்திப்போம் என்று கூறி கருப்பண்ணன் புறப்பட்டுச் சென்றார். இதைக் கேட்டவுடன், நாம ஒண்ணு நினைச்சு வந்தா, அவரு தோழர் அவனுக்கு மேலும் ஆதரவாக பேசிட்டுப் போறார். அவர்கிட்ட

நாம முழுதும் நடந்த விஷயங்களை சொல்லலையே. அதை சொல்வதற்கு நமக்கு தைரியம் இல்லை. அதைச் சொல்லி இருந்தால் தோழர் நமக்கு நல்ல வழியைக் காட்டி இருப்பாரா என்று சிந்தித்தவாறே நடக்கலானார்.

இல்லை, இல்லை. நான் இந்த இயக்கத்தோடு இல்லாத போது நடந்தது. அப்பெல்லாம் நாம எவ்வளவு மூடநம்பிக்கையில் வாழ்ந்தோம். ஒரு முட்டு கல்லு விடாமல் பொங்கல் வைத்து ஆடு, கோழி அறுப்போம். எந்த வேலையில் இறங்கினாலும் பல்லி சொல்லும் அந்த நச்சு நச்சு என்ற சத்தம் சரியான திசையில் சொன்னால்தான் அந்தக் காரியத்திலேயே இறங்குவேன். ஒரு முறை, ரெண்டு மூணு வருஷமா மழையே பெய்யவில்லை. குடிக்கக்கூட தண்ணீர் கிடைக்கவில்லை. அதுக்கு ரெண்டு கிலோமீட்டர் சென்று தண்ணீர் எடுத்து வருவோம். இப்போதெல்லாம் தினமும் குளிக்கிறோம். அப்ப வாரத்திற்கு ஒருமுறை தான் குளிப்போம். அதுவும் முண்டத்தோடுதான். தலைக்கு குளிக்கறதுன்னா மாசக்கணக்கில் ஆகும். அதுவும் அம்மாவாசை அம்மாவாசைக்கு தான். அன்றைக்குத்தான் விடுமுறை. அன்றைக்கு ரண்டு மைல் தூரம் சென்று தண்ணீர் தூக்கி வந்து தலைக்கு குளித்துவிட்டு கோவிலுக்குப் போவோம். இப்படிப்பட்ட நிலையில் ஒரு நாள் மாலையில் கொடியகால் மூளையில் மின்னல் மின்னியது தான் மிச்சம். உடனே எங்க அப்பா டேய் போடா இன்னிக்கு விடியற்காலையில் மழை வருமடா. ஆடு மாடெல்லாம் கொண்டு வந்து கொட்டாயில் அடையிடா. மழையில அவை நனைஞ்சா அதுங்களுக்கு ஏதாவது நோய் நொடி வந்துவிடும் என்று கூறினார். நானும் அதுபோலவே ஆடுகளை கொட்டகையில் கொண்டு வந்து கட்டிவிட்டு, மாடுகளை அடுத்த மாட்டு தொழுவத்தில் கட்டிவிட்டு படுத்தேன். எங்கப்பா கூறியது போலவே விடியற்காலையில் மழை புடிச்சதுதான் பகல் 12 மணிவரை விடல. காலைக் கடனைக் கழிக்கக் கூட சாக்குப்பையை தலை மீது போட்டுக் கொண்டு புதரை நோக்கி ஓட வேண்டியிருந்தது. அதுக்கு எங்க அம்மா சொன்னாங்க இந்த ஆதமத்த மழை பெய்யாமல் காஞ்சா காஞ்சதுதான் பேஞ்சா பேஞ்சதுதான். இப்படி ஒரேடியா பேஞ்சுபோய் கெடக்குது என்று திட்டிக்கொண்டே இருந்தாள். அதற்கு அப்பா இதோடு போயிடுச்சுன்னா பரவாயில்லை. எள்ளு, கம்பு, கடலை, ஆரியம் போட்டு ஏதோ இந்த ஆண்டு பொழச்சிக்கலாம் என்று கூறினார்.

நாளைக்கு நிலம் ஊறி நல்ல உழவு ஓட்டுற அளவுக்கு எப்படியும் 3 உழவு மழை பெய்து இருக்கும் போல என்று வாசலில் போட்டு இருந்த ஆட்டுக்கல்லை எட்டிப் பார்த்து, டேய் ஆட்டுக்கல் நிறைஞ்சுடுச்சுடா எப்படியும் நான் சொன்ன மாதிரி மூன்று உழவு

மழைதான் என்று உறுதிப்படுத்தி சொன்னார். உடனே நாளைக்கு விதை விதைச்சிட வேண்டியதுதான் என்று பேசிக் கொண்டிருந்தார். அப்போது வீட்டு திண்ணையில இடது பக்கத்திலிருந்து ஒரு பல்லி நச்சு நச்சு என்று சத்தம் போட்டதுதான். அதைக் கேட்டவுடன் உடனே நாளைக்கு விதை விதைக்க சகுனம் சரியில்லை என்று கூறி விட்டு, அடுத்த நாள் ஏர்கட்டவே இல்லை. இப்படி ரெண்டு நாள் தூக்கம் முழிச்சு கேட்டும் வலம் எதுவும் சொல்லவில்லை. அதனால் அது சொன்ன பிறகுதான் விதைக்கணும் என்று நிறுத்திவிட்டார். மூணு நாலு ஆண்டு காஞ்ச நிலம், ஒரு நாள் மழை பெய்ததில் ரெண்டுநாள்ல காஞ்சு போச்சு, அதன்பிறகு ஏர்கட்ட முடியவில்லை. அடுத்த மழைக்கு எதிர்பார்த்துக் காத்திருந்தோம்.

மற்றவர்கள் அந்த மலையிலேயே விதைத்து விட்டார்கள் முளையும் வந்துவிட்டது. அடுத்த இருபது நாளில் மழை பெய்தது களையும் எடுத்துவிட்டார்கள். விளைச்சலுக்கு இன்னும் ஒரு மழை பெய்தால் போதும். ஆனால் நாங்க அடுத்த மழைக்குத்தான் விதைத் தோம். அது பருவம் தவறிய விதைப்பு. அதனால் நாவாலை பூச்சி தாக்கி அந்த ஆண்டு விளைச்சல் படு மோசமானது. மற்றவர்கள் நல்ல அறுவடை செஞ்சுகிட்டார்கள். அப்படி எங்க அப்பா செய்த மூட நம்பிக்கைதான், அதனால் ஓராண்டு விளைச்சலே போச்சு. விவசாயிக்கு தான் நடைமுறையை அனுபவித்து நமது முன்னோர்கள் "ஆடி மாதம் தேடி விதை" என்று இருக்கிறார்கள். 'காலத்தே பயிர் செய்' என்று அதை விட்டு பல்லி சொல்ல நம்பினால் அது மூடநம்பிக்கைதான். நான் என் மகன் அறிவுக்கு கல்யாணம் கட்டியதில் அவனுடைய ஜாதகத்தையே திருத்தியல்லவா கல்யாணம் கட்டிவைத்தேன். அதனால் தான் இப்படி என் குடும்பமே ஒருத்தரை ஒருத்தர் பார்க்காமல் 23 வருஷமா இருக்கிறோம். செங்கதிரவன் சொன்ன மாதிரி செஞ்சா நானும் அழகம்மாவும் என் மகன் குடும்பத்தை வாழ்நாளில் பார்க்க முடியாமல் போய்விடுமே என்று சிந்தித்துக் கொண்டே வேலைக்குப் போகிறார் செங்கோடன்.

செங்கதிரவன் வேலைக்குச் சென்று அமர்ந்தவன், தாத்தாவிடம் பேசிக் கொண்டதைப் பற்றி யோசித்துக் கொண்டேயிருந்தான். தாத்தா என்ன இந்தக் காலமனுசரா? அவர் இவ்வளவு சாதுவா விவாதிக்கிறதே பெருசா இருக்குது. இந்த வயசுல இருக்குற மற்ற பெரியவங்ககிட்ட நம்ம மாதிரி பசங்க என்ன மாதிரி பேசமுடியுமா? 5 ஆயிரம் ஆண்டுக்கு முன்னால அன்னிக்கிருந்த அறிவில் அந்த பெருங்கற்கால மனிதர் களுக்குப் பிறகு மக்களைப் பதப்படுத்த மனு என்கிறவன் அன்றைய அறிவிற்குத் தகுந்த மாதிரி, 'மனுதர்மத்தை' எழுதிவச்சிருக்கான். அதுவே

மனிதனுடைய வாழ்க்கை முறையா போயிடுச்சு. வாழ்நிலை, சூழ்நிலை, காலம், விஞ்ஞானம் இதையெல்லாம் கணக்கிலெடுத்துக் கொண்டு மனிதன் தன்னை மாத்திக் கொள்ளவேண்டும். ஆனால் இன்னும் அந்த மனு எழுதிய மனுதர்மத்தையே கெட்டியா பிடிச்சுக்கிட்டு இந்த சமுதாயத்தையே பின்னுக்கு இழுக்கிறார்களே! அதை நெனச்சாதான் வேதனையா இருக்கு. இந்த வயசிலேயும் தாத்தா இவ்வளவு இறங்கிப் பேசறதே பெரிய விசியம். அவர் அறுபது ஆண்டு காலம் இதே நடை முறையில் வந்து விட்டார். அவரிடம் இவ்வளவுதான் எதிர்பார்க்க முடியும். அவர் முழுவதும் மாத்திக்குவார் என்பதெல்லாம் வெறும் பகற்கனவு. நாமதான் அதற்குத் தகுந்த மாதிரி செஞ்சுக்கணும். மார்க்ஸ் இந்த சமுதாயத்தையே மாத்தணுமின்னு எழுதி வச்சிட்டாரு. ஆனா இதுல எவ்வளவு சிக்கல் இருக்குதுன்னு நமக்குதானே தெரியும்.

'மார்க்ஸ்' சொன்ன மாற்றத்தை உருவாக்க இன்னும் நூறு 'லெனின்' பிறக்கணும் போலிருக்கு. எனது தாத்தாவையும் நம்ம குடும்பத்தையும் மாத்தறதுக்கு ஒரு சரியான முடிவெடுப்போம். பிறகு அந்த அனுபவத்தை பலமா வைத்துக்கொண்டு இந்த சமுதாயத்தை மாற்ற முற்படுவோம். நாமும் பெரியவர்கள் சொல்கிற தடத்திலே போய்க்கிட்டேயிருந்தால், நாம் தெரிந்து கொண்ட புதிய ஐந்து வழிச் சாலையில் எப்பதான் நடைபோடுவது. ஆதியில் ஏற்பட்ட அனுபவங்களை வைத்து இதுதான் சரியான வழியென்று கை பிடித்துக்கூட்டிச் செல்வோம், என்று யோசித்தபடியே நாற்காலியில் உட்கார்ந்துகொண்டு சிந்தித்துக் கொண்டேயிருந்தான் செங்கதிரவன். அந்தச் சமயத்தில் அவன் முதலாளி ஆய்வேள் அங்கு வந்தார். செங்கதிரவனைப் பார்த்து என்ன? கதிரவா என்ன பிரச்சனை பெரிய சிந்தனையிலிருக்கிற. என்னப்பா எங்கிட்ட சொல்லப்பா. எனக்கு தெரிந்த விபரங்களை வைத்து உனக்கு தீர்வுகாண உதவமுடியுமான்னு பார்க்கிறேன். அதைக் கேட்ட செங்கதிரவன், ஒண்ணுமில்லங்கண்ணா சும்மா யோசிச்சுக்கிட்டு இருந்தேன். அதை கேட்ட முதலாளி இல்லப்பா ஏதோ பெரிய குழப்பத்தில இருக்கிற. என்னன்னு நாலுபேர்கிட்ட சொன்னாதான் அதை தெளிவுபடுத்திக்க முடியும். என்னன்னு சொல்லப்பா என்றார். அதற்கு செங்கதிரவன் தயங்கித் தயங்கி எப்படி ஆரம்பிக்கிறதென்று தெரியாமல் தவித்தான். அதற்கு முதலாளி பரவாயில்ல எதுவா இருந்தாலும் சொல்லப்பா நான் ஏதும் தப்பா எண்ண மாட்டேன் என்று துருவி துருவிக் கேட்டார்.

அதன் பிறகு எங்க தாத்தாவுக்கும் எனக்கும் ஒரு சின்ன பிரச்சனை. அவரோடு இது ஒண்ணுமட்டும் ஒத்துப்போகவே மாட்டங்குது. அவரும் விடுவேனாதக்கடின்னு அதையே பிடித்துக்கொண்டு தொங்குகிறார்.

அவரை எப்படித்தான் என் நிலைக்கு சம்மதிக்க வைக்கறதுன்னுதான் சிந்தனையிலிருந்தேன் என்றான் செங்கதிரவன். அதற்கு முதலாளி ஆய்வேள் ஏப்பா இப்படி பூடகமா சொன்னா எப்படிய்யா விளங்கும். வெளிப்படைய்யா சொல்லு அப்பதான் நானும் புரிந்துகொண்டு வழி காட்ட முடியுமென்று கூறினான். சொல்றேன் முதலாளி விவரமாவே சொல்றேன். நான் ஒரு மலையாள பொண்ண விரும்பறேன். அந்தப் பொண்ணும் என்னை விரும்புது. அவங்க வீட்லேயும் சரியென்று சொல்லிவிட்டார்கள். ஆனா எங்க தாத்தா நல்ல விபரமானவர்தான். இதற்கெல்லாம் குறுக்கே நிற்கமாட்டாரென்றுதான் நான் நினைத்தேன். ஆனால் அவர் எல்லாம் ஒத்துக்கிறார். சோசியம் பார்க்கணும் பொருத்தம் பார்க்கணும் என்றார். அது நான் கூடாது என்கிறேன். அவர் அதை வைத்துக்கொண்டு சாதி, மொழி, இனம் பற்றிப் பேசி தட்டிக் கழிக்கிறார். நான் அந்தப் பொண்ணுக்கு வாக்கு கொடுத்துவிட்டேன். அவர் சோசியத்தைப் பார்க்கணுமென்று கூறினார். அவர் நினைக்கற மாதிரி சோசியம் பார்த்தா பொருத்தமில்லைன்னு சொல்லிருச்சின்னா அதையே பிடித்துக்கொண்டு அந்தப் பொண்ணே வேண்டாமென்பார். அதுதான் பெரிய பிரச்சனையா இருக்கு. எங்கப்பாவிற்கு சோசியம் பார்க்காமல் பெண்வீட்டார் பார்த்து சரியா இருக்குதுன்னு சொன்னார் களாம். அதுவே போதுமென்று கல்யாணத்தை முடிச்சுவச்சுட்டாராம். எங்கப்பா அம்மாவிற்கு நான் பிறந்த 3வது மாசத்திலே சோசியம் பார்த்தாங்களாம். இந்தப் பயன் முகத்திலே அப்பா அம்மா முழிச்சாங் கன்னா ரண்டு பேருக்கும் உயிருக்கே ஆபத்தென்று கூறிவிட்டார்களாம். அந்தப் பயத்துல எங்கப்பாம்மா இரவில் வீட்டில் புலம்பியுள்ளார்கள். பேசாமல் எருக்கம்பாலை ஊற்றிக் கொன்று விடலாமா என்று பேசி யிருக்கிறார்கள். அதைக் கேட்ட தாத்தா பாட்டி அன்றே என்னை தூக்கிக் கொண்டு ஓடி வந்துவிட்டார்கள். 23 ஆண்டுகளாக நாங்கள் எங்கிருக்கிறோ மென்பது அவர்களுக்குத் தெரியாது. இப்படி என்னை வளர்த்த தாத்தா இன்னைக்கு இந்தப் பொண்ணை கட்டிக்கிறதுக்கு குறுக்கே நிற்கிறார். அதனாலதான் தாத்தாவை எப்படி வழிக்குக்கொண்டு வருவதென்ற சிந்தனையிலேயே மூழ்கிவிட்டேன் என்று செங்கதிரவன் கூறினான்.

இதைக் கேட்ட ஆய்வேள் ஓ... இவ்வளவு சிக்கலு இருக்கா. தாத்தா சொல்லுற மாதிரி நடந்துக்கோ என்று கூறிவிட்டால் தாத்தா, பாட்டி, அப்பா, அம்மா குடும்பமென்று ஒற்றுமை ஏற்பட்டுவிட்டால் நாம் கதிரவன் போல சரியான ஒரு நல்ல தொழிலாளியை இழந்து விடுவோம். அதுவும் இவ்வளவு குறைவான சம்பளத்தில் இவ்வளவு யோக்கியமான நல்ல தொழிலாளியை பார்க்கவே முடியாது. இப்ப இவன் இல்லன்னா நம்ப பொழப்பே நாறி காலியாகிவிடும். இவனை

நம்மோடு வைத்துக் கொள்கிற மாதிரி ஏதாவது யோசனையைக் கூற வேண்டுமே என்ன யோசனை கூறலாம் என்று சிந்தனையில் மூழ்கி விட்டார் ஆய்வேள். முதலாளியைப் பார்த்த கதிரவன் என் கதையைக் கேட்ட நீங்களே இப்படிக் குழம்பிப்போய் நிற்கிறீர்கள். நான் உங்களுக்கு தேவையில்லாமல் சிந்திக்க வைத்து சிரமத்தைத் தந்துவிட்டேன் என்று செங்கதிரவன் கூறினான். கதிரவா நான் உனக்கு என்ன சரியான வழிகாட்டறதுன்னுதான் சிந்தித்துக் கொண்டிருந்தேன். உன் குடும்பம் சோசியத்தை நம்பித்தான் இந்த நிலைக்கு வந்திருக்கிறதென்று சிந்தித்துக் கொண்டிருந்தேன். சோசியத்தை நம்பிதான் நான் இந்தளவிற்கு உயர்ந் திருக்கிறேன் என்று ஆய்வேள் கூறினார். அப்ப நீங்களும் சோசியத்தை நம்புறீங்களா முதலாளி என்று கேட்டான் செங்கதிரவன். அதற்கு நான் சோசியத்தை நம்பினேன் என்று கூறியது நான் மற்றவர்களுக்கு சோசியம் பார்த்து இந்தளவிற்கு முதலாளி ஆகி இருக்கிறேன். சோசியம் பார்த்து பணம் சம்பாதித்தேன். அந்தப் பணத்தை வைத்துதான் தொழில் தொடங்கினேன். முதலாளியாயிட்டேன். அப்ப நான் சோசியத்தை நம்பினது எனக்கு நல்லதுதானே நடந்தது. அதை வைத்துதான் நான் அப்படிச் சொன்னேன். அதைக் கேட்ட செங்கதிரவன் சோசியம் உண்மையின்னு சொல்லவரீங்களா? என்று மீண்டும் கதிரவன் பதட்டத்தோடு கேட்டான். நான் சோசியம் பார்த்த தொழில் என்னை உயர்த்தியது என்றுதான் சொன்னேனே தவிர சோசியம் சரியானது என்று நான் சொல்லவில்லையே என்று ஆய்வேள் கூறினார். அப்ப சோசியம் உண்மையில்ல ஏமாற்று வேலையென்று கூறுகிறீர்களா? ஏன்று செங்கதிரவன் கேட்டான்.

சோசியத்தை நம்புறவங்களுக்கு அது நல்லது. நம்பாதவர்களுக்கு அது கெட்டது. சோசியம் பாதிப்பேருக்கு நன்மை பயக்கும். மீதிப் பேருக்கு அது பழிக்காது! அதனால் பயனடைந்தவர்கள் பல பேரிடம் அதைச் சொல்லி மேலும் மேலும் வளர்ப்பார்கள். பாதிக்கப்பட்டவர்கள் நமக்கு கடவுள் விட்டவழி என்று கூறி சோசியத்தால் பட்ட துன்பங்கள் பற்றி வெளியில் சொல்வதில்லை. அப்படியே சொன்னாலும் அந்தச் சோசியன் சரியா கணிச்சி சொல்லவில்லையென்று சோசியன் பேரில் தான் குறைபட்டுக் கொள்வார்களே தவிர சோசியத்தை குறை சொல்ல மாட்டார்கள். இந்த அளவுகோலை வைத்துக்கொண்டுதான் நான் சோசியத்தில் இறங்கி எனது வறுமையைப் போக்கிக்கொண்டு ஒரு முதலாளி நிலைக்கு வளர்ந்துள்ளேன். இனியும் இந்தத் தொழில் இருக்கக் கூடாது. அப்படி இருந்தாலும் நான் மக்கள் மத்தியில் மோசமான சோசியன் ஆகிவிடுவேன். நான் சொல்லும் சோசியம் எவ்வளவு காலத்துக்கு தாக்குப்பிடிக்கும். மக்கள் என் மீது நம்பிக்கை வைக்கிற

வரைக்குந்தான் என்னைவிட கூடுதலா சொல்லக்கூடிய ஆள் வந்து விட்டா என்கதி அதோகதிதான். அதனால்தான் அந்தத் தொழிலை விட்டேன் என்று ஆய்வேள் கூறினார். அப்ப நீங்க கூறியதிலிருந்து கூட்டி கழித்துப் பார்த்தால் சோசியம் பொய் என்றுதான் தெரிகிறது. அப்படித்தானே முதலாளி என்று ஆய்வேளைப் பார்த்து செங்கதிரவன் உற்சாகத்துடன் கேட்டான். அதற்கு ஆய்வேள் கதிரவா நான் கூறியதிலிருந்து நீ புரிஞ்சுகிட்டது, சோசியம் பொய்யென்று. நான் அப்படி என் வாயால் சொல்ல மாட்டேன். ஏன் என்றால் அது என்னை வாழ வைத்தது. என்னை கரை சேர்த்தது. என்னை முதலாளியாக்கியது. அதைப் போய் நான் தவறு என்று நான் எப்படிக் கூற முடியுமென்று விளக்கினார். அதைக் கேட்ட கதிரவன் என்னண்ணே இப்படிப் போட்டு குழப்புறீங்களே. மண்டைய பிச்சுக்குது. நீங்க சொல்லுறதக்கேட்டா குருடர்கள் பார்த்த யானையாகத்தானே தெரியுது. ஆமாம் அப்படித்தான் தெரியும். யாருக்கும் உண்மை விளங்காது. அப்படி உண்மை விளங்கி விட்டால் அதை நம்பி வாழக்கூடியவர்கள் கதிஎன்ன ஆவது? அதை நம்பி இருக்கக்கூடிய கோயில்கள் என்ன ஆவது? அதை நம்பி வாழக் கூடிய புரோகிதர்கள் என்ன ஆவது? அதை நம்பி வாழக்கூடிய கடைக்காரர்கள் என்ன ஆவது? இதனால் நாட்டில் பல லட்சக்கணக்கான குடும்பங்கள் வாழ்க்கை என்ன ஆவது? அதனால் இதை நம்பித்தான் ஆகவேண்டுமென்று ஆய்வேள் கூறினார். என்னண்ணே நீங்கள் திருப்பித் திருப்பி அடிக்கும் கோடை மழைபோல் பேசுகிறீர்கள். ஒருமுறை தவறு என்றும் மறுமுறை அது தவறில்லை. அதை நம்பி பலர் வாழ்கிறார்கள். அதனால் அதை நம்பலாமென்று இப்படி அப்பட்டமா கூறுகிறீர்கள் என்று கதிரவன் கேட்டான்.

இதைக் கேட்ட ஆய்வேள், ஒருத்தர் வீடுகட்ட திட்டமிடுகிற பொழுது மனையடி சாஸ்திரம் வீடுகட்ட தேர்ந்தெடுக்கும் மனை, மண்ணின் தன்மை, வீடு நோக்கியிருக்க வேண்டிய திசை, கட்ட பயன் படுத்திய மரங்கள், வீட்டின் அமைப்பு, அறைகளின் எண்ணிக்கை, சுவர்களின் உயரம் போன்றவைகளை சாஸ்திரப்படி தீர்மானித்து மனையடி சாஸ்திரப்படி ஒரு பொறியியல் வல்லுநரைக் கொண்டு வரையப்பட்டு வீடு கட்டுகிறார்கள். வங்கியிலும் கூட்டுறவு வங்கியிலும் தனியார்கிட்ட வட்டிக்கும் வாங்கிய கடனில் கட்டிய வீட்டில் பல லட்சக்கணக்கான மக்கள் வாழமுடியலியே ஏன்? கடனை கட்ட முடியாததால்தானே அவ்வளவு சாங்கியம் சடங்கெல்லாம் பார்த்து கட்டியவீடு ஏலத்துக்கு போயிடுது ஏன்? அப்படி வீடு கட்டியவன் மானமெல்லாம் ஏலத்துக்கு போவுதே ஏன்? காரணம் அவனிடம் பணம் இல்ல. அதை சம்பாதிக்கும் வழிதெரியவில்லை. எல்லா

சாஸ்திரங்களும் வைத்து வீடுகட்டி நல்ல முறையில் வாழ்கிறார்களே அதெப்படி? காரணம் அவர்களிடம் பணம் இருக்கிறது அதை வைத்துக் கட்டுகிறார்கள். அவர்கள் நல்ல முறையில் வாழ்கிறார்கள் என்று ஆய்வேள் கூறினார்.

அப்ப நீங்க சொல்லுவதிலிருந்து பார்த்தால் பணம் உள்ளவர் களுக்கு சோசியம் சம்பிரதாயமெல்லாம் சரியானது. பணம் இல்லாத ஏழைகளுக்குப் பொருந்தாது என்கிறீர்களா? என்று செங்கதிரவன் கேட்டான். பணம் உள்ளவன் சோசியர் சொல்லுவதன் மூலம் நம்பிக்கையோடு செயல்படுத்தினால் அது நல்ல முறையில் நடந்தேறுகிறது. அவனுக்கு சோசியன் சொன்ன மாதிரி நல்லது நடக்குதே. அதே போல நாமும் சோசியத்தைக் கேட்போம் என்று பணம் இல்லாதவன் வெறுங்கையில் முழம்போடுவதைப்போல் சோசியத்தைக் கேட்போம் என்று நம்பி இறங்கினால் நடந்தேறுவதில்லை. அப்ப இங்க என்ன தீர்மானிக்குது? பணமா? சோசியமா? என்றால் பணம்தான் தீர்மானிக்குது. என்று நீங்கள் கூறுவதிலிருந்து தெரிகிறது என்றான் செங்கதிரவன். சோசியம் பார்ப்பவர்கள் ராசிபலன் பார்த்துச் சொல்லுவார்கள். பன்னிரண்டு ராசி இருக்கிறது. இருபத்தேழு நட்சத்திரங்கள் உள்ளது. இருபத்தேழு நட்சத்திரங்களைப் பிரித்து பன்னிரண்டு ராசிகளோடு சேர்த்து ஒவ்வொருத்தருடைய பலா பலன்களை சொல்லுவார்கள். பன்னிரண்டு ராசியோடு நட்சத்திரங்களை இணைத்துப் பார்க்கிறபொழுது மேஷராசி உள்ளவர்களுக்கு மட்டுந்தான் நீண்ட ஆயுள் என்று கூறினார்கள். மற்ற 11 ராசிகளும் அறுபதிலிருந்து நூறு வயதுவரை ஆயுசு உண்டு இவர்களுக்கு ஆயுசு கெட்டி என்று சோசியர்கள் கணிக்கிறார்கள். அப்ப நாட்டில் உள்ள அனைவருமே இந்தப் பன்னிரண்டு ராசிக்குள்ளதான் இருக்கிறார்கள். சுனாமியில லட்சக்கணக்கானவர்கள் சாகிறார்கள். பூகம்பத்தில் ஆயிரக்கணக்கானவர்கள் சாகிறார்கள். விபத்தில் சாகிறார்கள். தற்கொலை செய்து கொள்கிறார்கள். அதுமட்டுமா? அந்த ராசிக்காரர்களுக்கு தோஷம் இருக்கு கடவுளுக்குப் போய் பரிகாரம் செய்யுங்க என்று கூறப்பட்டு அதற்காகப் போய் பரிகாரம் செஞ்சுபுட்டு வீடு திரும்பும்போதே விபத்தில் சாகிறார்கள். அப்ப இந்த நட்சத்திரம் ராசி இதெல்லாம் வைத்துக்கொண்டு சோசியம் சொல்லி என்னைப் போன்ற ஒரு கூட்டம் வாழ்ந்து கொண்டிருக்கிறது. அவ்வளவுதான் என்று கூறினார் ஆய்வேள்.

அதைக் கேட்ட செங்கதிரவன் என்னங்க முதலாளி நீங்க சொல்வதெல்லாம் பார்த்தால் மூலதனம் இல்லாமல் உழைப்பில்லாமல் உற்பத்தியில்லாமல் உற்பத்தி சக்தி இல்லாமல் ஒரு தொழில் சோசியம் என்று சொல்லுங்கள் என்றான். அதுமட்டுமல்ல, செங்கதிரவன்

இன்னொரு விளக்கத்தையும் நான் கூற விரும்புகிறேன். நட்சத்திரங்கள் இருபத்தேழு என்கிறார்கள் சாஸ்திரம் படித்த சோசியர்கள். ஆனால் நட்சத்திரங்கள் பல லட்சக்கணக்கில் வானவீதியில் உலாவுவதாக விஞ்ஞானிகள் கூறினார்கள். இந்தக் கிரகங்கள் ஒவ்வொன்றுக்கும் துணைக்கோள்கள் இருப்பதாகவும் விஞ்ஞானிகள் கூறினார்கள். 1500 சிறு கோள்களும் வானவீதியில் இருப்பதாகவும் ஆயிரக்கணக்கான வால் நட்சத்திரங்கள் இருக்கின்றன. இவை யாவும் சூரிய குடும்பத்தில் அடங்கும். இவ்வளவு இருக்கிற பொழுது-7 கிரகங்களையும் 27 நட்சத்திரங்களை மட்டும் வைத்து கணிப்பது எப்படி சரியாகும். சூரிய கவர்ச்சி சக்தி கோள்களை தன்பக்கம் ஈர்த்து இருப்பதால் அவை விலகிச் செல்லாமல் சூரியனை சுற்றி வருகின்றன. இது விதி. அப்படிப் பார்த்தால் பன்னிரண்டு ராசியும் பன்னிரண்டு கோள்கள். அவை ஒவ்வொன்றும் சூரியனை கடந்துபோகும் இது பருவகாலங்களை உருவாக்குது. ஆனால், பூமியில் வாழும் மனிதர் களுக்கான ராசி என்று கணக்கிட்டு சோசியம் சொல்கிறார்கள். சூரியனை பூமி சுற்றி வருவதோடு தன்னைத்தானேயும் சுற்றி வருவதால் பூமியில் வாழக்கூடிய மனிதர்களுக்கு சூரியனுடைய ஈர்ப்பு சக்தியும் நட்சத்திரங்களின் ஈர்ப்பு சக்தியும் ஒன்று சேர்ந்து ஈர்த்தாலும் பூமியில் வாழக்கூடியவர் களுக்கு ஒரே மாதிரியான ஈர்ப்பு சக்திதானே அமையும். ஆனால் சோசியத்தில் பூமியில் வாழும் மனிதர்களுக்கு ஈர்ப்பு சக்தி ஒவ்வொருவருக்கும் ஒவ்வொரு மாதிரி ஈர்ப்புசக்தி மாறி வருவதாக கற்பனையை உருவாக்கி அதை வைத்து ராசிபலன் சோசியமெல்லாம் சொல்லிக் கொண்டிருக்கிறார்கள். அது விஞ்ஞானத்திற்கு எதிரானது தான். ஆனால் அதைத்தானே மக்கள் இன்னும் நம்பிக்கொண்டிருக்கிறார்கள். அம்மணமாக இருக்கிறவங்க மத்தியில் நாம் மட்டும் கோவணம் கட்டிக்கொண்டிருக்க முடியாதே. பாம்பு திங்கற ஊருக்கு போனா நடுத்துண்டம் எனக்கென்று கேட்பது தானே மரபு. அதைத் தானே நான் செய்தேன். அதனால் சோசியத்தை நம்புவது பற்றி நான் ஓரளவிற்க்கு சொல்லிவிட்டேன்.

இனி நீதான் முடிவெடுக்கணும் கதிரவா என்று ஆய்வேள் சொல்லி முடித்ததும் அதைக் கூர்மையாகக் கவனித்துக் கொண்டிருந்த கதிரவன் நீங்கள் சொல்லியதிலிருந்து பார்த்தால் முழுதும் சோசியம் என்பது மக்களின் அறியாமையைப் பயன்படுத்தி ஒரு கூட்டம் சுக போகமாக உழைக்காமல் வாழ வகை செய்து கொண்ட ஏற்பாடுதான் என்பது தெளிவாகிறது. ஆய்வேள் சரி, சரி. இப்ப என்ன முடிவு எடுக்கப் போற கதிரவா? அண்ணே! நான் சரியான முடிவைத்தான் எடுப்பேன். எங்க தாத்தா பாட்டிதான் சோசியத்தை சொல்லி என் கல்யாணத்தை தடுக்கப் பார்க்கிறார்கள். அவர்களை மீறி எப்படி என் கல்யாணத்தை முடிப்பதென்றுதான் தயக்கமாக இருக்கிறது. காரணம், நான் மூன்று

மாத குழந்தையாக இருந்த பொழுதே என்னை தூக்கிவந்து என்னை பாலூட்டி சீராட்டி என்னை இந்தளவிற்கு பாதுகாத்தவர்கள், என் மீது அளவு கடந்த பாசமுள்ளவர்கள். அவர்களை எப்படி மீறுவதென்று நினைக்கிறேன். அதற்கு ஆய்வேள் இனி உன் முடிவுதான் நான் சோசியத்தைப் பற்றி எவ்வளவு கூறமுடியுமோ அந்தளவிற்குக் கூறி தெளிவுபடுத்திவிட்டேன். நான் உன்னுடைய கல்யாணத்தை முன்னெடுத்து நடத்தி வைக்க தயாராக இருக்கிறேன். உன் முடிவை நீ தீர்க்கமாக எடுத்துக் கொண்டுவா. அதன்பிறகு கல்யாணத்தை எப்படி நடத்தலாம் என்று சிந்திக்கலாம். இப்போ வேலையைச் செய் இன்றைக்கு எங்கெங்கு சரக்கு அனுப்ப வேண்டுமோ அவைகளை உடனே அனுப்பிவை. நான் வங்கிவரை போய்விட்டு வருகிறேன் என்று கூறிவிட்டு ஆய்வேள் அங்கிருந்து சென்றார். கதிரவன் வேலையை தொடர்ந்து செய்து கொண்டிருந்தான்.

வேலையில் ஈடுபட்டுக் கொண்டிருந்த செங்கோடன் நூல் மிதிக்கப்பட்ட தொட்டியில் இறங்கி காரிகம் நூலை இரண்டு கையாலும் பொந்து பொந்தாக நூலை எடுத்து இரண்டு கையிலும் மாட்டி சுழற்சி செய்து தண்ணீரில் அலசி ஒவ்வொன்றாக நூலை முறுக்கி தொட்டியின் சுவர்மீது வைத்தார். நூலில் இருக்கும் தண்ணீர் தொட்டியிலேயே வடிவதற்காக செய்து கொண்டிருக்கிறார். இந்த வேலை பாட்டுக்கு நடந்து கொண்டேயிருக்கிறது. ஒரு தொழிலாளி சீக்கை அடித்துக்கொண்டு செய்வார். இன்னொரு தொழிலாளி சினிமா பாட்டு பாடுவார். வயதானவராக இருந்தால் கூத்துபாட்டு பாடிக் கொண்டே வேலை செய்யும் வலிதெரியாமலிருக்க பாடிக்கொண்டே வேலை செய்வார்கள். சிலர் குடும்பசிக்கல்களை நினைத்துக் கொண்டு அதை எப்படித் தீர்மானிப்பதென்று சிந்தித்துக்கொண்டே வேலை செய்வார்கள். இந்த வகையைச் சார்ந்தவர் செங்கோடன் தனது குழப்பத்திற்கு தீர்வுவேண்டி சிந்தித்துக்கொண்டே வேலை செய்கிறார். எப்படியாவது கதிரவன் கல்யாணத்தை நிறுத்திவிட்டு அதன் பிறகு அவன் அப்பா அம்மாவுடன் கூட்டிச்சென்று இந்தாப்பா உன் மகன் இவனை இவ்வளவு நாளா நல்லபடியா வளர்த்துவிட்டேன். இனி உங்கள் பொறுப்பென்று ஒப்படைக்க நினைத்தார் செங்கோடன் மகனுக்கு மலையாள பொண்ண அவங்க கட்டிவைக்கறதும் வைக்காததும் அவர்கள் இஷ்டம். இவன் அவர்களை சம்மதிக்க வைக்கிறானோ அல்லது அவர்கள் அந்த பொண்ணு வேண்டாம் நமது சொந்த பந்தத்தில் பார்த்து கல்யாணம் கட்டி வைக்கிறேன் என்று அவர்கள் இவனை சம்மதிக்கவைக்கறதும், அவர்கள் பாடா போயிடும். அதன் பிறகுதான் எனது மனது ஒரு நிலைக்குவரும். அதுவரை மனது சஞ்சலமாகத்தான் இருக்கும். இந்த சஞ்சலத்திலிருந்து விடுபட இதுதான் ஒரேவழி.

இதையே நான் அழகம்மாளிடம் பேசி கதிரவனிடமும் பேசி சம்மதிக்க வைத்து கூட்டிச்சென்று விடுவோம். என்று ஒரு தீர்க்கமான முடிவெடுத்துக் கொண்டான் செங்கோடன்.

தாத்தாவையும் பேரனையும் இரவு சாப்பிடக் கூப்பிட்டாள் அழகம்மாள். அதற்கு செங்கோடன் எனக்கு சாப்பாடு வேண்டாம் என்று கூறினார். அழகம்மாள் ஏது இன்னிக்கு கடையில் சாப்பிட்டு வந்துட்டியா? இல்ல சாப்பிடல செங்கோடன். அப்ப ஏன் சாப்பாடு வேண்டாங்கற அழகம்மாள். சாப்பாடு வேண்டான்னா வேண்டாம் என்றான் செங்கோடன். அதுதான் ஏ... வேண்டான்னு சொல்லுறது தானே என்று அழகம்மாள் கேட்டாள். சரி செங்கதிரவா நீயாவது வந்து சாப்பிடப்பா என்றாள் அழகம்மாள். பாட்டி, தாத்தா வயதானவரே சாப்பிடாமல் இருக்கும்பொழுது வயசுப் பையன் நான் பசிதாங்க மாட்டேனா? எனக்கும் சாப்பாடு வேண்டாம் என்று அடம்பிடிப்பது போல் நடிக்கிறான் செங்கதிரவன். இவன் பசி தாங்கமாட்டான். நாம வேண்டாங்குறதாலே இவனும் வேண்டான்னு வேண்டுமென்றே அடம் பிடிக்கிறான், என்று மனதுக்குள் நினைத்துக் கொண்டு நம்மால அவன பட்டினி போடக்கூடாது. பசி தாங்கமாட்டான். அவனுக்காகவாது சாப்பிடுவோம் என்று செங்கோடன், அழகம்மாவைப் பார்த்து இன்னிக்கு என்ன குழம்பு? என்று கேட்டான். நீ சாப்பிடவே வரமாட்டேங்கிற. கொழம்பபத்தி மட்டும் எதுக்கு கேக்குற என்று சத்தம்போட்டாள் அழகம்மாள். பாட்டி, தாத்தா கேக்குறாரில்ல என்ன குழம்புன்னுதான் சொல்லிவிடேன். எனக்கும் தெரிஞ்சுக்கணும் போலிருக்குது.

அப்படியா? ரெண்டுபேரும் திட்டம் போட்டு வைச்சுகிட்டு என்னை பாடாபடுத்துறீங்க. சரி, சரி. சொல்லுறேன். நெத்திலி கருவாட்டு குழம்புதான் வச்சிருக்கேன். குழம்பு வாசன உங்க ரெண்டு பேத்துக்கும் வரலையா? என்னால இங்க உட்காந்திருக்கவே முடியல. மூக்க தொலைக்குது. எப்ப சாப்பிடறதுன்னு வேற இருக்கு. எச்சில் வேற ஊறிக்கிட்டே இருக்குது என்று அழகம்மாள் எச்சிலை சீவ் என்று உள்ளுக்கிழுத்து விழுங்கினாள். அந்த சத்தம் வேறு மொடக்கென்று கேட்கிறது. உடனே செங்கோடன் எழுந்து கையைக் கழுவிக்கொண்டு சாப்பாட்டு தட்டு முன்னால் உட்கார்ந்து கொண்டு சீக்கிரம் சாப்பாட்டை போட்டு சீக்கிரம் குழம்பை ஊத்து அப்படியே ஆப்பையில் நிறைய கருவாடு வரமாதிரி இறுத்து ஊத்து என்றான் செங்கோடன். இதைக் கேட்ட பேரன் கதிரவன் உடன் எழுந்து அவசர அவசரமாகக் கையை கழுவிக்கொண்டு சாப்பாட்டுத் தட்டை கையில் எடுத்துக்கொண்டு பாட்டி சீக்கிரம் குழம்பை ஊத்து அகோரபசியா இருக்கு என்று அவசரப்படுத்தினான். இருடா உங்க தாத்தாவுக்கு ஊத்திபுட்டு அப்புறம்

ஊத்துறேன் என்றாள் அழகம்மாள். ஏண்டி முதல்ல அவனுக்கு ஊத்து அவன் பசி தாங்கமாட்டான் என்று மனைவியை அதட்டுகிறார் செங்கோடன். தாத்தாவும் பேரனும் சாப்பிட்டு விட்டு கையை கழுவிக்கொண்டு வந்து கட்டிலின்மீது உட்கார்ந்து கொண்டார்கள். அழகம்மாளை கூப்பிட்டு உன்னுடைய கைபக்குவமே! கைபக்குவம் தான். சும்மா சொல்லக்கூடாது. குழம்பு எப்பவுமில்லாத ருசியா இருந்துச்சி என்று செங்கோடன் கூறினான். அதுக்கு அதிக நேரம் அடம்புடுச்சி பசியோட சாப்பிடாதிருந்திங்கில்ல. அதனால் பசி அதிகம் வந்துடுச்சி 'பசி ருசி அறியாதென்பார்கள்' அதுமாதிரி பசியில இந்தக் குழம்பு எப்படி காலையில தாளியிலயா எடுத்து ஊத்தரதின்னு பெரிய கவலையா இருந்தேன். நீங்க ரெண்டுபேரும் கையை கழுவிக் கிட்டு வந்து உட்காந்ததும்தான் எனக்கு நல்ல உசிரேவந்தது என்று அழகம்மாள் சொல்லிக் கொண்டாள். செங்கதிரவன் பாட்டி புலம்பாமல் சாப்பிடு. எல்லாம் ஆறிப்போயிடப் போவுது என்றான். டேய் கருவாட்டுக் குழம்பும் மீன் குழம்பெல்லாம் சூடா சாப்பிட்டா ருசிக்காதப்பா. அது நல்லா ஆறன பிறகு சாப்பிட்டாதான் நல்லா ருசியா இருக்கும் தெரியுமா? என்று பாட்டி கூறினாள்;. அப்ப எங்களுக் கெல்லாம் சூடா ருசியில்லாத குழம்ப சாப்பிட வைச்சிட்டு நீ ஆறன குழம்ப நல்லா ருசிச்சி சாப்பிடுற என்றான் செங்கதிரவன். அதுதான் பெண்களெல்லாம் எல்லாரும் சாப்பிட்ட பிறகு கடைசியில் சாப்பிடு கிறார்களா? அட நமக்கு இதுநாள்வரை இந்த சூட்சமம் தெரியாமல் போச்சே என்று செங்கோடன் கூறினான். பாட்டனும் பேரனும் சேர்ந்துகொண்டு பாட்டியை கலாய்க்கிறார்கள். அதன் பிறகு தாத்தா பேரனைப் பார்த்து என்னப்பா முடிவு செஞ்சிருக்கிற என்று கேட்டார். அதற்கு எதைப்பத்தி தாத்தா கேக்கற என்றான் கதிரவன். என்னடா? ஒண்ணுந்தெரியாத மாதிரி கேக்கற. என்ன பாத்தா கிறுக்கன் மாதிரி தெரியுதா? என்றார் செங்கோடன். அதைக் கேட்ட செங்கதிரவன் என்ன தாத்தா சூடா இருக்கீங்க போலிருக்கு என்றான் கதிரவன். அதைக் கேட்ட செங்கோடன் ஆமாப்பா இன்னிக்கு சூடாதான் வந்திருக்கிறேன். இன்னிக்கு இரண்டுல ஒண்ணு முடிவு தெரிஞ்சாகணும் அதனால்தான் என்றான்.

அதைக் கேட்ட கதிரவன் தாத்தா இந்த வயசுல நீங்க அவசரமோ கோவமோ படக்கூடாது. அது உங்க உடம்புக்கு ஒத்து வராது. டேய் இந்தக் கை பதினைந்து வயசுல மோலி புடிச்ச கை. ஓயாமல் நீ பிறக்கிறவரை காட்டில் உழைத்தவன் அப்புறமும் உனக்காக உன்ன காப்பாத்த சாயப் பட்டறையில் நூல் முறிக்கி முறிக்கி முறுக்கேறிய கை. உழைச்சி உழைச்சி வைரம் பாஞ்ச நெஞ்சடா இந்த நெஞ்சு.

இப்பவும் ரண்டுபேரை அடித்து வீழ்த்தும் தெம்பும் தைரியமும் என்னிடம் இருக்குடா. என் உடம்பைப் பத்தி நீ கவலப்படாதே! நான் கம்பு, சோளம், ஆரியம், சாம, தினை, கோராவளி என்று பல நவ தானியங்களை சாப்பிட்டு வளர்த்த உடம்புடா இது. இன்னிக்கும் எனக்கு சர்க்கரை நோயோ இரத்தக்கொதிப்போ இன்னும் ஏதோ ஏதோ நோய்களெல்லாம் ஒண்ணுகூட எனக்கில்லையடா. நீ வேணுமுன்னா உன்ன காப்பாத்த இந்த டவுனுபக்கம் வந்து அரிசிசோறு பருப்பு குழம்பு சில நேரங்களில் காய்கறி கொழம்புன்னு ஒரே வகையான உணவை சாப்பிட்டு வந்துகிட்டுருக்கிற. உனக்கு வேணும்னா உடம்புல சரியான சத்தில்லாமல் இருக்கலாம். நீ வேணும்னா கோபமோ ஆவேசமோ படாம இரு. உனக்கு எந்த நோயும் வந்திடக்கூடாது, அதனால் என்று முடித்தார் செங்கோடன். அதற்கு அதனால என்ன? அதனால என்பதோடு நிறுத்திக்கிட்டிங்க அதற்குமேல் சொல்லுங்க என்றான் செங்கதிரவன்.

அதைக் கேட்ட செங்கோடன் டேய் செங்கதிரவா! அவசரப் படாதேடா கண்ணு. நிதானமா இருப்பா என்றார். அதற்கு ஏங்க தாத்தா ஏதோ சொல்ல வந்ததை சொல்லுங்களே என்றான் செங்கதிரவன். சரிப்பா நீயே வற்புறுத்திக் கேட்கிற சொல்லித்தானே ஆகணும் சொல்லுறேன் கேளு. நான் எல்லா வகையிலும் யோசிச்சு பார்த்துவிட்டேன். எந்த வகையில் பார்த்தாலும் நீ அந்தப் பொண்ணை கலியாணம் செய்யுறது சரியில்லன்னுதான் தோணுது. அதனால உன் நன்மைக்குத்தானே தாத்தா சொல்லுறேன். கேட்டுக்கப்பா. உன்னை 3 மாதக் குழந்தையிலிருந்து உனக்கு என்ன வேணுங்கிறதை பார்த்துப் பார்த்து செய்து வளர்த்தோம். அதைப் போல் இதையும் நாங்க பாத்து வைக்கிற பொண்ணத்தான் கலியாணம் செஞ்சுக்கணுமுன்னு நாங்க விரும்பறம்பா. இது தப்பாப்பா. தாத்தா சொன்னா கேட்கணும்பா என்று கொஞ்சி கொஞ்சி கெஞ்சுகிறார். அதைக்கேட்ட செங்கதிரவன் தாத்தா இதை எல்லா அப்பா அம்மா தாத்தா பாட்டி என்பவர்கள் காலங்காலமாக பாசத்தைக் கொட்டி வளர்த்து அதே பாசத்தை காட்டித்தான் ஒவ்வொரு வளரும் இளைஞர்களையும் அவர்கள் சொந்த காலில் நின்னு சொந்தமாக சிந்திக்காமல் கட்டிப் போட்டு இந்த சமுதாயத்தை வளர்ச்சியை தடைபண்ணி வச்சிருக்காங்க. அதே பாணியில் நீங்களும் சொல்லுவதைப் பார்த்தாதான்... எனக்கு உங்கமேல கோபம் வரல தாத்தா, பரிதாபம்தான் வருது. என்றான் செங்கதிரவன். சரி... உங்ககிட்ட நான் பேசி செயிக்க முடியுமா? நீ என்னதான் சொல்லவர அதசொல்லு என்று கேட்டான் செங்கோடன்.

தாத்தா நானும் பலபேரிடம் இதைப் பற்றியும் விவாதித்தேன். எங்க முதலாளியிடமும் விவாதித்தேன். அவரும் சோசியம் பாத்து

அதில சம்பாதித்து அதன் மூலம் வந்த பணத்திலதான் இப்போ வியாபாரம் செஞ்சுகிட்டுருக்கிறார். இப்ப ஐம்பது அறுவதுபேர்களுக்கு சம்பளம் கொடுக்கும் முதலாளியாக வளர்ந்துள்ளாராம். அந்தக் கம்பெனியில என்னை மானேஜரா வச்சிருக்கிறார்னா உங்களுடைய வளர்ப்புதான் காரணுமுன்னு அடிக்கடி உங்களை ஞாபகப்படுத்திப் பேசுவோம். அவரே சோசியமெல்லாம் ஒண்ணுமில்ல அதனால மனுசனுக்கு எந்த நல்லதும் நடக்காது, கெட்டதும் நடக்காது. அவனவன் இந்த சமுதாயத்தை புரிஞ்சுகிட்டு அதற்குத் தகுந்தமாதிரி வாழ்ந்தால் போதும். அதுதான் சிறந்த வழி. மனிதன் எதையும் சஞ்சலமின்றி ஊசலாட்டமில்லாமல் மனதைரியத்தோடு துணிச்சலாக எதைச் செய்தாலும் அவனுக்கு எப்படிப்பட்ட தீங்கும் வராது, என்று கூறினார். நான் அந்தப் பொண்ண கல்யாணம் கட்டிக்கறத பத்தியும் அவரிடம் தெளிவாகக் கூறினேன். அவர் அதற்கு நீ துணிந்து செய்! நான் உனக்கு என்ன உதவி வேணுமோ அந்த உதவியைச் செய்கிறேன், என்று கூறிவிட்டார் தாத்தா என்றான் செங்கதிரவன். அதைக் கேட்ட செங்கோடன் நானும் உன் பாட்டியும் ஈ கடிக்குதா எறும்பு கடிக்கிதான்னு பாத்து பாத்து பொத்தி பொத்தி அறிவை ஊட்டி வளர்த்தோம்.

நாங்க சொல்லறது உனக்கு மண்டையில ஏறல. உன் அறிவைப் பயன்படுத்தி உனது நேர்மையைப் பயன்படுத்தி உனது திறமையைப் பயன்படுத்தி குறைந்த சம்பளத்தைக் கொடுத்து உனக்கு மேனேஜர் பதவி கொடுத்து உனது உழைப்பை சுரண்டி கொழுக்கிற முதலாளி பேச்சுதான் உனக்கு பெரிசா போயிடுச்சா? என்று பலமாக சத்தம் போட்டான் செங்கோடன். இதையெல்லாம் கேட்டுக்கிட்டிருந்த அழகம்மாள் குறுக்கிட்டு இதுவரை தாத்தாவும் பேரனும் எவ்வளவு நிதானமா சாதுவா அன்பா பேசிகிட்டிருந்தீங்க. அதுக்குள்ள இப்படி சத்தம் போடுறீங்க எங்கியாவது தாத்தாவும் பேரனும் இப்படிப் பேசி கிட்டத நான் பார்த்ததும் கிடையாது, கேட்டதும் கிடையாது. யாங்க அவன் நாம வளர்த்த பிள்ளை அவன் சிறுவனாக இருக்கிறபொழுது அவன் கேட்டத நான் வாங்கி கொடுக்கலன்னா என்ன எத்தனை முறை திட்டியிருக்கீங்க. அவன் இன்னிக்கு வளர்ந்து அவன் நமக்கு அறிவு சொல்லுற அளவிற்கு வளர்ந்துவிட்டான். நாம அவன் சொல்லுறதை தான் கேக்கிறது. அவன் வாழ்க்கையை அவனே தீர்மானிக்கிற அளவிற்கு தான் நாம அறிவை கத்து கொடுத்திருக்கிறோம். அதனால அவன் மனதுக்கும் அவனோடு கடைசிவரை உறுதுணையாக இருக்கிறவளை அவனுக்கு மனசுக்கு புடிச்சவளை அவனை புரிஞ்சவளை நாம கலியாணம் செஞ்சிவச்சிடுவோங்க. அவன்கிட்ட இதப் பத்தி ஏங்க அடிக்கடி முரண்டு பிடிச்சுக்கிட்டு பேசுறீங்க என்று அழகம்மாள், இவர்கள்

தொடர்ந்து பேசிகிட்டு வந்ததை விவாதித்த கருத்துக்களையெல்லாம் கேட்டிட்டு அப்படி ஒரு தீர்ப்பை தனது கணவனுக்குக் கூறினார்.

அதைக் கேட்ட செங்கோடன் தனது மனைவியைப் பார்த்து ஒரு முறை முறைத்துவிட்டு படமெடுத்த பாம்பு சீறுவதைப்போல் சீறுகிறான். ஆமாண்டி நான் அவனை கெடுக்கதான் சொல்லுறேன்; நீ அவனை வாழவைக்க சொல்லுறபாரு போடி போ கூறுகெட்டவளே! உன்னை யாருடி இப்ப தீர்ப்பு சொல்லச் சொன்னது. பெரிய தீர்ப்பு சொல்லுறாளாம் பெரிய தீர்ப்பு என்று பொறிந்து தள்ளிவிட்டு ஓடிப் போய் சமையற்கட்டில் ஒரு சொம்பு தண்ணீரை எடுத்து அண்ணாந்து மொடக் மொடக்கென்று குடித்துவிட்டு பெருமூச்சு விட்டுக் கொண்டான் செங்கோடன். இதையெல்லாம் பார்த்துக் கொண்டிருந்த செங்கதிரவன் தாத்தா இன்னிக்கு மிகவும் கோபமாகிவிட்டார் பாட்டி. உங்க கருத்தைச் சொன்னதும் மேலும் கோபமாயிட்டார். அதனால் கோபத்தைத் தணிக்க ஒரு சொம்பு தண்ணியை குடித்து கோபத்தை தணித்திருக்கிறார். இப்ப நாம ஏதாவது பேசி மேலும் கோவத்தை தூண்டவேண்டாமென்று அமைதியாக எங்கோ பார்ப்பவன்போல சாதாரணமாக முகத்தை வைத்துக் கொண்டு உட்கார்ந்திருக்கிறான். காரணம் தாத்தா முகத்தைப் பார்த்தே நாம என்ன நினைக்கிறோம்? என்பதை பார்த்துக் கொண்டு அதற்கு தகுந்த மாதிரி பேசுவார் என்று நினைத்துக் கொண்டு நாம இங்கு அமைதியாக உட்கார்ந்திருந்தாலும் அதிலேயும் ஒரு அர்த்தத்தைக் கண்டு பிடித்துக்கொண்டு ஏதாவது பேசுவார். அதனால் நாம எழுந்து வெளியே சென்று அப்படியே காலாட நடப்போமென்று நினைத்து வெளியே செல்ல முற்பட்டான் செங்கதிரவன். அதைப் புரிந்து கொண்ட செங்கோடன் அமைதியாக கோபப்படாமல் படபடப்புமில்லாம ஏம்பா செங்கதிரவா எங்கப்பா போற? தினமும் இதைப் பேசி பேசியே எனக்கு மூளையே கலங்கிப் போயிடுச்சு. நீ ஒரு நல்ல முடிவா சொல்லிட்டு போப்பா என்றான். அதைக் கேட்ட செங்கதிரவன் தாத்தா எதுக்கு அவசரப்படுறீங்க நான்தான் சின்னப்பையன். தெரியாமல் அவசரப்படலாம். நீங்கள் உங்க வயதுக்கு எவ்வளவு அனுபவங்களைப் பார்த்திருப்பீங்க. அதில் எனக்கு ஒரு தூசு கூட இல்ல. அதனால அவசரப்படாமல் நிதானமாக நாம ஒரு முடிவை எடுக்கலாம் தாத்தா. “அழுதாலும் அவள்தானே பிள்ளையைப் பெறணும்” என்ற பழமொழிக்கேற்ப எவ்வளவு சிந்தித்தாலும் பேசினாலும் நம்மைப்பத்தி நாமேதானே முடிவெடுக்கவேண்டும். அதைத் தொடர்ந்து பேசி ஒரு நல்ல முடிவா எடுப்போம். அதற்குள் ஏன் அவசரப்படணும் தாத்தா. அமைதியா சாங்கோ பாங்கமா இருக்கிறபொழுது பேசி முடிவெடுக்கலாம். கொஞ்சம் பேசாம

இருங்க என்றான் செங்கதிரவன். அதான் செங்கதிரவன் சொல்லுறான்ல அவன் சரியாதான் சொல்லுறான். அவசரப்படவேண்டாம். அப்புறம் பேசிக்கலாம் பேசாம இருங்க என்று அழகம்மாள் பேசினாள்.

அதைக் கேட்ட செங்கோடன் இவஒருத்தி கூறுகெட்டவ. நான் என்ன சொல்லுறங்கிறதையே புரிஞ்சுக்காதவ. இவவேற குறுக்க குறுக்க சால் வேற ஓட்டுறா என்று மனதுக்குள் வைத்துக்கொண்டு அழகம்மா நீ செத்த பேசாம இரு, நான் அவன்கிட்ட பேசிக்கிறேன், என்றான் செங்கோடன். திருப்பித் திருப்பி அதயேதான் பேசிகிட்டிருந்தா நல்லாவா இருக்கு என்றாள் அழகம்மாள். சூட்டோட சூடா ஒரு பிரச்சனையை பேசினாதான் உடனே பேசி ஒரு முடிவுக்கு வந்திடணும். அதைப் பேசாம தள்ளிப் போட்டுகிட்டே போனா அது "ஆரன கஞ்சிப் பழங்கஞ்சியாயிடும்". அப்புறம் அது வளவளவென்று நாள் கடந்து கிட்டுதான் போகும். பிரச்சனை தீராது என்று செங்கோடன் கூறிவிட்டு தனது மனதுக்குள் நம்ப பையன் அறிவு கல்யாணத்தை நாம எப்படி செஞ்சங்கிறது நம்மைத்தான் போட்டு வாட்டுகிறது. அது நமக்குதான் தெரியும். இவங்களுக்கு எப்படித் தெரியும். அதனாலதான் இந்த பாடுபடறேன். இவவேற இடைஇடையே பொசுக்கு பொசுக்கென்று நுழைந்து எதையாவது கூறி காரியத்த கெடுத்து பேரனுக்கு தூண்டு கோலா செஞ்சுபுடரா என்று நினைத்துக்கொண்டு அமைதியாக இருந்து விட்டு மீண்டும் பேச ஆரம்பித்தான் செங்கோடன். ஏம்பா கதிரவா சொல்லுப்பா. நல்ல முடிவா சொல்லுப்பா. ஏம்பா அமைதியா இருக்கிற. நீ அமைதியா இருக்க இருக்க எனக்கு படபடப்புதாம்பா வருது. சொல்லுப்பா. நா உனக்கு நல்லதுதாம்பா செய்வேன் என்று மீண்டும் கெஞ்சுகிறார். தாத்தா நீங்க அமைதியா கேட்டாலும் கோபமாக சத்தம்போட்டு மிரட்டிக் கேட்டாலும் கெஞ்சி கெஞ்சிக் கூத்தாடினாலும் நான் என் அறிவுக்கு எட்டியதைத்தான் செய்வேன். நீங்க சொல்லுறீங்க என்பதற்காக எடுப்பார் கைப் பிள்ளையாக நான் இருக்கமாட்டேன். நீங்க என்னை பொத்திப் பொத்தி வளர்த்தீங்க நான் கேட்டதயெல்லாம் வாங்கிக் கொடுத்தீங்க. எனக்கு வேண்டிய துணிமணிகளை வாங்கிக் கொடுத்தீங்க. என்ன படிக்க வச்சீங்க. என்னை ஒரு மனிதனா ஆக்கிட்டிங்க. என்ன நல்லா சமூகத்தப் பத்தி சிந்திக்க வைச்சீங்க. யாருக்கும் எந்தக் கெடுதலும் செய்யாமலும் பிறருக்கு உதவும்படியும் நல்ல எண்ணத்தை ஊட்டி நீங்கதான் வளர்த்தீங்க. அதை நான் எப்போதும் மறக்கமாட்டேன். அப்படி மறந்தால் நான் ஆறறிவுள்ள மனிதனாக இருக்க மாட்டேன். ஐந்து அறிவு படைத்த மிருகத்தை விட கீழானவன் ஆவேன். நீங்க அப்படி வளர்த்து விட்டீர்கள். நான் நீங்க சொல்லுற பொண்ண நான் கல்யாணம் செஞ்சுக்கிட்டா நீங்க வளர்த்த வளர்ப்பே தப்பாகிவிடும்.

அதனாலதான் நான் நினைச்ச பொண்ணதான் கட்டிக்குவேன். அப்படி செஞ்சாதான் உங்களுக்கு மரியாதை. நானும் மனிதனாவேன். இதுதான் எனது முடிவு. இனி இதைப்பத்தி நாம யாரும் பேச வேண்டாம். இதோடு நாம் நிறுத்திக்குவோம் என்று செங்கதிரவன் கூறி முடித்தான். உடனே தாத்தா ஓ... என்று அழ ஆரம்பித்துவிட்டார். சிறிது நேரம் தேம்பித் தேம்பி அழுதுவிட்டு இனி இவங்ககிட்ட எவ்வளவு தான் அழுது புலம்பினாலும் ஆவாது. நாம இனி இங்க இருக்கக் கூடாது. அவன் கல்யாணத்துக்கு முன்பே பிரிந்துவிடுவோம். நாம் இருந்து சோசியம் பார்க்காது கல்யாணம் செஞ்சுவச்சு இவனுக்கு அல்லது நமது குடும்பத்துக்கோ ஏதாவது ஆயிடுச்சுன்னா அது நம்மால வந்ததா ஆயிடும். அதனால நாம நம்ம குடும்பத்தோடவே போய் சேர்ந்திடலாம். அழகம்மாளை கூப்பிடுவோம். அவ வந்தா அவளையும் கூட்டிக்கிட்டு போயிடுவோம். அவ வரலனாலும் பரவாயில்ல. பேரனை பார்த்துக்கிட்டு இங்கேயே இருந்துட்டு போகட்டும் என்று தன் மனதுக்குள்ளயே பேசிக்கொண்டான், செங்கோடன்.

அடுத்த நாள் காலையில் செங்கதிரவன் வேலைக்குப் புறப்பட்டு போகும் பொழுது தாத்தா நீங்க இன்னிக்கு வேலைக்குப் போகலியா? வாங்க நான் அப்படியே கொண்டுபோய் விட்டுட்டுப் போகிறேன். வாங்க என்று கூப்பிட்டான். அதற்கு செங்கோடன் இன்னிக்கு நான் வேலைக்கு முழுக்கு போட்டுட்டேன் என்றான். உடனே கதிரவன் பதட்டத்தோடு வண்டியை எடுத்தவன் சடாரென்று நிறுத்திவிட்டு ஓடிவந்து தாத்தா கையை பிடித்துக்கொண்டு உடம்புக்கு என்ன ஆச்சு? வாங்க மருத்துவர்கிட்ட போய் பார்த்துவரலாம் என்றான் செங்கதிரவன். எனக்கு ஒண்ணுமில்லப்பா. நீ வேலைக்கு போப்பா என்று கூறினார் செங்கோடன். இன்னிக்கு வேலை போனா போவட்டும் தாத்தா; வா போய் உடம்பைக் கவனிப்போம் என்று கூறினான் செங்கதிரவன். எனக்கு உடம்பில் லேசா வலியென்றுதான் சொன்னேன்... அதநான் பார்த்துகிறேன். உங்க பாட்டிகிட்ட சொல்லி ஒரு கசாயம் வைச்சு குடிச்சா சரியாப் போயிடும். நீ வேலைக்குப் போயிட்டு நேரத்தில வீட்டுக்கு வந்துவிடு என்று தாத்தா செங்கதிரவனை வழி அனுப்பி வைத்தார். சரியென்று செங்கதிரவனும் புறப்பட்டுப் போய்விட்டான். இதையெல்லாம் வீட்டின் முற்றத்திலிருந்து பார்த்துக்கொண்டிருந்த அழகம்மாள் தனது மனசுக்குள் என்ன இன்னிக்கு இவருக்கு என்ன ஆச்சு? வேலைக்குப் போகாமல் இருக்கிறாரு என்னவோ நடக்கப் போகுது. நேத்து ராத்திரி தாத்தனும் பேரனும் அப்படி பேசிகிட்டாங்க. இன்னிக்கு தாத்தனும் பேரனும் அப்படி குலாவுறாங்க. என்னதான்

நடக்கிறது. நடக்கட்டுமே என்று சமையல்கட்டிற்குள் சென்று வேலைகளைக் கவனிக்க ஆரம்பித்தாள் அழகம்மாள்.

நடு கூடத்தில் கட்டில் மீது உட்கார்ந்துகொண்டு செங்கோடன் தனது மனைவியைக் கூப்பிட்டார். அழகம்மாளும் இதோ வந்துட்டங்க என்று கூறிவிட்டு வந்துகொண்டிருந்தாள். வரும் பொழுதே என்னங்க ஆச்சு உடம்புக்கு கசாயம் வச்சி கொடுக்கட்டுங்களா? என்று கேட்டாள் அழகம்மாள். எனக்கு என்ன உடம்புக்கு அதெல்லாம் சரியாதான் இருக்கு நடந்தா கூடகூடதான் வருது என்றான் செங்கோடன். அதைக் கேட்ட அழகம்மாள் பின்ன உடம்பு கூடதான் வரும். அது தனியே விலகியா போகும் என்றாள். எதுக்கு செங்கதிரவன்கிட்ட உடம்புக்கு சரியில்லையென்று பொய் சொன்னீங்க? என்று கேட்டாள். அப்படி சொல்லலன்னா அவன் எதையாவது துருவி துருவிக் கேட்பான். அதனால தான் அப்படிச் சொன்னேன் என்றார் செங்கோடன். நான் இன்னிக்கு என் மகன் அறிவு குடும்பத்தை பார்க்கப் போறேன். இனி நான் அங்கேயே தான் இருப்பேன் இங்கு இனி நான் வரமாட்டேன். அதை அவன் இருக்கும்போது சொல்லக்கூடாதென்றுதான் அவனை அனுப்பி வைத்துவிட்டு சொல்லுகிறேன். அப்ப நான்? என்று கேட்டாள் அழகம்மாள். நீ வேண்டுமானால் உன்பேரனை பார்த்துகிட்டு இங்கேயே இரு என்றான் செங்கோடன். அடப்பாவி மனுசா உனக்கு ஏதாவது பைத்தியம் கியித்தியம் புடுச்சுருச்சா? இப்படிப் பேசற? என்றாள் அழகம்மாள். ஆமாம் எனக்கு பைத்தியம்தான் புடுச்சிருச்சு. இருபத்தி மூணு வருசத்திற்கு முன் புடிச்ச பைத்தியத்தாலே பேரனை காப்பாத்த மவனை விட்டுபுட்டு இரவோடு இரவா ஓடிவந்துட்டோம். இப்ப பேரன் சோசியம் சம்பிரதாயம் பார்க்காமல் கல்யாணம் கட்டிக்கிறேன் என்று ஒரே காலில் நிற்கிறான். அது எனக்கு பிடிக்கல அவனையும் மாத்த முடியாதுன்னு தெரிஞ்சு போச்சு. அதனால் நான் மீண்டும் ஒரு தப்பு செஞ்சு பேரனுக்கும் ஒரு குழந்த பொறந்த பிறகு அதன் சாதகம் சரியில்லையென்று பாதகமா சொல்லி அது வேற புது பிரச்சனையை உருவாக்கிவிடும். அதையெல்லாம் பார்த்துக்கொண்டு என்னால் எப்படி இருக்கமுடியும். அவன் நான் இல்லாதவே அந்த பொண்ண கல்யாணம் கட்டிகிட்டு சந்தோசமா வாழட்டும். நீயும் அவனுக்கு பக்க துணையா இருந்து பாத்துக்கோ என்று செங்கோடன் கூறினான். அதற்கு உன் மகன் குடும்பத்த பாக்கணும்னு ஏக்கம் வந்திருச்சி. அதனால பெத்த பிள்ளையைவிட பேரன் பெருசில்லன்னு நீ நெனைக்கிற. நாமதானே செங்கதிரவனை பெத்த புள்ளையோட நாலு பாகம் கூடுதலா கவனிச்சி வளர்த்தோம். நீ இல்லன்னா அவன் என்ன ஆவானேன்னே தெரியாதே? யாய்யா அவனுக்கு நீதாய்யா உலகமே! என்றிருக்கிறான். அவனை விட்டுப் போக எப்படி உனக்கு மனசுவந்துச்சி.

அதெல்லாம் அவன் சிந்திக்கிற வயசு வந்திடுச்சு. அவன் இனி எப்படியும் பொழச்சிக்குவான். அதனால என் மகன பார்க்காமல் இருக்க முடியாது. நான் போயே தீருவேன் என்று செங்கோடன் கூறினான். அதைக் கேட்ட அழகம்மாள் அப்ப நான் பத்துமாசம் இந்த வயித்தில சுமந்து பெத்தமவன பாக்க எனக்கு மட்டும் ஆசை இருக்காதா? நான் 23 வருசமா நான் அவனை நினைக்காத நாள் இல்ல தெரியுமா? நீங்கள் தூங்கிய பிறகு என் மவனை நினைச்சிட்டு அழுதுட்டுதான் ஒவ்வொரு நாளும் படுப்பேன். அதை நீங்கள் பார்த்தா உங்க மனசு சங்கடப்படுமென்று மறைவா நினைச்சி நினைச்சி அழுதிருக்கிறேன். இவ்வளவு நாளும் என் துக்கத்த உன்னிடம் சொன்னா நீ கோபப்படுவேன்னு அழுத கண்ணீரை துடைத்துக் கொண்டே கூறினாள். அவனும் வறட்டுங்க அவனையும் கூட்டிக் கொண்டு போயி அவங்க அப்பா அம்மாவோடு சேர்த்துவிடலாம் என்று கூறினாள் அழகம்மாள். அதற்கு செங்கோடன் அதெல்லாம் முடியாது. கதிரவன் வந்து அவன் அப்பன் அம்மா முகத்திலே முழித்தால் அவர்கள் உயிருக்கு ஆபத்து வந்துவிட்டாள் என்ன செய்வது? 23 வருசமா நம்ம மவன் மருமகள் உயிரைக் காப்பாத்தி வச்சிருக்கோம். ஒரு நொடியில அவங்க உயிருக்கு ஆபத்தை உருவாக்கப் பாக்கிறியா? அதெல்லாம் முடியாது அவனை கூட்டிகிட்டெல்லாம் போக முடியாது என்று அழுது புலம்பினான் செங்கோடன். அப்ப நானும் உன்னோடு வருகிறேன். என் மகன் அறிவு என் கண்ணிலியே இருக்கிறான். அவனை பார்க்கணும் போலிருக்கிறது. அதனால நானும் வரேன் என்று அழகம்மாள் கூறினாள். அதற்கு நீயும் என்னோட வந்துட்டா செங்கதிரவனை யார் பாத்துக்கிறது. நாம ரெண்டு பேரும் போய்ட்டா அவன் மனசு தாங்காமல் ஏதாவது செஞ்சுகிட்டா? நாம 23 வருசமா காப்பாத்தினது எதுக்கு? அவன் எப்பாடுபட்டு போகட்டு முன்னா நாம வளத்தோம். அதனால் நீ அவங்கூட இரு. நீயாவது இருக்கிற என்ற நிம்மதியில் இருந்து விடுவான் என்று சொன்னான் செங்கோடன். இல்லீங்க அவன் அப்படிப்பட்ட கோழையில்லீங்க. அவன் எவ்வளவு விவரமானவன். இந்த சமுதாயத்தையே மாத்தற கொள்கையுடையவன். இந்த மாதிரி அற்பத்தனத்துக்கெல்லாம் பயப்படமாட்டான். அவன் தைரியமானவன். அவன் நாம இல்லன்னா பாசத்தாலே அழுவான் புரளுவான். அப்புறம் தன்னை தேத்திக் கொண்டு வாழ ஆரம்பித்துடுவான். அவனுக்குதான் இந்த வீட்டை வாங்கி வச்சிருக்கிறமில்ல. கொஞ்ச நாள் நம்மைத் தேடி அலைந்து விட்டு அந்தப் பொண்ண கலியாணம் கட்டிக்கிட்டு இந்த வூட்டல நூறு வருசம் புள்ளகுட்டியோட சந்தோசமா வாழ்வான்க! எனக்கு

அவன் மேல நம்பிக்கை இருக்குதுங்க என்றாள் அழகம்மாள். நீயாவது அவனோடு இருப்பன்னு நிம்மதியா இருந்தேன். நீயும் இப்படி சொல்லுறியே? என்று செங்கோடன் கூறினான். எப்ப என்மவன் அறிவு பேச்ச எடுத்தியோ அப்பவே எனக்கு எல்லா நினைப்பும் அவன் மேலதான் இருக்கு. அவன எப்ப பார்ப்போம் அவன் எப்படி இருக்கான். அவன் குடும்பம் எப்படி இருக்கும், எத்தன குழந்தைகள் இருக்கும். அதில ஆண் எத்தனை? பெண் எத்தனை? விவசாயத்தை பெரிதாக்கியிருக்கிறார்களா? அல்லது நம்ம நினைப்பிலேயே பண்ணையத்த கவனிக்காமல் விட்டுட்டாங்களா? என்று அத நேர்ல பார்க்கலாமுன்னு ஆவலா இருக்கு என்று அழகம்மாள் குடும்பத்தைப் பற்றித் தெரிந்துக்கிற ஆர்வத்துல பொரிந்து தள்ளினாள்.

பார்த்தா நீ என்னோட நூறுமடங்கு மகனை பாக்கற ஆசையில இருக்கிற. சரி, சரி. நீயும் என்னோடு புறப்படு இரண்டு பேருமே போகலாம் என்று செங்கோடன் கூறியவுடன் அழகம்மாளுக்கு ஆனந்த கண்ணீரே வந்து விட்டது. தனது முந்தானையால் முகத்தை துடைத்துக் கொண்டு அவசர அவசரமாக இரண்டு பேர்களுடைய துணிமணிகளை எடுத்து ஒரு பையில் திணித்துக்கொண்டுவிட்டு, மற்ற பொருள்களை அப்படியே விட்டுவிட்டு, அவசர அவசரமாக பூட்டைப் போட்டு இழுத்துப் பார்த்துவிட்டு, பக்கத்து வீட்டு நந்தினியிடம் கொண்டுபோய் சாவியை கொடுத்துவிட்டு என் பேரன் கதிரவன் வந்து கேட்பான், அவனிடம் கொடுத்துவிடுங்கள் என்று கூறினாள் அழகம்மாள். உங்க பேரன் கேட்டால் என்ன சொல்வது? என்று கேட்டாள் நந்தினி. அதற்கு செங்கோடன் முந்திக்கொண்டு அவன்கிட்ட உங்க அப்பா அம்மாவை பார்க்கப் போறாங்களாம்! இனி அங்கேயே இருந்துக்கிறாங் களாம்! என்று மட்டும் சொல்லிடம்மா என்று கூறினான். அதைக் கேட்ட நந்தினி சரி நா வந்து சாவியை கேட்டா குடுத்திட்டு நீங்க சொன்னத சொல்லிவிடுகிறேன் என்று கூறியவுடன் செங்கோடனும் அழகம்மாளும் கொஞ்சதூரம் சென்ற பிறகு நந்தினி பார்க்கிறாளா என்று பார்த்துவிட்டு, தாங்கள் வாழ்ந்த வீட்டைப் பார்த்ததும் நாம் பேரனை தனியே விட்டுபுட்டு போறோமே என்று இருவரும் கதறிக் கதறி அழுதுவிட்டு புறப்பட்டுப் போய்விட்டார்கள்.

எளம்பிள்ளை பேருந்து நிலையத்தில் செங்கோடனும் அழகம்மாளும் பேருந்தைவிட்டு இறங்கினார்கள். பேருந்து நிலையம் பல மாறுதல்கள் ஏற்பட்டிருந்தது. ஊரே அடையாளம் தெரியாத அளவிற்கு வீடுகள் அடர்த்தியாகவும் எல்லாம் ஓட்டு வீடாக இருந்தவையெல்லாம் மாடி வீடாக மாறி இருந்தது. பல சிறு சிறு தொழிற்கூடங்கள் இயங்கிக் கொண்டிருந்தது. சத்தமில்லாமல் இருந்த

ஊர் இப்ப சன நடமாட்டத்திலும் இயந்திரங்கள் சத்தத்தாலும் ஒரே இரைச்சலா இருக்கு என்று நினைத்தபடி பேருந்து நிலையத்தில் நின்றார்கள். இப்ப எப்படி எங்க போறதென்கிற விபரம் கூட தெரியல. பேந்த பேந்தையாக முழித்துக்கொண்டு இருவரும் நின்று கொண்டிருந் தார்கள். சந்தையில விற்ற ஆடு போக மிச்ச ஆடுகள் விழிப்பதுபோல் என்ற பழமொழிக்கேற்ப இருவரும் முழித்துக் கொண்டிருந்தார்கள். இந்த ஊரே இந்த அளவிற்கு அடையாளம் தெரியாமல் மாறியிருக்கிறது. வளர்ச்சியும் அடைஞ்சிருக்கு. நம்ம ஊருக்கு பத்து மைல் நடந்துதானே போக வேண்டும். ரோடு ஏதாவது போட்டிருப்பாங்க டவுன் பஸ் ஏதாவது கரையாங்காட்டுக்குப் போகுதான்னு யாருட்டயாவது கேளுங்களே என்று செங்கோடன்கிட்ட கூறினாள் அழகம்மாள்.

நீ சொல்லறதும் சரிதான். யாரையாவது கேட்போம் என்று சொல்லிவிட்டு அந்தப் பீடா கடைக்காரரைப் பார்த்துக் கேட்போம் என்று கடைப்பக்கம் சென்று பீடா கடைக்காரரைப் பார்த்து, ஏங்க கரையாங் காட்டுக்கு பஸ் ஏதாவது போகுதுங்களா? என்று கேட்டான் செங்கோடன். கரையாங்காட்டுக்கா? அது எடப்பாடி பஸ்சுதான் அந்த வழியா போகு முன்னு நினைக்கிறேன். அந்த ஊரு அழகப்பபாளையம் பக்கமா? என்று கேட்டார் பீடா கடைக்காரர். அதைக் கேட்ட செங்கோடன் ஆமாம், ஆமாம். அழகப்பபாளையம் புதூர் மாரியம்மன் கோயில் போற வழிதான் என்றான். அப்ப நா நினைச்சது சரிதான். அந்த வழியில எடப்பாடி பஸ்தான் போகும். இப்ப மணி என்னாச்சி என்று கடிகாரத்தைப் பார்த்துவிட்டு மணி பன்னிரண்டு ஆவுது. அந்தப் பஸ் இப்பதான் அரைமணி நேரத்துக்கு முன்னாடித்தான் போச்சி. இனி அந்த வண்டி சரியா ரண்டுமணிக்குத்தான் வரும் என்று பீடா கடைக் காரர் கூறினான். அதைக் கேட்டுக்கிட்டு யோசிச்சவாறே இன்னும் ரெண்டுமணி நேரமில்ல காத்திருக்கணும் போலிருக்கு என்று எண்ணிக் கொண்டு சரிங்க நாங்க போய் காத்திருக்கிறோம் என்று பீடா கடைக் காரரிடம் சொல்லிவிட்டு, செங்கோடன் வந்து அழகம்மாளிடம் பஸ் வர இன்னும் ரெண்டு மணி நேரம் பிடிக்குமாம். அதுக்குள்ள நடந்தே போயிடுவோமா என்று செங்கோடன் கேட்டான். ஆமாம்! அந்த வயசில பஸ் இல்லாத போது நடந்தே போயிடுவோம். இப்ப நமக்கு வயசாச்சில்ல. இப்பவும் நடக்க முடியுமா? அதுதான் பஸ் ரெண்டு மணிக்கு வருதில்ல அதிலேயே போயிடுவோம் என்று அழகம்மாள் கூறினாள். அதுவும் சரியாத்தான் இருக்கும். அதற்குள் பசிக்கு ஏதாவது கடையில சாப்பிட்டு வருவோம் என்று செங்கோடன் கூப்பிடுகிறான். இருவரும் பக்கத்திலிருந்த பலகார கடையில் போண்டாவும் வடையும் வாங்கி சாப்பிட்டுவிட்டு டீ குடித்துவிட்டு பஸ்நிலையம் எதிரில் உள்ள

மரத்தடியில் போடப்பட்டிருக்கும் பலகை கல்லின்மீது உட்கார்ந்து கொண்டு பேருந்தை எதிர்பார்த்திருக்கிறார்கள். சொந்தக் கிராமத்தையும் தன் மகன் குடும்பத்தையும் தன் ஊரு சனங்களையும் பார்க்கும் ஆவலில் ஒரு நிமிடத்திற்கு ஒருமுறை பேருந்து வந்துடுச்சா என்று பேருந்து வரும் பாதையை திரும்பித் திரும்பி பார்த்துக் கொண்டே இருவரும் உட்கார்ந்திருக்கிறார்கள்.

அழகம்மாள் யாங்க அறிவு நல்லாயிருப்பான் இல்ல. அவனுக்கும் இப்ப எப்படியும் நாப்பத்தி ரெண்டு வயசு இருக்குமில்ல. மருமகள் மயிலேறிக்கும் எப்படியும் நாப்பது வயசிருக்கும். நாம வந்த பிறகு எத்தனை? குழந்தைகளோ தெரியல. அப்படியிருந்தாலும் அந்தப் பிள்ளை களுக்குக் கூட எப்படியும் இருவது இருவத்தொன்னு வயசில் பெரிய பிள்ளைகளாகத்தான் இருப்பாங்க. பெண் பிள்ளையாயிருந்தா கல்யாணம் கூட கட்டி கொடுத்திருப்பாங்க. என்ன எப்படி இருக்கிறாங் களோ என்று கூறிவிட்டு ஏங்க நம்பள சேத்துக்குவாங்களா? என்று கேட்டாள். அப்படி சேத்துக்கில்லண்ணா என்னா? இருக்கவே இருக்கு குளம் குட்டை அதுல உழுந்து சாகவேண்டியதுதான் என்று செங்கோடன் கூறினார். ஆமாம். அவன் சேத்தலண்ணா என்ன? நம்ம ஊரு நம்ம காடு அதுல ஒரு குட்டையில ஒரு குடிசையப் போட்டு இருந்துட்டு கூலி வேலைக்கு போயி சம்பாதித்து சாப்பிடவேண்டியது தான். அதுவும் முடியலண்ணா செங்கதிரவனை தேடிப் போக வேண்டியதுதான். அதவிட்டுட்டு குளம் குட்டையில விழுந்து சாகலாமிண்ணு அவச்சொல் சொல்லுறீங்க. போயி முதல்ல தண்ணியை வாங்கி வாயை கழுவுங்க என்று சத்தம் போடுகிறாள் அழகம்மாள். இவ ஒருத்தி சும்மா ஒரு பேச்சுக்கு சொன்னா அதையே புடுச்சுக்குவா இவ என்று வாயிக்குள் முணுமுணுத்துக் கொள்கிறான் செங்கோடன். அதற்கு அங்கென்ன முணுமுணுக்கிறீங்க சொல்லுறத நல்லா தெளிவா வெளிப்படையா சொல்லுங்களே என்று அழகம்மாள் கூறினாள். ஆயா நா ஒண்ணும் சொல்லுள்ளஆயா நீ வேற கோவிக்காத என்று கூறினான் செங்கோடன்.

இப்படி பேசிக் கொண்டிருக்கிற பொழுது பேரன் நேபகம் வந்து விடுகிறது. செங்கோடனுக்கு. யாம்மா இப்ப இன்னிக்கு சாயங்காலம் தான் செங்கதிரவன் வீட்டுக்கு வருவான். வந்து விட்டு நாம இல்லாம இருக்கிறத பாத்திட்டு என்ன துடிப்பு துடிக்கிறானோ? நினைச்சாலே நெஞ்சி வெடிச்சிரும் போலிருக்கு. பாவிப்பயனிடம் அந்தப் பொண்ணு வேண்டான்னு சொன்னா கேட்டானா? இப்ப அனுபவிக்கட்டும் என்று செங்கோடன் கண்ணில் வழிந்தோடிய கண்ணீரை துடைத்துக் கொண்டே கூறினான். அதைப் பார்த்த அழகம்மாள் இப்ப அழுது என்ன

பிரியோசனம். அவன் விரும்பிய பொண்ண கல்யாணம் கட்டி வைத்து விட்டு அதன் பிறகு ஒரு குடும்பம் ஆனபிறவாவது நாம அவனை விட்டு விட்டு வந்திருக்கலாம். நமக்கும் ஒரு நிம்மதியா இருந்திருக்கும் என்று கூறினாள். அதற்கு நீயும் அவன் பேச்சைத்தான் பேசற. அறிவுக்கு ஏற்பட்ட கதி இவனுக்கும் ஏற்படக்கூடாதென்றுதானே நான் நினைத்தேன். அவன் சோசியம் பார்க்காமல் கல்யாணம் கட்டிக்கிறேன் என்றான். கல்யாணத்திற்குப் பிறகு அவனுக்கு ஏதாவது நடந்தால் நாம பார்த்துக் கொண்டு சும்மா இருக்க முடியுமா? அப்ப நாம மனசால எவ்வளவு அவதிப்படுவோம் என்றான் செங்கோடன். அதற்கு நீங்க சொல்லுற கற்பனையை அந்த அவதியை இப்பவே நாம நிசமா அனுபவித்துக்கொண்டிருக்கிறோம். அது உங்களுக்குத் தெரியலயா? பின்ன இப்ப எதுக்கு அழுது புலம்புறீங்க. மீண்டும் உணர்ச்சிவசப் பட்டவளா பேச ஆரம்பிக்கிறாள் அழகம்மாள். சோசியமாம் சோசியம் அதை நம்பி நம்பிதான் நமது குடும்பமே அல்லோலப்பட்டது. இன்னும் அதையே நம்பி இன்னும் எவ்வளவு படவேண்டியிருக்குதோ தெரியல என்று கணவனைப் பார்த்துக் கேட்டாள். ஏதோ என் நன்மைக்காக மட்டும்தான் நான் சோசியத்தை நம்பினதாகவும் அது இந்த குடும்பத்துக்காத்தான் இப்படிச் செஞ்சங்கிறத நீ இன்னும் புரிஞ்சுக்கவே யில்லை. அதிலிருந்து நான் இந்தக் குடும்பத்தை காப்பாத்திட்டேன். அதனால் அதனுடைய அருமை உனக்கு தெரியவில்லை. நானும் அது போற போக்கிலே விட்டுவிடுவோமென்றிருந்தால் நமது குடும்பம் இன்னும் படு மோசமான நிலைக்குப் போயிருக்கும் என்று கூறினான் செங்கோடன்.

அதற்கு இப்ப மட்டும் இங்க என்ன வாழுதாம். அதவிட பெரிய துடிப்புல இருக்கிறோம். ஒரு பக்கம் பேரனை விட்டுப் பிரிந்து வந்த துக்கம்; இன்னொரு பக்கம் மகனை மருமகளை இத்தனை வருசமா துடிக்க வைத்துவிட்டு போயிட்டோம். இப்ப போனா அவன் என்ன சொல்லுறானோ என்ற பயம். அந்தத் துக்கம்தானே இப்ப தொண்டையை பிடித்துக் கொண்டிருக்கிறது. எப்படியோ பெரிய கண்டத்திலிருந்து இந்தக் குடும்பத்தை காப்பாத்திட்டாராம் காப்பாத்தி என்று அழகம்மாள் வாய்விட்டு தனது கணவனை திட்டியே விட்டாள். இதையெல்லாம் கேட்டுக்கொண்டிருந்த செங்கோடன் கூட்டத்தைத் தவறவிட்ட தனி ஆட்டைப்போல் திரு திருவென்று விழித்துக்கொண்டிருந்தான். இந்த நேரத்தில் எடப்பாடி பேருந்து வந்ததைப் பார்த்தவர்கள் அடிப்பட்ட காக்காவை பார்த்தோடிவருகிற காக்கைப்போல் நாலா பக்கமிருந்தும் ஓடிவந்து பேருந்திலிருந்து இறங்குபவர்களிடம் இரண்டு பக்கம் ஜன்னல் வழியாக அவரவர்கள் கடை வீதியில் வாங்கிய பொருள்களின்

மூட்டைகளைக் கொடுத்து இடம்போடச் சொல்லிக் கொண்டிருந்தார்கள். இதைப் பார்த்து வண்டியில் ஏற நின்று கொண்டிருந்த சனங்கள் வரிசையில் நின்று கொண்டிருந்தார்கள் அழகம்மாளும் செங்கோடனும். பேருந்தில் வந்தவர்கள் எல்லோரும் இறங்கிய பிறகு முண்டியடித்துக்கொண்டு பேருந்தில் ஏறிச்சென்று ஒவ்வொரு சீட்டிலும் உட்காரப்பார்த்தார்கள். எல்லா சீட்டிலும் அடையாளம் போடப்பட்டிருந்தது. இதைப்பார்த்த அழகம்மாள் இதுக்கு நாம மெதுவாக அடிபடாமல் எல்லோரும் ஏறி உட்கார்ந்த பிறகே ஏறி இருக்கலாம். எல்லாம் கீழே இருந்தவாறே இடத்தைப் பிடித்துக் கொண்டார்கள். நமக்கு இந்த விபரம் தெரியல. இடத்தைப் பிடிக்க அடிச்சு பிடிச்சு முண்டியடிச்சு வந்த நமக்கு இங்கு உக்கார இடம் கிடைக்கல. நின்னுகிட்டுதான் நம்ம ஊருக்குப் போகணும் என்று அழகம்மாளும் செங்கோடனும் மேல் கம்பியைப் பிடித்துக் கொண்டு நின்று கொண்டிருக்கிறார்கள். நடத்துனரிடம் பணத்தைக் கொடுத்து கரையாங்காட்டுக்கு ரெண்டு டிக்கட் கொடுங்க என்று செங்கோடன் கேட்டான். அதற்கு நடத்துனர் என்னங்க பெரியவரே வெளியூறா என்று கேட்டார். அதற்கு செங்கோடன் ஆமாப்பா வெளியூர்தான் என்று கூறியவுடன் நடத்துனர் கரையாங்காட்டுக்கு பஸ் போகாது. நீங்க மேட்டுக்காடு ஸ்டாப்பில் எறங்கிக்கங்க. அங்கிருந்து ஒன்னரை கிலோ மீட்டர் நடந்து போகணும். கரையாங்காட்டுக்கு என்று டிக்கட்டை கிழித்துக் கொடுக்கிறார் நடத்துனர். அதைக் கேட்ட அழகம்மாள் மேட்டுக்காடு இடம் வந்தா எங்களுக்கு சொல்லுப்பா அந்த இடம் எங்களுக்குத் தெரியாதென்று கூறினாள். சரியம்மா கண்டீப்பா சொல்லுறேன்ம்மா என்று நடத்துனர் கூறினார். இரண்டு மூன்று பேருந்து நிறுத்தம் தாண்டியவுடன் இவர்கள் உட்காருவதற்கு இடம் கிடைத்தது. சீட்டில் உட்கார்ந்து கொண்டு கண்டக்டர் தம்பி நேபகம் இல்லாமகூட வுட்டுரும். பாவம் எவ்வளவு பேத்த மனசுல நேபகம் வைச்சிருக்கும். எதற்கும் பக்கத்தில உக்கார்ந்திருப்பவரிடம் சொல்லி வச்சிக்கலாம் என்று மனசுக்குள் செங்கோடன் நினைத்துக் கொண்டு பக்கத்து சீட்டில் உட்கார்ந்திருப்பவரிடம் பேச்சு கொடுக்க ஆரம்பித்தார் செங்கோடன்.

ஏங்க நீங்க எந்த ஊருங்க போறீங்க என்று கேட்டான். நான் ஒண்டிப்பன போறேன் என்றார். அதைக் கேட்ட செங்கோடன் அப்படீன்னா மேட்டுக்காடு பஸ் ஸ்டாப்பு வந்தா எங்களுக்கு சொல்லுறீங்களா? என்று கேட்டார். அதற்கு அவர் அதற்கென்னா நான் மேட்டுக்காடு ஸ்டாப்பு வந்துச்சின்னா உங்களுக்கு நேபகப்படுத்திறேன் என்று கூறினார். அதைக் கேட்ட செங்கோடன் அப்பாடா கண்டக்டர் தம்பி சொல்ல மறந்தாலும் இவரு நேபகப்படுத்துவார் என்று நிம்மதி

யடைந்தார். வந்த களைப்பில் பேருந்தில் போகப் போக அது குலுங்க குலுங்க நல்லா காத்து வீசியதும் அப்படியே குட்டித்தூக்கம் போட்டு விட்டார் செங்கோடன். அழகம்மாள் தூங்கவில்லை தூக்கம்வரல. மகன் மருமகள் எப்படி இருக்கிறார்களோ? குழந்தை குட்டியெல்லாம் எத்தனையோ அவர்கள் எப்படி இருக்கிறார்களோ என்றும் அவர்களை பார்க்கும் ஆவலிலேயே தூங்காமல் வந்து கொண்டிருந்தாள் அழகம்மாள். மேட்டுக்காடு பேருந்து நிறுத்தம் வந்ததும் நடத்துனர் யாரப்பா மேட்டுக்காடு டிக்கட் கேட்டது. மேட்டுக்காடு வந்திடுச்சி தயாரா இருங்க என்று சத்தம் போட்டு விட்டு விசில் அடித்தார். உடனே அழகம்மாள் செங்கோடனை தட்டி எழுப்பி என்ன தூக்கம் அதுக்குள்ள எடம் வந்திடுச்சு எழுந்திருங்க. நம்ம ஊர் வந்திருச்சி என்று தட்டி எழுப்பியதும் தடாலென்று சீட்டிலிருந்து எழுந்து நின்று ஊர்வந்திருச்சா என்றான் செங்கோடன். ஆமாம்! நாம் வந்துட்டோம். அது எங்க வந்தது. அதுக்கு என்ன காலாயிருக்குது. இல்ல அதுக்கு சக்கரந்தா இருக்கா அது வர, நாம் வந்துட்டோம் எறங்குங்க எறங்குங்க பஸ் புறப்படும் என்று அவசரப்படுத்திக்கொண்டு அழகம்மாளும் செங்கோடனும் பேருந்தைவிட்டு இறங்கி நின்றார்கள். பேருந்து புறப்பட்டுப் போய் விடுகிறது. செங்கோடனும் அழகம்மாளும் சுற்றுமுற்றும் பார்த்தார்கள். அடேங்கப்பா இந்தத் தார்ரோடு வந்ததும்; பஸ் போட்டதும் இந்த இடத்தில இவ்வளவு ஊடு வரிசையா கட்டிட்டாங்களே ஒரு பெரிய வீதியே ஆயிடுச்சே! கடைகள் கூட இத்தனை ஆயிடுச்சே என்று இருவரும் மனதுக்குள் நினைத்துக்கொண்டு நடந்தார்கள். அதோ தப்பக் குட்டை ஏரி வந்திடுச்சி அதைப்பார்த்து, அப்ப இந்த வெங்கிலிச்சாம் கல்லு பள்ளமா கிடக்கும். இந்தக் குட்டையில் எந்த நேரமும் தண்ணி கிடக்கும். இங்கு மேயுற ஆடு மாடுகள் இந்தக் குட்டையிலதான் தண்ணிக் குடிக்கும். இப்ப இந்த தப்பக்குட்டை காஞ்சிக் கிடக்குது. சூரிய வெளிச்சத்தில் வெங்கலிச்சாம் கல்லுங்கதான் மின்னிக்கிட்டு கிடக்குது என்று மனசுக்குள் நினைத்துக்கொண்டே கணவனும் மனைவியும் நடந்தார்கள்.

அதோ சுடுகாடு வந்திடுச்சு. இங்கதான் நம்ம தாத்தா பாட்டி அப்பா நம்ம உறவினர்களெல்லாம் புதைத்த இடம். அதோ அந்த எட்டி மரத்துக்கடியில்தான் எங்கப்பா அம்மாவ புதைச்சோம். அந்தத் திட்டு அப்படியே இருக்கு என்று அதைப் பார்த்தபடியே செங்கோடன் நடக்கலானான். அதோ பனஞ்சாரி வந்துடுச்சு. பனஞ்சாரியை அடுத்து குல்லாங்காடு வந்திடுச்சு. இதோ இந்த வேப்பமர திட்டுதான் பனங்கொட்டைகளை சேகரித்து இங்குதான் பள்ளம் தோண்டி அதில கொட்டி மண்ணைப் போட்டு மூடி முதலில் தண்ணீர் ஊத்துவேன். அதன் பிறகு மழை பேஞ்ச அந்த ஈரத்திலேயே முளைத்து பனங்கிழங்கு

கொடுக்கும் அதை வெட்டி எடுத்துவிட்டு பனங்கொட்டைகளை உடைத்துப் பார்த்தால் அதில் பனம்பீச்சம் கிடைக்கும். அதை சாப்பிடுகிற பொழுது இனிப்பாகவும் மாவுபோன்று அவை சுவையா இருக்கும். நாங்க ஆடு மாடுகளை மேயவிட்டுட்டு பனங்கொட்டைகளை உடைத்து சாப்பிடுவதோடு பனங்கிழங்கை இங்க கிடைக்கிற சருகு காஞ்ச குச்சிகளைப் பொறுக்கிவந்து தீ வைத்து அதில் பனங்கிழங்கை சுட்டு சாப்பிடுவோம். அதுவும் அவ்வளவு ருசியா இருக்கும். இதெல்லாம் அந்தக் காலம். அந்த இளமைக்காலம் இன்னும் நமக்கு திரும்பி வருமா? நாமதான் காடு வாவாங்குது, வீடு போபோங்குது. அந்திம காலத்தை நெருங்கிவிட்டோம் என்று நினைத்துக் கொண்டே செங்கோடன் முன்னால் செல்ல மூட்டையை தலைமீது சுமந்து கொண்டு பின்னால் சென்றாள் அழகம்மாள். அதோ பாருங்க நம்ம கந்தபுள்ளையார் கோவில் என்று செங்கோடன்கிட்ட சொல்லுகிறாள் அழகம்மாள். அந்தக் கந்தபிள்ளையார் கோவில் ஐந்து அடி அகலம் நீளம் கொண்ட கல்லுகளால் அடுக்கி அதற்குமேல் நாலு பலகை கல்லை வைத்து அதற்குள்ளே ஒரு இரண்டு அடி நீளமுள்ள கூர்கல் நெட்டிருக்கும் அதுதான் கந்தபிள்ளையார் சாமி கோவில். குல்லாங்காட்டல எள்ளு, கம்பு, சோளம், ஆரியம் விளைச்சல் வந்தால் வீட்டிலிருந்து இந்த கந்த பிள்ளையார் கோவில் வரும்வரை அடுப்பு சாம்பலால் வழியை தடுப்புக்கோடு போட்டுக் கொண்டுவந்து அங்கு பொங்கல் வச்சு பூஜை செய்து சேவலை அறுத்து அந்த ரத்தத்தை விளைச்சல் காட்டில் தெளித்த பிறகுதான் அறுவடை செய்வோம். இல்லன்னா விளைச்சலை அறுவடை செய்ய இங்குள்ள ஆவிகள் பேய்கள்விடாது. அது ஏதாவது தொல்லை கொடுக்குமாம். அதற்காகத்தான் இந்த பொங்கல் கோழி அறுப்ப தெல்லாம் சாம்பலால் வழியில் எதற்குக் கோடு போடுகிறோம் என்றால் அறுவடை செய்த எள், கம்பு, சோளம், ஆரியம் இவைகளை வீட்டிற்குக் கொண்டு சென்றால் இந்த ஆவிகள் வீட்டைத்தேடி பேய் பிசாசுகள் வந்து அந்தத் தானியங்களை எடுத்துச் செல்லாது. அதற்காகத்தான் இந்த சடங்குகளெல்லாம் என்று செங்கோடன் தனது மனதுக்குள் எண்ணியபடி சென்றுகொண்டிருக்கிறான். அதோ அழகம்மாள் நமது வீட்டுக்கு முன்னாடி இருக்குமே பழனி வீடு தெரிதில்ல. அவங்க கூரை வீடா இருந்ததெல்லாம் ஓட்டுவீடா மாறியிருக்கிறது. நம்ம வீடும் அப்படி மாறியிருக்குமா? என்று பேசிக்கொண்டே இருவரும் ஒருவர் பின் ஒருவர் செல்லுகிறார்கள். பழனி வீட்டுக்குப் பின் பக்கமாகச் செல்லும் கொடித்தடத்தில் சாலையிலிருந்து பிரிந்து சென்றார்கள். அதோ நம்ம வீடு வந்திடுச்சு. எல்லாம் மாறிப் போச்சு. வீட்டு முன்னால் இருந்த பனை மரங்கள் மட்டும் அப்படியே இருக்குது. வாசல் கலம் அப்படியே

இருக்கு. வீடுமட்டும் ஓட்டுவீடா மாறியிருக்கு. ஆனா நாம தானியங்கள் மாடு ஆடுகளுக்கு கூலங்கள் கொட்டி வைக்கும் கோம்பை மட்டும் அப்படியே இருக்கு. அதுதான் நம்ம அடையாளங்கள். அதோ நம்ம வீட்டிற்குப் பின்னால் ஒரு கோழிப்பண்ணைத் தெரியுது. அந்த இடம் சரளகல் வயல்தானே? அதில் இவங்க கோழிப்பண்ணை வச்சிருக் காங்களா? அல்லது அந்த நிலத்தை யாருக்காவது வித்துவிட்டார்களா? அவர்கள் ஏதும் கோழிப்பண்ணை வைத்திருப்பார்களா? அல்லது அந்த நிலத்தை யாருக்காவது வாடைகைக்கு விட்டு பண்ணை வைக்க விட்டுருப்பாங்களா? என்னவோ தெரியல. படபடப்பா இருக்கு. எல்லா நல்லசெய்தியா இருக்கணும். கெட்ட செய்தி ஏதும் எங்களுக்கு கிடைக்கக்கூடாதப்பா குலதெய்வ பொன்னையா. நீதாப்பா நல்லதா நடக்க வைத்திருக்கணும். நல்ல செய்தியாகவே சொல்லணுமப்பா என்று அழகம்மாள் வேண்டிக்கொண்டே வீட்டருகில் சென்றவுடன் முன்னால் ஒரு இருவது வயது பையன் நின்றுகொண்டு எங்கோ பார்த்துக் கொண்டிருந்தான்.

செங்கோடனும் அழகம்மாளும் அந்தப்பயன் அருகில் சென்று அந்தப் பயனைப் பார்த்து யாப்பா அறிவு வீடு எதுப்பா? என்று கேட்டாள் அழகம்மாள். செங்கோடன் அங்கு நின்றுகொண்டு நாலா பக்கமும் திரும்பித் திரும்பி ஆவலோடு பார்த்துக்கொண்டிருக்கிறான். இந்த வீடு தான் அறிவு வீடு உங்களுக்கு என்னவேணும். எந்த ஊருக்குப் போறீங்க என்று வழிப் போக்கர்கள் என்று எண்ணிக்கேட்டான் அந்தப் பையன். ஆமாப்பா பக்கத்திலதான் போகணும் தாகமா இருக்கப்பா. கொஞ்சம் தண்ணி குடிக்க குடுக்குறீயாப்பா என்று அழகம்மாள் கேட்டாள். இதோ பாட்டி கொண்டுவரச் சொல்லுறேன் என்று வீட்டிலிருக்கும் தனது தங்கையைக் கூப்பிடுகிறான் அகவி அகவி என்று. அகவி வீட்டிலிருந்து வெளியே வந்து ஏண்ணா எதுக்கு கூப்பிடற என்று கேட்டாள். அழகம்மாளும் செங்கோடனும் இவன் அண்ணன் போலிருக்கு அவ தங்கச்சி போலிருக்கு இரண்டு பேரும் கண்ணால வயசுலதான் இருக்காங்க என்று யூகித்துக் கொண்டார்கள். அகவி, இந்தப் பெரியவங்களுக்கு தண்ணி தாகமா இருக்காம். பாவம் ரொம்பதூரம் வெய்யிலில் வந்திருக்கிறார்கள். அந்த சொம்ப நல்லா கழுவிட்டு தண்ணீகொண்டாந்து கொடு என்றான் அவள் அண்ணன். இதோண்ணா உடனே கொண்டாரேன் என்று வீட்டிற்குள் ஓடுகிறாள் அகவி. செங்கோடன் தனது மனைவியிடம் வந்து இந்தப் பயன் கதிரவன் முகசாடையாக இருக்கிறான். அந்தப் பொண்ண பார்த்தா உங்க முக சாடையாகவே இருக்கிறது. ஒருவேளை பேரன் பேத்திகளா இருப்பாங்களா? என்று இருவரும் காதுக்குள்ள குசுகுசுவென்று பேசிக்

கொள்கிறார்கள். அதைப் பார்த்த அகவி அண்ணன் என்ன? தாத்தா பாட்டி என்னமோ குசுகுசுவென்று சொல்லுறாங்க உடனே, தாத்தா பாட்டியைப் பார்த்து பசியா இருக்கா ஏதாவது சாப்பிட கொண்டு வரச்சொல்லட்டுமா? எதுவா இருந்தாலும் கூச்சப்படாம கேளுங்க. உங்களைப் பாத்தா டவுனிலிருந்து வறவங்க மாதிரி தெரியுது. இங்க கிராமத்து சனங்களெல்லாம் டவுன் மாதிரி இருக்க மாட்டோம். இங்கு யாரு பசின்னு வந்தாலும் அவங்க பசியாத்தரதுதான் எங்க பழக்கம். அதனால் கூச்சப்படாதீங்க கேளுங்க, உங்க டவுனில்தான் சோத்த போட்டு வச்சிட்டு காசு கேக்கிற பழக்கமில்லாம் எங்களுக்கில்ல பயப்படாதீங்க பாட்டி கேளுங்க என்று கேட்டான்.

அதைக் கேட்ட அழகம்மாள் அப்பா நீ சாப்பிடுன்னு சொன்னதே எங்களுக்கு பசியே மறந்து போச்சப்பா! இப்பல்லாம் எங்கமாதிரி பெரியவங்களை யாருப்பா கவனிக்கிறாங்க என்று அழகம்மாள் கூறினாள். அந்த சமயம் அகவி தண்ணீரைக் கொண்டுவந்து பாட்டியிடம் கொடுக்கிறாள். தண்ணீரை வாங்கி செங்கோடன்கிட்ட இந்தாங்க தண்ணியை குடிங்க என்று கொடுக்கிறாள். நீ தண்ணிதாகமா இருக்குதுன்னு தப்ப குட்டைகிட்டையே சொன்ன, நீ குடிச்சிட்டு குடு என்றான் செங்கோடன். இந்தாங்க நீங்க முதல்ல குடிச்சிட்டு குடுங்க என்று செங்கோடனிடம் தண்ணீரைக் கொடுக்கிறாள். பாதி தண்ணீரை குடித்துவிட்டு மீதி தண்ணீரை அழகம்மாளிடம் கொடுத்தான் செங்கோடன். அதை வாங்கிக் குடித்துவிட்டு யாம்மா தண்ணி கிணத்துல எடுப்பீங்களா இல்ல குழா பைப்புல அடிச்சிட்டு வருவீங்களா என்று கேட்டாள் அழகம்மாள். இல்ல பாட்டி வீட்டுக்கு பின்னாடி சொந்தத்திற்கே போர் போட்டிருக்கிறோம். அதில பிடிச்சதுதான் இந்த தண்ணி பாட்டி என்றாள் அகவி. அதற்கு பரவாயில்லம்மா தாகம் தீர்ந்து போச்சு. நல்ல தண்ணியாத்தான் இருக்கு. இந்தத் தண்ணியில பருப்பு நல்லா வெந்துடுதா? டவுனில் நாங்க இருக்கிற பக்கமெல்லாம் போர் தண்ணியை வாயில ஊத்த முடியாது. உப்பு உப்பா இருக்கும். ஏதேதோ தொழிற்சாலைகள் வந்திடுச்சி. அதனாலதான் தண்ணீயல்லாம் கெட்டு போயிடுச்சி. ஆனா இந்தத் தண்ணி காவிரி ஆத்து தண்ணி மாதிரி இருக்கு என்று அழகம்மாள் கூறினாள்.

யாம்மா உங்கம்மா எங்க போயிட்டாங்க என்று அகவியைப் பார்த்து செங்கோடன் கேட்டார். வயக்காட்டுக்கு போயிருக்காங்க வர நேரந்தான் என்றாள் அகவி. உங்கப்பா என்று கேட்டார் செங்கோடன். எங்கப்பா மாடுகளை மேய்க்க போயிட்டாரு என்றாள் அகவி. அழகம்மாள் இது யாருப்பா கோழிப்பண்ணை உங்களுதா என்று கேட்டாள். ஆமா பாட்டி. நான் படிச்சிட்டு வீட்டுல சும்மா

இருக்க புடிக்கல அதனால இந்தக் கோழிப்பண்ணையை வச்சி பாத்து கிட்டுருக்கிறோம் என்றாள் அகவி. அழகம்மாள் குறுக்கிட்டு யாப்பா உன்பேரு என்னா? உந்தங்கச்சி பேருதான் நீ கூப்பிட்டதிலிருந்து தெரிஞ்சுகிட்டோம், அகவி என்று. என் பெயர் எங்கப்பா வைத்தபெயர் செங்கோடன். ஆனா என்ன எல்லோரும் கூப்பிடறது செம்மல் என்று கூப்பிடுவார்கள் என்று கூறினான் அகவி அண்ணன். அதைக்கேட்ட செங்கோடன் அப்படியா? நல்ல பெயர்தான் வச்சிருக்காங்க. அதென்ன உன்தங்கச்சிக்கு அகவி என்று பெயர் வச்சிருக்காங்க என்று கேட்டான். எங்க பாட்டி பேரு அழகம்மாள். அவங்க நேபகமா அகவி என்று எங்கம்மா பெயர் வச்சிருக்காங்க என்று கூறினான் செம்மல்.

எங்கப்பா உங்க பாட்டன் பாட்டிய காணோம். அவங்க எங்க போயிட்டாங்க என்றான் செங்கோடன். அதைக் கேட்ட செம்மல் அத ஏங்க கேக்கிறீங்க எவனோ சோசியன் சொன்னானாம் எனக்கு முன்பு பிறந்த அண்ணன் அவன் எங்கப்பா அம்மா முகத்தை பார்த்தா ஆகாது செத்து போயிடுவாங்கன்னு சொல்லியிருக்கான். உடனே எங்க தாத்தாவும் பாட்டியும் தனது மவன் மருமகள் உயிருக்கு எந்த ஆபத்தும் வந்திரக்கூடாதின்னு மூணுமாதக் குழந்தையாக இருந்தபொழுது தூக்கிகிட்டு போனவங்கதான். இதுவரை தெரியவில்லை. எங்கப்பனும் எங்கம்மாவும் தினம் தினம் அவங்களை நினைக்காத நாளேயில்லை. கும்பிடாத தெய்வமில்ல. உயிரோடு இருக்கறாங்கன்னா கூட நிம்மதியா இருந்திடலாம். என்ன ஆனாங்கன்னே தெரியல என்றும் அவங்க போனதிலிருந்து தேடிகிட்டேதான் இருக்காங்க என்று கூறி முடித்தான் செம்மல். வயலுக்கு போய்விட்டு திரும்பி வந்தாள் மயிலேறி. பக்கம் வந்தவுடன் செம்மலைப் பார்த்து மயிலேறி யாருப்பா பெரியவங்க களைப்பா இருக்கறமாதிரி தெரியுது. பசிக்கு ஏதாவது குடுத்திருக்கலா மில்ல என்று கேட்டாள். அதைக் கேட்ட செம்மல் தண்ணி கேட்டாங்க சாப்பிட ஏதாவது வேணுமான்னு கேட்டோம் வேண்டான்னு சொல்லிட்டாங்க. யாராம் எங்கிருந்து வராங்களாம் என்று மயிலேறி கேட்க சேலம் டவுனில் இருந்து வராங்களாம் பக்கத்து ஊருக்கு போகணுமாம். அதான் அவங்களோடு பேசிகிட்டிருந்தோம் என்றான் செம்மல்.

அப்படியா சேலத்திலிருந்து வறாங்களா என்று கேட்டுக்கொண்டு மயிலேறி அழகம்மாள் செங்கோடன் பக்கம் திரும்பிப் பார்த்து கேட்டாள். யம்மா இங்கு யாரு உங்களுக்கு சொந்தக்காரரு என்று கேட்டுவிட்டு உற்று கவனித்தாள். யாரு நம்ம அத்த மாதிரி இருக்கு செங்கோடனை உற்றுப் பார்த்துவிட்டு இவரு மாமாவேதான் என்று தெரிந்துகொண்டு

ஓடிப்போய் அழகம்மாளை கட்டிப்பிடித்துக் கொண்டு ஓ... என்று அழுதாள். நீங்க நூறு வயதானாலும் உங்களை எனக்குத் தெரியாதா அத்தை மாமா எங்க உசிர காப்பாத்த எங்கதா கங்காணாத சீமைக்கு போயிட்டீங்க? இப்பதா உங்களுக்கு எங்க நேபகமே வந்ததா? எங்க பூனைக்குட்டிய தூக்கிக்கொண்டு மறைச்சி வைப்பதைப் போல் தூக்கிக் கொண்டு போனீங்களே உங்க பேரன் அவன் வரலையய்யா? அவன் செம்மலுக்கு ரண்டுவயசு பெரியவனாச்சே என்று சுற்றும் முற்றும் தேடினாள். அதற்குள் அகவியும் செம்மலும் ஓடிவந்து யாம்மா அழுவற என்று கேட்டார்கள். டேய் இதுவரை உங்ககிட்ட பேசிக் கிட்டிருந்தது நம்மவூட்டு தெய்வங்கடா உங்க தாத்தா பாட்டியடா என்று கூறினாள் மயிலேறி. தினம் தினம் உங்கப்பாவும் நானும் சொல்லிகிட்டுருப்போமில்ல அவங்கதான் இவங்க என்று கூறியவுடன் அகவியும் செம்மலும் தாத்தாவையும் பாட்டியையும் மாறி மாறி கட்டித் தழுவியவாறு இவ்வளவு நாள் எங்களையெல்லாம் எங்க உட்டுபுட்டு போயிட்டிங்க நாங்க கூட உங்களை பார்த்ததில்லை. அப்பாவும் அம்மாவும் எவ்வளவு கவலைபட்டாங்க தெரியுமா? தினம் தினம் உங்களை நினைத்து செத்து செத்துப் பிழைப்பாங்க. எப்படி தாத்தா பாட்டிக்கும் உங்களுக்கும் இவ்வளவு பெரிய கல்மனசு வந்திருக்கு என்று கூறிக் கூறி அழுதார்கள்.

அதற்கு மயிலேறி அவங்களுக்கு நல்ல இளகிய மனசுதான். அதான் எங்க உயிருக்கு எந்த ஆபத்தும் வந்திடக்கூடாதின்னுதான் இவ்வளவு நாளும் மறைந்து வாழ்ந்தாங்க. இப்பவும் இன்னும் ஒருவனைக் காணோமே. அந்தக் குட்டிப்பூனை வளர்ந்து பெரியவனா ஆகியிருக்கும். கல்யாணம்கூட கட்டி வச்சிருப்பாங்க. இப்பவும் எங்கள் கண்ணில் அவன்பட்டால் எங்க எங்க உயிருக்கு ஆபத்தின்னு மறைச்சி வைச்சிட்டு வந்துட்டாங்க போலிருக்கு என்று மயிலேறி சத்தம் போட்டு அழுதாள். இந்தச் சத்தத்தைக் கேட்டு அக்கம்பக்கமுள்ள வீட்டாரெல்லாம் ஏதோ மயிலேறி அழுகிறாள் என்னான்னு பாப்பமேன்னு ஓடி வருகிறார்கள். அவர்கள் ஓடிவந்து மயிலேறி; யா அழுவற. இவங்க யாரு என்று கேட்டார்கள். இவங்கதான் எங்க குல தெய்வங்கள். காணாமல் போன எங்க மாமனாரும் மாமியாரும் என்று கூறினாள் மயிலேறி. ஊரே கூடி ஒவ்வொருத்தரா செங்கோடனையும் அழகம்மாளையும் நலம் விசாரித்துவிட்டு இப்படியா இவங்களை தவிக்க வைத்துவிட்டு போவிங்க என்று ஒவ்வொருவர் கேட்கும் கேள்விக்கு பதில் சொல்ல முடியாமல் திணறினார்கள் செங்கோடனும் அழகம்மாளும். யாரோ ஓடிப்போய் மாடு மேய்த்துக்கிட்ருக்கும் அறிவிடம் உங்கப்பாம்மா

வந்துட்டாங்க, ஊரே உங்க ஊட்டுகிட்டதான் கூடியிருக்கு என்று கூறினார்கள். வந்து சொன்னவனிடம் இந்த மாடுகளை அப்படியே ஓட்டிட்டு வந்திடுப்பா என்று மாடு மேய்க்கும் தடியை அவனிடம் கொடுத்துவிட்டு வீட்டை நோக்கி ஓடிவந்து அவங்க அப்பா அம்மாவை மாறி மாறி கட்டிப்பிடித்து அழுதான். எங்க உயிரைக் காப்பாத்த இப்படியா எங்களை தவிக்க விட்டுட்டு போயிட்டீங்க. எங்க எம்மவன் அவன் எப்படி இருக்கான்? அவன் வரலையா? அவன் உயிரோடு இருக்கறானா? இல்லையா? அவனை எங்க உட்டுபுட்டு வந்தீங்க என்று அழுது புலம்பிக்கொண்டே அப்பாவையும் அம்மாவையும் பிடித்து உலுக்கினான்.

அதற்கு அழகம்மாள் அவன் நல்லாதான் இருக்கிறான். உயிரோடு தான் இருக்கிறான். அவனை நல்லபடியா வளர்த்து ஆளாக்கி வுட்டுட்டு தான் வந்திருக்கிறோம் என்று செங்கோடன் கூறினான். அவனையும் கூட்டிகிட்டு வரவேண்டியதுதானே என்று அறிவு கேட்டான். அதற்குரிய காலம் இன்னும் வரலப்பா. அந்தக் காலம் வந்தவுடன அவனை கூட்டி வந்து உங்களோடு சேத்து வைத்துவிட்டுதான் இந்தக் கட்டை காடு போய் சேரும். அதுவரை அவனைப்பத்தி எதையும் எங்ககிட்ட கேக்காதீங்க. அவனை நல்லா வளர்த்து படிக்கவச்சி ஆளாக்கி டவுனிலேயே வீடு வாங்கிவச்சி ஒரு கம்பனியில நல்ல சம்பளத்தில் வேலை வாங்கி வச்சிட்டுதான் வந்திருக்கிறோம் என்று செங்கோடன் கூறினான். அழகம்மாள் அவனை அறிவுள்ள பிள்ளையாவும் பாசக்கார பிள்ளையாவும் தான் வளர்த்தோம். ஆனால் உங்கள் நினைப்பு வந்தவுடன் அவனிடம் சொல்லாமலே வந்துவிட்டோம். அவனிடம் சொல்லிவிட்டெல்லாம் நாங்கள் தனியே ஒரு எட்டுகூட வைக்க முடியாது. அவன் பாசக்கார பிள்ளையாச்சே. அவர் பயப்படுறதப் பார்த்தா அவருக்கு பைத்தியமே பிடிச்சிடும் மாதிரி இருக்கிறார். அதனாலதான் நான் அவர் இழுத்த இழுப்புக்கெல்லாம் தலையசைத்துக்கிட்டு வந்துட்டேன். இப்ப அவன் என்ன தவி தவிப்பான்னு எனக்குதான் தெரியும். பாவி மனுசன் மேலே அவன் உயிரையே வச்சிருக்கிறான். இந்த மனுசனும் அவன்மேலே உயிரையே வச்சிருக்கிறாரு. இவர்களுக்கிடையில் நான் தாத்தாவை எதாவது சொன்னா அவன் எங்கிட்ட சண்டைக்கு வந்திடுவான். எங்ககிட்ட பேசவே மாட்டான். அதே போலத்தான் இந்த மனுசன் முன்னால அவனை கண்டித்தா இந்த மனுசன் கண்ணுல கண்ணுதண்ணி வந்திடும். அவனை எதுக்கு திட்டுற என்று என்னத்தான் மிரட்டுவாரு என்று அழகம்மாள் தாத்தா பேரன் உறவு எப்படிப்பட்ட தென்று கதை கதைய்யா தனது மகனிடம் கூறிக்கொண்டிருந்தாள். இவர்கள் கதையை ஊரே கூடி நின்று கேட்டுக் கொண்டு அவர்களும்

கண்ணீர்விட்டு அழுதார்கள். இவர்கள் கதையைக் கேட்டு எல்லோரும் கலைந்த பிறகு மயிலேறி மாமா அத்த வாங்க வீட்டிற்குப் போவோம் என்று கூறி அழகம்மாளை கைத்தாங்கலாக அழைத்துக் கொண்டு சென்றாள். அறிவு தனது அப்பாவை எழுந்திருக்க உதவிசெய்து அழைத்து வாங்கப்பா போகலாம் என்று வீட்டிற்குள் கூட்டிச் சென்றான்.

வீட்டில் நுழைகிறபொழுது ஏம்பா அறிவு, வீட்டை எப்பப்பா கட்டினீங்க என்று கேட்டான் செங்கோடன். அப்பா நாங்கள் உங்களை 5 ஆண்டுகள் வரை தேடிப்பார்த்துவிட்டு நீங்கள் கிடைக்கலன்னவுடன் சரி எப்படியும் ஒரு நாளைக்கு தேடிவருவார்கள் என்று மனதை தேர்த்திக்கொண்டுவிட்டேன். நீங்க காணாமல் போனதிலிருந்து நானும் மயிலேறியும் வீட்டு பொறுப்பையும் விவசாயத்தையும் செய்ய வேண்டியதா போச்சு. நீங்க போன பிறகு இவங்க ரண்டு பேரும் பிறந்தாங்க. உங்களுக்குப் பிறகு பாட்டியும் மாமாவும் துணையாக இருந்து வழிகாட்டினார்கள். அதோடு மயிலேறி அம்மாவும் அப்பாவும் அடிக்கடி வந்து எங்களுக்கு ஒத்தாசையா இருந்தாங்க. இவர்களுடைய ஒத்துழைப்பால எப்படியோ நீங்கள் இல்லாத இடத்தை ஓரளவிற்கு ஒப்பேத்தி வைச்சிட்டம்பா. இந்த வீட்டை இப்பதான் நாலு ஆண்டுக்கு முன் கட்டினேன். நீங்க வாழ்ந்த அந்தக் கூரை வீட்டை பிரிக்கறபொழுது எங்கப்பன் அம்மா தாத்தா பாட்டி வாழ்ந்த வீட்டை பிரிக்க வேண்டியதாச்சேயென்று நானும் மயிலேறியும் கதறி அழுதுட்டோம். வந்தவர்கள்தான் எங்கள் மனதை தேத்தி அப்புறம் இந்த வீட்டைக் கட்ட எல்லா உதவிகளையும் செய்தார்கள்.

அதனால் இந்த வீட்டைக் கட்டிவிட்ட பிறகு செம்மலயும் அகவி யையும் பெரிய படிப்பை படிக்க வைத்துவிட்டோம். வேலைகிடைக்க நாள் ஆகும்பா. அதுவரை நான் கோழிப்பண்ணை வைத்துக் கொடுங்க நான் அதைப் பார்த்துக் கொள்கிறேன் என்றான் செம்மல். அதையும் வைத்துக் கொடுத்துள்ளோம். எதைச் செய்தாலும் உங்கள் நினைப்பு தினம் தினம் எங்களை வாட்டி வதைத்துக் கொண்டேயிருந்தது. உங்களை செம்மலும் அகவியும் இப்பதான் இன்னைக்கு உங்கள் உருவத்தைப் பார்த்திருப்பார்கள். ஆனால் உங்களைப் பற்றி தினம் தினம் கேட்டு உங்களை அப்படியே பதிவு செய்து வைத்துள்ளார்கள் என்று அறிவு கூறினான். உடனே மயிலேறி, அகவியைப் பார்த்து தாத்தா பாட்டிக்கு கைக்கு தண்ணி கொண்டுவந்து கொடு. பசியா இருப்பாங்க. சாப்பாடு போடு. சாப்பிட வைச்சு அவங்களை அந்த கட்டிலைப் போட்டு படுக்கவை. செத்த நேரம் ஓய்வா இருக்கட்டும். களைத்துப் போயிருக்கிறாங்க என்று கூறிவிட்டு நான் போயி எங்கப்பம்மாவிடம் எங்க மாமனார் மாமியார் வந்துட்டாங்கன்னு

சொல்லிவிட்டு வந்துடறேன். உடனே கணவனைப் பார்த்து உங்க பாட்டி கிட்டேயும் உங்க மாமா வீட்டிலேயும் போய் சொல்லிட்டு வாங்க சந்தோசப் படுவாங்க என்று கூறிவிட்டு; டேய் தம்பி செம்மலு தாத்தா பாட்டிக்கு இன்னிக்கு ராத்திரி சாப்பாட்டுக்கு கோழிக்கறி சாறு வச்சு நாக்குக்கு ருசியா போடணும். அதனால நீ அகவைக்கு உதவியா அந்த செஞ்சேவலை பிடித்து அறுத்து சுத்தப்படுத்திக் கொடு என்று கூறிவிட்டு மாமனார் மாமியார்கிட்ட அவசர அவசரமா விடைபெற்றுக் கொண்டு புதூர்க்கு அவள் அம்மா வீட்டுக்குப் புறப்பட்டாள்.

தாத்தாவையும் பாட்டியையும் உட்காரவைத்து சாப்பாடு போட்டார்கள். அகவியும் செம்மலும் தாத்தா பாட்டி பக்கத்தில் வந்து உட்கார்ந்து கொண்டு அதிசியமாகப் பார்த்தார்கள். ஏங்க பாட்டி இவ்வளவு பாசத்தோடு இருக்கறவங்க எப்படி இத்தனை வருசமா எங்களையெல்லாம் விட்டுட்டு இருந்தீங்க? எங்கப்பனும் அம்மாவும் என்ன அப்படி உங்களுக்கு துரோகம் செஞ்சாங்க? அவங்களை இப்படியா தவிக்கவிட்டுட்டுப் போவிங்க. எப்படித்தான் உங்களுக்கு மனசு வந்துச்சோ தெரியல என்று கேட்டான் செம்மல். அதைக் கேட்ட பாட்டி யாம்பா செம்மல் அவங்கதா கஷ்டப்பட்டத நீங்க பாத்திருக்கிறீங்க. நாங்க எப்படிக் கஷ்டப்பட்டோம். தினம் தினம் இவர்களைப் பற்றி எப்படி நினைத்து பேசிக்கொண்டோம். ஒரு நாளைக்கு உங்கண்ணன் வருவான் அவனை கேட்டு தெரிஞ்சுக்கங்க என்று அழகம்மாள் கூறினாள். அதற்கு அகவி, தாத்தா அண்ணன் பேரு என்னா? என்று கேட்டாள். அண்ணன் எப்படியப்பா இருப்பான்? சொல்லுங்க தாத்தா என்று படபடப்போடு கேட்டாள். நாங்க எங்கள் கூட பிறந்தவன் அதுவும் மூத்தவன் அவனை நாங்க பார்க்கணும் போலிருக்குது சொல்லுங்க தாத்தா சொல்லுங்க என்று அகவியும் செம்மலும் கெஞ்சினார்கள். அதைக் கேட்டுக் கொண்டிருந்த செங்கோடன் ஏம்பா செம்மலு அகவி; நான் சொல்லுறத கேளுங்க. அவனப்பத்தி சொல்லுற நேரம் வரும். அதுவரைக்கும் அவனைப்பத்தி எங்ககிட்ட ஒண்ணும் கேக்காதீங்க கண்டீப்பா உங்கண்ணன் உங்களை பாக்கவருவான் நாங்க கூட்டி வருவோம். அதுவரைக்கும் எங்களை தயவு செஞ்சி கேட்காதீங்க என்று செங்கோடன் கூறினான். அதைக் கேட்ட அழகம்மாள் அதுதாப்பா தாத்தா சொல்றாருல்ல கண்டீப்பா தாத்தா கூட்டியாருவாரு அதுவரை அதைப்பத்தி பேசாதீங்கப்பா என்று கெஞ்சினாள். அகவி, அண்ணா அவங்க சாப்பிடட்டும். பசியோடு இருக்காங்க. அவங்கதான் சொல்லுறாங்கல்ல ஒரு நாளைக்கு கூட்டியாருவோமுன்னு. அப்ப நாம பாத்துக்குவோம் என்று செம்மலை சமாதானப்படுத்துகிறாள். தாத்தாவும் பாட்டியும் சாப்பிட்ட பிறகு படுத்து ஓய்வெடுத்தார்கள்.

மாலை 5 மணிக்கு, மயிலேறியும் அவங்க அப்பா அம்மாவோடும் இன்னும் மூன்று உறவினர்களோடு வேக வேகமாக வந்தார்கள். வீடு வந்தவுடன் மயிலேறி அகவியைக் கூப்பிட்டு தாத்தாவையும் பாட்டியையும் வரச்சொல்லு எங்கப்பா அம்மா வந்திருக்காங்க என்று கூறினாள். அதைக் கேட்ட படுக்கையில் படுத்திருந்த அழகம்மாவும் செங்கோடனும் எழுந்து முகத்தை துடைத்துக் கொண்டு வேக வேகமாக வந்தார்கள். இருவரையும் பார்த்தவுடன் வெள்ளச்சியும் கோவிந்தசாமியும் வாங்க சம்மந்தி வாங்க நல்லாயிருக்கிறீங்களா? என்று கையெடுத்துக் கும்பிட்டுக் கொண்டு வரவேற்றார்கள். அதற்கு செங்கோடனும் அழகம்மாளும் வாங்க சம்மந்தி நாங்க நல்லாயிருக்கிறோம். நீங்க நல்லாயிருக்கிறீர்களா? என்று கேட்டுவிட்டு நாங்கதான் உங்களுக்கு பெரிய சுமைய குடுத்திட்டோம். அதை விடுங்க சம்மந்தி இதும் எங்க குடும்பம்தானே எங்க மகளை குடுத்திருக்கிறோம். அவ குடும்பமும் எங்க குடும்பம்தானே. அதனால நீங்க இல்லாத இடத்தை நாங்கதான நிரப்பி அவர்களுக்கு வழிகாட்ட வேண்டுமென்று கூறினார். இதைக் கேட்ட செங்கோடன் ஆமாங்க சம்மந்தி நாம எல்லாம் ஒரு குடும்பம் தானே என்று ஆமாம் போட்டுவிட்டு, இருந்தாலும் எங்க கடமையி லிருந்து தவறிட்டோம் சம்மந்தி என்று கூற அதைக் கேட்ட கோவிந்தசாமி உங்கள் கடமையை நீங்கள் சரியாதான் செஞ்சிருக்கிறீங்க, எம்மவ பெத்த பிள்ளையால அப்பாவுக்கும் அம்மாவுக்கும் ஆபத்து என்றவுடன் நீங்கள் அந்த ஆபத்திலிருந்து பாதுகாத்தது மட்டுமல்லாமல் நம்ம பேரனையும் காப்பாத்தி ஆளாக்கியிருக்கிறீர்கள். நீங்க சொன்னதை யெல்லாம் ஒண்ணுவுடாது மயிலேறி சொல்லிட்டா. அதனால் நாங்க பேரனைப் பத்தி கேட்டு உங்களை மனசஞ்சலப்படுத்த விரும்பல. நீங்க எப்ப சரியென்று நினைத்து எனது பேரனை காமிக்கிறீங்களோ அப்ப காமியுங்க போதும் என்று கூறினார்.

இவர்கள் பேசிக் கொண்டிருக்கும்போதே அறிவும், அறிவு பாட்டி, மாமா மனைவி மற்றும் அத்தை மாமாவும் வந்து சேர்ந்துவிட்டார்கள். அவர்கள் வந்ததும் அழகம்மாளை அவங்க அம்மா கட்டிப்பிடித்துக் கொண்டு ஏண்டி சண்டாளி நீயும் உம் புருசனும் எங்கள எல்லாம் இப்படி தவிக்க விட்டுபுட்டு கங்காணா தேசத்துக்கு போயிட்டிங்களே! ஏண்டி எனக்கு வயசாயிடுச்சு. உங்கப்பன் செத்து இன்னிக்கு 25 வருசமா யிருச்சு. அந்த இறப்புக்குக் கூட வரல. அதுபோல என்னுடைய இறப்புக்கும் எங்க வராம போயிடுவீங்களோன்னு நெனைக்காத நாளில்ல, உங்களைப்பத்தி என்று அழுதுபுலம்புகிறாள். அதுபோலவே மற்றவர் களும் நலம் விசாரித்து ஒவ்வொருவரும் கண்ணீரைத் துடைத்துக் கொண்டார்கள். எல்லோரும் உட்கார்ந்து பல வகையில் விசாரணையில்

விபரங்களைத் தெரிந்து கொண்டு கடைசியில் மயிலேறியும் அறிவையும் பார்த்து இனி உங்களுக்கு நல்ல காலம்தான். அதான் கடவுள் மாதிரி இருந்தவங்க வந்துட்டாங்கல்ல. இனி உங்களுக்கென்ன கஷ்டம் என்று கூறினார்கள். அதுக்கு இனி எங்களுக்கு எந்தக் கஷ்டமுமில்ல என்று மயிலேறி கூறிவிட்டு இன்னும் நாங்க பெத்த பிள்ளை எங்ககிட்ட வந்து சேரலையே அந்த மன கஷ்டம்தான். அதுக்கு அறிவுனுடைய அத்தை அதான் செங்கோடன் சொல்லுறானே. அவன நல்ல முறையில படிக்க வைச்சி வேலை வாங்கி கொடுத்து அவன் குடியிருக்க டவுனில் வீடும் வாங்கி வைத்துவிட்டுதானே வந்திருக்கிறார்களாம். அவங்க எப்ப உனக்கும் உம்புருசனுக்கும் அவனை நேரில் பார்த்தாலும் உயிருக்கு ஆபத்தில்லையென்று நினைக்கிறார்களோ அப்பவே கூட்டி வரட்டும். இவ்வளவு நாளா பொறுமையா இருந்துட்டோம். இன்னந்தான் கொஞ்ச நாளைக்கு பொறுமையா இருப்போம் என்று எல்லோரையும் ஆசுவாசப்படுத்தினாள். அதைக் கேட்டுக்கிட்டிருந்த கோவிந்தசாமி இதென்ன புதுசு நம்ம நாட்டு மகாபாரதக்கதையில பிரிஞ்சு பஞ்சபாண்டவர்கள் வனவாசம் சென்றது, ராமாயணத்தில் ராமர் சீதை வனவாசம் சென்றது எவ்வளவு வேதனைப்பட்டாங்க. நல்லதங்காள் கதையைக் கேட்டா இதயமே வெடுச்சிடும். அரிச்சந்திரன் கதையைக் கேட்டா அந்தக் குடும்பமே எப்படிக் கஷ்டப்பட்டது. அதையெல்லாம் நினைச்சு பார்த்தா இதெல்லாம் சாதாரணம் என்று கூறினார். கோவிந்தசாமி கூறிய கதைகளையும் செங்கோடன் தங்கை அறிவுடைய அத்தை கூறிய விபரங்களைக் கேட்டு மனதை திடப்படுத்திக் கொண்டார்கள். அதன்பிறகு வந்தவர்கள் நாங்க இருட்டறதுக்குள்ள வீடு போய் சேர வேண்டும் என்று கூறி விடை பெற்றுக் கொண்டு கலைந்து சென்றார்கள்.

அன்று இரவு ஏழு மணிக்கு வேலையிலிருந்து வீட்டிற்கு வந்த கதிரவன் வீடு பூட்டப்பட்டிருந்ததைப் பார்த்து திடுக்கிட்டான். ஏன் வீடு பூட்டு போடப்பட்டுள்ளது. தாத்தா உடல் நிலை சரியில்லை என்று சொன்னார். அவருக்கு உடம்புக்கு சரியில்லாமல் மருத்துவமனைக்கு போயிருப்பார்கள் போலிருக்கு. எந்த மருத்துவமனைக்கு போயிருக் கிறார்களோ தாத்தா எப்படியிருக்கிறாரோ? என்று பரபரப்பாக யோசித்துக் கொண்டிருந்துவிட்டு வண்டியை எடுத்துக் கொண்டு மருத்துவமனையை நோக்கி புறப்பட ஆயத்தமானான். அதற்குள் பக்கத்து வீட்டு நந்தினி ஓடிவந்து கதிரவன் உங்க தாத்தா பாட்டி இந்த சாவியை உன்னிடம் குடுக்கச் சொல்லி கொடுத்துவிட்டுப் போனாங்க. இந்தாங்க சாவியென்று கையில் கொடுத்தாள். கையில் சாவியை வாங்கிய கதிரவன் எங்க தாத்தாவை எந்த ஆஸ்பத்திரியில் சேர்த்துள்ளார்கள் என்று ஏதாவது தெரியுங்களா? எங்க தாத்தா எப்படியிருந்தார்? அவர் உடம்புக்கு என்னாச்சு

ஏதாவது தெரியுங்களா? என்று மூச்சு விடாமல் பதட்டத்துடன் கேட்டான் கதிரவன். அதைக் கேட்ட நந்தினி பதட்டப் படாதப்பா உங்க தாத்தாவுக்கு ஒண்ணுமில்ல. நல்லாதான் இருந்தார். அதற்கு அப்படிங்களா அப்ப வீட்டு சாவியை கொடுத்துவிட்டு தாத்தாவும் பாட்டியும் எங்க போனாங்கன்னு ஏதாவது சொல்லிட்டு போனாங்களா உங்களுக்கு தெரியுங்களா என்று கதிரவன் கேட்டான். அதற்கு நந்தினி ஆமாப்பா சொன்னாங்க உங்கம்மா அப்பாவை பாக்க போறாங்களாம். இனி அவங்க வரமாட்டாங்களாம் என்று உன்னிடம் சொல்லச் சொல்லிட்டு போய்விட்டார்கள் என்று கூறினாள். ஏதாவது விலாசம் கொடுத்தார்களா என்று பதட்டத்தோடு கேட்டான் கதிரவன். அதைக்கேட்ட நந்தினி பதட்டப்படாதப்பா என்ன கேக்கிறமென்பதை தெரிந்துதான் கேட்கிறாயா. உங்கப்பா அம்மா வீடு விலாசம் உனக்கு தெரியாதா? என்று கேட்டாள். அதற்கு கதிரவன் ஒண்ணுமில்லிங்க காலையில தாத்தா உடம்புக்கு சரியில்லையென்று சொன்னார். அதனால் பதட்டமாயிட்டேன். எங்க அப்பா அம்மாவைப் பார்க்கப் போறேன் என்று என்னிடம் சொல்லவே யில்லை. அதனால் அங்கு என்ன நடந்ததோ என்ற யோசனையில் இருந்தேன். சரிங்க நான் பாத்துக்கிறேன். என்று வீட்டை அவசர அவசரமாகத் திறக்க ஆரம்பிக்கிறான். நந்தினி அவங்க வீட்டை நோக்கி சென்றுவிட்டாள்.

கதிரவன் வீட்டில் நுழைந்து பார்த்தான். வீட்டுப் பொருள்கள் இருந்தபடியே இருக்கிறது. தாத்தா பாட்டியினுடைய உடைகளை ஓடி ஓடி பார்க்கிறான். அவர்கள் துணிகள் மட்டும் எதுவும் இல்லை. தேடித் தேடிப் பார்த்துவிட்டு நான் இப்ப என்ன செய்வேன். இப்படி சொல்லிக்காமல் போய்விட்டார்களே என்று தலைமீது அடித்துக் கொண்டு ஓ... வென்று அழ ஆரம்பித்து கட்டில் மீது படுத்து அழுது புலம்பினான். தலைமயிரைப் பிடித்து பிய்த்துக்கொண்டான். நான் என்ன தப்பு செஞ்சேன் என்னை இப்படி தனியே விட்டுட்டு போயிட்டாங்களே. என்ன சின்னக் குழந்தையிலேயே எங்கப்பாம்மா கொன்றிருந்தாக்கூட பரவாயில்லையே. என்னை இப்படி ஆளாக்கி நடுவழியில் விட்டுட்டு போயிட்டாங்களே. எப்படித்தான் இவர்களுக்கு இப்படி என்னை மறந்து துணிந்து போய்விட்டார்கள். என்னவிட பெத்த பிள்ளை பாசம் வந்திருக்குமோ? அதனால போயிருப்பாங்களோ. அப்படி போயிட்டு கூட வந்தரலாமே. ஆனால் நந்தினி சொன்னாங்க இனி வரமாட்டோம் என்று சொன்னாங்களே என்று அழுதுகொண்டே நான் கல்யாணம் செய்யுறது தாத்தாவுக்குப் புடிக்கல. அதனால அவர் இங்கிருந்து போகலாம் என்று எண்ணியிருப்பார். பாட்டி எதுக்கு அவரோடு போயிருப்பாங்க சரி தாத்தாவை காட்டிலும் பாட்டிக்குத்தான் மருமகள்

மீது பாசம் எப்ப பார்த்தாலும் அவர்கள் புகழ் புராணம்தான் பாடிக் கொண்டிருப்பார்கள். எப்படி இருந்தாலும் என்ன? இப்படி என்னை தனிமை சிறையில் போட்டு போயிட்டாங்களே. சரி இவனைத் தான் வளர்த்து ஆளாக்கிவிட்டோம். இவன் பிழைத்துக் கொள்ளட்டும் என்று என்னை தனிமையில் விட்டுச் சென்றுவிட்டார்களோ! இன்னும் தாத்தாவுக்கு இந்த சோசியத்தின் மீதிருக்கிற நம்பிக்கை இன்னும் போகல. நான் அப்பா அம்மா முகத்தில் முழித்தால் அவர்கள் இறந்து விடுவார்கள் என்று சோசியன் இருபத்தி நாலு வருசங்களுக்கு முன் சொன்னதை இன்னும் மனதில் வைத்துக் கொண்டு நம்பிக் கொண் டிருந்தார்களே! எப்படியும் மகனையும் மருமகனையும் சாவிலிருந்து காப்பாத்த வேண்டுமென்று என்னை தூக்கிக்கொண்டு ராவோடு ராவா ஓடி வந்தவர்கள் என்னை காப்பாற்றுவதோடு அவர்களை காப்பாற்றத் தான் இவ்வளவு பாடுபட்டிருக்கிறார்கள். அதனால்தான் என்னை இவ்வளவு பாசத்தோடு வளர்த்தவர்கள், என்னிடம் ஒரு வார்த்தை கூட சொல்லாமல் போய்விட்டார்கள். அந்தளவிற்கு என்னை விட அவர்கள் மீதுதான் அளவுகடந்த பாசம் வைத்துள்ளார்கள் என்பது இதிலிருந்து தெரிகிறது என்று தேம்பித் தேம்பி அழுது கொண்டே யிருந்தான். ஒரு வேளை என்னிடம் எப்படி சொல்லிவிட்டு அவர்களாள போக முடியும். அதனால் முடியாதென்றுதான் என்னிடம் சொல்லாமலே என் மீது வைத்திருந்த பாசத்தால அப்படி சொல்லிக்காமலே போய்விட்டார்கள். அவர்கள் மகனைக் காப்பாத்த இதுவரை என்னிடம் விலாசத்தைக் கூறவேயில்லை. காரணம் நான் விபரத்தைத் தெரிந்து கொண்டு நான் அவர்களை சந்தித்துவிட்டால் அவர்கள் உயிருக்கு ஆபத்து வந்து விடுமென்றுதான் பயந்து இவ்வளவு நாளும் சொல்லவில்லை. நான் தாத்தா பாட்டியை தேடியும் போக முடியாதபடி செய்து விட்டார்களே என்று எண்ணி எண்ணி அழுது புரண்டு கொண்டே இரவு சாப்பாடும் இல்லாமல் தண்ணீரை மட்டும் குடித்துவிட்டு படுத்து அழுது புரண்ட களைப்பில் தூங்கிவிட்டான்.

இரவு வந்தது. மயிலேறி கூறியது போன்று அகவி தன் அண்ணன் செம்மல் அறுத்து சுத்தப்படுத்திக் கொடுத்த கோழிக் கறியை நன்றாக சமைத்து கோழிக்குழம்பு வைத்திருந்தாள். மயிலேறி அகவியை கூப்பிட்டு சாப்பாடு எல்லாம் செஞ்சுட்டியா என்று கேட்டாள். அதற்கு ரெடியா இருக்குதம்மா என்றாள் அகவி. சாப்பாட்டை தாம்பாளத்தில் கொட்டி ஆறவை. சாரையும் பாத்திரத்தில் ஊற்றி ஆறவைத்து சாப்பிட மையத்தில் கொண்டு வந்து வை. இன்னிக்கு நாம எல்லோரும் ஒண்ணா உக்காந்து தாத்தா பாட்டியோடு சேர்ந்து சாப்பிடுவோம் என்றாள் மயிலேறி. அகவி எல்லாம் எடுத்து வைத்து விட்டு எல்லாம் வாங்க

தாத்தா பாட்டி வாங்க சாப்பிடலாம் என்று கூப்பிட்டவுடன் எல்லோரும் குடும்பம் முழுதும் உட்கார்ந்து சாப்பிட்டார்கள். மயிலேறி எல்லோருக்கும் பரிமாறி விட்டு அகவி எங்க அந்த முட்டைகளை அவிச்சு வச்சியா என்று கேட்டாள். அகவி அதோ அதில வைச்சிருக்கேன் என்று கூறினாள். அதையும் எடுத்து எல்லோருக்கும் எடுத்து வைத்து விட்டு எல்லோரும் சாப்பிடுவதைப் பார்த்து மனம் குளிர்ந்து மகிழ்ச்சியில் ஆனந்தக் கண்ணீர் வடித்தாள். அதைக் கவனித்த செம்மல் "யாம்மா அழற" என்று கேட்டான். அதற்கு கண்ணீரை முந்தானையால் துடைத்தபடியே இல்லப்பா என்று கூறிவிட்டு நம்மோடு தாத்தாவும் பாட்டியும் சேர்ந்து சாப்பிடும் நேரத்தைப் பார்த்து எனக்கு கண்ணீர் வந்துருச்சப்பா. என் வாழ்நாளில் எங்கு இந்த சம்பவம் நடக்காமே போயிடுமோ என்ற பயத்திலேயே இருந்தேன். இன்று அந்தப் பயம் போய்விட்டது. இருந்தாலும் என் வாழ்க்கையில் ஒரு வருத்தம் இருக்கவே செய்கிறதென்று மயிலேறி கூறினாள். அதைப் புரிந்து கொண்ட அழகம்மாள் கவலைப்படாதே ஓம் மவனை எப்படியும் கொண்டுவந்து சேர்த்துவிட்டுதான், இந்தக் கிழவி சாவா என்று கண்ணீரை துடைத்துக் கொண்டாள். சரி, சரி. சாப்பிடுகிற பொழுது அதையெல்லாம் நினைக்காதீங்க அதை எங்கப்பா பாத்துக்குவாரு என்று அறிவு கூறினான். அதற்கு யாரும் கவலைப்பட வேண்டாம் எப்படியும் நான் அவனை கூட்டிவந்து சேர்த்துவிட்டு, தான் அழகம்மாள் சொன்ன மாதிரி நான் சாவேன். அப்படியே நான் செத்துப்போனால் என் நெஞ்சு மட்டும் எரியவே எரியாது! அதை நான் பார்த்துக் கொள்கிறேன். நீங்கள் கவலைப்படாமல் சாப்பிடுங்கள் என்று செங்கோடன் கூறினான்.

கதிரவன் இரவு முழுவதும் தாத்தாவும் பாட்டியும் தன்னை இப்படி கண்ணைக் கட்டி காட்டில் விட்ட மாதிரி என்னை விட்டு சென்று விட்டார்களே. அவர்களுக்கு எப்படி என்னை விட்டுப் பிரிய இப்படி மனசு வந்திருச்சே தெரியவில்லையே என்று இரவு முழுதும், இரவு சாப்பாட்டைக் கூட சாப்பிடாமல் புலம்பிக் கொண்டே படுத்திருந்தான். தூக்கமும் தூங்க முடியாமல் தாத்தாவும் பாட்டியும் கண் முன்னே நிற்பதைப் போன்ற பிரமை அடிக்கடி ஏற்பட்டு தூக்க கலக்கத்திலேயே தாத்தா பாட்டி வந்துட்டிங்களா! யா என்னை விட்டுபுட்டு எங்க போனீங்க நான் உங்களுக்கு என்ன துரோகம் செய்து விட்டேன். சொல்லுங்க தாத்தா பாட்டி சொல்லுங்க என்று சத்தம் போட ஆரம்பித்து விட்டான். எனக்கு சொந்தபந்தம் என்று யாரையம் நீங்கள் இதுவரை எங்கிட்ட காட்டவில்லையே. அப்படி யாரையாவது காட்டினால் கூட அவர்கள் மூலம் எங்கப்பன் அம்மா வசிக்கும். விலாசத்தைத் தெரிந்துகொள்வேன் என்று அதையும் கூட எனக்கு சொல்லலியே. இப்படி வனாந்திர காட்டில் மிருகங்களுக்கிடையில்

விட்டுச் சென்ற மாதிரியில்ல இருக்கு என்று புலம்பிக் கொண்டே யிருந்தான். எப்படியோ அன்றைய இரவு புலம்பலோடு விடிந்தது. காலை எழுந்து காலை கடன்களை முடித்துக் கொண்டு வழக்கத்துக்கு புறம்பாக வீட்டை பூட்டிவிட்டு சாவியை பக்கத்து வீட்டு நந்தினியிடம் கொடுத்து, எதற்கும் பாட்டன் பாட்டி வந்தாலும் வருவார்கள் அவர் களிடம் சாவியைக் கொடுத்து விடுங்கள் என்று கூறினான். அதற்கு நந்தினி அவர்கள்தான் இனி வரமாட்டோம் என்று சொல்லிவிட்டு தான் போனார்கள் மறுபடி எப்படி வருவார்கள், என்று கூறினாள். அதைக் கேட்ட கதிரவன் போனவர்களுக்கு புத்திமாறி கூட வந்தாலும் வரலாம் அப்படி வந்தால் நான்வரும் வரை வெளியிலே தான் காத்திருப்பார்கள். அதனால் சாவியை நீங்கள் வைத்திருங்கள் என்று கூறிவிட்டுச் சென்றான். இடையில் நாயர் டீ கடை முன்னால் உள்ள ஓட்டலில் சாப்பிட வண்டியை நிறுத்திவிட்டு உள்ளே சாப்பிடப் போனான் கதிரவன். இதைப் பார்த்துக் கொண்டிருந்த கோவிந்தன் குட்டி நாயர் தனது மனைவியை கூப்பிட்டு என்ன இன்னிக்கு வித்தியாசமா இருக்கு. கதிரவன் ஓட்டலில் சாப்பிடுகிறார். இதுவரை அவர் ஓட்டலில் சாப்பிட்டதைப் பார்த்ததே இல்லையே! ஒருவேளை அவங்க பாட்டிக்கு உடம்புக்கு ஏதாவது சரியில்லையா? இல்லையே நேத்துக்கூட நான் பார்த்தேன் நல்லாதான இருந்தாங்க அதற்கு என்னவோ தெரியலை சாப்பிட்டு விட்டு வெளியே வரட்டும் என்னவென்று கேட்போமென்று நாயர் மனைவி கூறினார். அதற்கு நாயர் ஆமாம். அதுவும் சரிதான். அவர் வரட்டும் கேட்டு தெரிந்து கொள்ளலாம். அதற்குள் நாம் ஏன் வீண் கற்பனை செய்ய வேண்டும் என்று நாயர் கூறினார். அந்த நேரத்தில் சாப்பிட்டு விட்டு கையையும் முகத்தையும் கை குட்டையால் துடைத்துக் கொண்டே வெளியே வந்த கதிரவனைப் பார்த்தார் நாயர். கதிரவன் வண்டியை எடுத்துக்கொண்டு செல்ல ஆயத்தமானான் உடனே நாயர் கடையை விட்டு வெளியே ஓடிவந்து கதிரவன் கதிரவன் என்று கூப்பிட்டார். திரும்பிப் பார்த்த கதிரவன் இதோ வந்துட்டங்க என்று கூறிவிட்டு கடை முன் வந்து வண்டியை நிறுத்தி விட்டு கடைக்குள் போனான். உடன் நாயர் காபியைப் போட்டு கதிரவன் கையில் கொடுக்கிறார். இந்தாங்க சாப்பிடுங்க என்று, இல்லிங்க இப்பதான் சாப்பிட்டு வந்தேன் என்று கதிரவன் கூற நாயர் மனைவி செல்லம்மா குறுக்கிட்டு நாங்க பாத்துகிட்டுதானே இருந்தோம். நீங்க டிபன் சாப்பிட்டு விட்டு காபி குடிக்கல குடிங்க தம்பி என்று கூறினாள். காபியை வாங்கிக் குடிக்க ஆரம்பித்தான் கதிரவன். அவனையே பார்த்துக் கொண்டிருந்த நாயர் யாம்பா யா என்னாச்சு இரவல்லாம் தூக்கமில்லையா கண்ணே சிவந்திருக்கு முகமே வெளுத்து வாடிப் போயிருக்கு என்று கேட்டான். அதற்கு அப்படியெல்லாம் ஒண்ணுமில்ல

இரவு ரொம்ப நேரம் படிச்சிட்டிருந்தேன். அதனால் தூக்கம் கெட்டுப்போச்சு அதனால அப்படித் தெரியுது என்று கூறினான் கதிரவன். அதை கேட்டுக்கிட்டிருந்த செல்லம்மா அது சரி எப்பவுமே நீ கடையில டிபன் சாப்பிடமாட்ட இன்னிக்கு கடையில சாப்பிடுற அதிசியமா இருக்கு. உங்க பாட்டி எங்க போயிட்டாங்க அவங்களுக்கு உடம்புக்கேதும் முடியலியா? யாங் அவங்க சாப்பாடு செய்யல என்று கணவனும் மனைவியும் கேள்விமேல் கேள்வி கேட்டார்கள். இதையெல்லாம் கேட்டுகிட்டிருந்த நாயர் மகள் கதிரழகி ஏதோ நம் ஆள அப்பனும் அம்மாவும் கேள்வி மேல் கேள்வி கேட்டுக் கொண்டிருக்கிறார்கள் என்று என்னமோ ஏதோ என்று இவர்கள் பக்கம் நின்று கொண்டு என்ன பேசுகிறார்கள் என்று கவனித்தாள். செங்கதிரவனை லேசாகப் பார்க்கிறாள். செங்கதிரவனும் அவளைப் பார்க்கிறான். இருவரும் முகத்தை வேறு பக்கம் திருப்பிக் கொள்கிறார்கள்.

என்ன தம்பி நாங்க கேட்டுக்கிட்டேயிருக்கிறோம். நீங்க பேசாமலே இருக்கிறீங்க என்று கேட்டாள் செல்லம்மாள். கதிரவன் நான் என்னத்த சொல்ல என்று கண் கலங்கினான். அதைப் பாத்த நாயர் ஓடி வந்து கதிரவன் கையைப் பிடித்துக் கொண்டு ஏன் கதிரவா என்ன நடந்திச்சி யாங் கண் கலங்கிற சொல்லுப்பா சொல்லு தாத்தாவுக்கு ஏதாவது உடம்புக்கு சரியில்லையா? இல்லையே நேற்று கூட வேலைக்குப் போனாரே நான் பாத்துக் கொண்டிருந்தேனே சொல்லு கதிரவன் சொல்லுங்க ஏன் கண் கலங்குறீங்க நாங்களெல்லாம் இருக்கிறமில்ல அப்படி உன்னை விட்டு விடுவோமா என்ன நடந்தது சொல்லுப்பா என்று கேட்ட போது கதிரவன் அழறத பாத்த கதிரழகியும் அழ ஆரம்பித்துவிட்டாள். இதைப் பார்த்த செல்லம்மாவும் கண் கலங்க ஆரம்பித்து விட்டாள். இதைப் பார்த்த நாயர் சொல்லப்பா நீ கண் கலங்கியவுடன் கதிரழகி கண் கலங்கறா அதைப் பார்த்த அவங்க அம்மாவும் அழரா என்னப்பா ஆச்சு சொல்லுப்பா, யாங் எங்கிட்ட சொல்லக் கூடாதா! நாங்க தெரிஞ்சுக்கக் கூடாதா? நாங்க என்ன ஆவாத மனுசங்களா? சொல்லு செங்கதிரவன் சொல்லு என்று மீண்டும் மீண்டும் கேட்டார். அதற்கு கதிரவன் எங்க பாட்டனும் பாட்டியும் எங்கிட்ட சொல்லாமலே வீட்டை பூட்டி பக்ககத்து வீட்டில் சாவியை கொடுத்து விட்டு நாங்க எங்க மகன் மருமகளைப் பார்க்கப் போறோம் இனி நாங்க வர மாட்டோம் என்று சொல்லி சென்று விட்டார்கள். இரவு போய் பார்த்த போதுதான் எனக்கு தகவல் தெரிந்தது. அதனால் தான் அந்தக் கவலையில் இரவு முழுதும் தூங்கல என்று கூறினான். அதைக் கேட்டவுடன் ராத்திரி சாப்பிட்டீங்களா இல்லயா என்று முந்திக் கொண்டு கதிரழகி கேட்டாள். கதிரவன் இல்ல என்று கூறினான்.

யாங் நாங்க எல்லாம் இல்ல அவங்கதான் அப்படி போயிட்டா என்ன இங்க வர வேண்டியது தானே என்று கடிந்து கொள்கிறாள், பாசத்தோடு கதிரழகி. இதைக் கேட்ட செல்லம்மா ஏன் தம்பி இரவு சாப்பிடாம ஏம்பா பட்டினியா வெறு வயித்தோடு படுத்த; கதிரழகி சொன்ன மாதிரி நீ இங்கு வந்திருக்கலாமில்ல என்றாள். எங்க தாத்தா பாட்டி இருபத்தி நான்கு ஆண்டுகளாச்சி என்ன ஒரு நாள் கூட பிரிஞ்சதில்லை எங்க அப்பா அம்மாவை பார்த்ததேயில்லை, இவங்க தான் எனக்கு எல்லாம் இப்படி சொல்லிக்காமல் விட்டுபுட்டு போயிட்டாங்கன்னதும் எனக்கு எந்த சிந்தனையும் ஓடல பசியும் எடுக்கல இரவு முழுதும் தூக்கம் வரல. துக்கம் தொண்டைய பிடுச்சுகிட்டேயிருந்தது. அதனால தான் நான் வரல என்று கதிரவன் கூறினான். அப்படி என்னப்பா உனக்கும் தாத்தா பாட்டிக்கும் சண்டை என்று நாயர் கேட்டார்.

சண்டை ஒன்றுமில்லிங்க எங்க தாத்தா சோசியம் பார்க்காமல் கல்யாணம் செய்யக் கூடாதென்று கூறினார். அதற்கு ஒருத்தரை ஒருத்தர் புரிந்து கொண்டோம். அவளுக்கு என்னை புடுச்சிருக்கு எனக்கு அவள புடுச்சிருக்கு. அந்தக் குடும்ப பெரியவர்களுக்கும் என்னையும் உங்களையும் புடுச்சிருக்கு. உங்களுக்கும் அந்தக் குடும்பம் புடிச்சிருக்கு அதுக்கப்புறம் சோசியம் என்ன சொல்லப் போவுது அதபாத்தா அது ஏதாவது ஏடா கூடமா சொன்னா அது மனசுல பட்டுடும். வாழ்க்கையில் சின்ன சிக்கல் வந்தாலும் அப்பவே சோசியம் சொன்னதென்று மன கஷ்டமாகவே இருக்கும். அதனால வேண்டாம் என்று சொன்னேன். அதற்கு எங்க பாட்டி ஒண்ணும் சொல்லல. எங்க தாத்தா தான் சோசியம் பாத்துதான் கல்யாணம் கட்டணுமென்று ஒத்தகால்ல நின்னாரு. அது சம்மந்தமாக இரண்டு மூன்று நாலா பேசிகிட்டேயிருந்தாரு. அவருக்கு எவ்வளவு எடுத்து சொன்னாலும் கேட்க மறுத்தார். அவர் மகனுக்கு சோசியம் பார்க்காமல் கல்யாணம் செஞ்சதன் விளைவுதான் நான் பொறந்தப்ப சோசியம் பாத்தப்ப நான் எங்கப்பன் அம்மா முகத்தில் முழித்தால் அவர்கள் இருக்க மாட்டார்கள் என்று சொன்னதால் தான் இரவோடு இரவா என்னை தூக்கிக் கொண்டு, அவர்கள் முகத்தில் நான் முழிக்காமல் வளர்த்து, அவர்கள் மகன் மருமகள் உயிரை பாதுகாத்தார்கள். அது மாதிரி ஆகிவிட்டால் என்னாவது என்றும் என் மகனுக்கு சோசியம் பார்க்காதது போல் என் பேரனுக்கும் ஏதாவது ஆகிவிடுமோ, என்று அஞ்சிதான் அவர்கள் கிளம்பிப் போய் விட்டார்கள் என்று அவர்களிடம் விளக்கினான் கதிரவன். அதைக் கேட்டு நாயர், செல்லம்மா, கதிரழகி, பெருமூச்சுவிட்டு அடேயப்பா இவ்வளவு மர்ம கதை இருக்கா என்று நாயரு கேட்டார். உங்க தாத்தா ரொம்ப விபர மானவராச்சே அவரா இப்படிப் பயப்படுகிறார் என்றார். கதிரவன்

அவருக்கும் அறுபதுக்குமேல் வயசாச்சல்ல அவரு சின்ன வயசுல இருந்து கிராமத்தில மூட நம்பிக்கையை ஊட்டி ஊட்டி வளர்க்கப் பட்டவர். அவர் இந்த வயசுல எவ்வளவுதான் விபரமாகப் பேசினாலும் சொந்த குடும்பம் வாழ்க்கையின்னு வரும் பொழுது அவரது சின்ன வயதில் பதிந்த அந்த மூட நம்பிக்கை உடனே மேலோங்கி வந்து விடுகிறது. அவருக்கு மட்டுமல்ல, இந்த இந்திய நாட்டில் பிறந்து வாழக்கூடிய ஒவ்வொரு மனிதன் இரத்தத்திலும் மனு என்பவன் போட்ட அந்த மனுதர்மம் ஊறிப் போய்த்தான் இருக்கிறது. தனக்கென்று வருகிறபொழுது, அது எழுந்து நிற்கத்தான் செய்கிறது. நீங்க கூட கேரள மாநிலத்தைச் சார்ந்தவர்கள். அங்கு மலையாளிகள் கடவுள், மதம் நம்பிக்கையுள்ளவர்கள். சாங்கியம் சம்பிரதாயம், ஆவி, பேய், பிசாசு என அவ்வளவு நம்பிக்கையில் உள்ளவர்கள்தான். எப்படி யிருந்தாலும் அங்கு இடதுசாரிகள் வளர்ந்துள்ளதால் அந்த மூட நம்பிக்கையெல்லாம் கொஞ்சம் கொஞ்சமா மறைந்து வருதில்ல. இப்ப உங்களையே எடுத்துக்குங்க. நீங்கள் எவ்வளவு ஆசாரமான குடும்பம். ஆனால் நீங்கள் மூட நம்பிக்கையெல்லாம் இல்லாமல் வாழலையா. இவர் எங்க தாத்தா மட்டும் ஒரே பிடிவாதமா இருக்கிறார் என்று கதிரவன் சொன்னான். இதையெல்லாம் கேட்டுக் கொண்டிருந்து விட்டு செல்லம்மா, தம்பி ஒரு நிமிசம் இரு. தா வந்து விட்டேன் என்று வீட்டிற்குள் ஓடினாள். ஓடிப் போய் அவசர அவசரமா ஒரு தூக்கு போசியில் சாப்பாட்டைப் போட்டு ஒரு பையில் துணித்துக் கொண்டுவந்து செங்கதிரவனிடம் கொடுத்து இதை மத்தியான சாப்பாட்டுக்கு வச்சுக்குங்க. ராத்திரி சாப்பாட்டுக்கு இங்கு வந்து சாப்பிட்டுப் புட்டு போகணும். கடை சாப்பாடல்லாம் உடம்புக்கு ஒத்து வராது மனுசனுக்கு அல்சரு வந்துரும் என்று கூறி கையில் கொடுத்தாள். இல்ல வேண்டாங்கக்கா என்றான் செங்கதிரவன். அதற்கு நாயர் யாங் வேண்டாங்கிற உங்க தாத்தா பாட்டிதான் வேண்டான்னு போயிட்டாங்க நாங்களும் அப்படி ஒன்ன உட்டுடுவோமா. உனக்கு எங்கள உட்டா சொல்லிக்க யாருப்பா இருக்காங்க என்று கண் கலங்கிக்கொண்டே கூறினார். இதைப் பார்த்த செல்லம்மாவும் கதிரழகியும் அழுதார்கள். இதைக் கவனித்த கதிரவன் மறுப்பு பேசாமல் சாப்பாட்டு பையை கையில் வாங்கிக் கொள்கிறான். சரி தம்பி வேலைக்கு நேரம் ஆயிடுச்சு போயிட்டு வா என்று கூறினாள். அழுத கண்ணீரை துடைத்துக் கொண்டு கதிரழகியும் தனது கண்ணாலேயே ஜாடை காட்டி வா என்றாள். அதைப் பார்த்துக் கொண்டிருந்த நாயரு சரி கதிரவன் நீ எதற்கும் கவலைப்படாத நாங்களும் இங்கு தனி குடி. அது போல உனக்கு எல்லா உறவு இருந்தும் தனி ஆளா இருக்கிற. அதனால நாங்க உனக்கு

துணை. நீ எங்களுக்கு துணை. வேலைக்கு போய்ட்டுவா ராத்திரிக்கு பேசிக்குவோம் என்று கூறி வழி அனுப்பி வைத்தார்கள்.

செங்கதிரவன் வண்டியை நிறுத்திவிட்டு அலுவலகத்திற்குள் சாப்பாட்டு பையை எடுத்துக்கொண்டு சென்றான். கூட வேலை செய்யக்கூடிய தொழிலாளர்கள் வழக்கத்திற்கு மாறாக நேரம் கழித்து வரும் கதிரவனை ஆச்சரியத்தோடு பார்த்தார்கள். அதிகம் சோர்ந்து போயி தூக்கம் கெட்டவனைப் போல் கண் உள்ளே செருகி முகம் வெளிறி காட்சியளித்தான். இவருக்கு என்ன ஆச்சு என்னைக்கும் இப்படி இருந்ததில்லையே எல்லோருக்கும் முன்னால் வந்து எல்லார் வேலையும் எப்படியிருக்கிறது. இன்னிக்கு என்ன வேலை என்பதை யெல்லாம் முன் கூட்டியே ஒழுங்குபடுத்தி வைத்திருப்பார். அவரவர் வந்தவுடன் வேலையைப் பற்றிக் கூறிவிடுவார். ஓய்வில்லாமல் எல்லோரிடமும் கலகலப்பா பேசுவார். எந்த விதமான வித்தியாசமும் பார்க்கமாட்டார். தான் மேனேஜர் மேலதிகாரி என்றெல்லாம் அவன் நினைத்துக்கூட பார்த்ததில்லை. அவரும் நம்மைப் போல தொழிலாளி என்ற எண்ணத்துடன் நடந்து கொள்வார். அதனால் இங்கு வேலை செய்யுற அனைவரும் அவர் மீது அளவுகடந்த மிகுந்த மரியாதை வைத்திருக்கிறார்கள். அதனால் அவர் ஒரு நாள் வரலன்னாக் கூட இங்கு எந்த வேலையும் சரியாக நடக்காது. எல்லோரும் எந்த நேரமும் அவர் வருவாரா என்று ரோட்டையே பார்த்துக்கொண்டு வேலை செய்வார்கள். அவர்களும் தொழிலாளிகளும் அவர் எதுவும் நம்மை சொல்லி விடக்கூடாது என்பதில் குறியாக அவரவர் வேலைகளை சரியாகச் செய்து விடுவார்கள். முதலாளி வந்தாக் கூட யாரும் பெரிதாக அலட்டிக் கொள்ள மாட்டார்கள். அந்தளவிற்கு தொழிலாளர்களை சரியான முறையில் கையாள்வதால் அவரவர் வேலையை சரியாக செய்வதால் யாரும் யாருக்கும் பயப்பட வேணுங்கிற அவசியம் இல்லை. இந்தக் கதிரவன் பார்த்து, ஒவ்வொரு ஆண்டும் சம்பள உயர்வு இவ்வளவு, போனஸ் இவ்வளவு, என்று கூறியதும் முதலாளியும் தட்டாமல், அவர் சொல்லுவதைக் கொடுத்துவிடுகிறார். அதனால் தொழிலாளிகளும் மனம் கோணாமல் இது நமது நிறுவனம் என்ற எண்ணத்தோடு வேலை செய்கிறார்கள். தொழிலும் நல்ல முறையில் நடைபெறுகிறது. ஓரளவிற்கு லாபமும், முதலாளிக்குக் கிடைக்கிற தென்றால் இவ்வளவிற்கும் காரணம் கதிரவனின் நல்ல பண்பு நல்ல குணம்தான் என்று “சுடர் வேந்தன்” தனது எண்ண ஓட்டத்தில் எண்ணிக்கொண்டே வந்து, கதிரவன் பக்கத்தில் நின்று கொண்டு செங்கதிரவனைவிட வயதில் மூத்தவனான சுடர்வேந்தன், செங்கதிரவன் என்னப்பா யோசனையில் இருக்கிற யாரிடமும் பேச மாட்டங்கிற,

வழக்கத்திற்கு மாறா லேட்டா வேற வந்திருக்கிற, முகம் வேற வாடியிருக்கு. இரவெல்லாம் தூங்காத மாதிரி இருக்கு யாப்பா ஏதாவது பிரச்சனையா? என்னப்பா அப்படி ஒனக்கு பிரச்சனை நீ யாருக்கப்பா துரோகம் செய்யுற, ஒனக்கு யாருப்பா இப்படி ஒன்ன நோகடித்தது, சொல்லப்பா! சொல்லென்று கேட்டவுடன், எல்லோரும் கதிரவன் பக்கம் வந்து எல்லோரும் ஒரே கோரசாக சொல்லு கதிரவன் சொல்லு என்று கேட்டார்கள். சுடர்வேந்தன் கேட்கிறாங்கல்ல என்னன்னு சொல்லுங்க. உன்னை கவலை கொள்ள வச்ச எவனா இருந்தாலும் நாங்க பாத்துக்குறோமென்று எல்லோரும் கேட்டார்கள். இதையெல்லாம் கேட்ட செங்கதிரவன் ஒண்ணுமில்ல இரவு செகண்ட்சோ சினிமாவுக்குப் போய் வந்தேன். அதனால தூக்கம் கெட்டுப் போச்சு அதனாலதான் என்னைப் பாத்தால் உங்களுக்கு சோர்வா தெரியுது என்று எல்லோரையும் சமாதானப் படுத்தினான். அதைக் கேட்ட சுடர்வேந்தனும் மற்றவர்களும் இல்ல இல்ல நீங்க எதையோ எங்ககிட்ட மறைக்கிற என்று கூறி விட்டு சாப்பாடு பையை உற்றுநோக்கிய சுடர் வேந்தன், இன்னிக்கு ஏதோ வித்தியாசமான சாப்பாட்டு பையா இருக்கே. இது உங்க வீட்டு சாப்பாட்டு பை இல்லையே என்று கேட்டான். அதைக் கவனித்த எல்லா தொழிலாளர்களும் ஆமாம், ஆமாம், சுடர்வேந்தன் சொல்லுற மாதிரி இது இவர் சாப்பாட்டு பையோ இல்ல என்று எல்லோரும் கூறினார்கள். அதற்கு இப்பவே நேரம் ஆயிடுச்சு அவரவர் இடத்துக்குப் போயி வேலையைச் செய்யுங்கள். இன்னிக்கு நிறைய சரக்கு ஆர்டர் பேரில் அனுப்ப வேண்டிய வேலை இருக்கு என்று கூறி மற்றதையெல்லாம் முதலாளி வந்தவுடன் எல்லார்கிட்டையும் ஒன்னா சொல்லுறேன் என்று செங்கதிரவன் கூறிவிட்டு, அவன் சீட்டில் போய் அமர்ந்தான்.

சீட்டில் உட்கார்ந்தவன் வேலையைத் தொடங்க மனமில்லாமல் தாத்தா பாட்டி என்ன ஆனார்கள், அவர்களின் மகன் வீட்டிற்குதான் போயிருப்பார்களா? மகன் வீட்டிற்குதான் போயிருப்பார்கள் அல்லது வேறு எங்கும் சென்றிருப்பார்களா? என்று சிந்திக்க ஆரம்பித்தான். இல்ல இல்ல அவர்கள் மகன் வீட்டிற்குதான் போயிருப்பார்கள். காரணம் அவர்கள் மீது இவர்களுக்கு எந்தவித கோபமும் கிடையாதே அதேபோல் இவர்கள் கூறியதிலிருந்து அவர்களும் இவர்களை வெறுக்கக் கூடியவர்கள் இல்லையே! மிக மிக நல்லவர்கள் என்று அவர்கள் புராணத்தைத்தானே இதுவரை பாடியிருக்கிறீர்கள். அப்படியே இவர்களுக்குள் பகையிருந்தால் கூட இத்தனை வருசத்திற்குப் பின்னாலும் அதை மனதிலா வைத்திருப்பார்கள். அதையெல்லாம் மறந்திருப்பார்கள். அதனால் அவர்கள் நிச்சயம் அங்கே தான் போயிருப்பார்கள். அதில் எந்தச் சந்தேகமும் வேண்டாமென்று தமக்குள் யோசித்த வண்ணம் கதிரவன் வேலையைத் தொடங்கினான்.

ஆய்வேள் வந்தார். வந்தவுடன் என்ன செங்கதிரவன் உள்ளே வருகிற பொழுதே எல்லாம் உன்னைப் பத்தியே பேசிக்கொண்டிருக் கிறார்கள். ஆமாங்க நான் மிகுந்த சோர்வா இருக்கிறேனாம். இரவு தூங்கவில்லையா? என்ன நடந்தது என்று கேட்டு நச்சரித்தார்கள். அதற்கு எல்லோரும் போய் வேலையைப் பாருங்கள். முதலாளியும் வரட்டும் அவர் முன்னால் எல்லாம் விளக்கமா சொல்லுகிறேன் என்று கூறினேன். அதனால் உங்களைப் பார்த்தவுடன் எல்லோரும் பேச ஆரம்பித்திருப்பார்கள் என்று செங்கதிரவன் கூறினான். அதற்கு ஆய்வேள் அப்படி என்ன நடந்தது சொல்லேன் எல்லோரும் ஆவலா கேட்கிறாங்கள் என்று கேட்டார். கேட்டு முடித்தாரோ இல்லையோ எல்லா தொழிலாளர்களும் செங்கதிரவனையும் முதலாளியையும் சுற்றி வந்து நின்று கொண்டு அப்படிக் கேளுங்க முதலாளி? நாங்கள் கேட்டா தட்டிக்கழித்து விட்டு நீங்கள் வந்தவுடன் கூறுகிறேன் என்று கூறி விட்டார் என்று சுடர் வேந்தன் கூறினார். சரி கம்முனு இருங்க செங்கதிரவன் நம்மகிட்ட சொல்லாமல் வேற யார்கிட்ட சொல்லுவார். சரி சொல்லு செங்கதிரவா என்னாச்சுன்னு எல்லோரும் கேட்டார்கள், என்று கேட்டான் ஆய்வேள். அதற்கு எல்லோருக்கும் எனது மனக்கஷ்டத்தைச் சொல்லி உங்களையும் சங்கடப்படுத்த கூடாதென்றுதான் சொல்ல மறுத்தேன். முதலாளியும் சரி, இங்கு வேலை செய்யும் சக தொழிலாளர்களும் சரி, என் மீது இவ்வளவு அன்பு செலுத்துகிறீர்கள். அதனால் உங்களிடம் என் மனக்கஷ்டத்தை பகிர்ந்து கொள்ளாமல் இருக்க முடியுமா? சொல்லுகிறேன். நான் ஒரு கேரளத்தைச் சார்ந்த மலையாள பொண்ண விரும்புகிறேன். அவங்க அப்பா அம்மாவுக்கு என்ன பிடிச்சிருக்கு. எங்க தாத்தா பாட்டியிடம் கூறினேன். அவர்கள் எல்லாத்துக்கும் ஒத்துக் கொண்டார்கள். ஆனால் சோசியம் பார்த்து சோடிப் பொருத்தம் பாத்துதான் கல்யாணம் செய்ய வேண்டுமென்றார்கள். அதை நான் ஏற்றுக் கொள்ளவில்லை. சோசியத்தால் தான் என்னையும் எங்க தாத்தா பாட்டியும், குடும்பத்திலிருந்து பிரிந்து வந்தோம். இதுவரை எங்கப்பா அம்மா பேரு கூட தெரியாது. அவர்கள் எந்த ஊரு என்று கூட இதுவரை தாத்தா பாட்டி கூறவில்லை. காரணம் சோசியம் சொன்னது தான். நான் எங்கப்பா அம்மா முகத்தில் முழித்தால் அவர்கள் இறந்துவிடுவார்கள். இதுதான் தாத்தாவின் நம்பிக்கை. அது போல் ஆகிவிடக்கூடாது அதனால் சோசியம் பொருத்தம் பார்த்துதான் கல்யாணம் கட்ட வேண்டுமென்றார்கள். நான் மறுத்தேன். அதனால் அவர்கள் பக்கத்து வீட்டில் சாவியைக் கொடுத்து விட்டு இனி வரமாட்டோம்; நாங்கள் மகன் வீட்டுக்குப் போகிறோம் என்று போய்விட்டார்கள். நான் தனி மரமாகிவிட்டேன்,

அதனால் இரவு முழுதும் அழுதுவிட்டேன். தூக்கமும் வரவில்லை. அதனால் சோர்வாகி விட்டேன் என்று கூறி முடித்தான். அதைக் கேட்டுக் கொண்டிருந்த சுடர்வேந்தன் மற்றும் தொழிலாளிகளும் அப்ப நாங்களெல்லாம் இல்லையா? எங்களை மறந்துட்டியா நாங்கள் இருக்கிறபொழுது எப்படி நீ தனி ஆளாக முடியும் என்று ஒரே குரலில் பேசினார்கள். அவர்கள் முடித்தவுடன், ஆய்வேள் ஏம்பா கதிர்வேல் நாங்களெல்லாம் இருக்கிறபொழுது நீ எப்படியப்பா தனியாள் ஆக முடியம் நீயும் எங்கள் குடும்பத்தில் ஒரு ஆள்தானப்பா, அதையா நீ மறந்துட்டு தனியாள் என்று புலம்புற என்று கேட்டார்.

அதைக் கேட்ட செங்கதிரவன் நேத்து வீட்டுக்குப் போனவுடன் தாத்தா பாட்டி இல்ல என்றவுடன் எனக்கு எதையும் சிந்திக்கத் தோணுல என்னை இவ்வளவு காலமா கண்ணும் கருத்துமா வளர்த்தவர்கள், போய் விட்டார்கள் என்றபோது எனக்கு மட்டுமல்ல எல்லோருக்கும் அப்படித்தான் தோன்றும். விடிந்த பிறகு நாயர் கடைக்கு போய் அவர்களிடம் பேசியதிலிருந்து தான் அதோடு இங்கு வந்து உங்களை சந்தித்தலிருந்தும், எனக்கு ஒரு மனத்தெம்பு வந்து விட்டது. எங்க தாத்தா பாட்டி இடத்தை நீங்கள் எல்லோரும் பகிர்ந்து கொண்டு உங்கள் குடும்பத்தில் ஒருவனாக என்னை பாவிக்கிறிங்களே, இதை விட எனக்கு பெரிய உறவு என்ன வேண்டிக் கிடக்கிறதென்று கூறினார். அதைக் கேட்ட ஆய்வேள் முகத்திலும் சந்தோசமான பார்வை ஏற்பட்டது. உடனே சுடர்வேந்தன் எங்களையெல்லாம் ஒரு குடும்பமாக கட்டிப் போட்டதே நீ தானே செங்கதிரவன். நீயே எங்களை எண்ணாதிருந்தது தான் மன வேதனையாக எங்கள் எல்லோருக்கும் இருந்தது. இதோ முதலாளி இருக்கிறாரே இந்த உலகமயமாதல் கொள்கையாலே எவ்வளவு பாதிக்கப்பட்டார். இவர் மாதிரிதான் பல லட்சக்கணக்கான சிறு முதலாளிகள் பாதிக்கப்பட்டார்கள். அதனால் கோடிக் கணக்கான எங்களைப் போன்ற தொழிலாளர்கள் பாதிக்கப்பட்டார்கள். நாங்களும் முதலாளியும் பாதிக்கப்பட்ட நிலையில் வறுமையில் வாடிய நேரத்தில், நீ இந்த நிறுவனத்திற்கு வந்து மேனேஜரா அப்படி சொல்ல முடியாது எங்க மாதிரி ஒரு தொழிலாளியாவே வந்து பொறுப்பெடுத்து எங்களை ஊக்குவித்து ஓடியாடி வேலை செய்து இன்னிக்கு இந்த நிறுவனத்தை எடுத்து நிறுத்தி முதலாளி தொழிலாளி என்ற பாகுபாடு இல்லாமல் செஞ்சிருக்க பார் அது யாருக்கு வரும். இங்க இப்ப பார் முதலாளியும் உன் மீது பாசத்தைக் கொட்டுகிறார். நாங்களும் உன் மீது பாசத்தைக் காட்டுகிறோம். உன்னுடைய செயல்பாட்டால், இங்கு முதலாளியா உட்காராமல் நம்மோடு ஒரு தொழிலாளியாகவே மாறிவிட்டாரே அதெல்லாம் சாதாரண விசியமா? அது உன்னால் தானப்பா முடிந்தது.

முதலாளி இன்னிக்கு சிரிச்சுக்கிட்டிருக்கிறார்ன்னா அதுல உன் பங்கும் இருக்குதுப்பா, தொழில் நல்லா நடந்ததென்றால் லாபம் அந்த அளவிற்குக் கிடைக்கும் போது எங்களுக்கும் சம்பளமும் போனசும் அதற்குத் தகுந்த மாதிரி முதலாளியிடம் சொல்லி வாங்கிக் கொடுக்கிற. அவரும் உன் பேச்சை மீறி நடப்பதில்லை. அதே போல் தொழில் சரியில்லையென்றால், அதற்குத் தகுந்த மாதிரி சம்பளமும் போனசும் மற்றவைகளையும் குறைத்துக் கொள்ள சொல்லுற அதற்கு நாங்கள் தொழிலாளிகளும் ஒத்துக் கொள்கிறோம். இப்படியிருப்பதால் முதலாளி தொழிலாளி என்ற வேறுபாடே இல்லாமல் இருக்குறோம். அதற்கெல்லாம் நீ தானே காரணம். அப்படிப் பாத்தால் இன்னிக்கு நாங்களும், இடைவிடாமல் நேரம் காலம் பார்க்காமல், இந்த வேலையை செய்யுறமுன்னா எங்களை இந்தத் தொழில் ஒரு பங்குதாரர் மாதிரில்ல வச்சிருக்கிறீங்க. அதனால் தான் எவ்வளவோ நிறுவனங்கள் முதலாளி தொழிலாளி பாகுபாட்டால் அழிந்து விட்டது. ஆனால் நம்ம நிறுவனம் மட்டும் எழுந்து நிற்பதற்கு நீ ஒரு காரணம் தானே. அதனால்தான் நாங்களெல்லாம் உன்னை எங்கள் குடும்பத்தில் ஒருத்தரா பாக்கிறோம் என்று சுடர் வேந்தன் சொல்லி முடித்தவுடன், ஆய்வேள் முதலாளி சரியா சொன்னப்பா சுடர்வேந்தன், நீ சொல்லுற மாதிரி இங்க செய்ததால்தான் நீங்களும் நல்லாயிருக்கிறீங்க. நானும் எனது குடும்பமும் நல்லாயிருக்கிறோம். நாம் எல்லோரும் சமமான மனிதர்களா வாழ்வதுதான் நல்லது. அதையெல்லாம் நமக்கு வழி காட்டியா உணரவைத்து நடைமுறைப்படுத்தியது நம்ம செங்கதிரவன். அப்படிப்பட்ட செங்கதிரவனை நாம எப்படி அன்னியமாகப் பார்க்க முடியும் என்று கூறினார்.

அதையெல்லாம் கேட்டுக் கொண்டிருந்த செங்கதிரவன் நான் மட்டுமே இந்த வளர்ச்சிக்குக் காரணமில்ல இங்கு இருக்கிறவர்களுடைய எல்லோரும் நல்ல மனதோடு சுயலாபம் பார்க்காமல், உழைத்ததால் தான் நாம் வாழ்கிறோம். இந்த ஒற்றுமை தானே காரணமே ஒழிய நான் ஒருவன் மட்டுமே காரணமில்ல. சரி இன்னிக்கு வேலை கூடுதலா இருக்குதுன்னு காலையிலேயே சொன்னேன். இவ்வளவு நேரம் அரட்டையடிச்சாச்சு அதுவும் முதலாளியை வைத்துக்கொண்டே நடக்குது இது ஒண்ணே போதும் நம்மையும் முதலாளியைப் பத்தியும் தெரிந்து கொள்வதற்கு. நாம இனி அவரவர் வேலையைப் போய் பாத்து துரிதமா செய்து முடியுங்கள் என்று செங்கதிரவன் கூறினான். அதைக் கேட்டவுடன் மில்லில் சங்கு ஊதியவுடன் தொழிலாளர்கள் பரபரப்பாக வேலைக்குப் போவது போல் தொழிலாளர்கள் சென்று அவரவர் வேலையைக் கவனிக்க ஆரம்பித்தார்கள். அவர்கள் சென்றவுடன்

ஆய்வேள், செங்கதிரவனைப் பார்த்து சாப்பாடெல்லாம் எப்படி என்று கேட்டார். ராத்திரி மனக்கஷ்டத்தில் சாப்பிடல்ல காலையில ஓட்டல்ல சாப்பிட்டத கதிரழகி அப்பா அம்மா பாத்திட்டாங்க. நான் வெளியே வரபொழுது காத்திருந்து அவங்க வீட்டுக்கு கூட்டி போய் நலம் விசாரித்தார்கள் நடந்ததைக் கூறினேன். அவர்கள் மதிய உணவை போட்டு சாப்பாட்டுப் பையை உடன் கொடுத்தனுப்பிவிட்டார்கள் என்று செங்கதிரவன் கூறினான். அதைக் கேட்ட ஆய்வேள், இனி நீ எங்க வீட்டுலேயே சாப்பிட்டுக்கோ என்றார். இல்லிங்கண்ணா உங்களுக்கு எதுக்கு சிரமம், அதே நேரத்தில் கதிரழகி வீட்டிலும் அங்கு போய் சாப்பிடலன்னா மனக்கஷ்டப்படுவார்கள் என்று கூறிவிட்டு எங்க தாத்தா பாட்டி விட்டுட்டு போயிட்டாங்கண்ணவுடன். அவர்கள் எனக்கு பொண்ணு கொடுக்க மாட்டார்களோ என்று நினைத்தேன், ஆனால் கதிரழகி அப்பா நாங்கள் பிழைப்பைத் தேடி எங்க சமுதாயத்தையே விட்டுட்டு வந்து இங்கு தனி குடும்பமாக வாழறோம். இப்ப நீ எல்லா உறவும் இருந்தும், தனி மரம் மாதிரி நிக்கிற. நீ எங்களுக்கு ஆதரவு, நாங்க உனக்கு துணையென்று பேசினார்கள்; அந்த சொல்லு பாருங்க என்னை கண் கலங்க வைச்சிடுச்சு. யாங்கண்ணா நான் பழகிற எல்லோருமே இவ்வளவு நல்லவர்களாகவே இருக்கிறார்களே. எல்லோருக்கும் நான் என்ன கைமாறு செய்யப்போகிறேன்? என்று ஆய்வேளைப் பாத்துக் கேட்டான் செங்கதிரவன். ஆய்வேள் கதிரவா நீ யாரிடமும் கள்ளம் கபடமில்லாமல் பழகிற அதோடு எந்தவித எதிர்பார்ப்பும் சுயநலமுமில்லாமல் எல்லோருக்கும் உதவி செய்யும் எண்ணத்தோடும் எல்லோரும் நல்லவர்கள் என்ற எண்ணத்தோடும் பழகுகிறாய் அதனால் உன்னோடு பழகுகிறவர்களும் கெட்ட எண்ணம் கொண்டவர்களாக இருந்தால் கூட உன்னைப் பாத்து தன்னை மாற்றிக் கொள்கிறார்கள். செங்கதிரவன் இப்ப என்னையே எடுத்துக்கொள் நான் முதலாளி என்ற இறுமாப்போடு இருந்துள்ளேன். நம்முடைய தயவால் தான் இந்தத் தொழிலாளர்கள் வாழ்கிறார்கள் என்று எண்ணி அவர்களை மனிதர்களாகக்கூட பாக்க மறுத்துள்ளேன். இதையெல்லாம் நீ வேலைக்கு வந்த நேரத்தில் என்னிடம் பார்த்திருக்கலாம். ஆனால் அதையெல்லாம் ஒரு பொருட்டாக எடுத்துக்கொள்ளாமல் வேலை செஞ்சி தொழிலாளர்களை பக்குவப்படுத்தி நலிஞ்சு போன இந்தத் தொழிலை எடுத்து நிறுத்தி என்னையும் படிப்படியா தொழிலாளி இல்லாமல் தொழிலில்லை என்ற எண்ணத்தை உருவாக்கியவன் நீ தானே. அதனால் உன்னைப் போன்றவர்கள் இந்தச் சமுதாயத்தையே மாற்ற முடியும் கதிரவா என்று நெஞ்சம் நெகிழ மனதின் அடி ஆழத்திலிருந்து கூறினார். சரி அதுயெல்லாம் இருக்கட்டும் எவ்வளவு

நாளைக்குத் தான்; மாமனார் வீட்டிலேயே சாப்பிடப் போகிறாய், மாமனார் வீடாக்கிக் கொள்ள வேண்டியதுதானே என்றார் ஆய்வேள்.

அதற்கும் நேரம் காலம் வரணுமில்ல என்றான் செங்கதிரவன். நேரம் காலத்தை நாமதான் உருவாக்க வேண்டும். அதுவா எப்படி உருவாகும் என்றார் ஆய்வேள். அதற்கு நீங்கதான் எங்க மாமனாரிடம் பார்த்துப் பேசவேண்டும் என்றான் செங்கதிரவன். ஆமாம், ஆமாம். நானே பார்த்துப் பேசுகிறேன் என்றார் ஆய்வேள். உங்களோடு இன்னொருவர் இருக்கிறார் அவரையும் கூட்டிச் செல்லலாம் என்றான் செங்கதிரவன். அவர் யாருப்பா அப்படிப்பட்ட முக்கியமானவர் என்று கேட்டார், ஆய்வேள். அவர்தான் எங்கள் தலைவர், சாயக்கார கருப்பண்ணன். அவர் தான் எனக்கு பெயர் வைத்தவர். எனது வயதான தாத்தாவையும் பாட்டியையும் பக்குவப்படுத்தியவர். அவர்கள் மூலம் நான் பக்குவ மடைந்தேன். அதனால் அவரையும் கூட்டிச் செல்வோம் என்று கூறினான் செங்கதிரவன். அப்படியின்னா அப்படிப்பட்ட நல்ல மனிதனையும் நான் பார்க்கணும்பா, அவரையும் கூட்டிச் செல்லலாம் என்று கூறினார் ஆய்வேள். அவரையும் கூட்டிச் செல்ல வேண்டுமென்று கூறுவதற்கு வேறு ஒரு காரணமும் இருக்கு. கதிரழகி அப்பா அம்மா வோடு அவர் நெருங்கி பழகக் கூடியவர் குடும்ப நண்பர். அதனால் அவரையும் கூட்டிச்சென்றால் அவர்களும் சந்தோசமடைவார்கள் என்றான் செங்கதிவரன்.

கரையாங்காட்டில் இருக்கும் செங்கோடன் காலை எழுந்து எல்லோரும் அவரவர் வேலைகளைக் கவனிக்க சென்றுவிட்டார்கள், நானும் நீயும்தான் வீட்டை காவல் காப்பவர்களாக இருக்கிறோம். கொண்டலாம்பட்டியிலிருந்தால் இன்னேரம், நானும் வேலைக்குப் போயிருப்பேன். இங்க என்ன வேலை இருக்குது மழை பேஞ்சாதான் ஏதாவது காட்டு வேலை செய்யலாம். இப்ப என்ன நாளையிலிருந்து நாமும் ஏதாவது இவர்களுக்கு உதவியா வேலை செய்யணும், என்று புலம்பிக்கொண்டிருந்தான் செங்கோடன். அப்படி என்ன வேலை செய்யப் போறீங்க என்று கேட்டாள் அழகம்மாள். பின்ன எப்படி சும்மாவா உக்காந்திருக்க முடியும். வேலை செஞ்சாதான் தின்னது செரிக்கும். உடம்பு நல்லா இருக்கும். இல்லன்னா உடம்பு சோம்பேறிப்பட்டு பல நோய்களைத்தான் உருவாக்கும். அதனால நாளையிலிருந்து காலையில கால சாப்பாட்டுக்குள்ள மாட்டு கட்டுத்தரையை சுத்தம் செய்து சாணங்களை அள்ளிக் கொண்டு போய் குப்பக் குழியில் கொட்டிவிட்டு எல்லாம் கூட்டி வாரி சுத்தமா வச்சிடணும். அதற்கடுத்து ஆட்டுப்

பட்டியை நிலைபட்டியாய் வச்சிருக்கிறாங்க. அதையும் கூட்டி வாரி ஆட்டு புழுக்கைகளைக் கொண்டு போய் குப்பக் குழியில கொட்டணும். அதற்கு மேல நேரம் கிடைச்சதுன்னா செம்மலுக்கு உதவியா கோழிப் பண்ணையில் ஏதாவது செய்யணும் என்று தனக்குத் தானே பேசிக் கொண்டிருந்தார் செங்கோடன். அதைக்கேட்ட அழகம்மாள் நானும் ஏதாவது செய்யணுமில்ல, அதைக்கேட்ட செங்கோடன் அதெல்லாம் நீ ஒண்ணும் செய்ய வேண்டாம். பேசாம்ம வீட்டோடு கெட. அங்கங்க போயி வேலை செஞ்சு ஏதாவது நோய் வந்து படுத்துக்காத என்று செங்கோடன் அழகம்மாளுக்கு புத்தி சொல்லுகிறான். அதைகேட்ட அழகம்மாள் நான் மட்டும் வீட்டல உக்காந்து கெடக்கணும். இவருக்கு இப்பதான் ஆடி வந்தா பதினாறு நடக்குது. இவரு மட்டும் வேலை செய்வாறாம். காடு வா..வா..ங்குது வீடு போ...போ..ங்குது. ஏதோ வீட்டோடு இருந்து ஓய்வெடுப்பாரா வேலை செய்யராறாம். நான் மட்டும் பாங் கெழடியாம் வேலை செய்யக் கூடாதாம் என்று இருவரும் மாறி மாறிப் பேசிக் கொண்டார்கள்.

ஏங்க இப்ப செங்கதிரவன் வேலைக்குப் போயிருப்பானா இல்ல வீட்டிலேயே அழுதுகிட்டிருப்பானா தெரியலியே? என்று செங்கோடனை பார்த்து கேட்டாள் அழகம்மாள். அதற்கு செங்கோடன் அவனை மறக்கத் தான் நான் இந்த வேலைகளையெல்லாம் செய்யணுமின்னு பேசிக் கொண்டிருந்தேன் உடனே உள்ள புகுந்து ஏதேதோ சொல்லிவிட்டு கடைசியில அவன் நினைப்ப உருவாக்கிட்ட. இப்பதான் வேற நினைப்பு உருவாக்க நினைத்தேன் என்று அழகம்மாளை கடுஞ்சிக்கிறான் செங்கோடன். நான் நேபகப்படுத்தலன்னா இவரு பேரனை நினைக்கவே மாட்டாரு. பேரன் வந்துட்டான்னு இப்ப சொன்னா கூட எங்க எங்க என்று எழுந்து ஓடுவாரு. எப்போதும் அவன் நினைப் போடவே இருப்பாரு. இப்பதான் மறந்துட்டாராம். இங்க யாருக்கு காது குத்துறாரு எனக்கெல்லாம் சின்ன குழந்தையிலேயே எங்கப்பம்மா காது குத்திட்டாங்க. நீங்க ஒண்ணும் காதுகுத்த வேண்டாம் எனக்கு என்று அழகம்மாள் பேசினாள். நான் உங்கிட்ட தெரியாம சொல்லிட்டாய்யா அவனை எப்படி மறப்பதென்னுதான் யோசனையாகவே இருக்கிறேன். இன்னிக்கி எப்படியும் வேலைக்குப் போயிருப்பான். வேலைக்குப் போயிருந்தா வேலையில கவனமா இருப்பான். அவன் கூட வேலை செய்யும் தொழிலாளிகள் அவன் மனசை மாத்திருவாங்க. அதே போல அவங்க முதலாளி இவனை மலைபோல எண்ணுகிறான். அதனால இவனுக்காக என்ன உதவி வேண்டுமானாலும் செய்வார். இவன் அங்கு வேலைக்குப் போன பிறகுதான் அந்தத் தொழிலை இவன் முன்னேற்றி யிருக்கிறான். அந்தத் தொழிலாளிகளும் நல்லாயிருக்கிறாங்க.

அவ பேரு வேற நம்ம வாயில நுழைய மாட்டங்குது என்று சொல்லிக் கொண்டிருக்கும் போதே எங்க அகவி? தாத்தா நா இதோ வந்துட்டேன் ஏதாவது வேணுங்களா தாத்தா என்று கேட்டாள் அகவி. ஆமாடா கண்ணு அங்கிருந்து வந்ததில களப்பா போச்சு கொஞ்சம் தண்ணீ குடுடாசாமி என்று சித்தன் கேட்டார். அகவி நாற்காலியை எடுத்து வந்து போட்டு முதல உக்காரு தாத்தா தண்ணி கொண்டுவறேன் தாத்தா என்று வீட்டிற்குள் சென்று தண்ணீரைக் கொண்டு வந்து கொடுத்து குடிங்க தாத்தா என்றாள். தண்ணீரைக் குடித்தவுடன் பொறை ஏறிக்கொள்கிறது சித்தனுக்கு. அகவி, தாத்தா நிதானமா குடிங்க என்று உச்சந்தலையில் கை வைத்து லேசா தேய்த்து விடுகிறாள். அதன் பிறகு தேக்கம் தேறி சித்தன் தண்ணீரைக் குடித்துவிட்டு அடேயப்பா இப்பதான் கொஞ்சம் தெம்பு வந்துச்சு என்று கூறினார். அகவி, யாங்க தாத்தா டீ யேது போடட்டுமா? என்று கேட்டாள். அதற்கு அழகம்மாள் பால் இருந்தா ஒரு டீ போட்டு குடும்மா பாவம் யம்மம்மா களைப்பா வந்திருக்கிறாரு என்று கூறினாள். இப்ப சரியா போச்சு என்று கூறிவிட்டு செங்கோடா நீங்க தூக்கிகிட்டுப் போன பேரக் கொழந்த என்னப்பா ஆச்சு. இப்ப அவனுக்குகூட கல்யாண வயசு ஆயிருக்குமே. அவனுக்கு கல்யாணம் ஏதாவது செஞ்சுவச்சியா? எங்க அவனை கூட்டி வந்திருக்கியா? என்று கேட்டான் சித்தன். அதற்கு செங்கோடன் அவன் வரல அவனை படிக்க வச்சி பெரிய ஆளா ஆக்கி அவன் ஒரு கம்பனியில மேனேஜரா உத்தியோகம் பாக்கிறான். அதனால அவனை அங்கேயே உட்டுபுட்டு வந்துட்டோம் என்று கூறினான்.

அதைக் கேட்ட சித்தன் யாப்பா அவனையும் கூட்டி வந்திருக்கலா மில்ல. அவனை பாக்க உங்குடும்பம் எவ்வளவு ஆவலா இருந்தாங்க என்று கூறினார். அதைக் கேட்ட செங்கோடன் அண்ணே அதுக்கும் நேரம் வரணுமில்ல. நேரம் வந்தா கூட்டி வந்துடுறேன் என்றார் அதற்குள் அகவி, டீ கொண்டு வந்து மூவருக்கும் கொடுத்தாள். மூவரும் டீயை குடித்துக் கொண்டிருக்கிறார்கள். சித்தன் டீயை குடித்து விட்டு கிளாசை கீழே வைத்து விட்டு இன்னும் நீ அந்தப் பழைய கதையை மறக்கல போலிருக்கு. அந்தப் பைத்தியக்கார சோசியன் சொல்லிட்டானாம் அதை நம்பிக் கொண்டு இவ்வளவு காலத்தை கடத்திவிட்ட. இன்னுமா உனக்கு அந்தப் பயம் போவல. எப்படியண்ணா போவும். நானும் நீயும் சேந்து செஞ்ச காரியந்தான் என்ன இந்தப் பாடு படுத்திவிட்டது என்று செங்கோடன் கூற, ஆமாம். நீ தான் அதை இன்னமும் நினைச்சுகிட்டு இருக்கிற. எவ்வளவு பேர் அப்படி செஞ்சாங்க. அவங்களெல்லாம் உன்னை மாதிரிதான் நடந்துகிட்டுருக்காங்களா? நீ ஒரு பைத்தியக்காரன் என்று சித்தன் கூறினான். அதற்கு அழகம்மாள் குறுக்கிட்டு என்ன

ரண்டு பேரும் பூடகமாவே பேசிகிட்டிருக்கிறீங்க என்று கேட்டாள். அதெல்லாம் ஒண்ணுமில்ல. அந்தச் சோசியன் நம்ம பேரனை அப்பா அம்மா பார்த்தால் ஆபத்துன்னு சொன்னால்ல அதைத்தான் சொல்லுறான் சித்தண்ணன் என்றான் செங்கோடன். இதைக் கேட்ட அழகம்மாள், இல்ல நீ சொல்லுறது வேற அவர் சொல்லுறது வேற என்றாள். அப்படி யெல்லாம் ஒண்ணுமில்ல. ரண்டு பேரும் சொல்லறதும் ஒண்ணுதான் என்று சொல்லிட்டு ஏண்ணே சித்தண்ணே எதை எதையோ யாண்ணே ஔர்ற. வயசு ஆயிட்டா இப்படித்தான் சிலர் உளருவாங்க என்று கூறினான் செங்கோடன். சரி, சரி. நேரம் ஆயிடுச்சு வீட்டில தேடப் போறாங்க புறப்படுண்ணா சித்தண்ணா என்று செங்கோடன் கூறினார். இதைக் கேட்ட அழகம்மாள் யா அவரை போகச் சொல்லி நீயே கட்டாயப் படுத்தற மாதிரி தெரியுது. அதுக்கு செங்கோடன் போடி துப்புக் கெட்டவளே வயசாயுடுச்சு எங்க போயிட்டாருன்னு வூட்டல தேடமாட்டாங்க. அதுக்கு நா சொன்னா இவவேற மாதிரி புரிஞ்சுகிட்டா என்று செங்கோடன் கூறினார். இதைக் கேட்ட சித்தன் எழுந்து சரி செங்கோடன் நான் போயிட்டு இன்னொரு நாளைக்கு வறேன் என்று கூறி விடைபெற்றுச் சென்றார். அதற்கு சித்தண்ணே சித்தண்ணே நீங்க யா கஷ்டத்தோட வரணும். நானே உன்னை வந்து பாக்கிறேன்னு கூறி வழி அனுப்பி வைத்தார். இதைக் கேட்ட அழகம்மாள் மனசுக்குள்ள இவங்க ரண்டு பேத்துகிட்ட ஏதோ இருக்கு. அதை மறைக்கிறார்கள். அதனால்தான் இவர் சித்தனை இங்கு வரவேண்டாம். நானே அங்க வறேன் என்று கூறினார் என்று அழகம்மாள், செங்கோடன் சித்தன் மீது சந்தேகப் பட்டாள்.

சாயக்கார கருப்பண்ணன், ஆய்வேள், செங்கதிரவன் மூவரும் நாயர் வீட்டிற்கு சென்றார்கள். கோவிந்தன் குட்டி நாயர் இவர்களைப் பார்த்தவுடன் ஓடிவந்து வாங்க தோழர் கருப்பண்ணன். நல்லாயிருக்கிறீங்களா என்று விசாரித்தார். அதற்கு கருப்பண்ணன் நா நல்லாயிருக்கேன் நீங்கள் உங்கள் மனைவி செல்லம்மாள், மகள் கதிரழகி எல்லாரும் நல்லாயிருக்கிறீர்களா என்று விசாரிக்கிறார். எல்லாம் நாங்க நல்லாயிருக்கிறோம் நீங்கதான் இந்தப் பக்கம் வறதேயில்லை. எங்களை மறந்திட்டீங்க என்றார் நாயர். தோழரே நீங்க நல்லாயில்லன்னா உங்களுக்கு உதவி தேவைப்பட்டால் உடனே வருவேன். மற்ற நேரங்களில் மற்றவர்களுக்காக ஓடிக் கொண்டேயிருப்பதுதான் என் வேலை. அதனால் நான் வரமுடிய வில்லை என்று கூறினார் கருப்பண்ணன். இடை மறித்து ஆய்வேளை காண்பித்து நாயரிடம் காட்டி இவர்தான் எங்கள் முதலாளி என்று அறிமுகப்படுத்துகிறான் செங்கதிரவன். ஆய்வேளைப் பார்த்து நாயரைக் காட்டி இவர்தான் கதிரழகியின் அப்பா என்று அறிமுகப்படுத்தினான்

கதிரவன். உடனே நாயர் செங்கதிரவனைப் பார்த்து செங்கதிரவா உன்னாலே எப்படியப்பா முடியுது எதிர் எதிரான வர்க்கத்தினரான முதலாளியையும் தொழிலாளர் தலைவரையும் கூட்டி வர முடியுது என்று ஆச்சரியத்தோடு கேட்டார். அதற்கு ஆய்வேள் முந்திக்கொண்டு ஐயா நாயரே, கருப்பண்ணன்தான் செங்கதிரவனுக்கே பெயர் வைத்தவர். அவங்க வயதான தாத்தா பாட்டியையே பக்குவப்படுத்தியதில் தான் அவர்கள் கதிரவனை இவ்வளவு விபரத்தோடு பக்குவமாக வளர்த்துள்ளார்கள். அதனால்தான் என்னையும் தொழிற்சங்க தலைவரையும் சமமாகப் பாவித்து இங்கு உங்களைப் பாக்க அழைத்து வந்திருக்கிறார் என்றார். அதைக் கேட்டவுடன் நாயர் எங்களை பாக்கவா! என்று ஆச்சரியத்தோடு கேட்டார். அதற்கு கருப்பண்ணன் நாயரே எல்லாம் வீட்டிற்குள் போய் பேசுவோம் என்று வீட்டிற்குள் சென்றார்கள். வீட்டிற்குள் சென்று பெஞ்சை எடுத்து வந்து போட்டு அதை தோள் மேலே போட்டிருந்த துண்டால் துடைத்துவிட்டு உக்காருங்க என்றவுடன் செல்லம்மா செல்லம்மா என்று தன் மனைவியை கூப்பிட்டு இங்கே வா இங்க யார் வந்திருக்கிறாங்க வந்து பாரு நம்ம கருப்பண்ண தலைவர் வந்திருக்கிறாரு. தண்ணீ கொண்டுவா என்று கூறினார். அதைக் கேட்ட செல்லம்மா, இதோ வந்துட்டங்க என்று தண்ணீர் செம்போடு ஓடிவந்து வாங்க தலைவரே! வாங்க என்று கூறிவிட்டு பக்கத்தில் உட்கார்ந்திருந்தவரையும் பாத்து வாங்க ஐயா வாங்க என்று கூறிவிட்டு குடிக்கத் தண்ணீர் கொடுத்தாள் செல்லம்மாள். உடன் செல்லம்மாளைப் பார்த்து இவங்க என் முதலாளி என்று அறிமுகப் படுத்தினான் செங்கதிரவன். அப்படியா என்று கூறிவிட்டு ஐயா உங்களைப் பத்தி தம்பி செங்கதிரவன் சொல்லுகிறபொழுது இப்படியும் ஒரு முதலாளி இருப்பாங்களா என்று ஆச்சரியப்பட்டிருக்கிறோம் என்று செல்லம்மாள் கூறி முடித்தவுடன் ஓ என்னைப் பற்றியும் உங்களிடம் கூறிவிட்டார் போலிருக்கு செங்கதிரவன் என்று ஆய்வேள் சிரித்தார். சிரிச்சுகிட்டே கருப்பண்ணனைப் பார்த்து இவரைப் பற்றி ஏதும் சொல்லலியா என்று கேட்டார். அவரைப் பற்றியா அவர்தான் எங்கள் தலைவராச்சே எங்க மாதிரி ஏழைகள் ஆதரவற்றவர்களுக்கெல்லாம் ஆபத்தாண்டவர் மாதிரி வந்து உதவுவராயிச்சே என்று கூறினாள் செல்லம்மா. மூவருக்கும் காபி போட்டுக் கொண்டு வந்து கொடுத்தார் நாயர். மூவரும் காபியை வாங்கிக் குடித்துக் கொண்டிருக்கையில் எங்க உங்க பொண்ணு கதிரழகியைக் காணும் என்று கேட்டார் கருப்பண்ணன். கதவிற்கு பின்பிருந்து ஓடிவந்து கருப்பண்ணன் தலைவரைப் பார்த்து வணக்கம் தலைவரே என்று கும்பிட்டாள் கதிரழகி. கருப்பண்ணன் நல்லாயிருக்கியாப்பா என்று கேட்டார். அதற்கு நாங்க நல்லாயிருக்கம்

நீங்க நல்லாயிருந்தா நாங்க நல்லா இருப்போம் தோழரே என்று சிரித்தபடியே கூறினாள் கதிரழகி. செங்கதிரவன் கதிரழகியைப் பார்த்து ஆய்வேளைக் காட்டி இவர்தான் எங்க முதலாளி என்று கூறியவுடன் கதிரழகி ஆய்வேளைப் பார்த்து ஐயா வணக்கம். உங்களைப் பார்க்க எங்களுக்குக் கொடுத்து வச்சிருக்கணும் என்று கூறினாள். அதற்கு ஆய்வேள் அப்படியா! என்னைப் பற்றி ஏற்கனவே தெரிந்தவள் மாதிரி பேசிரியே என்றார் அதற்கு கதிரழகி ஆமாம், ஆமாம். ஏற்கனவே உங்களைப் பற்றித் தெரியுமென்று செங்கதிரவனைப் பார்க்கிறாள் கதிரழகி. இதைக் கவனித்த ஆய்வேள் செங்கதிரவன் உன் வருங்கால மனைவிகிட்டேயும் சொல்லி வச்சிட்டியே என்று சிரித்தார். எல்லோரும் சேர்ந்து சிரித்தார்கள். கதிரழகி வெட்கத்தால் முகத்தை கையால் மூடிக்கொண்டாள்.

சரி, சரி. நாயர் செல்லம்மா நாங்க எதுக்கு வந்திருக்கோமுன்னு தெரியுமா? என்று கருப்பண்ணன் கேட்டார். நல்லவங்களெல்லாம் சேர்ந்து வந்துருக்கிறீங்க. நல்லதுக்குத்தான் வந்திருப்பீங்க என்று செல்லம்மாள் முந்திக் கொண்டு கூறினாள். அதற்கு நாயர் சும்மா இரு செல்லம்மா, தலைவரு ஏதோ சொல்ல வறாரு. அதுக்குள்ள நீ குறுக்க பூந்து குட்டையை குழப்புற. நீங்க சொல்லுங்க தலைவரே! என்று நாயர் கேட்டார். கருப்பண்ணன் செல்லம்மா சொன்ன மாதிரி நல்ல காரியத்திற்காகத்தான் நாங்கள் வந்துள்ளோம் என்று கூறினார். அதற்கு நாயர் அப்படியா அப்ப சொல்லுங்க சொல்லுங்க என்றார். ஆய்வேள் முந்திக் கொண்டு, கதிரவனுக்கு உங்க பொண்ண கேட்கத்தான் நாங்க ரண்டு பேரும் சேர்ந்து வந்திருக்கிறோம் என்று கூறினார். உடனே கருப்பண்ணன் தலையிட்டு செங்கதிரவனைப் பற்றியும்; அவன் குடும்பம் பற்றியும்; அவன் இப்பொழுது தனிமரமா இருப்பது பற்றியும் உங்களுக்குத் தெரியும். அதனால செங்கதிரவனை உங்கள் சிறிய தோப்போடு இணைச்சுக்குங்கன்னு கேட்கதான் வந்தோம் என்று கூறினார் கருப்பண்ணன். இதைக் கேட்ட செல்லம்மா நல்லவங்க வந்து கேட்கிறீங்க நாங்க என்ன மறுக்கவா போறோம் என்றாள். உடனே எங்க கதிரழகி ஒங்க பொண்ணு மாதிரி. நீங்க பாத்து இவனுக்கு கட்டிவையுங்கன்னு சொன்னா நாங்க எப்படி மறுப்போம் என்று கூறினார் நாயர். அதைக் கேட்டதும் அதெல்லாம் மறுக்க மாட்டீங்கன்னுதானே நாங்க வந்திருக்கோம் என்று கூறிய கருப்பண்ணன் கதிரழகியைப் பார்த்து ஏம்பா உனக்கு சம்மதம்தானே என்று கேட்டார். அதற்கு கருப்பண்ணனைப் பார்த்து பின்னால் நின்று கொண்டாள் கதிரழகி. உடனே ஆய்வேள் வெட்கத்தைப் பாரேன் என்று கதிரவனைப் பார்க்கிறார். அவனும் வெட்கத்தால் வேறு பக்கம்

பார்க்கிறான். அடேயப்பா ரண்டு பேருக்கும் வெட்கத்தைப் பாரே என்று கூறியவாறே சரி! நாயரே எல்லோருக்கும் சம்மதம் என்று தெரிகிறது. கல்யாணத்தை எப்ப வச்சிக்கலாம் என்று கேட்டார் ஆய்வேள். உடனே செல்லம்மாள் கல்யாணமுன்னா செலவெல்லாம் ஆகும். அதை தயார் பண்ணணும் அதனால் ஒரு மூணு மாசத்துக்கு மேலே வைச்சுக்கலாமே என்று கூறினார். அதற்கு ஆமாம் போடுவதைப் போல் செல்லம்மா சொல்லுறதுதான் சரியென்று நாயர் கூறினார். கருப்பண்ணன் அதற்கு இப்ப கதிரவன் நிலையைப்பத்தி உங்களுக்கெல்லாம் தெரியும். அவன் தனி ஆளா இருக்கான். வீட்டை பாத்துக்கக் கூட ஆள் இல்லை. சோறு தண்ணி செய்ய உடனே ஆள் தேவை. அதனால உடனே கல்யாணத்தை முடிச்சுடலாம் என்றார்.

அதற்கு ஆய்வேள் தலைவர் கருப்பண்ணன் சொல்லுறதுதான் சரி. அப்படியே செஞ்சிடுவோம். செலவைப் பத்தி நீங்க யாரும் கவலைப் படாதீங்க. அதை நாங்கள் பார்த்துக்கிறோம் என்றார் அதைக் கேட்டதும் நாயர் எப்படியிருந்தாலும் நாங்கள் பெண்வீட்டார் செய்ய வேண்டியதை செய்ய வேண்டுமே என்றார். உடனே கருப்பண்ணன் அதான் கதிரழகியை நல்லா குணமா லட்சணமா வளர்த்தி படிக்க வச்சிருக்கிறீங்க. அது போதாதா. அது போதும் நாயரே. செங்கதிரவனும் கதிரழகியும் நல்லா படித்தவர்கள் விபரமானவர்கள். அவர்கள் சேர்ந்தால் நல்ல முறையில் மற்றவர்களுக்கும் எடுத்துக்காட்டாக வாழ்வார்கள். அவர்கள் உங்களையும் பிற்காலத்தில் பாதுகாப்பார்கள். அதனால் கதிரவன் என்னிடம் எல்லா விபரத்தையும் கூறிவிட்டார்கள். அவர் உங்களிடம் எதையும் எதிர்பார்க்கவில்லை. அப்படி வாய்த்தால் அது வரதட்சணை யாகும். அது சட்ட விரோதம் ஆகும். சமூக நீதிக்கும் எதிராகும். அதனால் கட்டிய துணிகளோடு வந்தால் போதும். நான் கடைசிவரை துணைவனாக இருந்து பாதுகாப்பேன் என்று கதிரவன் கூறினான். அவர் என்ன சொல்லறது. நானே சொல்லுறேன். நீங்கள் எதையும் கொடுக்க வேண்டாம் கொடுக்கவும் கூடாது என்று கருப்பண்ணன் கூறினார். அதைக் கேட்டுக் கொண்டிருந்த செல்லம்மா, இப்படியே எம்பொண்ணுக்குக் கிடைக்கிற மாப்பிள்ளை மாதிரி நாட்டில எல்லா பொண்ணுங்களுக்கும் கிடைக்கணும் குருவாயூரப்பா என்றாள். குருவாயூரப்பனையும் உருவாக்கியது இந்த மனுசங்கதானே. அதனால மனுசங்கள நம்புங்கமா என்று கூறினார். உடனே நாயரு செல்லம்மா நாம நம்ம சுத்தியிருக்கிற மனிதரை மதிச்சு வாழ்ந்தாலே போதும் கடவுள் நமக்கென்ன கொட்டியா குடுக்குது. நம்ம மேலேயே நம்பிக்கை இல்லாத போது, கடவுளை நம்பி ஓடுறோம். இப்பதான் தெளிவா தெரியுதுள்ள நம்ம அறிவு. நம் உழைப்பு நம்மை வாழ

வைக்கும் என்று கூறினார். உடனே ஆய்வேள் தலையிட்டு செங்கதிரவன் மாதிரி ஆளுங்க இந்தச் சமுதாயத்தையே மாத்திடுவாங்க. அதனால செங்கதிரவன் என்ன கூறினார் என்று கேட்போம் என்று கருப்பண்ணனைப் பார்த்தார். கருப்பண்ணன் ஆமாம் அதுவும் சரிதான் செங்கதிரவன் கூறட்டும் என்றார். செங்கதிரவன் எல்லா நிலைமையையும் நீங்கள் கூறீட்டீங்க. அதோடு அவங்களுக்கும் என்னைப் பற்றிய விபரம் முழுதும் தெரியும். அதனால் நானும் அவங்க பொண்ணும் சேர்ந்து வாழ எனக்கு ஒரு சரியான வழி என்னாண்ணா கல்யாணத்தை எளிமையா சிக்கனமா நடத்தணும். அதுவும் கோவில் கல்யாண மண்டபமெல்லாம் வேண்டாம். பெரிய விருந்து உபச்சார மெல்லாம் வேண்டாம். ஒரு திங்கட்கிழமை இரண்டு வீட்டாருமே சேர்ந்து பதிவு அலுவலகம் சென்று மாலையை மாத்திகிட்டு பதிவுத் திருமணம் செய்துவிடலாம் என்றும்; வருகிறவர்களுக்கு ஹோட்டலில் சாப்பாடு வாங்கிக் கொடுத்துவிடலாம் என்றும் செங்கதிரவன் கூறினான். அதற்கு ஆய்வேள், செங்கதிரவன் எத்தனை லட்சமானாலும் நானும் தொழிலாளிகளும் செய்யத் தயாராக இருக்கிறோம். நீ என்னப்பா ஏழை மாதிரி பேசற என்றார். உடனே கருப்பண்ணன் ஐயா ஆய்வேள் நீங்கள் உங்கள் நிலையிலிருந்து சொல்லுறீங்க. ஆனால் செங்கதிரவன் கூறுவது தான் சரி. செங்கதிரவன் நினைத்தால் இந்தக் கல்யாணத்துக்கு எத்தனை லட்சம் வேண்டுமானாலும் செலவு செய்யலாம். காரணம் நீங்களும் உங்கள் தொழிலாளிகளும் பின்னால் இருக்கிறீர்கள். அந்தக் கவலையைப் போக்க வேண்டுமானால் நம்ம மாதிரி இருக்கிறவங்க கல்யாணத்தை சிக்கனமா செஞ்சு எடுத்துக்காட்டா வாழணும். கல்யாணத்திற்காக கடனை வாங்கிகிட்டு அதைக் கட்டமுடியாமல் எவ்வளவு பேர்கள் நாட்டல கஷ்டப்படுகிறார்கள். அதனால் திருட்டு கொலை கொள்ளை மட்டுமல்லாமல் எவ்வளவு குற்றங்கள் நடக்குது. ஆனால் கதிரவன் சொல்வதுபோல் ஒவ்வொரு நிகழ்ச்சிகளையும் சிக்கனமா செய்தால் குற்றங்களே மறைந்துவிடும். அதனால் கதிரவன் சொல்லுறபடியே பதிவுத் திருமணமா செய்திடலாம். ஆயிரம் பேர்களை கூட்டிவைத்து எல்லா சடங்குகளையும் செஞ்சு அவ்வளவு பேர்களுக்கும் விருந்து வச்சு அனுப்பினாலும் பொண்ணுக்கும் மாப்பிள்ளைக்கும் வாழ்க்கையில் பிரச்சனையின்னு வந்து கோர்ட்டுக்கு போனால் இவர்களா வந்து சாட்சி சொல்லுறாங்க. பதிவுத் திருமணம்தான் இருவருக்கும் பாதுகாப்பா இருக்கும் என்று கருப்பண்ணன் கூறினார். உடனே ஆய்வேள், கதிரவனுக்கு செலவு செய்ய எங்களுக்கு ஒரு வாய்ப்பு கிடைக்குமேன்னு எதிர்பாத்ததற்கு வேட்டு வச்சிடுவீங்க போலிருக்கே என்றார். நீங்கள் செலவு செய்யுறீங்க என்பதற்காக செங்கதிரவன் அவர் கொள்கைகளை விட்டுக் கொடுக்கச் சொல்லுறீங்களா என்று கேட்டார் கருப்பண்ணன்.

நம்ம தேசத் தலைவர்கள் எப்படி எளிமையாக வாழ வேண்டுமென்று வாழ்ந்து காட்டியிருக்கிறார்கள். அதை நாம் கடைபிடித்தால் போதும். தோழர் ஜீவா ரூ.10இல் கல்யாணத்தை முடித்துள்ளார். பார்வதி கிருஷ்ணன் மந்திரியின் மகளாக இருந்தும் கட்சி ஆபிசில் ரூ.20 செலவில் கல்யாணத்தை முடித்துக் கொண்டார்கள். அவர்கள் வழியை நாம் எல்லோரும் கடைபிடித்தால் இந்த நாடு உருப்படும். முதலாளிகள், வசதி படைத்தவர்கள் செய்வதைப் பார்த்துவிட்டு; சாதாரண மக்களும் அப்படியே செய்ய நினைக்கிறார்கள். அதனால் கடன் தொல்லையில் சிக்கித் தவிக்கிறார்கள். இப்ப அரசியல் தலைவர்கள் நாட்டைத் திருத்துகிறேன் என்கிறார்கள். ஆனால் இவர்கள் கல்யாணத்திற்கு கோடிக்கணக்கில் செலவு செய்து இவர்களைப் பார்த்து வாழும் மக்களும் நாமும் அப்படியே நம்ம பிள்ளைகளுக்கும் கல்யாணம் செய்து வைக்கணுமின்னு நினைக்கிறாங்க. நாமும் அது மாதிரி இல்லாமல் எளிமையாக கல்யாணத்தை நடத்தி மக்களை அன்னிய வர்க்க போக்கிலிருந்து விடுவிக்க வேண்டுமென்று செங்கதிரவன் எண்ணினான். அவர் நினைக்கிறது சரிதானே. அதன்படியே கல்யாணத்தை முடிச்சு வச்சிடலாமே என்றார் கருப்பண்ணன். இடை மறித்து அப்படியே தாலியும் கட்டி விட வைக்கலாமே என்று கூறினாள் செல்லம்மாள். ஆமாமாம். நீங்க சொல்லுறதும் சரிதான் என்றார் ஆய்வேள். அப்படியே செய்துவிடலாம் என்று கூறினார் நாயர். இதைக் கேட்ட கருப்பண்ணன் சரி, சரி. நீங்க மெசாரிட்டி சொல்லுறீங்க. செங்கதிரவா நீ சொல்லுப்பா என்று கேட்டார். அதற்கு சரி அவர்கள் சொல்லுறபடியே வச்சுக்கலாம். ஆனால் அதில் ஒரு மாற்றம் செய்ய வேண்டும். என்ன மாற்றம் சொல்லு செங்கதிரவா செஞ்சிடலாம் என்றார் கருப்பண்ணன். தமிழ் மரபுப்படி மாலையை மாற்றிக் கொண்டு பதிவுத் திருமணம் செஞ்சுக்கலாம் என்பதுதான் எனது நிலை, தலைவர் நிலையும். ஆனால் உங்கள் நிலை பொண்ணுக்கு நான் தாலிகட்ட வேண்டுமென்பது அதற்கு நான் உடன் படுகிறேன். காரணம் தாலிதான் பொண்ணுக்கு வேலி. அதேபோல் எனக்கும் பெண் தாலிகட்ட வேண்டும் என்று கூறியதுதான் உடனே ஆய்வேள் நாயர் செல்லம்மாள் மூவரும் கைக் கொட்டிச் சிரித்தார்கள். சிரித்துவிட்டு மாப்பிள்ளை என்ன தமாஷ் பண்ணுகிறார் என்று மூவரும் ஒரே குரலில் கூறினார்கள். ஆமாம் செங்கதிரவன் கூறுவதில் என்ன தவறு இருக்கிறது. பெண்ணுக்கு ஆண் கட்டுற தாலி வேலி என்றால் பெண் ஆணுக்கு கட்டும் தாலி மாப்பிள்ளைக்கு வேலி என்று கருப்பண்ணன் கூறினார். உடனே நான் தாலிகட்டிகிட்டு ஊர்ல உலகத்துல எல்லார் மத்தியிலும் போக முடியும். பெண் என்ற முறையில் பெண்களைப்

போல் ஒரு ஆண் தாலி கட்டிக்கொண்டு எப்படி ஊர்ல தலைகாட்ட முடியுமென்று சிரித்தாள் கதிரழகி. உடனே ஆணும் பெண்ணும் சமம் என்ற கோட்பாட்டை ஏற்றுக் கொள்கிறீர்களா அல்லது ஆணுக்கு பெண் மட்டம் என்ற கோட்பாட்டை ஏற்றுக்கொள்கிறீர்களா என்று செங்கதிரவன் கேள்வியை எழுப்பினான். உடனே செல்லம்மாள் எப்படி ஆணுக்கு பெண் மட்டமாவாள்? இரண்டு பேரும் சமம்தானே. பெண் இல்லாமல் ஆண் எப்படி வந்தான். அதே போல் ஆண் இல்லாமல் எப்படி பெண் வந்தாள்? அதனால் இருவரும் இல்லாமல் இந்த வாழ்க்கை இல்லை. ஏன் உலகமே இல்லை. சரியா சொன்னீங்கம்மா நீங்க சொல்லுறது தான் உண்மையும் கூட என்றார் ஆய்வேள்.

அதனால் தான் பெண்ணுக்கு ஆணும் ஆணுக்கு பெண்ணும் தாலி கட்டுவதுதான் நீங்கள் சொல்லுறபடி இரண்டு பேரும் சமமானவர்கள் என்பதைக் காட்டும். இல்லையேல் ஆண் மட்டும் பெண்ணுக்கு தாலி கட்டுவது அது ஆண் அடிமை சமுதாயத்தின் நிலை. ஆணுக்கு பெண் அடிமை, பெண்ணுக்கு ஆண் அடிமை இல்லாமல் ஆணும் பெண்ணும் சமம் என்ற நிலையை உருவாக்கத்தான் இருவரும் தாலிகட்டிக் கொள்வதென்று செங்கதிரவன் கூறினான் என்று கூறினார் கருப்பண்ணன். அப்படீன்னா யாரும் யாருக்கும் தாலி கட்டிக் கொள்ள வேண்டாம். தமிழ் மரபுப்படியே மாலையை மாற்றிக் கொள்ளட்டும். ஆதாரத்திற்கு பதிவு செய்து கொள்ளலாம் என்று கூறினார் நாயர். பெண்ணுக்கு கழுத்தில் தாலி இல்லையின்னா இவள் கல்யாணம் ஆகாதவள் என்று மற்றவர்கள் எண்ணுவார்களே என்று செல்லம்மாள் கேட்டாள். ஆமாம் கல்யாணம் செஞ்சுகிட்டான் என்று ஆம்பளைக்கும் அடையாளம் வேண்டுமல்லவா என்று சந்தேகத்தைக் கிளப்பினார் ஆய்வேள். பரவா யில்லையே ஆய்வேளும் புரிஞ்சிகிட்டார். செங்கதிரவன் வழிக்கே வந்துவிட்டார் என்றார் கருப்பண்ணன். இருந்தாலும் நமது சமுதாய பழக்கத்தை எப்படி மாற்ற முடியும் என்று கேட்டார் ஆய்வேள். குழப்பாதீங்க ஆய்வேள் தெளிவா பேசினீங்க அப்புறம் குழப்புறீங்க என்று கூறிவிட்டு பெண் அடிமை சமுதாயத்தில் பெண் வச்சதுதான் சட்டம். இப்ப ஆண் அடிமை சமுதாயம். அதனால் ஆண் வைக்கறது தான் சட்டம். இது இரண்டும் வேண்டாம். ஒருத்தரை ஒருத்தர் அடிமைப் படுத்த வேண்டாம். சமமாக வாழ மற்றவர்களுக்கும் கற்றுக் கொடுப் போம். அதன் மூலம் சமூகத்தையே மாற்றுவோம் என்றார் கருப்பண்ணன். என்ன இவர்கள் கல்யாணத்திற்கு ஒரு பெரிய பட்டி மன்றமே நடத்தணும் போலிருக்கே என்று கூறினார் நாயர். செல்லம்மாள் வேண்டாம் வேண்டாம் மாப்பிள்ளை தாலிகட்ட வேண்டாம். அப்படி அவரை தாலிகட்டச் சொன்னால் அவருக்கும் தாலிகட்டச் சொல்கிறார்.

அவர் தாலி கட்டிக்கொண்டு தெருவில் நடந்தால் தெருவே நின்று வேடிக்கை பாக்கும். அதனால் தமிழ் மரபுப்படியே மாலையை மாற்றிக் கொள்ளட்டும் என்று கூறினார். நான் யாரும் சிரிக்கிறதைப் பற்றியும் கவலைப்படவில்லை. அப்படியாவது மற்றவர்களும் இதைப் பற்றி சிந்திக்க வைக்க எனக்கு ஒரு சந்தர்ப்பம் கொடுங்கள். நான் இந்த சமுதாயமே என்னைப் பார்த்து கைக்கொட்டி சிரித்தாலும் அதற்காக நான் கவலைப்படவோ வெட்கப்படவோ போறதில்லை. ஆணும் பெண்ணும் சமம் என்ற நிலையை நான் இந்த சமுதாயத்திற்குப் புரிய வைக்க இதைவிட்டா எனக்கு வேறு வழியில்லை. அதனால் நாங்கள் இருவருமே தாலிகட்டிக்கொள்கிறோம் என்று செங்கதிரவன் வலுவாக பேச ஆரம்பித்தான். உடனே நான் எனது கணவரை மற்றவர்கள் பாத்து கேலி பேசுவதையோ அவர் வெட்கப்படக் கூடிய அளவில் நடந்தால் என்னால் அதை பார்த்துக் கொண்டிருக்க முடியாதுன்னு கதிரழகி கூறினாள். அதற்கு என்ன தீர்வு கல்யாணம் செய்து கொள்ளும் நீயே சொல்லும்மா என்றார் ஆய்வேள். எங்கம்மா சொன்ன மாதிரியே இருவரும் தாலிகட்டிக் கொள்ளாமல் மாலையை மட்டும் மாற்றி திருமணத்தை செய்து கொள்வோம் என்றாள். கதிரழகி. ஆகா கல்யாணப் பொண்ணே சொல்லிருச்சு. அப்படியே செய்துகொள் செங்கதிரவா. நீ கொஞ்சம் இறங்கிவந்து சம்மதம் சொல் தோழா என்றார் கருப்பண்ணன். தலைவரே நீங்க சொன்ன பிறகு எனக்கு மாற்றுக் கருத்து ஏது. இருந்தாலும் இருவரும் தாலி கட்டிக் கொள்வதுதான் நல்லது என்றான் செங்கதிரவன். செங்கதிரவன் இந்த சமுதாயம் மனு தர்மப்படி பல லட்சம் ஆண்டுகளாக கெட்டித் தட்டி அவரவர் இரத்தத்தோடு ஊறிப் போய்விட்டது. அதை நாம் ஒரே மூச்சில் மாற்றிக் காட்டிட முடியாது. கொஞ்சம் கொஞ்சமாகத்தான் படிப்படியாகத்தான் மாற்ற முடியும். உன்னால் ஒரு மாற்றம். அடுத்து உங்கள் குழந்தைகளால் ஒரு மாற்றத்தை உருவாக்குங்களே என்று செங்கதிரவனை சமாதானப் படுத்துகிறார் கருப்பண்ணன். தலைவரே நீங்கள் சொன்ன மாதிரியே நடத்திவிடலாம் என்று ஒப்புக் கொள்கிறான் செங்கதிரவன். அப்பாடா எப்படியோ ஒரு வழியா கல்யாணத்தைப் பேசி முடிச்சாச்சு. சரி புறப்படுவோமா என்று ஆய்வேள் எழுந்து நின்றார். எல்லோரும் எழுந்து நின்று தமிழ் சமூக வழக்கப்படி கை கூப்பி வணங்கிவிட்டு வருகிறோம் என்று ஆய்வேள் கருப்பண்ணன் செங்கதிரவன் மூவரும் புறப்பட்டார்கள். அதைப் பார்த்த கதிரழகி வருகிறேன் என்று சொல்லிவிட்டுப் போகிறீர்களே என்று சிரித்தாள். இதைப் பார்த்த செங்கதிரவன் இது போலத்தான் நம்முடைய எல்லா நிகழ்ச்சிகளும் பொருத்தமில்லாமல் நடைமுறையில் உள்ளது. அதனால்தான் நாங்கள் அர்த்தமுள்ளதாக அறிவு பூர்வமானதாக

விஞ்ஞான பூர்வமாக மாற்ற நினைக்கிறோம். செயல்படுகிறோம். நடைமுறைப்படுத்த பாடுபடுகிறோம் என்று கூறினார்.

கரையான்காட்டில் ஆடுகளை மேச்சலுக்கு ஓட்டிச் சென்று மேய விட்டு வேப்பமரத்து நிழலில் அமர்ந்தவாறு தன்னுடைய பேரன் கதிரவன் நினைப்பில் ஆழ்ந்தவர் என்ன செய்கிறானோ தெரியவில்லை, அவன் மனசு விடக்கூடிய தைரியமில்லாதவன் இல்ல. அந்த அளவிற்கு விபரமுள்ளவனாகத்தான் வளர்த்தேன். என்ன அந்த மலையாள பொண்ண கல்யாணம் கட்டிகிட்டானா இல்லையோ தெரியல. இல்லையின்னா எப்படி சாப்பிடுவான். தினம் கடையில வாங்கி சாப்பிட்டா அவன் உடம்பு என்னாவது. பாவம் என்ன பாடுபடுகிறானோ தெரியலையே என்று புலம்பிக்கிட்டேயிருந்தான் செங்கோடன். திடுக்கிட்டு ஆடுகள் என்னாச்சு என்று தூக்கத்திலிருந்து விழித்துக் கொண்டவன் போல எழுந்து ஆடுகளைத் தேடுகிறான். ஆடுகள் வெகு தூரத்தில் மேய்ந்து கொண்டிருந்தன. அதைப் பார்த்துவிட்டு மீண்டும் அமர்ந்தான். நாம அந்த சித்தன் பேச்சைக் கேட்டு அறிவு சாதகத்தைத் திருத்தாமல் இருந்திருந்தால் இவ்வளவு வேண்டாத நிகழ்வுகள் வந்திருக்குமா? இதனால்தானே இவ்வளவு ஆண்டுகள் பாண்டவர்கள் வனவாசம் போனமாதிரி போனோம். பாண்டவர்கள் கூட பனிரண்டு வருடம் வனவாசமும் ஒரு வருடம் அஞ்ஞான வாசமும் சென்றது பதிமூன்று வருடங்கள்தான். ஆனால் நானும் அழகம்மாளும் எங்க குடும்பத்தை விட்டு இருபத்திமூன்று ஆண்டுகளல்லவா வனவாசம் சென்றோம். அதுவும் இன்னும் ஒருவன் வீடுவந்து சேரல. அவனது வனவாசம் இன்னும் எத்தனை வருசமோ தெரியவில்லையென்று நினைத்துப் பார்க்கிறான். என்ன இருந்தாலும் நாம சித்தன் பேச்சை கேட்டிருக்கக் கூடாது என்று தன்னை நொந்து கொண்டான் செங்கோடன். இந்த விபரம் எனக்கும் சித்தனுக்கும் மட்டும்தான் தெரியும். அவன் வேறு வந்து எங்கு உளறிக் கொட்டி விடுகிறானோ தெரியவில்லை. அதை நினைத்தாலே என் நெஞ்சே வெடிச்சிடும் போலிருக்கு என்று புலம்பிக் கொண்டிருந்தவன் அப்படியே கீழே மயங்கி விழுந்து விட்டான். பல மணி நேரம் கழித்து செங்கோடன் விழித்துப் பார்த்தான். தன்னைச் சுற்றி அழுது புலம்பிக் கொண்டிருப்பதைப் பார்த்து என்ன நடந்தது நாம காட்ல வேப்ப மரத்தடியில இல்ல உட்கார்ந்திருந்தோம். ஆடுகளெல்லாம் என்ன ஆச்சு. யாங் இவங்க என்ன சுத்தி நின்னுகிட்டு அழறாங்க எனக்கு என்ன ஆச்சு என்று நினைத்தபடியே எழுந்து உட்கார முயற்சித்தார். எல்லோரும் ஓடிவந்து அவரை கை தாங்கல் கொடுத்து தூக்கி உட்கார வைத்தார்கள்.

எனக்கு என்னாச்சு நான் ஆடுகளை மேச்சிக்கொண்டு வேப்ப மரத்தடியிலேதான உட்கார்ந்து இருந்தேன். இங்க எப்படி வந்தேன். ஆடுகள் என்னாச்சு என்று மூச்சுவிடாமல் கேட்டார். அதற்கு அழகம்மாள் ஆடுகளெல்லாம் இருக்கு ஓட்டியாந்தாச்சு நீ பேசாம படு அதெல்லாம் ஒண்ணுமில்லை என்றாள். இம் எதையோ மறைக்கிறீங்க என்றான் செங்கோடன். அதற்கு அப்பா நீங்க ஆடு மேய்க்கப் போனவரு மரத்தடியில் நிழலுக்கு உட்காந்திருந்துள்ளிங்க. அப்படியே மயங்கி விழுந்திட்டிங்க. எப்ப விழுந்தீங்கன்னே தெரியல. ஆடுகள் கெண்டியான் சோள காட்டில் பூந்து மேய்ஞ்சுகிட்டிருந்தது. அவர்கள் ஆட்டை ஓட்டி விட்டுட்டு யாறது ஆடு மேய்க்கிறவங்க யாருன்னு தேடியிருக்கிறாங்க. அப்ப நீங்க மரத்தடியில பேச்சு மூச்சில்லாமல் கெடந்திருக்கிறீங்க. அவர்கள்தான் தகவல் சொன்னாங்க நாங்க எல்லோரும் என்னாச்சோ ஏதாச்சோன்னு ஓடி வந்து உன்னை தூக்கிக் கொண்டுவந்து டாக்டரை கூட்டிவந்து ஊசி போடவைத்தோம். டாக்டர் போய் ஒரு மணிநேரம் ஆகுது. இப்பதா எழுந்திருக்கிறீங்க. அப்பா உனக்கு என்னதான் ஆச்சு. எப்பப்பாத்தாலும் புலம்பிக்கிட்டே இருக்கிற. படுக்கையில் கூட படுத்தா நீ தூங்கிற மாதிரி தெரியல பைத்தியம் பிடித்தவர் போல பேசிக்கிட்டே இருக்கிற. என்னான்னு கேட்டா சொல்ல மாட்டேங்கிற. சொல்லுப்பா உடம்புக்கு சரியில்லையினா டவுனுக்கு போயி நல்ல டாக்டரா பாத்து நோவ கவனிச்சு சரிப்படுத்தலாம். அது எவ்வளவு பணம் செலவானாலும் பரவாயில்லை. அத நா பாத்துகிறேன் என்று அறிவு செங்கோடனை கேட்டான். அதற்கு அறிவைப் பார்த்து அதெல்லாம் வேண்டாம்பா எனக்கு ஒண்ணுமில்ல என்று செங்கோடன் கூறினான். டேய் அறிவு, அன்னைக்கு உனக்கு பொண்ணு பாத்து கண்ணாலம் கட்டி வச்சாரே சித்தன், உங்கப்பனை அவர் வந்து பாத்ததிலிருந்துதான் இவர் இப்படி இருக்கிறார். அவர் உங்க கண்ணாலம் சோசியமுன்னு எதை எதையோ பேச வந்தார். உடனே இவரு பேச உடாம தடுத்துப்புட்டு அவரை உடனே இங்கிருந்து போ இனி என்ன பாக்க வராதே நான் வேணுமுன்னா வந்து பாக்கிறேன்னு விரட்டிவிட்டுட்டார். இவங்க ரண்டு பேத்துக்குள்ள ஏதோ ஒரு ரகசியம் இருக்கு. அதை இவரு மனசுக்குள்ள போட்டுக் கிட்டு யாரிடமும் சொல்லாமல் தனக்குத் தானே மனசுக்குள்ள போட்டு வைச்சிக்கிட்டு புலம்பிகிட்டேயிருக்கிறார். அது தாம்பா பிரச்சனை. அது என்னான்னு தெரிஞ்சாதானே நாம அதுக்கு பரிகாரம் தேடலாம். இப்படி மனசுக்குள்ள போட்டு அடக்கிகிட்டு அவரு நோயை தேடிக்கிறாரு. இதை என்னான்னு கேளுப்பா என்றார் அழகம்மாள். யாம்பா அம்மாதா சொல்லுறாங்களே என்னத்தப்பா போட்டு மனசுக்குள்ள மறைச்சிக்கிட்டு இருக்கிறீங்க. மனசுல இருக்கிற பாரத்தை மத்தவங்ககிட்ட சொல்லி இறக்கி வைச்சாதாம்பா அதுக்கு

தீர்வு உண்டாகும் என்னப்பா அந்த ரகசியம். சொல்லப்பா என்று அறிவு கேட்டான். அதைக் கேட்ட செங்கோடன் அதெல்லாம் ஒண்ணு மில்லப்பா. ஒங்கம்மா எதையே நினைச்சுகிட்டு கற்பனையா பேசறா. நான் எந்த ரகசியத்தையும் மறைக்கல. அதனால என் உடம்பு சரியில்லாமப் போகல. வயசு ஆச்சுல்ல. அதனால ஏதாவது அப்பப்ப ஒடம்பு சரியில்லாமப் போயிடுது. அதப் போயி உங்கம்மா இப்படி எதையோ இட்டுகட்டி சொல்லுறா. சரி எல்லாம் போயி அவங்க அவங்க வேலையைப் பாருங்க. என்னால எல்லார் வேலையும் கெட்டுப் போச்சு என்றார் செங்கோடன்.

அதைக் கேட்ட மயிலேறி வேலை கெடக்குது. அத நாளைக்கு கூட பாத்துக்கலாம். நீங்க மயங்கி கிடக்கிறீங்க. எப்ப மயங்கினிங் கன்னே தெரியல. அந்தக் கெண்டியார் பெரியவர் பாக்கலன்னா உங்க கதி என்னாவது. நாங்க இப்பதா இவ்வளவு வருசத்திற்குப் பின்னால் உங்களை அடைந்திருக்கிறோம். மீண்டும் இழக்க வேண்டிய நிலையை உருவாக்கிடுவீங்க போலிருக்கே. அதனால மனசுல என்ன இருந்தாலும் சொல்லிப்புடுங்க. உங்க பேரனைப் பத்தி தனியா உக்காந்து நினைச்சு புலம்பியிருப்பீங்க. அதனால மன அழுத்தம் ஏற்பட்டு மயக்கம் வந்து நினைவிழந்திட்டிங்க. இதுதான் உண்மையா. அதை எங்ககிட்ட சொன்னா எல்லாம் சேந்து அதுக்கு தீர்வை உண்டாக்கலாம். அது என்னானுதான் சொல்லுங்க மாமா என்கிறாள் மயிலேறி. அதைக் கேட்டுக்கிட்டிருந்த அழகம்மாள் ஆமாம், ஆமாம். மயிலேறி சொல்லுறதுதான் நிசம். இவரு தன் பேரனை நினைச்சு நினைச்சுதான் இப்படி உடம்பைக் கெடுத்துக்கிறார். அவனை கூட்டிக்கிட்டு வரலா முன்னாலும் வேண்டா வேண்டாமென்று பதட்டப்படுகிறார். இவரை எப்படித் தெளிய வைக்கிறதென்றுதான் தெரியல. இவரை தெளிவு படுத்தணுன்னா இவர் பேரன் வந்தால்தான் முடியும். அவன் தான் இவரை தெளிவுபடுத்த முடியும் என்று கூறினார். உடனே செங்கோடன் அவரைக் கூப்பிட்டு வர நேரம் வரட்டும். அப்ப கூட்டி வந்துக்கலாம். இப்ப போயி வேலையைப் பாருங்க என்று கூறினார். எல்லோரும் அவரவர் வேலையைப் பார்க்க சென்று விட்டார்கள். செங்கோடனும் அழகம்மாளும் ஒருவரை ஒருவர் பார்த்துக் கொண்டு கண்ணீர் விட்டார்கள். அழகம்மாள் கணவரைப் பார்த்து ஏங்க இப்படி எப்ப பார்த்தாலும் புலம்பிகிட்டேயிருக்கிறீங்க. இப்ப மயங்கி விழுந்த மாதிரி ஏற்கனவே இரண்டு முறை நடந்திருக்குது. இப்படியே போனால் உயிருக்கே ஆபத்தாகி விடுங்க என்று கூறி மனசில் இருக்கிறத சொல்லிப்புடுங்க. அடிக்கடி உங்க உடம்புதான் கெட்டுப் போகுமுன்னு கெஞ்சினாள் அழகம்மாள். எதுக்கும் பயப்பட வேண்டாம். அதெல்லாம் ஒண்ணுமில்ல. சும்மா சும்மா நீ எங்கிட்ட இப்படியே கேட்டீன்னா

நான் என் உயிரையே மாச்சுக்குவேன் என்று கூறினார் செங்கோடன். அதைக் கேட்டு துடிச்சுப் போன அழகம்மாள் இனிமே நா எதையும் கேக்கல. அதுக்குப்போயி உயிரை மாச்சுக்கிறன்னு சொல்லிச் சொல்லி என்வாயை அடைச்சிப்புடற. அப்படி ஏதாவது செஞ்சிக்காத சாமி. ஒனக்கு புண்ணியமா போவட்டும். நான் இனி எதையும் கேக்க மாட்டேன் என்று அழகம்மாள் அழுதாள்.

செங்கதிரவன் ஆய்வேள் கருப்பண்ணன் ஆகியோரை அவரவர் வீட்டிற்கு அனுப்பி வைத்துவிட்டு மீண்டும் நாயர் வீட்டிற்கு வந்தான். நாயர் கதிரவனைப் பார்த்து அவர்களை அனுப்பி வைத்து விட்டாயா என்று கேட்டுவிட்டு செல்லம்மா செல்லம்மா என்று தனது மனைவியை கூப்பிட்டார். இதோ வந்துட்டேன் என்று கூறிக் கொண்டே வந்தாள் செல்லம்மா. இதோ மாப்பிள்ளை வந்திருக்கிறார். கூட்டிப் போய் சாப்பாடு போடு என்று கூறினார் நாயர். சரிங்கன்னு கூறிவிட்டு வாங்க தம்பி வந்து உட்காருங்கள் என்று உள்ளே அழைத்துச் சென்று உட்கார வைத்தாள் செங்கதிரவனை செல்லம்மாள். அங்கு வந்த கதிரழகி வாங்க வாங்க புது மாப்பிள்ளை என்று சிரிக்கிறாள். அதைக் கேட்ட செங்கதிரவன் நான் புது மாப்பிள்ளை நீ என்னவாம் என்று கேட்டான். இந்த வீட்டுக்கு நீங்க புது மாப்பிள்ளைதானே என்று வினவினாள் கதிரழகி. அப்படியா அப்ப எங்க வீட்டுக்குப் போகலாம் என்று செங்கதிரவன் கூப்பிட கதிரழகி எதுக்கு என்று கேட்டாள். அங்கு வந்தா நீ புது பொண்ணாயிடுவில்ல என்றான் செங்கதிரவன். அங்கு உங்க வீட்டலதான் யாருமில்லையே என்றாள் கதிரழகி. அதுக்குதான் நான் உன்னைக் கூப்பிடுகிறேன் என்றான் செங்கதிரவன். எதுக்கு என்றாள் கதிரழகி. எதுக்கா அதுக்குதான் என்று கண்ணடித்துக்கொண்டு பூடகமாகச் சொன்னான் செங்கதிரவன். விபரம் புரிந்தவள் போல் போங்க வெட்கமா இருக்குது என்றாள் கதிரழகி. ஆமாம், ஆமாம். புது பொண்ணுக்கு வெட்கம் வரத்தானே செய்யும். வெட்கம் வரலன்னா அவ புது பொண்ணே கிடையாதே என்றான் செங்கதிரவன். உங்க தாத்தா பாட்டி இல்லாதனாலதானே கூப்பிடுற. அவங்க இருந்தா கூப்பிடுவாயா? என்றாள் கதிரழகி. கண்டீப்பா கண்டீப்பா கூப்பிடுவேன். கூட்டி போயி தாத்தா பாட்டியிடம் பாருங்கோ பாருங்கோ நான் கட்டிக்கப் போற புதுபொண்ணுன்னு காமிப்பேன் என்று கூறிக்கொண்டே பக்கத்தில் நெருங்கினான் செங்கதிரவன். இதை எதிர்பார்த்த கதிரழகி வெட்கத்தில் முகமெல்லாம் வெளுத்துப் போய் செங்கதிரவன் தொட்டவுடன் மின்சாரம் பாய்ந்தது போல் உடம்பு நடுக்கம் ஏற்பட்டு அம்மா அம்மா வராங்கன்னு தடாலென்று விலகி ஓடினாள். செங்கதிரவன் திரும்பிப் பார்த்தான். செல்லம்மாள் வரவில்லை என்று

தெரிந்துகொண்டு விட்டு கதிரழகியைப் பார்த்து உதட்டைக் கடித்துக் கொண்டு இன்னும் எவ்வளவு நாளைக்குத்தான் என்னை ஏமாற்றுவாயென்று நான் பார்க்கிறேன் என்றான் செங்கதிரவன். அதற்கு கதிரழகி கல்யாணத்திற்குப் பிறகு நான் உனக்கு வச்சிக்கிறேன் என்று முகத்தை சுழித்துக் கொண்டு உள்ளங்கையில் முத்தம் கொடுத்து கதிரவனிடம் கையை காட்டுகிறாள். அவனும் பதிலுக்கு இவன் உள்ளங்கையில் முத்தம் கொடுத்து அவளுக்கு காணிக்கையாக்கினான்.

இப்படியே இவர்களுடைய கலியாட்டம் நடந்து கொண்டிருக்கையில் செல்லம்மாள் கதிரழகியென்று கூப்பிட்டாள். இதோ வந்துட்டம்மா என்று சமையற்கட்டு பக்கம் ஓடினாள் கதிரழகி. கதிரழகியின் முகத்தையே உற்றுப் பார்த்துக்கொண்டிருக்கிறான் செங்கதிரவன். செம்பை, கையில் வாங்கும் பொழுது கைகளை லேசாக தடவினான். கதிரழகி வெட்கப்பட்டு படபடக்க செம்பு கை நழுவி கீழே விழுந்து தண்ணீர் கீழே கொட்டிவிடுகிறது. இந்த சத்தத்தைக் கேட்டு என்னடி ஆச்சு சொம்பை ஏன் கீழே போட்ட என்று கேட்டுக் கொண்டே வேக வேகமாக வந்தாள் செல்லம்மாள். அம்மா கேட்கிறதுக்கு என்ன சொல்வது என்று சிந்தித்துக்கொண்டிருந்தாள் கதிரழகி. அவளைப் பார்த்து நான் என்ன கேட்கிறேன் நீ என்ன யோசனையில் நிக்கிற என்று கேட்டாள் செல்லம்மாள். இதைப் பார்த்துக் கொண்டிருந்த செங்கதிரவன் ஏதும் தெரியாத மாதிரி வேறு பக்கம் எதையோ பார்ப்பதைப் போல் பார்த்துக் கொண்டிருந்தான். அதைக் கவனித்த கதிரழகி பாவி மனுசன் ஏதும் தெரியாத மாதிரி நடிக்கிறதைப் பாரு. இப்ப பாரு நான் இல்ல மாட்டிக்கிட்டேன். செய்யுறதையும் செஞ்சுட்டு ஏதும் தெரியாத மாதிரி அந்தப் பக்கம் திரும்பிகிட்டா? என்று நினைத்துக் கொண்டாள். ஏண்டி நான் என்ன கேக்கிறன் நீ என்னடானா பேந்த பேந்த முழிக்கிறவ என்றாள் செல்லம்மா. அதற்கு கதிரழகி அம்மா அவருக்கு சாப்பாடு போட எல்லாம் எடுத்து வைத்துவிட்டு கை கழுவ தண்ணீர் கொண்டு கொடுக்க போனபோது கை நழுவி செம்பு கீழே விழுந்திடுச்சி என்று கூறினாள். நீ போய் வேறு தண்ணி எடுத்துக்கொண்டு வந்து மாப்பிள்ளைக்குக் கொடு. நான் இதை துணி போட்டு துடைக்கிறேன், என்று செல்லம்மாள் சொல்ல உடன் செம்பை தூக்கிக் கொண்டு தண்ணீர் எடுக்க ஓடிச்சென்று தண்ணீர் எடுத்துக் கொண்டு வந்து செங்கதிரவனிடம் இந்தாங்க கை கழுவிட்டு வாங்க சாப்பிட என்று கூறி செங்கதிரவன் முகத்தைப் பார்த்தாள். அவன் ஒண்ணுந்தெரியாத சின்னக் கண்ணன் மாதிரி முகத்தை வைத்துக் கொண்டு இருந்தான். இதைக் கண்டவள் அதிகமாக நடிக்காதீங்க. ஆண்கள் எப்படி பெண்கள் பலகீனத்தைப் பயன்படுத்தி எப்படியெல்லாம்

வேலை வாங்குவீங்க என்பது எனக்கு தெரியுமின்னு குசு குசுவென்று முணுமுணுத்தாள். இதைக் கேட்ட செல்லம்மா இப்ப என்னா? மாப்பிள்ளைக்கிட்ட முணுமுணுக்கிற. போயி சீக்கிரம் சாப்பாட்டை எலையில் எடுத்து வை. அவர் வருவதற்குள் என்றாள் செல்லம்மா. இதோம்மா இதோ எடுத்து வைக்கிறேன் என்று ஓடுகிறாள். வேக வேகமாக இலையில் பொரியல், சாதம், அப்பளம் எல்லாம் எடுத்து வைத்தாள். அதன் பிறகு சாம்பாரையும் ஊற்றினாள் கதிரழகி. இந்த வேகமான செயல்பாட்டைப் பார்த்த செங்கதிரவன் லேசா சிரித்துக் கொண்டே சாப்பிட ஆரம்பித்தான். சாப்பாட்டை குழைத்து ஒருபிடி சாப்பாட்டை எடுத்து கதிரழகியைப் பார்த்து நீட்டினான். இதைக் கவனித்தவள் அம்மா இருக்கிறாங்க என்று கண்ணால் சாடை காட்டினாள். அதையும் கண்டுகொள்ளாமல் சாப்பாட்டோடு கையை நீட்டிக்கொண்டிருந்தான் செங்கதிரவன். கதிரழகிக்கு என்ன செய்வதென்று புரியாமல் அம்மா, அம்மா இங்க பாருங்க அதோ அங்கே தண்ணி ஈரம் அப்படியே இருக்குது. அந்த இடத்தில் சரியா துடையுங்க என்று கூறினாள். இதைக் கேட்டவுடன் செங்கதிரவன் வேகவேகமாக நீட்டிய கையை குறுக்கி சாப்பிட ஆரம்பித்தான். இதைப் பார்த்த கதிரழகிக்கு அடக்க முடியாத சிரிப்பு வந்துவிடுகிறது. சிரிப்பு வெளியில் தெரியாமல் இருக்க மேலே போட்டிருக்கும் துப்பட்டாவின் ஒரு பகுதியால் வாயை மூடிக்கொண்டாள். செல்லம்மாள் சுவர் ஓரமாக வேறு ஒரு பக்கம் பார்த்த மாதிரி நின்று கொண்டிருந்தாள். அதன் பிறகுதான் கதிரவன் பொறுப்பா சாப்பிட ஆரம்பித்தான். சாப்பிட்டு முடிந்து இலை காலியாகும் நேரத்தில் கதிரழகி பாரு அவர் சாப்பிட்டு விட்டார் மறு சாதம் போட்டு ரசம் ஊத்து, நின்னுகிட்டே புடுச்ச பிள்ளையார் மாதிரி நிக்கற என்றாள் செல்லம்மாள். அதைக் கேட்ட கதிரழகி இதோ இதோ போடுரேன் அம்மா என்று சோறு போட்டாள். போதும் போதும் இனி வேண்டாம் வயிறு நிரம்பிடுச்சு என்றான் இலையை கையில் மடித்துக்கொண்டு செங்கதிரவன். இல்ல இல்ல தம்பி மறுசோறு வாங்கி சாப்பிடணும் தம்பி. அப்பதான் நம்ம உறவு பலப்படுமாம் இல்லைன்னா உறவு விட்டுப் போயிடுமின்னு பெரியவங்க சொல்லுவாங்க என்று செல்லம்மாள் கூறினாள். அதைக் கேட்ட செங்கதிரவனுக்கு சிரிப்பு வந்துடுச்சி. அதைக் கவனித்த கதிரழகி எதுக்கு இப்ப சிரிக்கிறீங்க என்று கேட்டாள். செங்கதிரவன் இல்ல உங்கம்மா இரண்டாவது சாப்பாடு வாங்கிலன்னா உறவே விட்டு போயிடும்கிறாங்க. நீ செய்யுறத பாத்தா இரண்டாவது சாப்பாட்டையே சாப்பிடாமல் விட்டுவிடலாம் போலிருக்கு என்று குசு குசுவென்று கதிரழகி காதுக்கு கேக்கிற மாதிரி கூறினான். அதற்கு பேசாமல்

சாப்பிடுங்க எங்கம்மா பாக்கிறாங்க. தப்பா நினைச்சுக்குவாங்க என்று குசு குசுவென்று கூறி உனக்கு அப்புறம் வச்சுக்கிறேன் என்று கூறினாள் கதிரழகி.

சாப்பிட்டு முடித்து கை கழுவிக்கொண்டு வந்து பெஞ்சின் மீது உட்கார்ந்து கொண்டு துண்டை வாங்கி கையை துடைத்துக்கொண்டு கதிரழகி மேல் துண்டை போட்டுவிட்டு சிறிது நேரம் செல்லம்மாளிடம் கல்யாணம் பற்றி பேசிவிட்டு சரி, நான் வீட்டுக்குப் போறேன் என்று சொல்லிவிட்டு புறப்பட்டான் செங்கதிரவன். இதைக் கேட்ட செல்லம்மா தம்பி போயிட்டு வரேன் என்று சொல்லுங்க போறேன் என்று சொல்லாதீங்க. அது அவச்சொல் மாதிரி இருக்கு என்றாள். அதற்கு போரேன் என்பதெல்லாம் அவச்சொல்லாம் என்ன சமூகம் போறதகூட வரேன் என்று தலைகீழா சொன்னாதான் நல்ல சொல்லாம். சாதாரண விஷியத்தைக்கூட எப்படி இந்த சமூகம் மூட நம்பிக்கையில் வளர்த்து வைத்திருக்கிறதென்று மனதில் நினைத்துக் கொண்டு சரிங்க அக்கா நான் இப்ப எங்க வீட்டுக்கு போயிட்டு நாளை காலையில வருகிறேன் என்று தெளிவாகக் கூறினான் செங்கதிரவன். இதைக் கேட்ட கதிரழகி போ போ நாளை வா பேசிக்கிறேன். தோழர் கருப்பண்ணன் ஆய்வேள் வந்து போனப்ப வருகிறேன் என்றார்கள். அதற்கு வரேன் என்று சொல்லிவிட்டு போறீங்களே என்று கிண்டலடித்ததற்கு இவர் பதில் கிண்டலடிக்கறார் என்று மனதில் நினைத்துக் கொண்டு கதிரவனைப் பார்த்து சிரித்தாள். செங்கதிரவனும் குறிப்பால் அதை உணர்ந்து அவனும் சிரித்தான்.

செங்கதிரவன், அடுத்தநாள் பணிக்கு சென்றான். வாயிலிலேயே தொழிலாளர்கள் செங்கதிரவன் வருகையை எதிர்பார்த்து நிற்கிறார்கள். எல்லோரையும் பார்த்ததும் ஏன் எல்லோரும் வெளியே நிற்கிறீர்கள் இன்னும் சாவி வரவில்லையா என்று கேட்டான் செங்கதிரவன். சாவியெல்லாம் வந்திடுச்சு உன் கல்யாண பேச்சு நேத்து பேசினீங்களே என்னாச்சு என்று தெரிந்து கொள்ளத்தான் நாங்கள் காத்து நிற்கிறோம் என்கிறார்கள். சுடர்வேந்தன் முந்திக் கொண்டுவந்து என்னா ஆச்சு செங்கதிரவன் ஒண்ணும் ஆகல? கல்யாணம் நிச்சயம் ஆயிடுச்சு என்றான் செங்கதிரவன். என்ன நாங்களெல்லாம் வராமல் நிச்சியமே ஆயிடுச்சா என்றான் சுடர் வேந்தன். ஓ... நீங்க அப்படி நினைச்சுட்டீங்களா. பெண்வீட்டார் பெண்கொடுக்கிறோம் என்று ஒத்துக் கொண்டார்கள் அவ்வளவுதான். அதைத்தான் நான் நிச்சயமாச்சுன்னு சொன்னேன். நிச்சயமென்றால் நூற்றுக்கணக்கானவர்களை மண்டபத்தில் கூட்டிவச்சி எல்லோருக்கும் விருந்து படைச்சி அவர்களுக்கு முன்னாடி பொண்ணுக்கு மாப்பிள்ளையும் மாப்பிள்ளைக்கு பொண்ணும் மோதிரம் போடுவது

தான் நிச்சயம் என்று நினைத்துக் கொண்டிருக்கிறீர்கள். அதைப் பார்த்தா நூற்றுக்கணக்கானவர்கள் சாட்சியாக வைத்து நிச்சயம் போடறது. அதற்கு ஒரு கல்யாண செலவேயல்ல ஆகும். முதலாளிகள் பணம் உள்ளவர்கள் தான் அப்படி செய்கிறார்களென்றால் நம்ம மாதிரி உழைக்கிறவங்களும் அப்படியே செய்யணுமின்னு நினைக்கிறாங்க பாரு அதுதான் தப்பு. அதனால்தான் நம்ம குடும்பமெல்லாம் அவர்களைப் போலவே செய்ய வேண்டுமென்று ஆசை வைச்சு கடனாளியாக மாட்டிக் கொள்கிறார்கள். வாழ்க்கையில் துன்பப்படுகிறார்கள். அதையே நானும் செய்ய விரும்பல. பெண் வீட்டார் பொண்ணு கொடுக்கிறேன் என்று சொல்லிவிட்டார்கள் கல்யாணத்தை விமர்சியா செய்யலாம் என்று பெண்வீட்டாரும் கூறினார்கள். நம்ம முதலாளியும் கல்யாணத்திற்கு எவ்வளவு செலவானாலும் பரவாயில்லை. எல்லாம் நான் பார்த்துக் கொள்கிறேன் என்றார். அதற்கு நான் ஒத்துக்கமாட்டேன்னு சொன்னேன். அதற்கு முதலாளி என்ன சொன்னார் தெரியுமா? நான் முதலாளி என்ற பெயரில் ஒரு பகுதியும் தொழிலாளர்கள் என்ற நிலையில் நீங்கள் ஒரு பகுதியும்; போட்டு செய்யலாம் என்றார். அதற்கும் நான் ஒத்துக் கொள்ளத் தயாராக இல்லையென்று கூறிவிட்டேன் என்றான் செங்கதிரவன். முதலாளி சரியாகத்தான் கூறியிருக்கிறார். நாங்கள் அப்படித்தான் அவரிடம் பேசி முடிவெடுத்தோம் அதைத்தான் கூறியுள்ளார். அதை ஏன் நீ மறுத்தாய் என்றான் சுடர் வேந்தன். அதற்கு அடுத்த வாரமே திங்கட்கிழமை பதிவுத் திருமணம் செய்து கொள்ளலாம் என்றும் அங்கேயே மாலையை மாற்றிக் கொள்ளலாமென்றும் பேசி முடிச்சோம் என்றும் செங்கதிரவன் கூறினான். அதற்கு சுடர்வேந்தன் சரி அப்படியே செய்துவிட்டு மாலை வரவேற்பு ஒரு மண்டபத்திலே வச்சுக்கலாமே என்று சுடர்வேந்தன் சொல்ல எல்லா தொழிலாளர்களும் ஆமாம், ஆமாம். அப்படியே செய்து கொள்ளலாம் என்று ஆமாம் போடுகிறார்கள். இதைப் பார்த்த செங்கதிரவனுக்கு என்ன செய்வதென்று புரியல. நாம என்ன சொன்னா இவர்களை நம்ம வழிக்குக் கொண்டு வரமுடியும் என்று யோசிக்கிறான்.

என்ன யோசனை செங்கதிரவன்? நாங்க செஞ்ச முடிவுதான் சரியான முடிவு அதற்கு நீ கட்டுப்பட்டுதான் ஆகணும். அது எங்கள் கட்டளை அதை மறுக்கக்கூடாது என்றான் சுடர்வேந்தன். சிந்தித்தவாறே கதிரவன் நான் எப்பொழுதும் தொழிலாளி வர்க்கத்திற்கு கட்டுப்பட்டவன்தான் அதற்காக அன்னிய வர்க்கப் போக்கில் உள்ள தொழிலாளர்களுக்கு வர்க்கப் பார்வையை ஊட்டாமல் அவர்கள் இழுக்கும் இழுப்புக்கும் செல்லக் கூடாது தெரியுமா என்றான் செங்கதிரவன். இப்ப என்னதான் சொல்லவர செங்கதிரவன் என்று கேட்டார் சுடர்வேந்தன். நீங்கள் எல்லாம் நல்லா புரிஞ்சுக்குங்க பணம் படைத்தவர்கள் முதலாளிகள்.

வசதி படைத்தவர்கள் அவர்களிடம் பணம் இருக்கிறதென்று கல்யாணத்திற்கு கோடிக் கணக்கில் செலவு செய்து அவர்களுடைய பிரதாபங்களை அவர்களுடைய பணத் திமிர்களை வெளிப்படுத்து கிறார்கள். அதைப் பார்த்து உழைத்து சம்பாதித்து குடும்பத்தை காப்பாத்து பவர்களும் அதைப் போலவே கல்யாணம் செய்யணும், சடங்குகள் செய்யணும், பெரிய விருந்து வைக்கணும் என்று சிந்திப்பது பணம் படைத்தவர்கள் குணமில்லையா? அதைத்தான் நான் அன்னியவர்க்கப் போக்கு என்கிறேன். நாமே நம்ம வர்க்கத்திற்கும் ஏழைகளுக்கும் வழிகாட்டியாக இருக்காமல் நாமும் அதே வழியைக் கடைபிடித்தால் அது நாம் நம்ம வர்க்கத்திற்கு செய்யும் துரோகமாகாதா என்று கேட்டான் செங்கதிரவன். ஆமாம். நீ சொல்லுறதப் பாத்தா உனக்கு உங்கள் குடும்ப உறவினர்கள் இல்லை. அதனால் நாங்களும் உன்ன அனாதியா விட்டுவிட முடியுமா? தொழிலாளி வர்க்கத்திற்காக வேலை செய்பவர்களை அந்த வர்க்கமே அனாதியாகவிடாது. விடக்கூடாது என்று ஆணித்தரமாகக் கூறினான் சுடர்வேந்தன். தொழிலாளிவர்க்கம் எது நல்லது? எது கெட்டது? என்று சிந்தித்து செயல்பட வேண்டும் நம்ம வர்க்கத்தின் உழைப்பை சுரண்டிக் கொள்ளையடித்து வைத்திருக்கிற பணத்தில் தான்தோன்றித்தனமாக பல சடங்குகளை செய்து கல்யாணத்தை செய்யுறான். நாம் நம்ம உழைப்பை தினம் தினம் அவங்ககிட்ட வித்துப்புட்டு ஏதோ அவங்க குடுக்கிற கூலியை வைத்து பிழைப்பு நடத்துறோம். நாமும் அவர்கள் மாதிரியே செஞ்சு வட்டி கடைக்கார மார்வாடிகள்கிட்ட மாட்டிக்கிட்டு அவர்கள் கொழுக்க உதவுகிறதுதான் நமது அன்னிய வர்க்கப்போக்கு. இதிலிருந்து எப்படி இந்த உழைக்கும் வர்க்கத்தைப் புரிய வைத்து வெளியே கொண்டு வர்றதென்று சிந்தித்துக் கொண்டிருக்கும் வேளையில் நீங்கள் என்னை இப்படி நிர்பந்தப்படுத்துகிறீர்களே? என்று பலமாக சாடுகிறான் செங்கதிரவன். அதையும் கேட்ட சுடர்வேந்தன், பண கஷ்டம் வந்திடும் கடன் வாங்கக்கூடாதென்றுதானே நினைக்கிறே அதற்குதான் நாங்களும் முதலாளியும் ஆகும் சிலவை ஏற்றுக் கொள்கிறோம் என்கிறோமே அதை புரிஞ்சுக்கமாட்டேங்கிறியே தோழா. அதைக் கேட்ட செங்கதிரவன் மேலும் இவர்களுக்கு எப்படிச் சொல்லி புரிய வைக்கிறதென்று யோசிக்கிறான். சிந்தித்தவாறே இதோ பார் தோழர்களே நீங்கள் செலவு செய்யுறதைப் பற்றி எனக்கு கவலையில்லை. காரணம் நீங்கள் எனது வர்க்கம் ஆனால் நம்ம முதலாளி செலவு செய்வதை நான் எப்படி ஏற்க முடியும். அவர் அப்படிச் செலவு செய்தால் நாம் அவர் கூறும் செயல் களுக்கு கட்டுப்பட வேண்டிய நிலைவரும். நமக்கும் அவருக்கும் தொழில் உறவு பிரச்சனை வந்தால் அவர் செய்ததெல்லாம் நம் கண்முன்னால்

வந்துநிற்கும். அது அவருக்கு சாதகமாக அமையும். அது தொழிலாளி வர்க்கத்திற்கு செய்யும் துரோகமாகும். நம்ம சமுதாயத்தில் ரண்டு பெரிய இதிகாசங்கள் உண்டு. ஒன்று ராமாயணம். ரண்டு மகாபாரதம். அந்தக் கதை உங்களுக்கு நல்லா தெரிந்த கதைதான். அவைகளில் வரும் ரண்டு பாத்திரங்கள் உலகத்திலுள்ள எந்த நாட்டிலும் உள்ள கதைகளில் அப்படியொரு பாத்திரமில்லை. நம்ம நாட்டில் ஒரு பழமொழி உண்டு 'உண்ட வீட்டுக்கு இரண்டகம் நினைக்காதே' என்று அதனால்தான் ராமாயணத்தில் கும்பகர்ணன் அண்ணன் ராவணன் என்ன தப்ப செய்தாலும் தட்டிக் கேட்காமல் அவன் போட்ட சாப்பாட்டை சாப்பிட்டு விட்டு அவன் சொல்படியே நடப்பான். அதேபோல் மகாபாரத கதையில் கர்ணன் பாத்திரம் துரியோதனன் பாண்டவர்களுக்கு எதிராக வரம்பு மீறி சட்டத்தை மீறியும் சமூக நீதிக்கு எதிராகவும் எதை செய்தாலும் அதற்கு துணைபோறவன்தான் கர்ணன். காரணம் கர்ணன் அனாதை. அரச பரம்பரை இல்லாதவனுக்கு ஆதரவு கொடுத்து நாட்டையும் கொடுத்து ஆதரித்ததால்தான் துரியோதனன் எதைச் செய்தாலும் தடுக்காமல் அவன் செய்யும் துரோகத்திற்கு எல்லாம் துணை போகிறான். அதைப் போன்றுதான் நம் கதையும் ஆகும். அதனால்தான் நான் கல்யாணத்திற்கு படோடாபம் வேண்டாம் என்கிறேன் என்று பெரிய பிரசங்கமே அடிக்கிறான். இதையும் கேட்டுக் கொண்டிருந்த தொழிலாளர்கள், சரி. முதலாளி கொடுக்கும் பணம் வேண்டாம். அதையும் நாங்களே சேர்த்துச் செய்கிறோம் என்று எல்லோரும் ஒரே குரலில் கூறினார்கள்.

இதைக் கேட்ட சுடர்வேந்தன் இப்ப என்ன தோழரே உனக்கு நிம்மதிதானே. அவர்கள் சொல்லுற மாதிரியே நாமே அந்த செலவை செய்துவிடலாம் என்றான். இவைகளைக் கேட்ட செங்கதிரவன் மேலும் மிகுந்த ஆவேசத்தோடு கூறினான். நீங்களும் முதலாளியும் செலவு செய்துதான் நான் கல்யாணம் கட்டிக்கணுமா அதை என்னால் முடியாதா? அந்தச் செலவு முழுவதையும் என்னால் செய்ய முடியும். அதுவா இங்க பிரச்சனை. அதுவா நமது லட்சியம். கல்யாணத்திற்கு தேவையில்லாமல் தெண்ட செலவு செய்யக்கூடாதென்றும் அப்படி செலவு செய்து கல்யாணம் செய்பவர்கள் பணம் படைத்தவர்கள் முதலாளிகள். நில பிரபுக்கள் நமது வர்க்கத்தின் உழைப்பை கொள்ளையடித்து செய்பவர்கள். அந்தக் குணம்தான் நம்ம வர்க்கத்திற்கு வேண்டாம் என்கிறேன். நீங்க எல்லோரும் சேர்ந்து என்னை அந்நிய வர்க்க போக்கிற்கு நிர்பந்தப்படுத்துகிறீர்கள். நான் அதற்கு உடன்பட மாட்டேன். எல்லோரும் சென்று அவரவர் வேலையை கவனியுங்கள் என்று திட்டவட்டமாகக் கூறிவிட்டு தன் பணியைத் தொடர அலுவலகத்திற்குள்

சென்று விடுகிறான் செங்கதிரவன். செங்கதிரவன் கூறியதைக் கேட்டுக் கொண்டிருந்த தொழிலாளர் சிந்தித்துக்கொண்டே மௌனமாக நின்றிருந் தார்கள். உடனே சுடர்வேந்தன் தோழர்களே கதிரவன் சொல்லுறதும் சரியாகத்தான் இருக்கு. தோழர் செங்கதிரவன் சொல்வதைக் கேட்டால் நமது வர்க்கமே ஓரளவிற்கு கஷ்டங்களிலிருந்து விடுபடலாம். அதே நேரத்தில் நம்மை அறியாமையில் வைத்து நம் உழைப்பை சுரண்டத் தான் உடமை வர்க்கங்கள், சாமி, சாதி சடங்குகள் விழாக்களை யெல்லாம் உண்டுபண்ணி நம்மையெல்லாம் திசை திருப்பி வைத்திருக் கிறார்கள். அப்படிப் பார்த்தால் செங்கதிரவன் சொல்லுறதுதான் சரி. நாமும் செங்கதிரவன் செய்வதைப் போலவே நம்ம குடும்பத்திலும் நடைமுறைப்படுத்துவதின் மூலம்தான் நாமும் விழிப்படைவோம். இந்த சமூகத்தையும் விழிப்படையச் செய்வோம். செங்கதிரவன் அவர் திருமணத்தை அவர் சிந்தனைப்படியே செய்யட்டும். அவருக்கு நாம் உறுதுணையாய் இருப்போம். அவரு கேட்கிற உதவியைச் செய்வோம் என்று கூறிவிட்டு, சரி, நாம் நமது வேலைகளை கவனிப்போமென்று கலைந்து சென்றார்கள்.

கதிரவன் பணியைச் செய்து கொண்டிருந்தான். ஆய்வேள் அங்கு வந்து சேர்ந்தார். அவரைப் பார்த்தவுடன் தொழிலாளர்கள் கசமுசவென்று பேசிக் கொண்டு வேலை செய்து கொண்டிருந்தார்கள். அதைக் கவனித்து விட்டு உள்ளே வந்த ஆய்வேள் என்ன செங்கதிரவன் நேற்று நடந்ததை யெல்லாம் தொழிலாளர்களிடத்தில் சொல்லிவிட்டியா? இல்லையென்றால் அவர்கள் என்னைப் போட்டு கசக்குவார்கள். அவர்கள் சொல்லியதைப் பார்த்தால் நீ சொல்லுகிற மாதிரியெல்லாம் எளிமையா கல்யாணத்தை முடிக்கவிட மாட்டார்கள் போலிருக்குதே என்று கூறிக்கொண்டிருக்கிறார். அந்தச் சமயத்தில் அதை கேட்டுக்கொண்டே உள்ளே வந்த சுடர் வேந்தன் அண்ணே நீங்க சொன்னதைக் கேட்டுக்கிட்டுதான் நான் வந்தேன். நானும் தொழிலாளர்களும் உங்களிடம் சொன்னது உண்மைதான். காலையில செங்கதிரவன்கிட்ட நாங்க ஆவலோடு கல்யாணத்தைப் பத்தி பேசினோம். அவர் கலியாணத்தை பதிவு அலுவலகத்தில் எளிமையா வைத்துக் கொள்வதென்று முடிவு செஞ்சிருப்பதாகக் கூறினார். அதைக் கேட்ட நாங்கள் அனைவரும் கோபத்தால் சீறிப் பாய்ந்தோம். அவர் செங்கதிரவனும் அதற்குத் தகுந்த மாதிரி பதிலை விளக்கத்தை எங்கள் மண்டைகளில் உறைக்கிற மாதிரி எடுத்துக் கூறினார். அதைக் கேட்டு புரிந்து கொண்ட தொழிலாளர்கள் செங்கதிரவன் சொல்லுறது தான் சரியான முடிவு என்று அவர் முடிவுப்படியே நடக்கட்டும். அதேபோல் நாமும் நமது குடும்பத்திலும் நடைமுறைப்படுத்துவோம் என்று எல்லோரும்

ஒரே குரலில் கூறிவிட்டார்கள். அவர் முடிவே சரியான முடிவு இனி செங்கதிரவன் கல்யாணம்பத்தி உங்களிடம் யாரும் நிர்பந்தம் செய்யமாட்டார்கள். கேள்வியும் கேட்டு துளைக்கமாட்டார்கள். செங்கதிரவன் நிலைப்படியே சரியாக நடக்கட்டும். அவர் கல்யாணம் என்று கூறிவிட்டு சுடர்வேந்தன் அவர் வேலையைக் கவனிக்கச் சென்றான்.

செங்கதிரவன் அவன் வேலையைக் கவனித்துக் கொண்டிருக்கிறான். இதைக் கவனித்த ஆய்வேள் யாதோ எங்கள் வீட்டு கல்யாணத்தைப் பேசுகிற மாதிரி நீ உன் வேலையை பார்த்துக் கொண்டிருக்கிறாயே? செங்கதிரவன் அதைக் கேட்டு, கல்யாணத்தைப்பத்தி ஓய்வு நேரத்தில் சிந்திக்க வேண்டும். வேலை நேரத்தில் அதைப்பத்தி சிந்தித்துக் கொண்டிருந்தால் வேலையில் குந்தகம் ஏற்பட்டுவிடும். அப்புறம் நாம செய்யுற வேலை இல்லாமல் போய்விடும் என்றான் செங்கதிரவன். இதைக் கேட்ட ஆய்வேள் இதை நான் சொல்லணும். ஆனா நீ அதை சொல்லுற நிலமையே தலைகீழா மாறிப் போயிடுச்சு செங்கதிரவன். சரி அது இருக்கட்டும் கலியாணத்திற்கு நமக்கு வேண்டியவர் களை அழைக்க வேண்டாமா? அதுக்கு மட்டும் விடையைச் சொல் என்றார் ஆய்வேள். அதற்கு தனது வேலையைச் செய்துகொண்டே அதெல்லாம் எல்லோரையும் அழைக்க அழைப்பிதழ் எழுதிக்கொண்டு வந்திருக்கிறேன் என்றான் செங்கதிரவன். அந்த எழுதிய அழைப்பிதழைக் கொடு நானே போய் நல்ல அழைப்பிதழா பாத்து தரவு செய்து எல்லோரும் வாய் பிளக்கிற மாதிரி அசத்திவிடுகிறேன் என்று கூறினார் ஆய்வேள். அதைக் கேட்ட செங்கதிரவன் சிரிக்கிறான். என்ன சிரிப்பு வேண்டிக்கிடக்குது. எழுதியதைக் கொடு என்று கேட்டார் ஆய்வேள். அதை டைப் ஆபிசில் டைப் அடிக்க கொடுத்துவிட்டு வந்திருக்கிறேன். டைப் செய்து விடுவார்கள் அதை வேண்டிய மட்டும் ஜெராக்ஸ் எடுத்து எல்லோருக்கும் அழைப்பாகக் கொடுத்துவிடலாம் என்றான் செங்கதிரவன். அதைக் கேட்ட ஆய்வேள் முகம் சுழித்துக் கொண்டு இப்படியுமா கஞ்சத்தனம் செய்யணும். அதைப் பார்த்தா வாயில் சிரிக்கமாட்டார்கள், வேறுவிதமாகச் சிரிப்பார்கள் என்றார். இதைக் கேட்ட செங்கதிரவன் பத்திரிகையை படித்துப் பாத்துவிட்டு தூக்கி குப்பத் தொட்டியில் போடுவதற்கு அவ்வளவு செலவு செய்து அதில் நமது படோடாபத்தைக் காட்ட வேண்டுமா? என்று கூறிவிட்டு அது திமிர் பிடித்த வசதிபடைத்தவர்கள் செய்யுற வேலை. அதைப் பார்த்து சாதாரண மக்களும் மயங்கி கலியாண பத்திரிகையை தேர்ந்தெடுக்கவே ஒரு கூட்டம் கடைக்குப் போய் வித விதமான பத்திரிகைகளைப் பார்த்து தேர்ந்தெடுப்பார்கள். அது அவர்கள் எந்த நிலையில் இருக்கிறார்கள் என்பதைக் காட்டும். பத்திரிகையாக இல்லாமல்

போலித்தனமான வரட்டு கௌரவ அழைப்பிதழாக இருக்கும் என்றான். இதைக் கேட்டு வாயடைத்துப் போய் நிற்கும் ஆய்வேள் சரி, சரி. அந்தத் தட்டச்சில் என்னதான் எழுதியிருக்கிற என்று கேட்டார். எனக்கு அப்பா, அம்மா குடும்பம் இருக்கிறார்கள். ஆனால் அவர்கள் ஊர் பேர் ஏதும் தெரியாது. கடைசிவரை எங்க தாத்தா பாட்டி அதைச் சொல்லாமலே என்னை வளர்த்துவிட்டு எங்குப் போகிறோம் என்று கூட சொல்லாமல்; போய் விட்டார்கள். அதனால் தாத்தா பாட்டி பேரை போட்டு அவர்களது பேரனை செங்கதிரவன் என்கிற எனக்கும் கேரள மாநிலத்தைச் சார்ந்த கொண்டலாம்பட்டி பைபாசில் டீ கடை வைத்திருக்கும் கோவிந்த குட்டி நாயர் அவரது மனைவி செல்லம்மாளின் குமாரத்தி கதிரழகிக்கும் வருகிற தேதியில் திங்கட்கிழமை சீலநாயக்கன் பட்டியிலிருக்கும் பதிவு அலுவலகத்தில் காலை *10.30* மணிக்கு மேல் பதிவுத் திருமணம் நடைபெறும். அதற்குமுன் தமிழ் மரபுப்படி தோழர் சாயக்கார கருப்பண்ணன் மாலை எடுத்துக் கொடுக்க எங்கள் முதலாளி ஆய்வேள் முதல் சாட்சி கையெழுத்துப் போட எங்கள் பதிவுத் திருமணம் நடைபெறும். அது சமயம் வந்தவர்களை தோழர் சுடர்வேந்தன் வரவேற்பார் என்று எழுதி இருவீட்டார் அழைப்பு என்று எனது பெயரையும் எழுதி ஆய்வேள் டெக்ஸ் தொழிலாளி என்றும் எழுதி யானும் அவ்வண்ணமே அழைக்கும் கோவிந்தன் குட்டி நாயர் செல்லம்மா டீ கடைக்காரர் என்றும் எழுதிக் கொடுத்துள்ளேன் என்று கூறினார்.

இதைக் கேட்ட ஆய்வேள் அடப்பாவி இப்படியுமா அழைப்பிதழ் அடிப்பாங்க. இதெல்லாம் கேட்டால் எல்லோரும் சிரிக்க மாட்டார்கள் என்று கேட்டார். இந்த அழைப்பிதழ் எனது கல்யாணமும் சிரிப்பாகவும் வேடிக்கையாகவும் இருக்கட்டும் ஆனால் அது சிந்திக்கவைக்குமுள்ள. அது எனக்கு போதும் இதனால் யாரு வேண்டுமானாலும் எதை வேண்டு மானாலும் சொல்லட்டும் அதைப் பத்தி எனக்கு ஒரு கவலையும் இல்ல. மற்றவர்களை சிந்திக்க வைத்தாலே அதுவே எனக்கு போதும் என்று சொல்லிவிட்டு, சரி அண்ணே நீங்க உங்க வேலையைக் கவனிங்க நான் என் வேலையைக் கவனிக்க வேண்டும். வேறு சிந்தனையில் வேலையில் ஏதாவது சிக்கலாகிவிடும். இனி என்னை எதையாவது சொல்லி திசை திருப்பாதீங்க. அதற்கு முயற்சியும் செய்யாதீங்க என்று சொல்லிவிட்டு தனது வேலையைக் கவனிக்கிறான். இதைக் கேட்ட ஆய்வேள் தலைமீது அடித்துக் கொண்டு இது எனக்கு வேண்டுமா? என்று கூறிவிட்டு அவர் வேலையைக் கவனிக்கத் தொடங்கிவிட்டார்.

மாலை *4.00* மணிக்கு வேலைக்கு அரை மணி நேரம் இடைவேளி அனுமதி வாங்கிக் கொண்டு, கணினி தட்டச்சு அலுவலகம் சென்று

கல்யாண அழைப்பிதழ் தட்டச்சுக்கு கொடுத்ததை வாங்கிக் கொண்டு, ஜெராக்ஸ் நகல் நூறு எடுத்துக் கொண்டு மீண்டும் தொழில் கூடம் வந்து சேர்கிறான் செங்கதிரவன். ஆய்வேள் என்னப்பா செங்கதிரவன் அரைமணி நேரம் இடைவெளி கேட்டு போன இருபது நிமிசத்திலேயே வந்துட்ட என்று கேட்கிறார். போனேன் அவர்கள் வேலையை முடிச்சி வைச்சிருந்தாங்க உடனே வாங்கிட்டு வந்துட்டேன், என்று கூறி அந்த சின்னபையில் உள்ள ஒரு ஜெராக்ஸ் தாளை எடுத்து இந்தாங்க என்னுடைய கல்யாண அழைப்பிதழ்; பார்த்து நல்லாயிருக்குதான்னு சொல்லுங்க என்று கதிரவன் ஆய்வேள்கிட்ட எடுத்துக் கொடுக்கிறான். அதில் உள்ள விபரத்தை தான் ஏற்கனவே சொல்லிட்டியே அதைப் பாத்து என்னாகிறப் போகுது என்று கூறிக் கொண்டே சுடர்வேந்தன் சுடர்வேந்தன் என்று கூப்பிடுகிறார் ஆய்வேள். சுடர்வேந்தன் இதோ வந்துட்டேன் முதலாளி என்று ஓடி வருகிறான். உடனே ஆய்வேள் கல்யாண அழைப்பிதழை கையில் கொடுத்து, இது உங்கள் மேனேஜர் செங்கதிரவன் கலியாண அழைப்பிதழ், இதை உங்கள் தோழர் களிடத்தில் கொண்டு போய் காட்டு என்று கொடுக்கிறார். அதை ஆசையோடு வாங்கிப் பார்த்துவிட்டு முகம் சுழிக்கிறார் சுடர்வேந்தன். செங்கதிரவன் இதுதான் கலியாண பத்திரிக்கையா? என்று கேட்டான். அதற்கு செங்கதிரவன், ஆமாம், ஆமாம். நல்லாயிருக்கா என்று கேட்டான். இப்படியுமா கல்யாணத்தை கேவலப்படுத்துவீங்க என்று கேட்டான் சுடர்வேந்தன். அப்படி சுருக்கென்று கேளுப்பா. உங்க தோழர்கிட்ட என்றார் ஆய்வேள். இதைக் கேட்டவுடன் எல்லாத் தொழிலாளர்களும் சுற்றி வந்து நிற்கிறார்கள் என்ன? என்ன? என்று கேட்டார்கள். அதற்கு சுடர்வேந்தன் நம்ம செங்கதிரவன் கல்யாண பத்திரிக்கையைப் பார்த்தால் அசந்து போய்விடுவீங்க தெரியுமா? என்று சுடர்வேந்தன் கூறியதுதான் தாமதம். எல்லோரும் ஆசையோடு எங்கே? எங்கே காண்பியுங்கள் என்று எல்லோரும் ஆவலோடு கேட்டார்கள். இதோ பாருங்கள் அந்த ஜெராக்ஸ் பேப்பரை என்று காண்பிக்கிறார்.

அதைப் பார்த்த எல்லோரும் சுடர்வேந்தன் என்ன எங்களைப் பார்த்தால் எப்படி இருக்கு பைத்தியம் மாதிரி தெரிகிறதா? எங்களை பார்த்து நக்கல் செய்யுறியா? என்று கேட்டார்கள். அட இதுதாப்பா கல்யாண பத்திரிக்கை என்று கையில் கொடுக்கிறார் சுடர்வேந்தன். அதை வாங்கிப் பார்த்துவிட்டு எல்லோரும் வாயைப் பிளக்கிறார்கள். இப்படியுமா? கல்யாண பத்திரிக்கை அடிப்பார்கள் அதுவும் கருப்பு மையில் என்று கேட்டார்கள். இதைக் கேட்ட செங்கதிரவன் கலரில் என்ன இருக்குது கருப்பும் ஒரு கலர்தானே என்றான், ஆமா ஜெராக்ஸ்

பேப்பர் தான் கலியாண பத்திரிக்கையா? இதை யார் ஏத்துக்குவாங்க மத்தவர்களிடத்தில் இதைக் கொடுத்தால் கேவலமாகப் பாக்க மாட்டாங்க என்று கேட்டார்கள். இதில் என்ன கேவலம் அதில் இருக்கும் விவரம் தான் தேவை. அதைப் பார்த்தவுடன் சிலர் அப்பவே குப்பையில் போடு வார்கள்; சிலர் கல்யாணம் முடிந்தவுடன் போடுவார்கள். இதற்காக தேவையில்லாமல் வீண் செலவு செய்து எதற்கு அழகா பத்திரிக்கை அடிக்க வேண்டும் என்று கேட்டான் செங்கதிரவன். தொழிலாளர்களில் ஒருவன் பாருங்க தன்னை கதிரவன் எப்படிக் கேவலப்படுத்தியுள்ளார். இவர் நம்ம கம்பனி மேனேஜர் தானே தன்னை ஒரு தொழிலாளி என்று போட்டிருக்கிறார். மற்றொரு தொழிலாளி அதை ஆச்சரியத்துடன் வாங்கிப் பார்த்துவிட்டு இதென்னப்பா வேடிக்கையா இருக்கு? விவசாய தொழிலாளி கல்யாண பத்திரிக்கையில் நிலக்கிழார்ன்னு போட்டுக்கிறான். நெசவாளி ஜவுளி வியாபாரின்னு போட்டுக்கிறான். அப்படிப்பட்ட சமூகத்தில் நம்ம தோழர் மேனேஜரா இருந்துகிட்டு தொழிலாளின்னு போட்டிருக்கிறார் என்று சிரியா சிரிக்கிறார்கள். இதையெல்லாம் கேட்டு விட்டு செங்கதிரவன் தொழிலாளிதாம்பா இந்த உலகத்தையே படைக்கிறவன். அவன் கை வைக்காமல் இங்கு எதுவுமே உருவாகாது. நானும் ஒரு தொழிலாளி தான். இங்கு முதலாளியே ஒரு தொழிலாளியைப் போல் நம்மோடு சேர்ந்து வேலை செய்கிறார். அவர் முன்னால் நான் ஒரு மேனேஜர் என்று போட்டுக் கொண்டால் அதுதான் கேவலம்; தொழிலாளி தான் கடவுளுக்கு சமமானவர். அந்தத் தொழிலாளி என்ற வார்த்தையைப் பார்த்து கேவலம் என்ற வார்த்தையை சொன்னீர்களே? நீங்ககெளல்லாம் தொழிலாளி என்று அந்த உயர்ந்த சொல்லையே மறந்து விட்டீர்கள்; விவசாயத் தொழிலாளியும் கை நெசவுத் தொழிலாளியும் அப்படிப் போடுகிறார்கள் என்றால் அவர்கள் இன்னும் வர்க்க உணர்வை புரிந்துகொள்ளவில்லை. நீங்கள் யாரு ஒரு கம்பனியில் வேலை செய்பவர்கள் வர்க்க உணர்வை உணர்ந்தவர்கள். நீங்களே இப்படி கேவலமா பேசுகிற பொழுது அவர்கள் என்ன செய்வார்கள். அவர்கள் உதிரி பாட்டாளிகள்தானே அவர்களும் உணரும் காலம் நெருங்கிக் கொண்டுதான் இருக்கு என்று பேசுகிறான் செங்கதிரவன். இதைக் கேட்ட எல்லாத் தொழிலாளர்களும் பெட்டிப் பாம்பாக அடங்கிப் போய் அவரவர் வேலையைப் பார்க்க கலைந்து சென்று விட்டார்கள்.

ஆய்வேள் இன்னும் கல்யாணத்துக்கு ஐந்தாறு நாளுதான் இருக்கு எல்லோருக்கும் பத்திரிக்கை வைத்து அழைக்க வேண்டாமா? என்று செங்கதிரவனைப் பார்த்துக் கேட்டார். அதற்கென்ன இரண்டு நாள் காலை மாலை நேரங்களில் சென்று நமது தொழிலாளர்கள் வீடுகளுக்கும் உங்கள் வீட்டிற்கும் எங்க வீட்டருகில் இருக்கிற சிலருக்குதான் வைக்கவேண்டும் அதை நான் பாத்துக்கிறேன் அண்ணே என்று கூறினான் செங்கதிரவன். துணி மணிகள் நகைகள் எப்ப எடுப்பதாம்? என்று

ஆய்வேள் கேட்டார். அதற்கென்ன எனக்கு வேண்டிய துணிமணிகளை நான் எடுத்துக்கொள்கிறேன். பெண் வீட்டாரிடம் கேட்போம் அவர்கள் துணி எடுத்துக்க சொல்லி பணத்தைக் கொடுத்திருவோம் அவர்களுக்கு பிடித்த மாதிரி எடுத்துக் கொள்ளட்டும். நகைகள் தேவையா என்று அவர்களிடத்திலேயே கேட்போம் தேவைப்பட்டால் பணத்தைக் கொடுத்து அவர்களே வேண்டிய மாடல்களை எடுத்துக் கொள்ளட்டும் அதற்கெல்லாம் நாம் படையைத் திரட்டிக் கொண்டு காலவிரையம் செய்து கொண்டிருக்கக் கூடாது. இங்கு வேலை கெட்டுப் போய்விடும் அப்புறம் இந்த வேலை கெட்டுப் போனால் நம்முடைய ஐம்பது அறுபது குடும்பங்கள் கதி அதோ கதியாகிவிடும் அதையெல்லாம் கணக்கில் எடுத்துக் கொண்டுதான் கல்யாண வேலையைப் பார்க்க வேண்டும். கல்யாணம் கல்யாணமென்று என்னுடைய ஒருவன் காரியத்திற்கு முழு கவனத்தை செலுத்தி தொழிலை கோட்ட விட்டுடக்கூடாது என்றான் செங்கதிரவன். ஆய்வேள் யாரோ நம்ம வீட்டு கல்யாணத்திற்கு கேட்கிற மாதிரி பேசுகிறான் என்று மனதிற்குள் நினைத்துக்கொண்டு எப்படி இப்படி தனி பிறவியா பிறந்திருப்பான் என்று மனதுக்குள் நினைத்து பெருமைப்பட்டுக் கொண்டிருக்கிறார். பேசாமல் இருந்த ஆய்வேளைப் பார்த்து என்னங்கண்ணே நான் பாட்டுக்கு பேசிக்கொண் டிருக்கிறேன் நீங்கள் எந்தக் கருத்துமே சொல்லாமல் மவுனமாக இருக்கிறீர்களென்று கேட்டான், செங்கதிரவன். அதற்கு ஆய்வேள் நான் சொல்லுவதற்கு என்ன? மீதி வச்சிருக்கிற எல்லாம் நீயே சொல்லி முடித்து விட்ட; ஆனா ஒண்ணு சொல்லாம நிறுத்திப்புட்ட அத வேணுமுன்னா ஒனக்கு நேபகப்படுத்திறேன். அதற்கு செங்கதிரவன் அப்படியா! அதை சொல்லுங்க எதையாவது மறந்துவிடப் போகிறேன் என்றான். அதற்கு பதிவுத் திருமணத்திற்கு வருபவர்களுக்கு சாப்பாடு ஏதாவது தயார் செய்யலாமா? வேண்டாமா? என்றார் ஆய்வேள். அதைக் கேட்ட செங்கதிரவன் அண்ணே யாரும் எந்தவித எதிர்பார்ப்பும் இல்லாமல் ஒருவர் கல்யாணத்தில் வந்து கலந்துகொள்ளணும், அது தான் மனித சமுதாயத்திற்கே நல்லது.

அப்படிப்பட்ட சமுதாயத்தைத்தான் நாம உருவாக்க வேண்டும். மேலும் ஏதாவது கல்யாண தம்பதிகளுக்கு அன்பளிப்பும் கொடுக்க வேண்டும் என்ற நிர்பந்த உணர்வோடும் கல்யாணத்திற்கு போகக் கூடாது. இதுவெல்லாம் தான் இன்னிக்கு சமுதாயத்தையே கெடுத்துக் கொண்டிருக்கிறது. நானும் அழைப்பிதழில் சில வார்த்தைகளை சேர்க்கலாமா என்று நினைத்தேன். நீங்கள் எல்லோரும் இதற்கே எப்படி யெல்லாம் பேசுகிறீர்கள் விவாதிக்கிறீர்கள். இன்னும் நான் நினைக்கிற அதையும் எழுதியிருந்தால் அவ்வளவு தான் இங்கே ஒரு பிரளயமே

வந்த மாதிரி பேசுவார்கள் என்றான் செங்கதிரவன். இதைக் கேட்ட ஆய்வேள் என்னப்பா செங்கதிரவா அதையும் தான் சொல்லிவிடே அதையும் தான் கேட்டுக் கொள்கிறேன் என்று பெரிய ஆச்சரியத்தோடு கேட்டார். அதற்கு செங்கதிரவன் சொல்லட்டுமா? சொல்லட்டுமா? என்று கேட்டான். ஆய்வேள் உற்சாகத்துடன் கேட்டார். நான் சொல்லி விடுவேன் நீங்கள் என்னை கேவலமாகப் பார்த்து சிரிக்கக் கூடாது என்றான் செங்கதிரவன். நீ இதுவரைக்கும் செய்ததை விடவா அது பெரிசா இருக்கப் போவுது? நான் சிரிக்கவில்லையப்பா சொல்லு சொல்லு என்றார் ஆய்வேள். சரி, சரி. சொல்லி விடுகிறேன்; அழைப்பிதழில் விட்டுப்போன செய்தி எந்தவித எதிர்பார்ப்பும் இல்லாமலும் எந்தவித அன்பளிப்புக்கும் இடம் கொடுக்காமல் வந்து மணமக்களை வாழ்த்துமாறு கேட்டுக் கொள்கிறேன் என்ற வாசகத்தைப் போடாமல் விட்டு விட்டேன் என்றான் செங்கதிரவன். இதைக் கேட்ட ஆய்வேள் உன்னுடைய பெரிய மனசுக்கு நன்றி செங்கதிரவன். அப்ப சாப்பாடு இல்லைன்னு சொல்லு என்றார். அதைக் கேட்ட செங்கதிரவன் பார்த்திங்களா உடனே தப்பா நினைச்சுகிட்டிங்க சாப்பாட்டுக்கான ஏற்பாடுகள் எல்லாம் செய்து விடலாம் என்று கூறினான் ஓட்டலில் டோக்கன் வாங்கிக் கொடுத்து விடலாம் என்றான் செங்கதிரவன். சாப்பாடு உண்டு ஆனால் யாரும் எந்த அன்பளிப்பும் வைக்கக் கூடா தென்று முடிவு செய்துள்ளேன் என்றான் செங்கதிரவன். அதைக் கேட்ட ஆய்வேள் வெறும் கையோடு வரமுடியுமா? என்று கேட்டார் அப்படித் தான் பழகிக் கொள்ள வேண்டும் அப்படித்தான் மக்களைப் பழக்க வேண்டும் என்றான் செங்கதிரவன். அதற்கு ஆய்வேள் எப்படிச் செங்கதிரவன் மொய் அன்பளிப்பு வாங்கலன்னா அது கல்யாணமாகுமா? என்றார். ஆமாங்ககண்ணா கல்யாணமுன்னா அதோடு நிறுத்திக்கணும். கல்யாணம் என்கிறது ஓட்டல் மாதிரி சாப்பாடு போட்டுபுட்டு கல்லாவில் பணம் கொடுக்கிற மாதிரி செய்யுறதை ஒரு கணம் நினைச்சுப் பாருங்க வெட்கமா இருக்குல. அதனால்தான் நான் எந்த அன்பளிப்பும் வாங்குவதில்லையென்று கூறுகிறேன். இதைக் கேட்ட ஆய்வேள் அப்ப சாப்பாடும் போடாதே என்றார். இதைக் கேட்ட செங்கதிரவன் எல்லா ஈர்ப்புத் தன்மையையும் ஒரே நேரத்தில் விடக் கூடாதென்றுதான். நம்ம கல்யாணத்திற்கு மெனக்கெட்டு வந்தவர்களுக்கு பசியோடு போகாமல் மதிய உணவிற்கு ஏற்பாடு செய்துள்ளேன் என்று கூறினான் செங்கதிரவன். இதைக் கேட்ட ஆய்வேள் செங்கதிரவன் உன்னைப் போல் இந்த முழு சமுதாயமும் சிந்தித்தால் யாருக்கும் எந்தக் கஷ்டமும் வராதப்பா; வாழ்கையை நல்ல முறையில் நடத்தி விடலாம் என்று கூறி என்னால் முடிந்தவரை நானும் உன்னைப் பின்பற்றுகிறேன். செங்கதிரவன் மன நிம்மதியோடு எங்கல்ஸ் எழுதிய

'குடும்பமும் தனிநபர் சொத்தும்' என்ற புத்தகத்தைப் படித்தால் நான் செய்வதெல்லாம் சரி என்று தெரியும். அந்தப் புத்தகத்தை ஒருமுறை படியுங்கள் மனித வரலாறு தெரியும். தாய்வழி சமுதாயத்தில் தாய் தான் அந்தக் குழுவிற்கு தலைவி. அந்தக் குழுவில் உள்ள ஆணும் பெண்ணும் ஆடு, மாடுகளைப் போல் இனவிருத்தியில் ஈடுபட்டிருந் தார்கள். அதனால் மனிதர்களுக்கு பல விதமான வியாதிகள் ஏற்பட்டு மனித இனமே அழிந்துவிடும் நிலை ஏற்பட்டுள்ளது. இதை அன்றைய சமூக விஞ்ஞானிகள் இதற்குக் காரணம் என்ன? என்று கண்டுபிடித்து கல்யாண முறையை உருவாக்கினார்கள். அந்த கல்யாணத்தில் நமக்கு என்ன வேலையென்று யாரும் வர மறுத்தார்கள். கல்யாணத்திற்கு எல்லோரும் வந்தாதானே யார் யாருக்கு கணவன் மனைவி என்ற விபரம் தெரியும் என்று சிந்தித்து கல்யாணம் பண்ணிக்க போகும் பொண்ணையும் மாப்பிள்ளையையும் நீங்கள் அனுபவித்துக் கொள்ளலாம்; கலவி செய்து கொள்ளலாம் என்று ஒரு ஈர்ப்பை உருவாக்கித் தான் கல்யாணம் செய்து குடும்பத்தையே உருவாக்கினார்கள். கடைசியில் இப்ப அன்பளிப்பும் விருந்தும் என்ற ஈர்ப்புவரை வந்துள்ளது. அதனால் தான் மனிதவாழ்க்கையில் குடும்ப வாழ்வைத் தொடங்க இயற்கையான வகையில் மனித உணர்வோடு உணர்வுகலந்து வாழ்க்கையைத் தொடங்க வேண்டும் என்ற எண்ணத்தில் தான் எனது கல்யாணத்தை இந்த முறையில் நடத்த வேண்டுமென்று எண்ணுகிறேன் என்றான் செங்கதிரவன். இதைக் கேட்ட ஆய்வேள் செங்கதிரவன் நீ சொன்னதைக் கேட்ட பிறகு இந்த சமுதாய மாற்றம் செய்வதற்காக 'நீ எவ்வளவு தூரம் சிந்தித்து செயல்படுகிறாய், அதற்காக என்னுடைய உதவி என்றும் உனக்கு உண்டு' என்று ஆய்வேள் கூறினார்.

மாலை வீட்டிற்குப் போகுமுன் செங்கதிரவன் சுடர்வேந்தன் இரு வரும் ஒவ்வொரு நாளும் ஒவ்வொரு தொழிலாளிகள் வீட்டிற்கும் சென்று அழைப்பிதழ் கொடுத்துவிட்டு குடும்பத்தோடு வந்து எனது கல்யாணத்தைக் காண வேண்டும். அப்பொழுது நீங்கள் எங்களுக்கு எந்த அன்பளிப்பும் வழங்காமல் இருப்பதுதான் நீங்கள் எனக்கு வழங்கும் உண்மையான அன்பளிப்பு என்று சொல்லி எல்லோரையும் அழைக்கிறார்கள். கல்யாணத்திற்குரிய எல்லா தயாரிப்புகளும் தயார் ஆகிவிட்டது. கல்யாண நாளும் வந்தது. பதிவு அலுவலகத்தில் சரியாக 10-30 மணிக்கெல்லாம் முதலாளி ஆய்வேள் குடும்பத்தார் செங்கதிரவன் பக்கத்து வீட்டுக்காரர்கள் உடன் பணிபுரியும் தொழிலாளர் குடும்பங்கள் அதே போல் நாயர் குடும்பம் அவர்களுக்கு வேண்டியவர்கள். சாயக்கார கருப்பண்ணன் அவர்கள் சங்கத்தைச் சேர்ந்த தோழர்கள் வந்து குவிந்து விட்டார்கள். மணமக்கள் பதிவாளர் முன்னிலையில் கருப்பண்ணன்

மணமக்களிடம் மாலையை எடுத்துக் கொடுக்க இருவரும் எல்லோருடைய கர ஒலிக்கு இடையில் மாலையை மாற்றிக் கொள்கிறார்கள். சுடர் வேந்தன் மணமக்கள் என்று கூறியவுடன் வந்தவர்கள் எல்லோரும் ஒரே குரலில் வாழ்க! வாழ்க! என்று முழங்கினார்கள். அதன் பிறகு பதிவாளர் கூறிய இடத்தில் மணமக்கள் கையெழுத்திட்டனர். ஆய்வேள் முதல் சாட்சி கையெழுத்திட தொழிலாளர்களில் மூத்த தோழர்கள் சாட்சிக் கையெழுத்திட பதிவுத் திருமணம் நடந்தேறியது. அதன் பிறகு வந்தவர்களுக்கு சுடர்வேந்தன் நன்றி கூறி முடித்தார், பிறகு ஆய்வேள் இந்தத் திருமணத்திற்கு வந்தவர்கள் அனைவருக்கும் பக்கத்தில் இருக்கும் ஓட்டலில் சாப்பாடு சொல்லப்பட்டிருக்கிறது அனைவரும் இருந்து சாப்பிட்டு விட்டு செல்லுமாறு கேட்டுக்கொள்கிறேன் என்று கூறினார். எல்லோரும் கலைந்து செல்லுமுன் எல்லோரும் மண மக்களிடம் வந்து கைகுலுக்கி விட்டு சென்றார்கள். அடுத்த நாள் காலை எல்லோருக்கு முன் செங்கதிரவன் வேலைக்குச் சென்று வேலையை செய்து கொண்டிருந்தான். தொழிலாளர்கள் வேலைக்கு வந்து கூடத்தில் நுழைகிற பொழுதே செங்கதிரவன் வண்டியை கவனித்து விட்டார்கள். சுடர்வேந்தனைப் பார்த்து செங்கதிரவனுக்கு நேத்து தானே கல்யாணம் நடந்தது இன்னும் ஒரு வாரத்திற்காகவாது விடுமுறையில் இருக்கக் கூடாதா? நமக்கு முன்னமே வேலைக்கு வந்துவிட்டார் என்று கூறினார்கள். அதைக் கேட்ட சுடர்வேந்தன் அதையெல்லாம் செங்கதிரவன் கேட்கமாட்டார் அவருக்கு வேண்டியது தொழில் அது நல்லா நடக்கவேண்டும். அதை நம்பி வாழக்கூடிய ஐம்பது தொழிலாளர் குடும்பத்திற்கு பாதிப்பு வந்திடக் கூடாது அதனால் அவருக்கு தொழில்தான் முக்கியம் விடுமுறை எடுத்துக்க சொல்லி முதலாளியே சொல்லி விட்டார்; அதையெல்லாம் கேட்க மாட்டேன் என்று கூறிவிட்டார். வேண்டுமானால் ஒரு வாரத்திற்கு மதிய உணவிற்காக வீட்டிற்குப் போய்விட்டு வந்து விடுகிறேன் அதற்கு மதியம் 2 மணிநேரம் அனுமதி கொடுங்கள் என்று கேட்டுள்ளார். அதற்கு முதலாளியும் சரி அப்படியாவது போய் விட்டு மதியம் குடும்பத்தோடு சேர்ந்து சாப்பிட்டுவிட்டுவா என்று கூறியதை சுடர்வேந்தன் கூறினார்.

இதை ஆச்சரியத்தோடு கேட்டுக் கொண்டிருந்த தொழிலாளர்களில் ஒருவர் எனது மனைவி நேத்து கல்யாணத்தைப் பார்த்துவிட்டு ஆச்சரியப் பட்டு இது மாதிரிதாங்க நம்ம புள்ளங்க கல்யாணத்தையும் நடத்தணும். நாம பொழைக்கிற பொழப்புக்கு கடனை வாங்கி கல்யாணம் செய்தா அதை கட்டுவதற்கே கண்ணாம் முழி பிதுங்கி விடுகிறது. அதனால் இப்படித்தான் கல்யாணத்தை செய்யணுமுன்னு எனது மனைவி கூறினாள் என்று கூறினான். அதைக் கேட்ட இன்னொரு தொழிலாளி

எங்கவூட்டல மூணு பொட்ட புள்ளங்க. அதை எப்படிக் கல்யாணம் செய்து கரை சேத்துறதுன்னு பயந்துகிட்டிருந்தேன். நமக்கு ஒரு நல்ல வழியை காட்டிவிட்டார் செங்கதிரவன். இது மாதிரி நாம ஒத்துக்கிறோம். ஆனால் நமக்கு பொண்ணு குடுக்கிறவங்க அல்லது நமது பொண்ணுங்கள கட்டிக்கவரவங்க ஒத்துக்கணுமே என்றான் இன்னொரு தொழிலாளி. அதைக் கேட்ட சுடர்வேந்தன் நாம நம்முடைய தகுதிக்கு தகுந்த மாதிரி இடத்தில ஆணோ பொண்ணோ பார்த்தால் அவங்க நாம சொல்லுற மாதிரி கேட்பார்கள். ஆனால் நாம நம்ம பொண்ணு போற இடத்தில இப்படி பொழைக்கணும் அப்படிப் பொழைக்கணும் நம்ம பயன் போற இடத்தில பத்து நாட்களாவது நிம்மதியா உட்கார்ந்து சாப்பிடுணும்பா என்று ஆசைவச்சு நம்ம தகுதியை மீறிய இடத்தில் சம்மந்தம் கொண்டால் அவர்கள் சொல்லுற மாதிரியெல்லாம் செஞ்சுதான் ஆகணும். அதனால் நமக்கு அடக்கமான இடமா பார்த்து சம்மந்தம் வச்சுக்கணும் இப்ப பாரு செங்கதிரவன் மாமனார் வீட்டார் ஒரு டீ கடைதான். சொந்த பந்துக்கள் இங்கு யாருமில்ல அவங்க கேரளத்தைச் சார்ந்த மலையாளிகள். ஆனால் செங்கதிரவன் படிப்புக்கும் அவர் வேலைக்கும் அவர் வசதிக்கும் அவர் குடும்பம் இப்ப இல்லன்னாலும் வந்து சேர்ந்தால் அது பெரிய இடமாகத்தான் இருக்கும் அப்படி யிருந்தும் நாயர் குடும்பத்தில் பெண்ணெடுத்ததால்தான் செங்கதிரவன் இழுத்த இழுப்புக்கெல்லாம் அவர்கள் சரியென்று தலையாட்டினார்கள். அதனால் அவர் நினைத்த மாதிரி எடுத்துக்காட்டாக அவர் இந்தத் திருமணத்தை நடத்த முடிந்தது. இதுக்கெல்லாம் ஒரு கொடுப்பனை வேண்டும்பா எல்லோருக்கும் இப்படி அமையுமா? என்று இன்னொருவர் கூறினார். இதைக் கேட்ட இன்னொரு தொழிலாளி கொடுப்பனை என்னப்பா பெரிய கொடுப்பனை எல்லாம் மனது வைத்தால் மார்க்கமுண்டு என்று இன்னொரு தொழிலாளி கூறினார். இதைக் கேட்டுக்கொண்டிருந்த செங்கதிரவன் அங்கு என்ன பேச்சு வேண்டிக்கிடக்குது. எல்லாம் போய் வேலையைக் கவனியுங்கள், இந்த வாரமே சரியா வேலை நடக்கில நிறைய பேத்துக்கு இன்னிக்கு சரக்கு பார்சல் அனுப்ப வேண்டும் போய் வேகமாக அவரவர் வேலையைக் கவனியுங்கள் என்று கலைந்து போகும்படி கூறிவிட்டு அவன் வேலையைத் தொடங்கினான். மதியம் ஒரு மணிக்கு முதலாளி ஆய்வேளிடம் கூறிவிட்டு மாமனார் வீட்டிற்கு சென்றான் செங்கதிரவன். மாமனார் மாமியார் கதிரழகி செங்கதிரவனுக்காகக் காத்திருக்கிறார்கள். நாயர் கூறினார் இன்னைக்கே வேலைக்கு போகணும்னு போய் விட்டார் என்று முணுமுணுத்துக் கொண்டிருக்கையில் செங்கதிரவன் வண்டியில் வந்து வண்டியை நிறுத்திவிட்டு, வீட்டைப் பார்க்கிறார். இவருக்காக கதவருகில் மூவரும் காத்திருப்பதைக் கவனித்தவாறு

கொஞ்ச நேரம் ஆயிடுச்சு என்று கூறிக்கொண்டே உள்ளே நுழைகிறார் செங்கதிரவன். நாயர் வாங்க மாப்பிள்ளையென்று அழைக்கிறார். செல்லம்மாள் வாங்க தம்பி உங்களுக்காகத்தான் காத்துக் கொண்டிருந்தோம் என்று அவரும் அழைக்கிறார்; கதிரழகி அப்படியே ஓரக் கண்ணால் பார்த்து இவ்வளவு நேரமா? இன்னைக்கே வேலைக்குப் போகணுமா? என்று கேட்பது போல் புன்னகைத்தவள் முன்னே செல்ல செங்கதிரவனை உள்ளே அழைத்துச் சென்றாள். பொண்ணையும் மாப்பிள்ளையையும் உட்கார வைத்து பதார்த்தங்களோடு உணவை பரிமாறிவிட்டு சாப்பிட கூறினாள் செல்லம்மாள். அதற்கு செங்கதிரவன் மாமா நீங்க சாப்பிட வில்லையா? என்று கேட்டான். அதற்கு நாயர் நாங்க பிறகு சாப்பிட்டுக் கிறோம். நீங்கள் முதலில் சாப்பிடுங்கள் என்றார். நீங்கள் பெரியவங்க எங்களோடு சேர்ந்து சாப்பிட்டால் எங்களுக்கு நிம்மதியா இருக்கும். எப்போதும் நானும் எங்க தாத்தா பாட்டியோடு சாப்பிட்டே பழக்கம். அதனால் தனியா சாப்பிடுவதோடு பெரியவங்களோடு சேர்ந்து சாப்பிட்டால் அது தான் திருப்தியான விருந்து என்றான் செங்கதிரவன். அதைக் கேட்ட நாயர் அவரே ஓடிச்சென்று ஒரு இலையை தூக்கிக் கொண்டுவந்து அவர்களோடு உட்கார்ந்து இலையை போட்டுக் கொண்டு செல்லம்மா எனக்கும் போடு எனக்கும் ஆசைதான் நம்ம பிள்ளைகளோடு உட்கார்ந்து சாப்பிடவேண்டுமென்று கூறினார்.

செல்லம்மாள் நாயருக்கும் உணவு படைக்க மூவரும் சாப்பிட்டுக் கொண்டிருக்கிற பொழுது நாயர் கூறினார். மாப்பிள்ளை நீங்கள் இங்கேயே எங்களுடனே இருந்து விடுங்கள் எங்களுக்கு உங்களை விட்டா சொல்லிக்க இந்த ஊரில் யாருமில்லை இனிமே நீங்கதான் எங்களுக்கெல்லாம் என்றார் நாயர். அதைக் கேட்ட செங்கதிரவன் மாமா இது வாடகை வீடு தானே? நமக்குதான் சொந்த வீடு இருக்கே அங்கேயே போய் விடலாமே என்றான் செங்கதிரவன். அங்கு கடையெல்லாம் வைக்க முடியாதே என்றார் நாயர். கடையை இங்கு வச்சுக்குங்க குடி அங்கிருந்துக்கலாம் நான் வேலைக்குப் போய்விட்டால் கதிரழகிக்கு அவங்க அம்மா துணையாயிருப்பாங்க என்று கூறிவிட்டு என்னங்க அக்கா நீங்க என்ன சொல்லுறீங்க? என்று செல்லம்மாவைப் பார்த்துக் கேட்டான் செங்கதிரவன். அதற்கு அவர் மாமா என்ன சொல்லுறாரே அப்படிச் செய்வோம் என்றாள் செல்லம்மாள். அதைக் கேட்ட நாயர் மாப்பிள்ளை சொல்லுறபடியே செய்வோம். சின்னுஞ் சிறுசுகளா இருக்காங்க நாம கூட இருக்கிறதுதான் நல்லதென்று கூறினார் நாயர். இதைக் கேட்டதும் செங்கதிரவன் அப்பாடா இப்பதா எனக்கு நிம்மதியே வந்தது. என்னா சொல்லுவார்களோ என்றிருந்தேன் என்று கூறிவிட்டு கதிரழகியைப் பார்த்து உனக்கு சம்மதம்தானே

என்று கேட்டான். அதற்கு கதிரழகி என்னங்க பலா சுளையை தேனில் ஊரவைத்து இதை சாப்பிடுகிறாயா? என்று கேட்கிற மாதிரி இல்ல இருக்கு உங்க கேள்வி என்றாள். ஓ... அப்ப ஒனக்கும் சம்மதம் என்றான் செங்கதிரவன். ஒரு சந்தோச மட்டுமல்ல, இரட்டை சந்தோசம் இதை எனது புருஷன் வாயால் சொல்லக் கேட்க எனக்கு குடுத்து வச்சிருக்கனுங்க என்று கூறினாள் கதிரழகி. இதைக் கேட்ட எல்லோரும் மகிழ்ச்சியோடு சிரிக்கிறார்கள். அந்தச் சந்தோசத்தோடு சேர்த்து நாயர் மகளிடம் மருமகனிடமும் ஒரு வேண்டுகோள் வைக்கிறார். கல்யாணத்திற்குதான் எங்களுக்கு எந்த செலவும் வைக்கில எங்க பங்குக்கு என்று நாங்கள் ஏதாவது செய்யணுமில்ல மாப்பிள்ளை என்றார் நாயர். இதைக் கேட்ட செங்கதிரவன் அப்படியா இதோ அக்கா கையால் இவ்வளவு சுவையான சாப்பாட்டை சாப்பிட குடுத்து வச்சிருக்குதில்ல இது போதாது என்று ஒரு அழகான பொண்ண பெத்து வளர்த்து எனக்கு துணைவியா கொடுத்திருக்கிறீங்களே அது போதாதா? அழகான மனைவியை மட்டும் கொடுத்தால் போதாது என்று, எங்களோடு நீங்களும் எங்களுக்காக பாதுகாப்பா வருகிறேன் என்றும் சொல்கிறீர்களே இது போதாதா? இந்தப் பாக்கியம் எவ்வளவு பேத்துக்குக் கிடைக்கும் அது எங்களுக்குக் கிடைத்திருக்குதே அது போதாதா மாமா? என்றான் செங்கதிரவன். இதைக் கேட்டுகிட்டிருந்த செல்லம்மா இல்ல தம்பி நாங்க உங்க வாழ்க்கைக்கு வேண்டிய பீரோ, கட்டில், புழங்குவதற்கு சாமான் செட்டெல்லாமாவது நாங்க வாங்கி குடுக்கணுமில்ல அதுதானே வழக்கம் அப்பதானே நாலுபேர் உங்களையும், எங்களையும் பாத்தா மதிப்பார்கள் என்றாள். அதைக் கேட்ட நாயர் செல்லம்மா சொல்லுறது தான் சரி! அவள் அவ மகளுக்கு செய்யுற சீரை செஞ்சுடட்டுமே மாப்பிள்ளை என்றார் நாயர்.

இதைக் கேட்ட செங்கதிரவன் மாமா அக்கா நான் இந்த கல்யாணம் காட்சியெல்லாம் சம்பிராதயப்படி நடக்கணுமுன்னு நடத்தல அதனால நீங்க சொல்லுற சம்பிரதாயத்தையும் நான் ஒத்துக்கல நாம ஒண்ணா தான் இருக்கப் போறம். எங்க தாத்தா பாட்டி ஒரு குடும்பம் நடத்து வதற்கான எல்லா சாமான்களை வாங்கி வைத்திருக்கிறார்கள் இதை வைத்து வாழ்ந்தாலே போதும் இன்னும் நீங்க சொல்லும் பொருள்களை வாங்கிக்கொண்டுபோய் அட்டாலியில்தான் போட்டுவைக்க வேண்டும் அப்படிதான் எல்லார் வீட்டிலேயேயும் வாங்கிப் போட்டு வைத்துள்ளார்கள். இது நமக்கு தேவையா? யாரோ என்னமோ நினைக்கட்டும் அது அவங்க எண்ணம் வாழ்க்கை. நாம இப்படித்தான் எங்கள் எண்ணப் படி வாழ்வோம் அதுதான் சிறந்த வாழ்வைத் தரும். புது வாழ்வாகவும் இருக்கும் என்று கூறினான் செங்கதிரவன். இதைக் கேட்ட நாயரு சரி

மாப்பிள்ளை நாங்க சொன்ன மாதிரியா கேட்கப்போறீங்க! இந்த பழைய பஞ்சாங்கத்தை தூக்கி தூற வைத்து விட்டு உங்களுடைய புது சிந்தனைப்படியே வாழ்க்கையைத் தொடங்கி “புது வாழ்வு” வாழ்வோம் என்றார் நாயர். இதைக் கேட்ட செங்கதிரவன் ரொம்ப ரொம்ப சந்தோசம் மாமா அக்கா. நான் எத்தனை ஜென்மம் என்பதில்லை இருந்தாலும் ஒரு பேச்சுக்கு எத்தனை எடுத்தாலும் இப்படியொரு மாமனார் மாமியார் அமைய மாட்டார்கள் என்று கூறியபடியே என்னம்மா கதிரழகி, என் துணைவியாரே நீங்க எதுவுமே பேசாம இருக்கிறீங்க. நீங்க ஒண்ணு நெனச்சு நாங்க ஒரு மாதிரி முடிவெடுத்தா நம்ம வாழ்க்கை நல்லாவா இருக்கும். அதனால் உங்க யோசனையையும் சொல்லுங்க என்றான் செங்கதிரவன். அதைக் கேட்ட கதிரழகி வெட்கத்தோடு ‘கணவனே கண் கண்ட தெய்வம்’ என்று சொல்லுகிறார்கள் அதனால் கணவரே நீங்க சொல்லுறபடியே செய்து கொள்ளலாம் என்றாள். இதைக் கேட்ட செங்கதிரவன் நாங்க எவ்வளவு பொறுப்பா பேசிகிட்டிருக்கிறோம் நீ என்னமோ கணவனே கண்ட தெய்வம் என்கிறாய் இதுதான் தப்பு. நீ ஆண் அடிமை சமுதாயத்தின் நடைமுறையை பேசிக்கொண்டிருக் கிறாய். நான் குடிகாரனாகவோ, ஒரு திருடனாகவோ, ஒரு மொள்ளமாரி யாகவோ, ஒரு பொம்பள பொறுக்கியாவோ, அல்லது சூதாடியாவோ இருந்தாலும் என்னை நீ கணவணே கண் கண்ட தெய்வம், புல்லானாலும் புருசன் என்றிருப்பாயா? இதுதான் கூடாது புருசன் வழி தவறிப் போகுறபொழுது பொண்டாட்டி எப்படிப்பட்ட போராட்ட மாவது நடத்தி அவனை மாத்தணும். கணவனுக்கு என்ன உரிமை இருக்குதே அதே உரிமை மனைவிக்கும் வேணுமுன்னு நீ கேக்கணும். நான் ஆண். நான் எப்படியும் உன்னை அடிமைப்படுத்ததான் பார்ப்பேன். அதை உன்னிப்பா கவனித்து நீ தான் உன்னுடைய உரிமையை பாதுகாக்கணும் தெரியுமா? என்று செங்கதிரவன் கூறினான்.

கரையாங்காட்டில் செங்கோடன் படுக்கையில் படுத்துக் கொண்டே கதிரவா எங்கப்பா இருக்கிற வேலைக்குப் போறியா? எப்படியப்பா சாப்பிடற ஓட்டல் சாப்பாடு சாப்பிடமாட்டியே உனக்கு ஒத்துக்காதே என்னதான் செய்யுறப்பா? என்று புலம்பிக்கிட்டே படுத்திருந்தான். இதைக் கேட்ட அழகம்மாள் அவன்கிட்ட தினமும் அது இதுன்னு பேசிகிட்டேயிருந்த அவன் சொன்ன மாதிரி அந்தப் பொண்ணையாவது நாம இருந்து கல்யாணம் பண்ணிவச்சுட்டு வந்திருந்தா கூட அவன் ஏதோ குடும்பத்தோடு இருந்திருப்பான். பாவி மனுசன் எங்க சும்மா இருந்த காலுல சலங்கையைக் கட்டிகிட்டுல்ல ஆடின இப்ப வந்து இங்க புலம்பினா வருமா? என்று பேசினாள். இதைக் கேட்ட செங்கோடன் ஏண்டி நான்தான் சலங்கை கட்டிட்டு ஆடினேன்;

நீ ஆடாதவதானே, நான்தான் உன்னை அவனோடவே இருந்து அவனுக்கு சோறு தண்ணி ஆக்கி போட்டுகிட்டு இருன்னு தானே சொன்னேன். நீ தானே என் மவன் மருமகளை பார்த்தாகணும்ன்னு எனக்கு முன்னால இங்கு வர ஆட்டம் போட்டவ. இப்ப என்ன மட்டும் குறை சொல்லுற அவனைத்தான் அந்தப் பொண்ணையே கட்டிக்க ஆனா சோதிடம் பேர் பொருத்தம் பாக்க முடியாதென்னு ஒத்த காலில் நிக்கிறானே. அவன் நான் சொன்னதைக் கேட்டானா? அவன் சொல்லுறதமட்டும் நான் எப்படி கேட்டுகிட்டுருப்பேன் அவன் பெரியவனா? நான் பெரியவனா? அவன் இஷ்டத்துக்கு கல்யாணம் கட்டிக்குவேன் என்றான். நான் என்ன இளிச்சவாயனா? அதனால் ஏற்படும் இழப்புக்கு நானுமில்ல பொறுப்பாவேன். ஏற்கனவே அப்படி தப்பு செஞ்சுதான் இருவத்திமூணு வருசம் வனவாசம் சென்றோம் இன்னும் இந்தக் கல்யாணத்தாலே மேலும் வனவாசம் போக எனக்கு வயசேது. எங்காவது அனாதையா சாக வேண்டியதுதான். அது தான் உனக்கு ஆசை போல இருக்கு என்று சத்தம் போட்டு அலறுகிறார் செங்கோடன். ஆமாம். நீ சொல்லுறமாதிரியே தான் ஊர் உலகத்துல நடக்குது. இந்தச் சோசியக்காரன்கள் காசுக்காக பீ திங்கறவனுங்க நம்மகிட்ட காச புடுங்கிறதுக்கு எதை எதையோ இல்லாததையும் பொல்லாததையும் கதை கட்டி விடுவானுவ சோசியமின்னா? ஒரே மாதிரி சொல்லுறானுங்களா? சோசியம்ன்னா ஒன்னு தானே? என்று சோசியத்தை நம்பி நம்பிதான் நம்ம குடும்பமே பாலா போச்சு. இன்னும் அதை நம்பிகிட்டு இங்க புலம்பாதே என்று அழகம்மாள் சத்தம் போடுகிறாள். அட போடி கூறுகெட்டவளே உனக்கு என்னா புத்தி கித்தி மழுங்கிப் போச்சா? சோசியத்தைப் பத்தி நீ தெரிந்தது அவ்வளவு தாண்டி. அவன் கணிச்சி சொன்னா குடும்பத்துல நடக்கிறதை அப்படியே புட்டு புட்டு வைக்கிறானுவ. அவனல்லா சரியாதான் சொல்லிருவானுவ நாம தான் சில தவறுகளை செஞ்சி வாழ்க்கையில மண்ண அள்ளி போட்கிட்டு பல கஷ்டங்களை அனுபவிக்க வேண்டியிருக்கு. அப்படித்தான் நானா அறிவு கல்யாணத்தில சின்ன தவறு செஞ்சுபுட்டேன். அதுதான் என் நெஞ்சைப்போட்டு தினம் தினம் அறுத்து கொல்லுது. உனக்கு அதெல்லாம் எங்கு சொன்னா புரியப் போவுது என்று செங்கோடன் சொல்லியபடியே தலை தலைய்யா இரண்டு கையாலும் அடித்துக்கொண்டு புலம்பினான். இதைக் கேட்ட அழகம்மாள் அறிவு கல்யாணம் சரியாத்தானே நடந்தது. அது நீங்க என்ன தவறு செஞ்சிங்க எனக்கு ஒன்னுமே புரியலியே என்று கேட்டாள். உனக்கு ஒண்ணுமே புரியவே வேண்டாம். அதை புரிஞ்சுகிட்டு நீ என்ன செஞ்சு கிழிக்கப் போற, அதை தெரிஞ்சுகிட்டு அதை

எல்லாத்துக்கும் சொல்லி என்ன அவமானப்படுத்தப்போற. அதைக் கேட்டு எல்லோரும் என் மூஞ்சியில காரி துப்புவாங்க. அதைப் பார்த்து நீ கெக்கலிச்சி சிரிக்கப் பாக்கிற நான் என்ன அவ்வளவு பெரிய மடையனா? நான் இருவத்து மூணுவருசமா அதுதான் உங்ககிட்டையும் மத்தவங்க கிட்டையும் சொல்லாமல் மறைத்து வைத்திருக்கிறேன். அதையெல்லாம் சொன்னா? என்று செங்கோடன் மீண்டும் தலையில் அடித்துக் கொண்டு புலம்பினான். இதைப் பார்த்த அழகம்மாள் இதுக்கு எதுக்கு தலையில அடிச்சுக்கிற இப்ப என்ன கெட்டுப் போச்சு நீ உன் பேரனை பார்த்தா எல்லாம் சரியாயிடும் போய் பார்த்திட்டுதான் வருவமே வா! நாளைக்கே போகலாம் என்று கூறினாள். அதைக் கேட்ட செங்கோடன் ஏண்டி இப்ப நான் புலம்பிக்கிட்டிருக்கிறேன். நீயும் நானும் அவனை போய் பார்த்தா இனி அவன் நம்பள விடுவானா? எங்கப்பம்மா எப்படி இருக்காங்க என் கூட பொறந்தவங்க எத்தனை பேர்கள் என்று கேட்டு தொலச்சி எடுப்பான். அவன் மகுடி பேச்சில மயங்கி நான் உண்மையை உளறி கொட்டிட்டா? அவன் எல்லோரையும் பார்க்க வேண்டுமின்னு ஒத்த காலில் நிப்பான், அப்ப என்னடி செய்யுறது என்றான் செங்கோடன். அதுக்கு என்னா இப்ப தலைக்கு மேல வெள்ளம் போயிடுச்சு இனி ஜான் என்ன முழமென்ன? கிடக்குது. நடக்குறது நடக்கட்டுமின்னு சொல்லி விடறது தானே என்று கூறினாள் அழகம்மாள். ஆமாடி உனக்கென்ன நீ சொல்லிப்புட்டு போயிடுவே எங்க குல வாரிசுக்குதானே கஷ்டம் அவன் இவர்களை வந்து பார்த்து இவர்கள் உயிருக்கு ஏதாவது ஆபத்தின்னு வந்தா நீ என்ன காப்பாத்துவியா? ஒண்ணு ஒப்பாரி வச்சிகிட்டு நாளைக்கு அழுவ அதுதான் ஒனக்கு தெரியும். நான் ஒருத்தரை ஒருத்தர் பாக்கலன்னாலும் உசுரோடவவாது இருக்கட்டுமேன்னு எண்ணுகிறேன். அதையும் கெடுத்து குட்டிச்சுவராக்கிவிடுவா போலிருக்கே சாமி பொன்னைய்யா இவளுக்கு நல்ல புத்திய குடுடா சாமி என்னு கூறிக்கொண்டே சுருண்டு விழுந்து விட்டார். பேச்சு மூச்சில்லாமல் மயங்கி விட்டார்.

அழகம்மாள் எழுந்து வந்து இந்தா இங்க பாருங்க எழுந்திருங்க என்னாச்சு உனக்கு என்று கூறிக்கொண்டு ஓடிச் சென்று சொம்புல தண்ணீரைக் கொண்டு வந்து முகத்தில் தெளித்தாள். சிறிது நேரம் கழித்து லேசாக கண் திறந்து பார்த்தார். செங்கோடன் அப்படியே அவர் எழுந்திருக்க உதவி செய்து கட்டில் மீது படுக்கவைத்தாள் அழகம்மாள். இனி பேசினால் இவருக்கு மீண்டும் ஏதாவது மயக்கம் வந்திடும். அதனால் இனி இவரிடம் நாம் ஏதும் பேச்சு கொடுக்கக் கூடாததென்று அமைதியாகிவிட்டாள். இரவு சாப்பாட்டின் போது அறிவு, செம்மல், அழகம்மாள் எல்லோரும் உட்கார்ந்திருந்தார்கள்.

சாப்பாடு பரிமாற வந்த மயிலேறி எங்கே மாமாவைக் காணோம் என்று கேட்டாள். அதற்கு அழகம்மாள் அவருக்கு உடம்புக்கு சரியில்லை தூங்கிக் கொண்டிருக்கிறார். அவரை எழுப்ப வேண்டாமென்று வந்து விட்டேன் என்று கூறினாள். இதைக் கேட்ட எல்லோரும் என்னாச்சு அப்பாவுக்கு என்றார்கள், அறிவு தாத்தாவுக்கு என்னாச்சு என்றான் அகவியும், செம்மலும் ஏன் அத்தை நாங்கள் வீட்டுக்கு வந்தவுடன் சொல்லல ஏதாவது ஆஸ்பத்திரிக்கு கூட்டி போயிருக்கலாமே என்றாள். மயிலேறி அதெல்லாம் ஒண்ணும் வேண்டாம்பா அவருக்கு மனசு தான் ஏதோ சரியில்லை. தனது பேரனை நினைச்சு புலம்பறாரு அதோடு ஏதோ சோசியம் கல்யாணம் என்று வேறு புலம்பறாரு. அந்த புலம்பல் வந்தா உடல் நடுக்கம் ஏற்படுது; நடுக்கம் ஏற்பட்டவுடன் மயக்க மாயிடறாரு. அவருக்கு என்னாச்சுன்னு ஒண்ணுமே புலப்படல என்று கூறினாள். எனக்கு அவர் புலம்பறதிலிருந்து ஏதோ உங்கள் கல்யாணத்தில ஏதோ தப்பு நடந்த மாதிரியும் அதுக்கு அவர்தான் காரணம் என்றும் அதை வெளியில சொல்ல முடியாமல் தனது மனசுக்குள்ளையே போட்டு பூட்டி வைத்துள்ளார். பெண் பார்த்து கொடுத்தானே சித்தன் அவன் பெயரைச் சொல்லி சொல்லி புலம்பினார். சித்தன் வேற பேச்சு மூச்சில்லாமல் படுத்த படுக்கையா சாக பொழைக்க கிடக்கிறார்ன்னு வேற சொல்லுறாங்க. அவர் கிட்டையாவது இவரைப் பற்றிக் கேட்க தோணுது என்றாள் அழகம்மாள். அறிவு எதுக்கும் நாளைக்கு நாம ரண்டு பேரும் போயி சித்தனைப் பாத்து அவன் நல்ல நினைவில் இருந்தா உங்க அப்பாவை பத்திக் கூறி அவர் உங்கள் பெயரை அடிக்கடி கூறி புலம்பினார். என்ன அது உங்க ரண்டு பேருக்கிடையில் அப்படி என்ன? ரகசியம் இருக்குன்னு கேட்டு பாப்போம் என்றாள் அழகம்மாள். அதைக் கேட்ட அறிவு சரியம்மா நாளைக்கே மசக்கலா இருக்கையிலேயே போயி பாத்து கேட்டுவிட்டு வந்து விடுவோம் என்றான். அதை கேட்டுகிட்டிருந்த அகவி, பாட்டி எங்கண்ணனைப் பத்தி நினைத்து புலம்புகிறார் என்கிறீர்களே அவர் இருக்குமிடத்தை நீ சொல்லு பாட்டி, நானும் அண்ணனும் போயி கூட்டிவந்து தாத்தாவிடம் நிறுத்தினா இவர் உடம்பு சரியாகிவிடும் என்று கூறினாள். ஆமாம் ஆமாம் அகவி சொல்லறது சரியாதான் இருக்கு, அண்ணன் இருக்கும் விலாசத்தை சொல்லு பாட்டி என்று கேட்டான் செம்மல். டேய் செம்மல் எனக்கு விலாசமல்லாம் தெரியாது அப்படியே தெரிந்தாலும் சொல்ல மாட்டண்டா அப்படி சொல்லக்கூடாதுன்னு உங்க தாத்தா எங்கிட்ட சத்தியம் வாங்கிகிட்டுதான் என்னையே இங்கே கூட்டி வந்திருக்கிறார் என்றாள் அழகம்மாள். அதைக் கேட்ட அறிவு அப்பா நிலையே மோசமா இருக்குது அவர் சத்தியத்தாலேயே அவர் நிலை இன்னும் மோசமாகப்

போகுது அந்த சத்தியத்தை மீறரதாலே ஒண்ணும் இங்கு நடந்துவிடப் போறது இல்ல. செம்மல் சொன்ன மாதிரி அவன் இருக்கும் விலாசத்தை சொல்லு நானே கூட போய் கூட்டி வந்துவிடுகிறேன் என்கிறான் அறிவு. அதைக் கேட்ட அழகம்மாள் நீங்க வேணுமுன்னா சத்தியத்தைப் பற்றி கவலைப்படாமலிருக்கலாம். ஆனால் நான் என் புருசனுக்குக் கொடுத்த சத்தியத்தை மீற முடியாது என்றாள். அதுவும் உம் பெரியமகனை நீ பார்த்தாலே உன் உயிருக்கு ஆபத்தென்று நினைக்கிறார் உங்கப்பா. நான் சொல்லி ஏதாவது ஏடா கூடமா நடந்திடுச்சின்னா? உங்கப்பா என்னிடம் கோபப்படுவாரு அதனால் நான் எப்படியப்பா நான் சத்தியத்தை மீற முடியும் என்று கேட்டாள் அழகம்மாள். என்னம்மா அவர் எதையோ மனதுக்குள் வைத்துக்கொண்டு உடம்பை கெடுத்து கிட்டார். நீயோ சத்தியத்தை மீறமாட்டேன்னு அடம் பிடிக்கிற இந்த சிக்கலை எப்படித்தான் தீக்கிறது என்று வினவுகிறான் அறிவு. இதையெல்லாம் கேட்டுக்கிட்டிருந்த மயிலேறி அதெல்லாம் நிதானமா பேசிக்கிலாம் வாங்க எல்லோரும் சாப்பிடுங்க இதுக்கெல்லாம் தீர்வு வேண்டுமுன்னா மாமா துணிஞ்சி நடந்ததை சொன்னாதா ஆகும். இல்லையின்னா நாளைக்கு பாக்கப் போறீங்களே சித்தன் ஏதாவது சொன்னாத்தான் முடியும். அதை நாளைக்கு பாத்துக்குவம் வாங்க சாப்பிடுங்க என்று எல்லோரையும் சாப்பிடக் கூறினாள் மயிலேறி.

செங்கதிரவன் வேலைக்குபோய்விட்டு வீடுவந்து சேர்ந்தான், கைகால் முகத்தையெல்லாம் கழுவிக்கொண்டு வந்தான். கதிரழகி முகத்தைத் துடைக்க துண்டைக் கொண்டு வந்து கொடுத்தாள். கணவன் முகத்தைப் பார்த்த கதிரழகி ஏங்க முகமே ஒரே வாட்டமா இருக்கு மீண்டும் உங்க தாத்தா பாட்டி நேபகம் வந்துடுச்சா? என்று கேட்டாள். இல்லையே அப்படியெல்லாம் ஒண்ணுமில்ல என்றான் செங்கதிரவன். இதை கேட்டுக் கொண்டு வந்த செல்லம்மா ஏங்க தம்பி, தாத்தா பாட்டி இவ்வளவு வருசத்தில ஒரு நாள் கூடவா உங்க அப்பா அம்மா பேரு, அவங்க இருக்குமிடம் இதையெல்லாம் சொல்லவே இல்லையா? என்று கேட்டாள். செங்கதிரவன் எங்கக்கா அதைப் பத்தி கேட்டா எங்க தாத்தா கோபப்படுவார். புத்தி பேதலித்த மாதிரி பேசுவார், நான் கேட்காமலிருக்க எதை எதையே பேசி என்னை மறக்கடித்து விடுவார். என்னை திசை திருப்பியே எதையும் சொல்லாமல் மறுத்துவிடுவார். எங்க பாட்டியிடம் கேட்டால் நான் எதையும் சொல்லக் கூடாதென்று உங்க தாத்தா சத்தியம் வாங்கிக்கொண்டார் அதை மீறி நான் சொல்ல மாட்டேன் என்று ஒரே வார்த்தையில வாயை அடைத்துவிடுவார். அப்புறம் நான் எங்கு எப்படித் தெரிந்துகொள்வது. எங்க தாத்தா பாட்டியிடம் பழகியவர்களிடத்தில் கூட அவர்கள் இதுவரை

அவர்களைப் பற்றிக் கூறியதே கிடையாது. எங்க தாத்தா எங்க பாட்டியை யார்கிட்டேயும் நெருங்கி பழகவிடமாட்டார். யாரிடமாவது உளறி விடுவாள், அவர்கள் மூலம் எனக்கு தகவல் தெரிந்து விடுமென்று தாத்தா அவ்வளவு கட்டுப்பாட்டோடு வைத்திருந்தார் எங்க பாட்டியும் கூட சொல்லாமல் அவர் சத்தியத்தைப் பதிய வைத்துக் கொண்டுவிட்டார். சில நேரங்களில் பைத்தியக்காரன் போல தனிமையில் உட்கார்ந்து கொண்டு புலம்பிக்கொண்டிருப்பார் எங்க தாத்தா. என்னான்னு கேட்டால் ஒண்ணுமில்லன்னு அப்படியே மழுப்பிவிடுவார். எங்க தாத்தாவும் பாட்டியும்தான் எனக்கு உலகம். அவங்களுக்கு நான்தான் உலகம், என்மீது உயிரையே வைத்திருந்தார்கள். கதிரழகி விசயத்தில் நான் கல்யாணம் செய்யக் கூடாதென்றார்கள். பிறகு ஒரு கட்டத்தில் கல்யாணம் கட்டிக்க பேர் பொருத்தம் சோசியம் பாத்து சரியா இருந்தா கல்யாணம் கட்டிக்க என்றார்கள். அதற்கும் மறுக்கவே சரி இனி உன் விருப்பப்படியே செஞ்சுக்க என்று கூறிவிட்டார்கள். அவர்கள் இருந்து கல்யாணம் கட்டி வைத்தால் எனக்கு ஏதாவது ஆபத்து வந்து விடுமோ என்று எண்ணித்தான் அதனால் அவர்களால் தாங்க முடியாதென்றுதான் என்னிடம் சொல்லிக்காமலே அவங்க மகனைத்தேடி போய்விட்டார்கள். என்னை விட்டுட்டு ஒரு இரவு கூட எங்கேயும் தங்கமாட்டார் அவரை நான் கட்டிப் பிடித்து படுத்தால் தான் அவருக்கு தூக்கம் வரும்? அவர் தட்டிக்கொடுத்தால் தான் எனக்கும் தூக்கம் வரும். எங்க பாட்டி ஆமாம்பா பேரனுக்கு ஏழு கழுத வயசாயிருச்சு கல்யாணம் ஆன பிறகு கூட இப்படி இருந்தால் வருகிறவ நல்லா மணத்துக்குவா? என்று பேசிக்கொண்டேயிருப்பார்கள் என்று செங்கதிரவன் தனது தாத்தா பாட்டியைப் பற்றி விளக்கி மாமியாரிடமும் மனைவியிடமும் கூறிக் கொண்டிருந்தான். அந்த நேரத்தில் நாயர் என்னா? எல்லாரும் நின்னு கிட்டிருக்கிறீங்க மாப்பிள்ளைக்கு சாப்பாடு போடலையா? என்று கேட்டார். இதோ சாப்பாடு போடுறேங்க நீங்களும் கை கழுவிக் கொண்டு வாங்க எல்லோரும் ஒண்ணா ஒக்காந்து சாப்பிடுவோம் என்று செல்லம்மாள் கூறினாள். இதோ வந்துட்டேன் என்று நாயரும் அவசர அவசரமா கை கால்களை கழுவிக்கொண்டு வந்து அவர்களோடு சாப்பிட உட்கார்ந்து கொண்டார்.

செங்கதிரவனைப் பார்த்து எங்க மாப்பிள்ளை கல்யாணம் ஆகி ரண்டுமாதம் ஆகுது; இன்னிக்கிதான் உங்களோடு உக்காந்து சாப்பிடும் பாக்கியம் கிடைத்தது. ரண்டுமாசமா ஒவ்வொரு நாளும் ஒவ்வொரு தொழிலாளி வீட்டில விருந்துக்கு போயிட்டிங்க உங்க உறவுக்காரர்களோடு இருந்தாக்கூட ரண்டு மூணு வீட்டலதான் விருந்துக்கு கூப்பிட்டிருப்பார்கள். ஆனால் நீங்கள் அதை மறக்க ஒவ்வொரு

தொழிலாளியும் உங்க முதலாளியும் அழைத்து விருந்து வைத்து உங்களை கௌரவப்படுத்தியிருக்கிறார்கள். உங்களுடைய நல்ல மனசுக்கு தான் இப்படியெல்லாம் நடக்குது மாப்பிள்ளை என்று கூறினார் நாயர். ஆமாங்கப்பா நீங்க சொல்லுற மாதிரிதான். அப்பா நாங்க விருந்துக்கு போன அத்தனை குடும்பங்களும் எங்களை எவ்வளவு அன்பா அவர்கள் குடும்பத்தில் ஒருத்தரா நடத்தினார்கள். எங்களை விருந்துக்கு கூப்பிட்டு எங்களை அக்கம் பக்கத்திலிருப்பவர்களுக்கு அறிமுகப் படுத்தி அவர்களுக்கும் விருந்து கொடுத்தார்கள் தெரியுமா? அதைப் பார்க்கிறபோது மாமா மேலே அவர்களெல்லாம் உயிரையே வைத்திருக்கிறார்கள் தெரியுமா? அப்பா அவங்க முதலாளி அவர்கள் குடும்பம் எல்லோரும் எவ்வளவு அன்பாக இருக்கிறார்கள் தெரியுமா? எங்களை கூட்டிச்சென்று ஊரையே அழைத்து வைத்துக் கொண்டு அவர்களுக்கும் விருந்து வைச்சி அவர்கள் மத்தியில் எங்களை அறிமுகப் படுத்தும் போது எனக்கு கணவனா கிடைத்தற்கு நான் நீங்களெல்லாம் எவ்வளவு புண்ணியஞ் செஞ்சீங்களேன்னு தெரியலப்பான்னு கண்ணீரை துடைத்துக்கொண்டாள் கதிரழகி. நாங்க சென்ற அத்துணை குடும்பமும், குழந்தைகளும், எங்க மீது அவ்வளவு அன்பு செலுத்தினார்கள் தெரியுமா? அம்மா எனது வாழ்நாள் முழுதும் அவர்கள் காட்டிய அன்பும் அவர்கள் நமக்குக் காட்டிய வாழ்வின் நடைமுறையும் அவ்வளவு புனிதமானது. ஒவ்வொரு குடும்பத்தின் அனுபவங்களும் எங்களின் வாழ்க்கைக்கு உகந்தது அப்பா. அதையெல்லாம் நினைச்சு நான் அவ்வளவு சந்தோசமாக இருக்கிறேன். இவர் மட்டும் அவர்களோடு இருக்கும் வரை மட்டுந்தான் சந்தோசமாக கலகலப்பாக இருக்கிறார் தனியாக வந்துவிட்டால் என்னையும் மறந்துவிடுகிறார், அவர்களோடு கழித்த சந்தோசத்தையும் மறந்து விடுகிறார். உடனே தாத்தா பாட்டி இல்லையே என்னை இந்த அளவிற்கு வளர்த்து ஆளாக்கிய அவர்கள் இருந்து இதைப் பாக்க கொடுத்து வைக்கவில்லையே என்று அவர்கள் நினைப்பாகவே இருக்கிறாரப்பா என்றாள் கதிரழகி. இதைக் கேட்டு கிட்டிருந்த செல்லம்மா யாம்மா ஒரு வருசமா ரண்டு வருசமா? இருவத்தி மூணு வருசமாக மூணு மாத குழந்தையிலிருந்து தன்னை வளர்த்தவர்களை அவ்வளவு சீக்கிரம் மறந்து விட முடியுமா? அப்படி மறந்து விடுவதுதான் எப்படியம்மா மனிச தன்மையாகும் என்று கூறினாள். இதைக் கேட்ட கதிரவன் அப்படிச் சொல்லுங்க இவமண்டையில உரைக்கிற மாதிரி இவ எப்பபாத்தாலும் அவங்க நினைப்ப விடுங்க விடுங்க என்று கூறிக்கொண்டேயிருக்கிறாள். அவர்கள் நான் மறக்கிற மாதிரியா வளர்த்தாங்க? என்று செங்கதிரவன் கூறினான். அவங்க வளர்ப்பு ஊர் மெச்சும்படியல்லவா வளர்த்திருக்கிறார்கள். அவர்களை

மாப்பிள்ளை எப்படியம்மா மறப்பார். அம்மா சொன்ன மாதிரி அப்படி மறந்தாள் அது மனிதத் தன்மைக்கே அப்பாற்பட்டதம்மா என்று நாயர் கூறினார். அப்பா, அவரை நானு என்னப்பா குறை கூறுகிறேன். அவங்க நினப்புல சில நேரம் சாப்பிடக் கூட மாட்டங்கறாரப்பா நாம எங்க இருக்கிறம் என்பதைக்கூட மறந்து விடுகிறாரப்பா. தூங்குகிற போது கூட தாத்தா பாட்டியை பற்றிதான் தூக்கத்தில் பேசுகிறார் அவர்கள் இவரோடு இருக்கிற மாதிரியே என்னிடம் பேசுகிறாரப்பா. இப்படியே போனால் இவர் மனநிலை கூட சரியில்லாமல் போய்விடுமோன்னு எனக்கு பயமா இருக்குதப்பா என்றாள் கதிரழகி. இதைக் கேட்ட நாயர் மாமா எவ்வளவு விபரமானவர் எப்படி சிந்திச்சு மூடுவிழாவிற்கு போன தொழிலை தூக்கி நிறுத்தி ஐம்பது தொழிலாளர்களின் வாழ்க்கையைப் பாதுகாத்து அந்த நிறுவனத்தின் முதலாளி குடும்பத்தையும் பாதுகாத்திருக்கிறார். அப்படிப்பட்ட வளர்ப்பு அவர் வளர்ப்பு அவருக்கு நீ நினைக்கிற மாதிரியெல்லாம் நடக்காதும்மா நீ தைரியமா இரு என்றார் நாயர். சரி, சரி. எல்லோரும் சாப்பிடுங்கள் அதையே பேசி மேலும் தம்பி மனசை மறக்கவைப்பதற்குப் பதிலா நேபகப்படுத்தாதீங்க சாப்பிடுங்க, சாப்பிடுங்க என்று செல்லம்மாள் சாப்பாட்டை பரிமாறிக்கொண்டே கூறினாள்.

கரையாங்காடு வீட்டின் முன் உள்ள மரத்தடியில் கல்லின் மீது உட்கார்ந்து கொண்டு சிந்தனையில் ஆழ்ந்துள்ளார் செங்கோடன். இதைக் கவனித்த அகவி தாத்தாவிடம் நெருங்கி தாத்தா ஏதாவது குடிக்கிறதுக்கு வேண்டுமா கொண்டுவரட்டுமா? என்று கேட்டாள். இல்ல இல்ல எனக்கு எதுவும் வேண்டாம் என்று கூறினான் செங்கோடன். ஏங்க தாத்தா எப்ப பாத்தாலும் எதையோ இழந்தவர் போல விரக்தியிலேயே இருக்கறீங்க உடம்புக்கு ஏதாவது சரியில்லையா? தாத்தா என்று அகவி கேட்டாள், உடம்பெல்லாம் நல்லாதாம்மா இருக்கு மனசு தாம்மா சரியில்லை! எம்பேரனை கைக்குழந்தையிலிருந்து வளர்த்து சொந்தபந்தங்களுக்குக் கூட அடையாளம் காட்டாமல் கண்ண கட்டி காட்டுல விட்டமாதிரி விட்டுட்டு வந்துட்டேன். அவன் என்ன செய்யுறானோ தெறியல? தாத்தா பாட்டியைத் தவிர வேறு எந்த உறவும் அவனுக்குத் தெரியாது. அவனை நானும் உங்கபாட்டியும் உயிரை கொடுத்து வளர்த்தம்மா. அப்பா அம்மா நினைப்பே இல்லாமல் வளர்த்தம்மா இங்குள்ள நம்ம எலலாரையும் காட்டிலும் விபரம் உள்ளவனாக உலகம் அறிஞ்சவனாக வளர்த்தம்மா. உறவுகளிலிருந்து தான் அவனைப் பிரித்தேனே ஒழிய உலகத்தையும் உலக அறிவையும் கத்து தேர்ந்தவன் உன் அண்ணன். எவ்வளவு கெட்டவர்களாயிருந்தாலும் அவர்களை நல்ல ஒழுக்கமுள்ளவர்களாக்கி விடுவான் அவ்வளவு திறமை களை வளர்த்துக்கொண்டான். அப்பபடிப்பட்ட தலைவர்களோடு

அவனை அறிமுகப்படுத்தி அவர்களின் அரவணைப்பில் வளர்ந்தவன். எவ்வளவு தான் உலக அறிவுள்ள அன்பு செலுத்தினான் காரணம் அவனுக்கு வேறு உறவு கிடையாதில்லை உறவு குவிந்திருந்தது. அதுவும் ஒரு காரணமாகக்கூட இருக்கும். உங்கப்பா அம்மா பார்வையில வளர்ந்திருந்தால் அவர்கள் மீது தான் பாசமெல்லாம் இருந்திருக்கும் எங்களுக்கு ரண்டாம் பச்ச அன்புதான் கிடைத்திருக்கும் அப்பண்புள்ள பாசத்தைப் பிரித்த பாவியாத்தான் ஆயிட்டேன் என்று புலம்பிக் கொண்டேயிருந்தார் செங்கோடன். அகவி இதைக் கேட்டுகிட்டிருந்தவள் இவரிடம் இப்படியே கேட்டுகிட்டிருந்தால் தாத்தா இதையே நினைத்து உடம்பை கெடுத்துக்குவார் என்று மனதில் நினைத்துக் கொண்டு தாத்தா இந்த நிழலிலேயே காத்தோட்டமா உட்காந்திரு நான் வீட்டில் இருக்கிற வேலையைக் கவனிக்கிறேன் என்று கூறி நழுவிச் சென்றாள். அகவி சென்றவுடன் செங்கோடன் அப்படியே கடந்த கால செயல் பாட்டையும் முணுமுணுக்கத் தொடங்கி அறிவுக்கு பெண் தேடியதிலிருந்து நினைவுக்குக் கொண்டுவந்தார் அப்படியே நினைவு இழந்தவர்போல் அமர்ந்திருந்தார்.

நிதானமாக அடிமேல் அடிவைத்து ஏதோ பெரிய சிந்தனையில் முணுமுணுத்தவாறே நடந்து கொண்டிருந்தான் செங்கோடன். அழகம்மாள் கேட்டாள் நான் என்ன? சொல்வதென்றே தெரியவில்லையே என்று சிந்தித்தபடியே சென்று கொண்டிருந்தான். அந்தச் சோசியனை நம்பிச் சென்றேன் அவன் ஒரேயடியாக குண்டைத் தூக்கி தலையில் போட்டுவிட்டான். இதுவரை முப்பத்தைஞ்சு பொண்ணுங்க சாதகத்திற்கு மேல் இந்த வள்ளுவனிடம் கொடுத்து அறிவுக்கும் பொருத்தம் பாக்க கொடுத்ததில் ஒண்ணுக்குக்கூட பொருத்தம் சரிப்பட்டுவரவில்லை. பத்து பொருத்தம் வரணும் என்கிறார்கள்; அதில் 6, 7, 8, பொருந்தி வந்தால் கூட பரவாயில்லை என்கிறார்கள். அதுகூட பொருந்தி வரல அப்படி பொருந்திவந்தாலும் தோசம் இருப்பதாகக் கூறுகிறார்கள், அந்த தோசத்தை நிவர்த்தி செய்தால் சரியாகுமா? என்றால் பிறகுதான் சொல்ல முடியும் என்றான் வள்ளுவண் சரி அப்படிதான் சரியாகிவிடும் என்று பார்த்தால் செவ்வாதோசம் வேறு இருக்குதாம்! செவ்வா தோசத்தோடு நாக தோசமும் சேர்ந்திருக்குதாம்! மணப் பொருத்தம் பத்து பொருத்தமும் சேந்திருந்தாலும் செவ்வா தோசமும் நாகதோசமும் உள்ள பெண்தான் பார்த்து கட்ட வேண்டும் என்று சோசியன் கூறினான், அப்படியும் ஏழு, எட்டு, பத்துக்கு பக்கமா பாத்தாச்சு அதுவும் எதுவும் படியமாட்டங்கது. கழுத்திற்கு கயிறு பொருத்தமாம் அதுவும் பாத்தாச்சு அதுவும் ஒத்து வரலை ஒண்ணு பொண்ணுக்கு சரிவரலை என்றான். இல்லையென்றால் மாப்பிள்ளைக்கு சரிவரலை என்றான். ஆண் புத்திரன் இருக்காதுங்கிறான்.

அது கோட பரவாயில்ல பாக்கலாம் என்றால் மணப் பொருத்தம் ஐஞ்சு பொருத்தம்தான் ஒத்து வருதுன்கிறான். பொண்ணு பாக்க சென்றது பொண்ணூட்டாரிடம் சாதகம் வாங்கினது அவர்களிடம் இவன் சாதகமும் போட்டாவும் கொடுத்தது இதற்கெல்லாம் ஜெராக்ஸ் எடுத்தது இந்த செலவெல்லாம் சேர்த்து பார்த்தால் ரண்டு கலியாணமே செஞ்சுருக்கலாமே. கலியாண செலவு கூட பரவாயில்லை, பையனை பெத்து வளர்த்ததெல்லாம் பெரிசல்ல, அவனுக்கு காலா காலத்தில ஒரு கால்கட்டு போட்டு வைப்பது தான் பெரிசாகவுள்ளது. இப்பவே இருவத்து ஐந்து வயசாகிறது காலம் வேற கெட்டு கிடக்குது. இப்ப வரச்சினிமாவைப் பார்த்துட்டு வேற ஊரே கெட்டுகிடக்குது. அவன் யாராவது வேற சாதி பொண்ணுங்களேதும் கூட்டிட்டு ஓடிப் போய் குடும்ப மானத்த வேறு காத்தல பறக்க விட்டுடப்போறான். அதனால ஊரு முன்னால முக்காடு போட்டுகிட்டு போறதைக் காட்டிலும் குடும்பமே தூக்கு போட்டுகிட்டு தொங்கிடலாம். சாதிகாரனுவ பங்கும் பங்காளிக மாமன் மச்சானுக கேலி வேற பேசுவானுவ. குடும்ப மானத்தை அவன் வாங்குறதுக்கு முன்னாடி என்னத்தையாவது பண்ணியாவது எப்படியும் இந்த வைகாசியிலாவது அவனுக்கு ஒரு கலியாணத்தை முடித்துவிட வேண்டும். பழமொழியே இருக்குது ஆயிரம் பொய்ய சொல்லியாவது ஒரு கலியாணத்தை முடிக்கவேணுமுன்னு நாம ஏதாவது ஒரு ரண்டு மூணு பொய்யைச் சொல்லியாவது கண்ணாலத்தை முடித்துவிடலாமே என்று யோசித்தவாறு நடந்து கொண்டேயிருந்தான். செங்கோடன் நடக்க வேண்டிய தூரம் இருந்தாலும் வீடு பக்கம் வந்து விட்டதே! நாம் சிந்தித்தது ஒரு சரியான முடிவுக்கு வரவில்லையே அதற்குள் வீடு வந்து விடப் போகிறதென கண்ணைக் கட்டி காட்டில் விட்டவன் கட்டிய துணியை நீக்கிவிட்டு பார்ப்பவன் போல் சுற்றும் முற்றும் பார்த்து பெருமூச்சு விட்டுட்டு சரி, சரி. இன்னும் வீடு செல்ல வெகுதூரம் இருக்குது அதுக்குள் யோசிச்சி ஒரு நல்ல முடிவுக்கு வந்து விடலாம் போலிருக்கு, தொண்டை வரை வந்து விட்டது இன்னும் சரியாக யோசிச்சால் முடிவுக்கு வந்து விடுவோம் அதன்பிறகு வீட்டிலுள்ளவர்களிடம் சொல்லி அவர்களை கவலையிலிருந்து மீட்டிடுவோம் என்று மீண்டும் யோசிக்கலானான்.

நாம முன்பு எந்த இடத்தில் விட்டோம் ஆங்... நேபகம் வந்திடுச்சு ஆயிரம் பொய்யைச் சொல்லியாவது கலியாணம் செய்யணும் என்ற சொலவாந்திரத்தைப் பற்றி சிந்தித்து ரண்டு மூணு பொய் சொல்லியாவது ஒரு கண்ணாலத்தை முடிக்கலாமே என்று சிந்தித்து முடித்தேன். இதுக்குமேல வேறு என்ன பொய்யை சொல்லறது எப்படி அதை நாம ருசு படுத்தரது மண்டைய பிச்சுகிறதப்பா என்று முன்மண்டையை

சொறிந்து கொண்டான். என்ன தான் மண்டையை போட்டு கசக்கினாலும் ஒரு ஓசனையும் வரமாட்டங்குதே அட கடவுளே! தலை ஒரே பாரமா இருக்கே சிந்துச்சி சிந்துச்சி மண்டவழி கூட எடுத்துட்டது. எதுக்கும் ஒரு டீ கடையைப் பார்த்து ஒரு டீ சூடா போடுவோம் அப்பவாவது ஒரு ஓசனை கிடைக்குமான்னு நின்னு சுத்தி பார்த்தான் அதோ கீர்த்தி டீ கடை அங்கு அவங்கிட்ட சொல்லி ஸ்ட்ராங்கா டீ போடசொல்லி குடிப்போமென்று வேக வேகமாக டீ கடையை நோக்கி நடந்தான் செங்கோடன். டீ கடை பெஞ்சில் போய் உட்காந்தவாறே கீர்த்தி நல்லா யிருக்கியா? என்றான் செங்கோடன். அதைக் கேட்ட டீ கடை கீர்த்தி நான் நல்லாயிருக்கிறன் அண்ணா நீ நல்லாயிருக்கிறியா? என்று டீ கடைக்காரனும் திருப்பி நலம் விசாரித்தான் யாண்ணே செங்கோடண்ணே எங்கண்ணே வெகு காலமா உன்னைப் பார்க்கவே முடியல இந்தப் பக்கமே வர்றதில்லையா? டீ குடிக்க கூட கட பக்கமே வர்றதில்ல என்று வருத்தப் பட்டுக் கொண்டான் கீர்த்தி. அதயாப்பா கேக்கிற நான் ஒரு பயன சும்மா இருக்கமாட்டாம பெத்து போட்டுட்டு அவனுக்கு கண்ணாலம் செய்து வைக்கிலாமின்னு பொண்ண தேடிக் கொண்டும் அவனுக்கு சோசியம் பொருத்தம் பார்க்கவே நேரம் சரியாயிடுது என்றான் செங்கோடன். அதைக் கேட்ட கீர்த்தி டீயை போட்டு ஆற்றிக் கொண்டே ஒரு கல்யாணம் செய்ய ஏழு செருப்பாவது தேயுனுமுன்னு பெரியவங்க சொல்லுவாங்க அதுபோல ஆச்சு உங்ககதை என்றான். அதைக்கேட்ட செங்கோடன் அதயாண்டாப்பா கேக்கிற அதைவிட மேலும் பத்து செருப்பு தேஞ்சிடும் போலிருக்கு என்று கூறினான். இதைக் கேட்ட கூட டீ குடிக்க உட்கார்ந்திருந்த சித்தன் யாப்பா கீர்த்தி இந்தச் செங்கோடன் பொண்ண பாக்க இவ்வளவு கஷ்டப்பட்டதாகக் கூறுகிறாரே இவருக்கு என்ன தெரியாதா நான் என்ன அந்நியநா அசலா சொந்த அண்ணன் முறை பங்காளி தானே ஆவுது. நான் தான் கண்ணால தரகரா ரண்டு வருசமா வேலை செய்யறேனே இவருக்குத் தெரியாதா? இதுவரை இந்த ஊரல மட்டுமே இருவது பேத்துக்கு மேல கண்ணாலத்திக்கு ஏற்பாடு செஞ்சு குடுத்திருக்கன். இவரு என்னிடம் சொல்லியிருந்தா இன்னேரம் இவர் மகன் ரண்டு புள்ளைகளுக்கு தகப்பனாகிருப்பான். இவரும் பேர பிள்ளைகளோடு கொஞ்சி குலாவிக்கிட்டிருப்பாரு என்று கூறினார் டீ யை கொண்டுவந்து சித்தனிடம் கொடுத்துவிட்டு செங்கோடனிடம் டீ யை கொடுக்கச்சென்று டீ யை கொடுத்துக் கொண்டே அதான் இந்தண்ணன் தான் இருக்கிறாரே அவரிடம் சொல்லுங்களே அவர் உடன் உன்னுடைய பயனுக்கு சோடி சேத்திவிடுவாரே அதிலே அவர்தான் பெரிய திறமைசாலியின்னு ஊரல எல்லோரும் சொல்லுறாங்களே. நீ பல ஊர்கள் சென்று செருப்பு தேயத் தேய போயி பஸ் சார்ஜ் செலவு

செஞ்சு நிறையா செலவு செய்ய வேண்டியதில்ல. இப்ப இவர்கிட்ட சொன்னா போதுமே இவரு ஒரு கண்ணாலத்துக்கு ஏற்பாடு செஞ்சா நிறைய செலவு செய்ய வேண்டியதில்லை. அதுக்குரிய புரோக்கர் கமிஷன் கொடுத்தாலே போதுமே என்றான் கீர்த்தி. இதைக் கேட்ட செங்கோடன் ஏப்பா கீர்த்தி நாம ஆடு, மாடு, எருமை, கோழி, வாங்கவோ வித்தால் அதுக்கு ஒரு தரகன் இருப்பான்; அது மாதிரி கண்ணாலத்துக்கு ஆணையும் பொண்ணையும் சேர்த்து வைக்கவும் புரோக்கர் வந்துட்டான்களா?

போடாப்பா இதுகூட இது வரை எனக்கு தெரியலியே யாது நில புரோக்கற பாத்திருக்கேன் ஆடு, மாடு வாங்க விக்க சந்தையில தரகனை பாத்திருக்கன் இப்பதா நம்ம ஊரிலே பொம்பள புரோக்கர பாக்கிறேன். இது எனக்கு தெரியாமப் போச்சே இவ்வளவு நாளா நான் இவ்வளவு கஷ்டப்பட்டு இருக்க வேண்டியதில்லையே என்று கூறிக்கொண்டே செங்கோடனும் சித்தனும் டீ யை குடித்துக்கொண்டே ஒருவரை ஒருவர் பார்த்து புன்னகித்துக் கொண்டார்கள். கல்யாண தரகர் சித்தனைப் பார்த்து யாண்ணே நீ தான் எனக்கு சொல்லக் கூடாதா? நான் எம்பயனுக்கு ரண்டு வருசமா பொண்ணு பாக்கிறது தெரியுமா? தெரியாதா? என்று செங்கோடன் பேச்சு கொடுத்தான். நீ பயனுக்கு பொண்ணு தேடறது தெரியும், நம்ம ஊரு ஆளுங்க கேலி பேசுவாங்கன்னு தான் நா உங்கிட்ட சொல்லல. பாரே இப்பவே கீர்த்திகிட்ட பேசுறப்போ கிண்டலாகத்தானே பேசின என்று சிரித்துக்கொண்டார் சித்தன். ஆமாப்பா நம்ம ஊருல பழக்கம் ஆயிடுச்சி தரகரை வச்சி பொண்ணு பாத்தா தரகருங்க ஆடு, மாடு, விக்கறப்ப ரண்டு வள்ளம் பால கறக்குமுன்னு வாங்கிக் கொடுத்துட்டு தரகு காசை வாங்கிகிட்டு போயிடு வாங்க. வீட்டல கொண்டு போயி மாட்டை கட்டி பாலை கறந்தா ஒரு வள்ளம் கூட பால் கறக்காது அது மாதிரி பொண்ணு பாக்கிறதிலயேயும் செஞ்சுட்டாங்கனா என்ன பண்ணறதுன்னுதான் பயமா இருக்குது நீங்க கோபப்படாதீங்க நான் அப்படிச் சொன்னதுக்கு நீ அப்படி செய்வியா? நீ முன்ன பின்ன தெரியாதவனா? பங்காளியாச்சில்லையா? எனக்கு வந்தா உனக்கு வந்த மாதிரிதானே அதனால தப்பா எடுத்துக்காத என்கிறான் செங்கோடன். அதைக் கேட்ட சித்தன் நீ ஊர் உலகத்தல நடக்கிறததானே சொல்லுற இதுக்கெல்லாமா நா கோபப்படப்போறன் இந்தத் தொழில் போயிட்டா அப்படி இப்படி தான் நாலு பேரு பேசுவாங்க அதுக்கெல்லாம் கோபப்பட்டாலோ கூச்சப்பட்டாலோ எப்படி இந்த ஒரு சான்வயிறை வளக்க முடியும் சரி உங்க மவனுக்கு எந்தமாதிரி பொண்ணு வேணும் கருப்பா, சிவப்பா, மாநிறமா, படிப்பு வேணுமா? வேண்டாமா? படிச்ச பொண்ணாயிருந்தா எதுவரை படிப்பு வேணும்; பெரிய

குடும்பமா? சின்னகுடும்பமா வேணுமா? பொண்ணுக்கு அப்பா அம்மா இருக்கிறவங்களா? வேணுமா? அல்லது அம்மாவோ, அப்பாவோ, இல்லாத ரண்டு பேருமே இல்லாத பெண்ணாயிருந்தா போதுமா? பவுனு என்ன? எதிர் பார்க்கிற? செலவு தொகை எவ்வளவு எதிர் பார்க்கிற உம்மவனுக்கு ஏதாவது தோசம் இருக்குதா? அந்தத் தோசத்துக்கு தவுந்த மாதிரி பொண்ணு வேண்டுமா? பொண்ணு சிறிது ஊனமாக இருந்தாகூட பரவாயில்லையா? உள்ளூரிலேயே, எதிர்பாக்கிறியா? பக்கத்து கிராமத்தில பார்க்கலாமா? வெளி ஊரலன்னா, நகரத்தலா, வெளி மாவட்டத்தில் இருந்தா பரவாயில்லையா? அல்லது பக்கத்து மாநிலத்தில வேணுமா? நமது சாதிக்காரன் உலகத்தில எந்த நாட்டல இருந்தாலும் பரவாயில்லையா? எந்த சாதியாக இருந்தாலும் பரவாயில்லைய்யா? பொண்ணு நல்லாயிருந்தா போதுமா? என்று சித்தன் கூறிக்கொண்டே போனான். செங்கோடன் அடேயப்பா நிறுத்து நிறுத்து கண்ணால தரகனென்னா மாட்டு தரகரை காட்டிலும் பெரிய வாயாடியா இருப்பாங்க போலிருக்கே இருந்தாலும் பொண்ணு பாக்கிறதிலும் இவ்வளவு விவரங்கள் இருக்கிறதின்னு இன்றைக்குத்தான் நான் தெரிஞ்சு கொண்டேன் அதும் சித்தா உன் மூலமாத்தான் தெரிஞ்சு கொண்டேன்.

அதற்கு சித்தன் அண்ணே நீங்க இனிமே கவலையை உடு இனி உன்வேலையை நா பாத்துக்கிறேன் உன் மவனுக்கு சீக்கிரமே கண்ணாலம் நடக்கும் அடுத்த வருசமே நீ பேரனையோ, பேத்தியவோ, கொஞ்சலாம் கவலையைவுடு அண்ணே என்றான் சித்தன். செங்கோடன் உடனே எழுந்து சித்தனிடமிருந்த டீ கிளாசையும் வாங்கிக்கொண்டு, டீ கிளாசை மேசை மீது வைத்துவிட்டு இந்தா கீர்த்தி ரண்டு டீக்கும் காசு எடுத்துக்கோ என்று கூறுகிறார். அதற்கு சித்தன், இல்லண்ணா நான் காசு கொடுக்கிறேன் கீர்த்தி, அண்ணன் கிட்ட காசு வாங்காதே நான் குடுக்கிறேன் என்று கூறுகிறார். அதற்கு செங்கோடன் யார் குடுத்தா என்னபப்பா? எல்லாம் அரசாங்கம் அடிச்ச காசுதானே என்று கூறிக்கொண்டே கீர்த்திகிட்ட காசை கொடுத்துவிட்டு சரி வா சித்தன் ரண்டு பேரும் பேசிக்கொண்டே போகலாம் என்று கூறியவுடன் இருவரும் கிளம்பினார்கள். அதைப் பார்த்த கீர்த்தி சத்தமாக அண்ணே என் கடையிலே தான் நீங்க சந்திச்சிங்க பொண்ணுபேச்சையும் பேசிட்டிங்க முடிஞ்சுதண்ணா எனக்கும் கமிஷனில் பாகம் வந்திரணும் என்று தமாஷாக சிரித்தான். அதற்கு சித்தன் என் தொழில் இப்படி கேளிக்குறியாகிவிட்டது சரி, சரி. சிரிச்சிக்கோ ஓம் புள்ளைங்களுக்கும் நான் தான் கல்லாணத்திற்கு உதவ வேண்டிவரும் என்று கூறுகிறார் சித்தன். சாலையில் சித்தனும் செங்கோடனும் நடந்து கொண்டே

எண்ணிப் பார்த்துவிட்டு பட்டிப்படலை இழுத்து சாத்திக் கட்டிவிட்டு அந்தக் கோழிக்கூட்டில் கோழிகள் எல்லாம் அடைந்து விட்டதா? என்று பார்த்துவிட்டு கோழி குஞ்சுகள் சில கல்லுக்கடியில் அடைந்திருப்பதைப் பார்த்து அச்சச்சோ இங்கையா அடைந்திருக்கிறிங்க! நாவிறு ராத்திரிக்கு வந்தாருண்ணா முழுங்கிவிட்டு போயிடுவாறே என்று கூறிக்கொண்டே கோழிக் குஞ்சுகளை பிடித்து மேல் குடாப்பில் விட்டுக் கொண்டிருந்தான். அப்பொழுது என்னடா தம்பி அறிவு நாவிறு வந்து முழுங்கிட்டு போயிடுவாருன்னு நினைத்து குஞ்சுகளை மேலே குடாப்பில் தூக்கி விடுறீயா? என்று செங்கோடன் கேட்க ஆமாம்பா பாம்பு வந்து கோழி குஞ்சுகளை சாப்பிட்டு விடுமில்ல என்றான் அறிவு. டேய் அதுக்கு தாண்டா நாவிறுக்கு அந்தக் கருவா பொட்டை கோழியை விட்டிருக்கரம். அதெல்லாம் பொரித்த குஞ்சுக தாண்டா இந்த ஐம்பது அறுவது கோழிகளும் அந்தக் குஞ்சுகளும் நாவிருக்கு அதை கும்பிட்டு விட்டதால அது பொரிக்கிற குஞ்சுகளை விக்கிறதே இல்ல அவ்வளவும் வாரா வாரம் ஒவ்வொரு சாமிக்கும் பூசை போட்டு தீர்த்தம் தெளித்து அது துலுக்கியதும் அறுத்து அதை சாமிக்கு படைச்சி அதன் பிறகு நாம குழம்பு வைச்சி சாப்பிடுறோம். நாவிறுதானே அதையெல்லாம் காக்கிறார். கழுகு, பருந்து, நரி, நாய், பூனை இதுகிட்டல்லாம் இருந்து பாதுகாக்குது அதுக்கும் சாப்பாடு வேண்டாமா? ஒண்ணு ரண்டு அதுக்கும் கிடைக்கறாப்புல விடுடா தம்பி அறிவு என்றான் செங்கோடன். ஆமாப்பா நீங்க சொல்லுற மாதிரி செஞ்சா தினம் ஒரு கோழியா சாப்பிட்டா நமக்கு ஏது அப்பறம் கோழிக்கறி குழம்பு. அது கோழியை சாப்பிட்டு அழித்துவிட கூடாதென்பதற்குதான் நாம் அதை சாமியா கும்பிடு கிறோம். அதுக்கு பூசை போட்டு கோழியையும் காவுக் கொடுக்கிறோம். அது போதாதா? அதுக்கு அது ஏதாவது திரிகிற பூச்சி, புழுவு, தவளை, எலி இவைகளைப் பிடித்து சாப்பிடட்டும்பா என்று அறிவு கூற கொல்லென்று அப்பனும் மகனுமாகச் சேர்ந்து சிரிக்கிறார்கள். அறிவு நினைத்தான் அப்பா என்னமோ இன்னிக்குத்தான் சந்தோசமாக இருக்கிறார். நம்மோடு சேர்ந்து வேற சிரிக்கிறார் என்னமோ தெரியல என்று யோசித்தான். அவன் அப்பன் செங்கோடன், எவ்வளவு பொறுப்பா நம்ம பையன் பண்ணையத்தைப் பார்க்கிறான் பார் இப்படிப்பட்ட இவனுக்கு பொண்ணு கிடைக்க மாட்டாது என்று இவ்வளவு நாள் இழுப்பாட்டத்தில் போட்டுட்டான் இந்தக் கடவுள். இப்பத்தான் சித்தன் மூலம் நல்ல பொண்ணு கிடைக்கப் போகுது. நல்லா சிரிச்சுக்கடா கண்ணு என்று மனதுக்குள் நினைத்துக்கொண்டார்.

இந்த நேரத்தில் அழகம்மா சத்தம் போடுகிறாள் சோறு ஆறுது சாப்பிட வாங்க, என்ன அப்பனும் பிள்ளையும் சிரித்து கெக்கலிக்கிறீங்க.

சீக்கரம் வாங்க என்று கூப்பிட்டாள். வெளியே வாசலில் தண்ணீர் பானையில் இருக்கும் தண்ணீரை தகர டப்பாவில் எடுத்து அப்பனும் மகனும் மாறி மாறி மூஞ்சு கை கால்களை கழுவிக் கொண்டு தலையில் இருந்த தலைப்பாகை கழட்டி மூஞ்சு, கை, கால்களை செங்கோடன் துடைத்துக்கொண்டு தன் மகன் அறிவிடம் அந்தத் துண்டை கொடுத்தான். அவனும் துண்டால் துடைத்துக்கொண்டு நுழைவாயில் தண்டை தலையில் இடித்துவிடாமல் இருக்க குனிந்து நிமிர்ந்து தாவாரத்தைத் தாண்டி உள் வீட்டிற்குள் சென்று தரையில் அப்பனும் மகனும் உட்கார்ந்து கொள்கிறார்கள். இருவருக்கும் இரண்டு தட்டு கொண்டுவந்து வைத்துவிட்டு இரண்டு செம்பில் தண்ணீர் கொண்டு வந்து வைத்து விட்டு கணவனுக்கும் மகனுக்கும் முன்னால் அழகம்மாள் உட்கார்ந்து இருவருக்கும் சாப்பாட்டை அரிசி சோறு உருண்டையை எடுத்து வைத்தாள். ஏம்மா சோத்தை வடிக்கக் கூடாதா? என்று கேட்டான், அறிவு, ஏண்டா இன்னிக்கு என்ன நாளுன்னு தெரியுமில்ல இன்னிக்கு நம்ம குல்லங்காட்டிலுள்ள எல்லை முனியப்பனுக்கு பொங்கல் வைத்து அந்த செஞ்சேவலை அறுத்துட்டு வந்தண்டா, நீ கோழிகளை எண்ணின லட்சணமாடா இது அதான் பொங்கசோத்தை எப்படி பளபளன்னு சோறும் சோறும் ஒட்டாம பருக்கை பருக்கையா எப்படி வடிக்கமுடியுமாடா? மவனே? என்று கூறிக்கொண்டே கோழிக்கறி கொழம்பை அப்பனுக்கும் மகனுக்குமாக ஊற்றினாள். அப்பொழுது கோழித் தலை கணவன் தட்டில் விழுந்து விடுகிறது. உடனே அழகம்மாள் அந்தக் கோழித் தலையை எடுத்து மகன் தட்டில் போட்டாள். அதைப் பார்த்த அறிவு ஏம்மா அப்பா தட்டிலிருந்து எடுத்துப் போடுற என்றான். அதற்கு அழகம்மாள் டேய் அது கோழி தலையிடா அதை சாப்பிட்டா கோபம் அதிகம் வருமாம்மடா உங்கப்பாவிற்கு இப்ப இருக்கிற கோபமே போதுமடா உனக்குதான் கோபமே வரமாட்டங்கிது. அதனால் நீ சாப்பிடறா கண்ணு என்று அழகம்மாள் கூறினாள். அதற்கு அறிவு கூறினான்: அம்மா உங்க இளமைக் காலம் அந்தளவிற்கு அறிவு வளராத காலம் அதனால அறியாமையால் கோபம் தான் வரும். ஆனால் இன்னிக்கு அப்படியில்லையே இன்னிக்கு சினிமா வந்துட்டுதல்ல அதனால நெறைய நல்லது, கெட்டதெல்லாம் தெரிஞ்சுக்கிறமில்ல அதனால நீங்க உங்க இளமை காலத்தைப் பார்த்து அப்பா கோபக்காரர் என்று பாக்கிறீங்க. இந்தக் காலத்தில என்னைப் போன்ற இளைஞர்கள் விபரத்தோடு இருப்பதால் கோபம் குறைவாக இருக்கிறதென்று நினைக்கிறீங்க இன்னும் இதுக்குப் பின்காலம் எனது மகனை அதாவது உங்கள் பேரனை பாத்தீங்கனால் அவன் என்னை விடவும் பக்குவப் பட்டிருப்பான். அதைப் பார்த்தால் என்ன சொல்லுவீங்க என்று அறிவு கேட்டான்.

உடனே நேபகம் வந்தவள் அழகம்மாள் தனது கணவனை பார்த்து ஏங்க அறிவுக்கு பொண்ணு பார்த்தமே அந்தப் பொண்ணு சாதகத்தைக் கொடுத்து சோசியரை பாக்க போனீங்களே என்னாச்சி. வந்ததிலிருந்தே நீங்கள் அதை சொல்லாமல் மவுனமாக இருக்கிறீங்க. என்ன எங்க சொல்லவிட்டீங்க? நீயும் மகனும் மாத்தி மாத்தி எதை எதையோ பேசிகிட்டிருக்கிறீங்க என்று செங்கோடன் கேட்டான். சரி சரி. நீட்டி முழங்காதிங்க என்னா ஆச்சி அந்தப் போனகாரியம் அதை மட்டும் சொல்லுங்க? என்று கேட்டாள் அழகம்மாள். அம்மா அவசரத்தைப் பார்த்தா மகன் அறிவு அவன் ஏதோ அவசரப்படாத மாதிரி அதை பத்தி கண்டுக்காத மாதிரி கோழித் தலையை எடுத்து அதன் தலையில் இருக்கும் மூலையை கடித்து உறிஞ்சி சுவைத்து சாப்பிட்டுக் கொண் டிருந்தான். செங்கோடன் அதைக் கவனித்து விட்டு ஏண்டி அழகம்மா இப்பவாவது கேட்டியே சொல்லுறேன், சொல்லுறேன். அதான் அந்த பொண்ணு பண்ணகாட்டு சடையன் மகள் கோவிந்தி சாதகத்தை தானே கேக்கிற போய் பாத்தேன். ரண்டுபேர் சாதகத்தையும் சோசியர் மூணு மணி நேரம் அப்படி இப்படி என்று கணக்குப் போட்டுப் போட்டு பாத்து விட்டு இந்த ரண்டு சாதகத்தையும் கணித்துப் பாத்ததில் மணப்பொருத்தம் பத்தில் எட்டு இருக்குதாம் பரவாயில்லை என்று கூறினார். அப்புறம் அந்த கயிறு பொருத்தத்தையும் கூட்டி கழித்து பார்த்துக் கூறினார். அதுவும் பத்துக்கு ஆறுதான் சரியாக இருக்குது அதுவும் பரவாயில்லை என்று கூறினார். மூணாவது இவனுக்கு நாகதோசமும், செவ்வாதோசமும் இருக்குது. அந்தப் பொண்ணுக்கு நாகதோசம் மட்டுந்தா இருக்காம். இந்த ரண்டு சாதகக்காரர்களுக்கு கண்ணாலம் கட்டினா பயனை அடிச்சிடுமாம் இறந்து விடுவானாம். அதனால அது வேண்டான்னு அந்தச் சோசியர் அடிச்சு சொல்லிட்டான், புள்ள என்று கூறினான். செங்கோடன் இதைக் கேட்ட அழகம்மாள் இதுக்குத்தான் இந்த இழுப்பு இழுத்தீங்களாக்குன்னு டக்குன்னு சொல்லறதுதானே. இந்தப் பொண்ணையும் கைவிட்டாச்சின்னு அவசரப்படாத காலையில நேரமா எழுந்து முப்பத்தி ஆறாவது பொண்ண பாக்கப் போகணும் என்று செங்கோடன் கூறினான். அம்மாவும் அப்பாவும் பேசுறத கண்டுக்காத மாதிரி அறிவு, கோழிக்கால் எலும்பின் உள்ளே இருக்கும் ஊனை சூப்பை உறிஞ்சு சுவைத்துக்கொண்டிருந்தான். அந்தப் பொண்ணு போனா போகட்டுமடி வேறு ஒரு பொண்ணைப் பாத்திருக்கிறேன் என்றான் செங்கோடன். அப்படியா? எந்த ஊருல என்று கேட்டாள் அழகம்மாள். புதூர் மாரியம்மன் கோவில் பக்கத்தில பலசரக்கு கடை வச்சிருக்காங்களே கடக்கார கோவிந்தன் வீட்டு புள்ள, பேரு கூட மயிலேறி, சிவப்பா நல்ல அழகா உயரமா மூக்கும் முழியுமா ஒடிச்சி

மடியில கட்டிக்கிற மாதிரி இருக்குமே, அடிக்கடி அந்தக் கடையில கூட இருக்குமே அந்தப் பொண்ணுதான். அந்தப் பொண்ணுக்கும் ரண்டு வருசமாக மாப்பிள்ளை தேடிட்டுத்தான் இருக்கிறாங்களாம். அந்தப் பொண்ணுக்கு நம்ம கடை கோடியில் இருக்குதே அந்த வில்ல கொட்டாயி அதில குடியிருக்கிறாங்களே அதாண்டி அந்த செல்லாயி புருசன் சித்தன்தான் கல்யாண புரோக்கர் வேலை செஞ்சுகிட்டிருக்கிறான். அவனைத் தான் நான் கீர்த்தி டீ கடையில வைச்சு பாத்தேன், கீர்த்தி கிட்ட பொண்ணு பாத்த விவரங்களை சொல்லி புலம்பிக்கிட்டிருந்தேன் அதைக் கேட்டுகிட்டிருந்த அந்த சித்தன்தான் இந்தப் பொண்ண பத்தி கூறினார். அதைக் கேட்ட அழகம்மாள் ஆ... என்று வாயை பிளந்து கொண்டு கணவனையே பார்த்தபடி அந்தப் புள்ள நல்ல புள்ளையா இருக்குதுங்க. நான் பலமுறை பாத்திருக்கறேன். நம்ம பயனுக்கு நல்லா பொருத்தமா இருப்பாங்க. அந்தப் பொண்ணையே எப்படியாவது பாத்து கட்டிவச்சுடலாம்ங்க. பயனை பாத்து அழகம்மாள் ஏண்டா திண்ணிப் பண்டாரம் நாங்க என்ன பேசிகிட்டிருக்கோம். நீ மச்சு மச்சுன்னு சாப்பிட்டுகிட்ருக்கிற. அதைக் கேட்ட அறிவு ஏம்மா நீங்க பேசி கிட்டிருக்கிறீங்க நீங்க உங்களுக்கு வேண்டிய மருமகளை தேர்ந் தெடுத்துகிட்டிருக்கிறீங்க. அதல நான் ஏன் தலையிட வேணும் இன்னுந் தான் கேட்டுக்கொண்டு பேசாமல் இருக்கிறேன் என்று கூறினான் அறிவு. சரி நானும் உங்கப்பாவும் பேசிகிட்டிருந்தமில்ல அந்த புள்ளையை நீ பாத்திருக்கிறியா? அது உனக்கு புடுச்சிருக்கா? அதையே கேட்டு கட்டிகிட்டு வந்துடலாமா? சொல்லுடா சொல்லு என்று அழகம்மாள் மகனிடம் சந்தோசத்தில் அவசரப்படுத்தினாள். அறிவும் அந்தப் பொண்ணை கடையில பாத்திருக்கிறான். அவனுக்கு நன்றாக பிடித்துவிட்டது உள்ளுக்குள் ஆசையை மறைத்துக்கொண்டு அம்மாவிடம் அம்மா நீங்களும் அப்பாவும் பாத்து இவளுக்கு தாலி கட்டுடான்னு சொன்னால் நான் கட்டிட்டுப் போறேன் இதையெல்லாம் என்னிடம் எதுக்கு கேட்டுகிட்டிருக்கீங்க என்றான் அறிவு. அறிவு கூறிவிட்டு வெட்கத்தை வெளிக்காட்டாமல் இருக்க முகத்தை வேறுபக்கம் திருப்பிக்கொண்டான்.

அதைக் கவனித்த அழகம்மா பயனுக்கு வெக்கத்தைப் பாரு பொம்பள புள்ளங்கதாம் வெக்கப்படுவாங்க ஆம்பள பயனுக்கு உனக்கென்னடா வெக்கம் என்று கூறிக்கொண்டே கணவன் செங்கோடன் பக்கம் திரும்பி என்னங்க அந்தப் பொண்ண நம்ம பயனுக்கும் பிடிச்சிருக்கிங்க எப்படியாவது அந்த செல்லாயி புருஷன் சித்தன்கிட்ட சொல்லி புரோக்கர் பணம் கூட அவர் வாங்குவதற்கு மேலே கூட போட்டு கொடுத்துவிடலாங்க. அந்தப் பொண்ணையே பாத்து பேசி

முடிச்சிடுங்க. இந்தப் புள்ளையைத்தான் கட்டி வைக்கணும்முன்னு அந்த ஆண்டவனே முடிச்சு போட்டிருப்பான் போலிருக்குதுங்க அதனால் தான் இத்தனை பொண்ணுங்களை பாத்தும் ஒன்னுகூட ஒத்துவரலை. அப்பனும் மகனும் சாப்பிட்டு விட்டு கையைக் கழுவ வெளியே வாசலுக்கு போய்விட்டார்கள். அந்தக் கையோடவே அழகம்மாளும் மருமகள் வந்தால் எப்படி நம்ம வீடு நிறைந்திருக்கும் நம்ம செய்த வேலைகளையெல்லாம் அவள் எடுத்துக்குவாள். நாம் ஒரு ஓரமா உட்கார்ந்து கொண்டு அவளுக்கு தேவைப் படுகிறபொழுது கூட மாட ஒத்தாசையா இருக்கலாம். குழந்தைகள் பிறந்தால் பேரன் பேத்திகளோடு கொஞ்சி விளையாடிட்டு நமது காலத்தை முடித்துக் கொள்ளலாம் என்று நினைத்துக்கொண்டே சாப்பாட்டைப் போட்டு கோழிக்கறி கொழம்பை அப்பனும் மகனும் சாப்பிட்டு மீதி வைத்திருந்ததைப் போட்டு சாப்பிட்டுக் கொண்டிருந்தாள் அழகம்மாள்.

அடுத்த நாள் காலை எட்டு மணிக்கெல்லாம் அரக்க பறக்க வீட்டு வேலைகளையெல்லாம் முடித்துவிட்டு, அழகம்மாள் உள் வீட்டில் அமர்ந்திருந்தாள். தறி ஓட்டுவதற்கு இன்னைக்கு லீவு போட்டு விட்டு தயாராக அறிவு தாவாரத்தில் உட்கார்ந்திருந்தான். செங்கோடன் கல்யாண தரகர் சித்தனை எதிர்பார்த்து தண்டைக்கடியில் திண்ணையில் உட்கார்ந்திருந்தான். அழகம்மாள் யாங்க அந்தத் தரகர் இன்னிக்கு வருவார்ன்னு சொன்னிங்க இன்னும் காணோம் என்றாள். ஏண்டி அவன் அப்படி சொல்லலன்னா நான் ஏண்டி அவனுக்காகக் காத்துக்கிட்டிருக்கிறேன். சொல்லி வாயை மூடுவதற்குள் அண்ணே செங்கோடண்ணே! என்று குரல் கொடுத்துக் கொண்டே சித்தன் வீட்டு வாசலில் வந்துநின்றான். வா வா சித்தா உன்னதான் எதிர்பாத்துக் காத்துக் கொண்டிருந்தேன். சரியா நீ சொன்ன நேரத்திலேயே வந்துட்ட வா வா ஊட்டல உட்காரு என்று வீட்டிற்குள்ளே கூட்டிச் சென்றான் செங்கோடன். இவர்கள் பேசிக் கொண்டிருந்ததைக் கேட்டுக்கொண்டிருந்த அழகம்மாள் எழுந்து ஓடி வந்து புதுசா யாராவது வந்தா அவர்களை வரவேற்று உட்கார வைப்பதற்கு கொங்கணாவர சந்தையில் வாங்கி வந்த பூப் போட்ட கல்யாண கோரபாயை பரணியில் இருந்ததை ஓடி எட்டி எடுத்து வந்து நடு வீட்டில் பாயை விரித்துப் போட்டு வாங்கண்ணே வாங்க உக்காருங்க என்று கூறிவிட்டு வேகமாக ஓடிப்போய் புளி போட்டு வெளக்கி வைத்திருந்த வெண்கல ரோட்டா சொம்பில் தண்ணீர் கொண்டு வந்து தரகர் சித்தன் கையில் கொடுத்துவிட்டு, வாங்க மாமா நல்லா யிருக்கிறீங்களா? அக்கா நல்லா இருக்கிறாளா? என்று வாய் நிறைய சிரித்துக்கொண்டே கேட்டாள். அதற்கு சித்தன் இந்த ஊரிலேயே இருக்கிற மாமனையும் அக்காவையும் இப்பதா தெரியுது தினமும்

இந்த வழியாகத்தான் போவேன் அப்பல்லா யாருன்னுகூட கண்டு கிறதில்லை என்று கூறிக்கொண்டே, எங்க ஒங்க பையன் என்று கேட்டு வாயெடுத்ததுதான் மிச்சம். முன்னால் வந்து சிரித்த முகத்தோடு வந்து நின்னு, வாங்க பெரியப்பா என்று நின்றான் அறிவு. இதையெல்லாம் பார்த்த சித்தன் யாப்பா செங்கோடா உங்க வீட்டில இருக்கிறவங்க இருக்கிற செய்கையைப் பார்த்தா கல்யாணக்கலை வந்துட்ட மாதிரில்ல தெரியுது என்றான் சித்தன். அதற்கு ஆமா அண்ணே நானும் நீயும் நேற்று ராத்திரி பேசிக் கொண்ட விசியத்தை யங்கவீட்டுக் காரியிடமும் மவன்கிட்டையும் சொன்னேன் அவர்களுக்கும் அந்தப் பொண்ணு நல்லா புடிச்சு போச்சு என்று செங்கோடன் கூறினார். அதற்குள் இந்தாங்க மாமா மோர் சாப்பிடுங்க என்று அழகம்மாள் சித்தனிடம் கொண்டு வந்து கொடுத்தாள். அதை வாங்கிக் கொண்டே சித்தன், தம்பி பொண்டாட்டி நீ ரொம்பதா மருமகளுக்கா அலையற போலிருக்கு ஒன்னுடைய சுறுசுறுப்ப பாத்தா இன்னிக்கே போய் தாலி கட்டி மருமகளை கூட்டிக் கொண்டு வந்து விடலாமென்னு சொல்லுவ போலிருக்கே என்று மோரை குடித்து விட்டு சரி, சரி. எப்படியும் அந்த பொண்ண பேசி முடிச்சறேன். எம் மேல நம்பிக்கை வையுங்கள் என்று சித்தன் கூறியதும், அறிவு முகம் அன்று பூத்த அல்லி மலர் மலர்ந்திருந்ததைப் போல இருந்தது.

அதைப் பார்த்த சித்தன் யாப்பா கண்ணு எத்தனாவது படிச்சிருக்க? என்று சித்தன் கேட்டான். நம்ம புதூரு அய்ஸ்கூல்லதான் பத்தாவது வரை படிச்சிருக்கான் என்று அழகம்மாள் அதுக்கு முந்திக் கொண்டு பதில் கூறினாள். அதைப் பார்த்த அறிவு ஆமாம் பெரியப்பா பத்தாவது வரை படித்திருக்கிறேன் என்றான். கோவிந்தன் வீட்டு பிள்ளை மயிலேறியை பாத்திருக்கியா? என்று சித்தன் கேட்டார். ஊம் பாத்திருக்கேன் பெரியப்பா என்று புன்சிரிப்போடு தலையைக் குனிந்து கொள்கிறான் அறிவு. சரி, சரி. வெக்கப்படாதே அந்தப் பொண்ணு ஒனக்குத் தான்னு அந்தக் கடவுளே முடிச்சு போட்டுட்டான் என்றான் சித்தன். சரி செங்கோடா என்னோட வா. நானும் நீயும் புதூர் சென்று பொண்ணோட அப்பன் அம்மாவை பாத்து விசியத்தை சொல்லி காரியத்தை முடிச்சிட்டு வருவோம் என்று சித்தன் கூப்பிடுகிறான். அந்த நேரத்தில் தாழ் வாரத்தில் ச்சி ச்சி என்று பல்லி சத்தம் போடுகிறது, அதைக் கேட்ட அழகம்மாள் கெவுலிகூட நல்ல சகுனம் சொல்லிடிச்சு போற காரியம் வெற்றியாத்தான் இருக்கும் என்று கூறினாள். பரவாயில்லை புறப்படுகிற பொழுது கெவுலியும் நல்லதை சொல்லியிருக்கென்று சித்தனும் செங்கோடனும் புறப்பட்டார்கள். இருவரும் நிதானமாக நின்னு கிழக்கு பார்த்து கடவுளை கும்பிட்ட பிறகு போகும் திசையைப்

பார்க்கிறார்கள். ஒரு பெண் நிறை குட தண்ணீரை தலையில் தூக்கிக்கொண்டு போகிறாள். அதைப் பார்த்ததும் சித்தனுக்கு நிலை கொள்ளல. அண்ணே பாத்திங்களா நிறைகுடத்துடன் ஒரு பெண் வருவதை. ஆமாம், ஆமாம், ஆமாம். என்ற புன்னகையோடு ரண்டாவது நல்ல சகுனம் என்று குதூகலத்தோடு இருவரும் நடக்க ஆரம்பித்தார்கள். அண்ணே நான் நினைத்த மாதிரி இன்னும் ஒரு சகுனம் பார்க்கணும். அதுவும் சரியா நடந்திருச்சுன்னா இன்னும் சந்தோசமாக இருக்கும் என்று செங்கோடன் கூறியவுடன் அங்குப் படுத்திருந்த செவலநாயி எழுந்து ஒரு உதரு உதறி விட்டு ஓடிக்கொண்டிருந்தது. அதைப் பாத்த சித்தன் பாரு பாரு செங்கோடா நாயி துளுக்கிபுட்டு ஓடுது. அப்பபடியா? எங்க என்று சித்தன் கை காட்டிய பக்கம் பார்த்தான் செங்கோடன். ஆமா அதுவும் சரியாத்தான் நடந்திருக்கு அண்ணே நான் இன்னொன்னை எதிர்பாக்கிறேன் அண்ணே அது மட்டும் நடந்துடுச்சின்னா இப்பவே கலியாணம் நடந்த மாதிரி தான் என்று தெற்கே திரும்பிப் பார்த்தான். காரணம் அங்குள்ள பனை மரத்தில் உட்கார்ந்து கொண்டு கருங்குருவி இரையை தேடிகிட்டிருக்கும். அது இரை இருக்கும் இடம் தெரிந்தவுடன் அது பன மரத்திலிருந்து பசங்க நீச்சல் அடிக்க சொரால் அடிப்பதைப் போல பறந்துபோகும். அதோ கருங்குருவி இடமிருந்து வலமாக நமக்கு வழி விட்டுச் செல்கிறது. சித்தா கண்டீப்பா நம்ம நினைத்த மாதிரி நடந்தே தீரும். கருங்குருவி கட்டு கட்டவில்லை, வழிதான் விட்டிருக்கென்று மிகுந்த புன் சிரிப்போடு மகிழ்ச்சி பொங்க பாரு பாரு அண்ணே என்று சித்தனிடம் காண்பிக்கிறான் செங்கோடன். அவனும் திரும்பிப் பார்த்து அடேங்கப்பா நீ எதிர்பார்த்த மாதிரியே நடந்து போச்சு என்று சித்தன் கூற இருவரும் புதூரை பார்த்து கால் நடையாகப் புறப்பட்டு சென்றார்கள். புதூருக்கும் கரையான் காட்டுக்கும் எவ்வளவு தூரம் இருக்கும் என்று செங்கோடன் கேட்க அதற்கு சித்தன் ஒரு ரண்டு மைலிருக்காது? இருக்கும் இருக்கும் என்ற சித்தன் என்ன இடையில காசகாரனூரை தாண்டினா பொன்னையன் கோவிலு அதைத் தாண்டினா ரண்டனுப்பு அதுக்கடுத்து புதூரு சுடுகாடுதான். அதுக்கப்பறம் புதூர்தான். நாமதான் மாரியம்மன் திருவிழா பாக்க ரா பகலா இந்த வழியிலதானே போவோம். வாரா வாரம் கொங்கணாவரம் சோமார சந்தைக்கு புதூர் மாரியம்மன் கோவிலை தாண்டித்தானே ஒண்டிப் பனை சென்று அங்கிருந்து தார் ரோடு வந்ததும் பஸ் கிடைச்சா பஸ்சுல போவோம். இல்லன்னா எண்ணி நூறு முடிக்கிறதுக்கில்ல ஏழு மைலு நடந்தே போயிடுவோம். இதுக்கென்ன இது கூப்பிட்ட தூரம் ஒரு நாளைக்கு நூறு தடவை போய்ட்டு வந்துடலாம் என்று சித்தன் கூறிக்கொண்டே நடந்தான். ஆமாம், ஆமாம். இதெல்லாம் ஒரு தூரமா?

என்று கூறிக் கொண்டே வேகமாக சித்தன் பின்னால் செங்கோடன் சென்று கொண்டிருந்தான்.

அரை மணி நேரம் கூட ஆகவில்லை. அதோ வந்துட்டமில்ல பொன்னையன் கோயில்ட்ட என்று கூறிக்கொண்டே பக்கத்திலிருந்த அந்தக் கூரை வேய்ந்த சாலையை நோக்கிச் சென்றான் செங்கோடன். அதை பார்த்த சித்தன் அங்க எதுக்கு சாலை கடைக்குப் போற என்று கேட்டான். அண்ணே கல்பூரம் வாங்கிகிட்டு போயி பொன்னையன் கோவிலில் பொருத்தி வைச்சி கும்பிட்டுட்டு போவலாம் என்று கூறிக் கொண்டே சாலை கடைக்குப் போய் செங்கோடன் டேய் கிருஷ்ணா கல்பூரம் கட்டி ஒன்று குடு என்றான். அதற்கு கடைக்கார கிருஷ்ணன் என்னண்ணே இன்னிக்கு பொன்னையன்கிட்ட என்ன வேண்டுதலை வைக்கப் போறீங்க என்று கற்பூரத்தை கையில் கொடுத்துவிட்டு காசை வாங்கிக் கொண்டு காசிடப்பாவில் போட்டு விட்டு மீதி சில்லறையை பொறுக்கி எடுத்துக் கொடுத்தான். செங்கோடன் புன் சிரிப்போடு ஒரு நல்ல காரியமா போயிட்டிருக்கிறோம் அதான் கற்பூரத்தை பொன்னையனுக்கு முன்னால வைத்து பொருத்தி கும்பிட்டா நல்ல வழியைக் காட்டுவான் இல்ல. அதெல்லாம் பொன்னையனை நம்பினவங்கள கைவிட்டதில்ல அவன் என்று கூறினான் கிருஷ்ணன். அதைக் கேட்ட செங்கோடன் எம்மவனுக்கு பொண்ணு பாக்கப் போறோம் என்றான். அதுதான் தெரியுதே சித்தண்ணன் கூட வராருல்ல என்று சித்தனைப் பார்த்து கிருஷ்ணன் அண்ணே உனக்கு இன்னிக்கு நல்ல வேட்டையா? கிடைச்சிருச்சு போலிருக்கு சரி, சரி. போய்ட்டு வாங்க நல்லதே நடக்கும் என்று கிருஷ்ணன் நல்ல உள்ளத்தோடு வழியனுப்பி வைத்தான். பொன்னையன் குல தெய்வ கோயிலின் கதவு எந்த நேரமும் திறந்தேயிருக்கும். இரவு எட்டு மணிக்குத்தான் நடை சாத்துவார்கள். கோயிலின் நுழைவாயிலில் நுழைந்தவுடன் பொன்னையன் குயவன் செய்த சிலை பெரிய தலைப் பாகை அணிந்து முகத்தில் பெரிய முறுக்கிவிட்ட மீசை, கோபமான முக பாவம், முட்டைக்கண், ஒரு கையில் பெரிய பட்டா கத்தி, பீடத்தில் அமர்ந்துகொண்டு வருகிறவர்களையும் போகிறவர்களையும், கண் சிமிட்டாமல் ஆடாமல் அசையாமல் பார்த்துக் கொண்டேயிருக்கிறார். அவரை ஒருமுறை சித்தனும் செங்கோடனும் நின்று பார்த்துவிட்டு ஒரு கும்பிடுபோட்டுவிட்டு கன்னத்தில் கை மாறி மாறி பொத்திக் கொண்டு கோவிலின் பிரகாரத்திற்கு சென்று வாசல் படியில் கற்பூரத்தை வைத்து பற்றவைத்து இருவரும் கும்பிட்டுக் கொண்டு இருக்கிறார்கள். செங்கோடன் மனதுக்குள் முணுமுணுத்துக்கொண்டான். அப்பா எங்க குலதெய்வமே பொன்னையா நாங்க போற நல்ல காரியம் தடைபடாமல் நீ தாம்பா கூட இருந்து நல்ல வழிகாட்டி நடக்க வைக்கணும். எம்மவனுக்கு அந்தப் பொண்ண கட்டிவைக்க நீதாப்பா

அருள் புரியணும் என்று மனதுக்குள் வேண்டிக்கொண்டு கற்பூர ஜோதியை தொட்டு, கும்பிட்டு விட்டு அந்த ஜுவாலையில் வரும் கருப்பு நிற புகையில் நடுவிரலைக் காட்டி கையில் ஒட்டிய கரியை தனது நெற்றியில் பூசிக்கொண்டான். அது போலவே சித்தனும் கண்ணை மூடிக் கொண்டு கும்பிட்டபடி அப்பா பொன்னைய்யா நாங்க போறகாரியம் சரியா நடந்தாதான் அதனால வர்ற கமிஷனுலதான் இந்த மாச பொழப்பை ஓட்டணும் சரியா முடிச்சு வைச்சுடப்பா என்று நினைத்தபடியே செங்கோடன் மாதிரியே செய்து நெற்றியில் கரியைப் பூசிக்கொண்டு திரும்பிப் பார்க்காமல் நடையைக் கட்டினார்கள்.

செங்கோடா நாம வந்த காரியம் ஜெயம் என்று நினைச்சுக்கோ என்று சித்தன் கூறினான். எப்படி அண்ணே அவ்வளவு உறுதியா சொல்லுறே என்றான் செங்கோடன். அதற்கு சித்தன் நாம எதிர்பார்த்து வந்த ஆளு எங்கேயும் வெளியே போகாமல் அதோ கடையிலேயே வேபாரம் செஞ்சுகிட்டிருக்கிறத பார் தெரியல என்றான் சித்தன். ஆமாம்பா அவரே தான் கடையில் இருக்கிறார் என்று பார்த்து உறுதிப் படுத்திக்கொண்டான் செங்கோடன். கடைக்கு முன்னால் போய் இருவரும் நின்றார்கள். வியாபாரம் செய்து கொண்டிருந்த கோவிந்தன் திரும்பிப் பார்த்து உங்களுக்கு என்ன வேணும் என்று கேட்டார். வந்திருப்பது கல்யாண புரோக்கர் சித்தன் என்று தெரிந்தவுடன் வாங்க வாங்க சித்தன் என்று உபசரித்து உட்காருங்க சித்தன் என்று கூறினார். சித்தன் அதற்கு செங்கோடனைக் காண்பித்து இவரைத் தெரியுதா என்றான். இவரு... இவரு... கரையாங்காட்டுக் காரர்தானே என்கிறான் கோவிந்தன். ஆமாம், ஆமாம் என்றான் சித்தன். நல்லா தெரியுமே கடைக்கும் வருவாங்க அதே நேரத்தில் ஒரு வகையில் சொந்தக்காரரும் கூட மாமன் மச்சான் உறவாகுது என்றான் கோவிந்தன். அதைக் கேட்ட சித்தன் அப்ப ரொம்ப நல்லதா போச்சு அவங்களைப் பத்தி உங்களுக்கு அதிகமா சொல்ல வேண்டியதில்லை என்னுடைய வேலை சுளுவா முடிஞ்சுபோயிடுச்சு என்று சித்தன் கூறினார். அதைக் கேட்ட கோவிந்தன் அப்படியா? அவரைப்பத்தி எதுக்கு என்னிடம் பேசுற சித்தன் என்று கேட்டார். அதற்கு சித்தன் என்னிடம் உங்க பொண்ணுக்கு நல்ல எடமா இருந்தா ஒரு மாப்பிள்ளை பயன பாக்க சொன்னீங்கள்ல அதற்காகத் தான் இவரை கூட்டிவந்தேன். இவரு பயனுக்கும் பொண்ணு தேடி கிட்டிருக்கிறதா நேத்துதான் டீ கடையில பாத்துச் சொன்னார். அப்போதான் உன்னைப் பத்தி சொல்லி நீங்க ஒங்கபொண்ணுக்கு மாப்பிள்ளை பாக்க சொன்னதை சொன்னேன். அதைக் கேட்டுட்டு இவரு உங்க குடும்பத்தைப் பத்தியும் உங்க பொண்ணைப் பத்தியும் தெரிந்து கொண்டு நல்லா புடிச்சி போச்சின்னு சொன்னார். ராத்திரி அவர் சம்சாரத்திடமும் கட்டிக்க

போர பையனிடமும் விசியத்தை சொல்லியிருக்கிறார். அவங்களுக்கும் பிடிச்சு போச்சின்னு சொன்னாங்களாம். அதனாலதான் உங்கள பாத்து பேசிட்டு போலாமேன்னு அவரையும் கூப்பிட்டு வந்துட்டேன். இவர் என் பங்காளிதான் கோவிந்தா என்று கூறி முடித்தார். உடனே கோவிந்தன் வாங்க வீட்டுக்குப் போகலாம் என்று பக்கத்தில் இருந்த வீட்டிற்கு அழைத்துச் சென்றார். வீட்டிற்குள் நுழைந்தவுடன் ஏ... புள்ள வெள்ளச்சி இங்கே வா சித்தன் வந்திருக்கிறார். அந்தப் பாயை எடுத்துப் போடு மயிலேறியை போய் கடையில நிக்கச்சொல்லு என்று சத்தம் போட்டு சொன்னார். உடனே வெள்ளச்சி யாங்க யாரு சித்தண்ணா வந்திருக்கிறாரு இதோ வந்துட்டங்க என்று உள் வீட்டிலிருந்து பாயோடு நடைக்கு வந்து பாய விரித்துப் போட்டு உட்காருங்கண்ணா என்று இரண்டு பேரையும் பார்த்து முக மலர்ச்சியோடு கூறினாள் வெள்ளச்சி. மூவரும் பாயில் உட்கார்ந்ததும் தண்ணீ கொண்டு வந்து அவர்களிடம் கொடுத்து விட்டு யாண்ணே சித்தண்ணே இவரு யாருண்ணே எனக்கு சரியா தெரியலியே பாத்த மாதிரியும் இருக்கு சட்டுன்னு நேபகத்துக்கு வரல என்றாள் வெள்ளச்சி. அடிக்கடி வந்திருக்கிறார் கரையாங்காட்டை சார்ந்தவர். நமக்கெல்லாம் சொந்தம் தான் மாமமச்சான் முறையாகுது சரியா. நாம போக்குவரத்து போறதில்லை இந்தக் கடையை வச்சிகிட்டு ஒரு சொந்தக்காரர் பந்தக் காரர்ன்னு நல்லது கெட்டதுக்கெல்லாம் போனாத்தானே தெரியும் என்றான் கோவிந்தன். அதனால தான் சித்தன் மூலம் தெரிஞ்சுக்கிறதா இருக்கு நான் சொல்லறது வாஸ்தவம் தானே சித்தா என்று கேட்கிறார் கோவிந்தன். அதற்கு நீ சொல்லறது வாஸ்தவம் தான் கோவிந்தா சரியம்மா நீங்களும் உங்கூட்டுக்காரரும் சொன்ன மாதிரி உங்கபுள்ளைக்கு ஒரு மாப்பிள்ளையை தேடிப் பிடித்துள்ளேன். இதோ இவர்தான் அந்தப் பயனோட அப்பன் கரையாங்காடு இவரு பேரு செங்கோடன். உங்கூட்டு காரருக்கு இவரை பத்தியும் இவங்க குடும்பத்தப்பத்தியும் நல்லா தெரியும், உங்களுக்கும் ஒரு வகையில சொந்தந்தான் மாமன் மச்சா முறை ஆகுது. நீங்க சொன்ன மாதிரி மாப்பிள்ளை பயன புடுச்சிட்டு வந்துட்டேன். இனி நீங்கதான் முடிவு செய்யணும் என்றான் சித்தன். அதற்கு வெள்ளச்சி யாண்ணா சித்தண்ணா நீங்க என்ன அந்நிய அசலா அவங்க எங்களுக்கு மாமன் மச்சான்னா அவங்களும் உங்க ஊருதான. அவங்களைப் பத்தி அவங்க குடும்பத்தப் பத்தியும் நல்லா தெரிஞ்சுதான் வச்சிருப்ப என்று கூறினாள் வெள்ளச்சி. அதுக்கு சித்தன், அம்மா நீ சொன்ன மாதிரி அவங்க ஒண்ணு அன்னிய அசலுமில்ல எனது உடன் பங்காளிதான். நாங்க எல்லாம் பொன்னையன் செய்யறவங்கதான் என்று கூறினார். அதைக்கேட்ட கோவிந்தன் ஆமா புள்ள அவங்க ஒண்ணும் அன்னிய அசல் இல்ல நமக்கும் சொந்தம்தான். நம்ம பொண்ணக் கேட்டு

வந்திருக்காங்க அதுக்கு நாம என்ன சொல்லலாம் பொண்ணப் பெத்தவ நீயே உன் யோசனையைச் சொல்லு என்றான். அதற்கு வெள்ளச்சி சரி பொண்ண வச்சிருக்கிறோம். வந்து கேக்கதா செய்வாங்க. அதுவும் நாம சித்தண்ணகிட்ட சொன்னதனாலே அவரு கூட்டிவந்து கேக்கிறார். நாமும் கட்டிக்க போறவட்ட கேக்கணும். நாலு பக்கம் கேக்கணும். கல்யாணம் கூடிடுச்சான்னு பூவாக்கு கோயில்ல வேற கேக்கணும். அதெல்லாம் சரியா இருந்தா பொண்ண கொடுக்க வேண்டியதுதான் நாங்கென்ன எங்க பொண்ண வீட்டல வச்சுகிட்டு வச்சி தின்னவா போறம். அதுக்கும் காலா காலத்தில் கலியாணம் செய்யுணுமின்னு தானே சித்தண்ணன்கிட்ட ஒரு நல்ல இடமா பாருன்னு சொன்னோம் என்று கூறினாள் வெள்ளச்சி.

அதற்கு கோவிந்தன் அதான் அவளே சொல்லிட்டா சித்தா. இன்னும் ரண்டு நாளுல சொல்லி அனுப்புறம் அதன் பிறவு பாத்துக்கலாம் என்று கோவிந்தன் கூறினார். அதைக் கேட்ட செங்கோடன் சரிங்கம்மா நல்லா விசாரிச்சிட்டு பூவாக்கும் கேக்கறது நல்லது. சாமி சரியா சொன்னாதா நல்லது. யானா நானும் ஒரு பயன வச்சிருக்கறம். நீங்களும் ஒரு பொண்ண வச்சிருக்கிறீங்க அதுங்க வாழ்க்கை சரியா இருந்தாதான் நமக்கு நல்லது. அதனால ரண்டு நாள் கழிச்சி சித்தன் கிட்ட சொல்லி அனுப்புங்க என்று கூறி செங்கோடன் பாயைவிட்டு எழுந்தான். அதற்கு ஏண்ணா உட்காருங்கண்ணா காப்பி தண்ணி வைக்கிறேன் சாப்பிட்டுட்டு போவீங்க என்றாள் வெள்ளச்சி. பரவா யில்லம்மா ரண்டு நாளைக்கப்பறம் வரம்ல்ல அப்ப சாப்பிட்டுக்கலாம் என்று கூறிக்கொண்டு எழுந்தவுடன் சித்தனும் கூட எழுந்து இருவரையும் கோவிந்தனையும், வெள்ளச்சியையும், பார்த்து கைகூப்பி வணக்கம் போட்டுட்டு வறோம் என்று சொல்லிட்டு சென்றார்கள். மீண்டும் சித்தனும் செங்கோடனும் பொன்னையன் கோவில் அருகில் நடந்துகொண்டே பொன்னையன் உட்கார்ந்திருக்கும் பீடத்தைப் பார்த்து கும்பிட்டுக் கொண்டே செங்கோடனைப் பார்த்து சித்தன் கூறினான்: என்ன? செங்கோடன் பொண்ணு கொடுப்பார்கள் என்ற எண்ணம் ஒனக்கு ஏதாச்சும் தோணுதா? என்று கேட்டான். கொடுப்பாங்கன்னுதான் அவங்களைப் பாத்தா முகத்தில தெரியுது. அவங்க பொண்டாட்டி புருசன் பேசிகிட்டதிலருந்து ஒரு நம்பிக்கையாதான் இருக்கு என்றான் செங்கோடன். அதைக் கேட்ட சித்தன் அப்ப அவங்க உங்க பயனுக்கு தான் கொடுப்பாங்கன்னு உறுதியா நம்பினின்னா வா. இப்படியே கூத்தம் பாளையம் போயி சோசியரிடத்தில் சொல்லி அவங்க பொண்ணு சாதகம் என்னிடம் கொடுத்திருக்காங்கில்ல. அதை சோசியரிடம் கொடுத்து அந்த சாதகத்திற்கு பொருந்திப் போற மாதிரி உங்கபையன் சாதகத்தை

எழுதச் சொல்லிவிடலாம். அப்பதாம் அவங்க வேற ரண்டு நாள்ல கூப்பிடுறன்னு சொல்லியிருக்காங்க. அப்ப அவங்க பொண்ணு குடுக்கறம்முன்னு சம்மதம் சொல்ல அதுக்கு முன் உங்க பயன் சாதகத்தைக் கொடுங்க அவங்க பொண்ணு சாதகத்தையும் சோசியரிடம் கொடுத்து பொருத்தம் பாத்துக் கொண்டுதானே சொல்லுவோம் என்று சொல்லிவிட்டாங்கன்னா என்ன செய்வது என்று சித்தன் கேட்டான். ஆமாம். நாம் அதுக்குள்ள அதுக்கு தவுந்த மாதிரி நமக்கு சாதகமா இருக்கிற மாதிரி சாதகத்தை எழுதி வைத்துக் கொள்ளுவோமுன்னு செங்கோடனும் கூறினார். இருவரும் வேக வேகமாக நடந்து வந்து பெருமூச்சு விட்டவாறு சோசியன் வீட்டில் நுழைந்தார்கள். சோசியர் ஒருவருக்கு சோசியம் பார்த்துக் கொண்டிருந்தார். மேலும் நாலு பேர்கள் பார்க்க காத்து உட்கார்ந்திருக்கிறார்கள். சோசியன் மகன் இவர்கள் பக்கம் வந்து என்னங்க அப்பா உங்களுக்கு சோசியம் பாக்கணுமா? என்று கேட்டான். நீங்க சோசியம் பாக்கணுமின்னா இன்னும் ஒரு வாரம் கழித்துதான் வரவேண்டும். அதுவரை சோசியம் பாக்க காலி இடம் இல்லை என்று கூறிவிட்டு ஒரு சீட்டை நீட்டி இந்தத் தேதியில் மாலை மூணுமணிக்குதான் உங்களுக்கு நேரம் அதுக்கு முன்னால் சோசியம் பாக்க முடியாது என்று படபடவென்று கூறி முடித்தான். அதெல்லாம் இல்லப்பா எங்களுக்கு ஒரு சாதகம் எழுதி கொடுக்கணும் அதுக்காக வேண்டிதான் வந்தோம் என்று சித்தன் கூறினார். அதற்கு சோசியன் மகன் சின்னு, சித்தனைப் பார்த்துக் கேட்டான் என்ன மேல்படி சாதகமா? அல்லது புது சாதகமா? என்று கேட்டான். இல்ல சின்னு மேற்படி சாதகம் தான் என்று கூறினார் சித்தன். அப்படியா! என்று புன்முறுவலோடு அண்ணே இதுக்கெல்லாம் முன்ன மாதிரில்ல. இப்ப அதை எழுதுகிறவங்க கூடுதலா பணம் கேக்கிறாங்க அதை நீங்க குடுப்பீங்களா? என்று கேட்டான் சின்னு. அதற்கு செங்கோடன் எவ்வளவு கேப்பாங்க அதுக்கு எப்படியும் ரண்டாயிரம் ஆகும் என்றான் சின்னு.

அதற்கு சித்தன் முந்திக் கொண்டு முன்பெல்லாம் ரூபாய் ஆயிரம் தானே கொடுப்பேன் என்றான். அதைக் கேட்ட சின்னு அந்தக் கால மெல்லாம் மலையேறிப் போச்சிண்ணே. அந்தப் பணத்துக்கெல்லாம், எழுத மாட்டன்னு சொல்லறாங்க. நாங்களே எழுதரதா இருந்தா இன்னும் குறவாக கூட வாங்கிக் கொண்டு எழுதுவோம். வேற இடத்தில கொடுத்தில்ல எழுதரம் அதுவும் நீங்க கொடுக்கிற காசை அவங்ககிட்ட அப்படியே முழுசா கொடுத்துருவோம். அதுல எங்களுக்கு ஒரு சல்லிகாசு கூட மிச்சமில்ல. ரண்டாயிரம் குடுத்திங்கன்னா அப்படியே அவங்க கிட்ட சுளையா கொடுத்துருவோம். அப்படி கொடுத்தா தான்

ரண்டு நாள்ல ரா பகலா உக்காந்து எழுதி கொடுப்பாங்க என்று கூறினான் சின்னு. அதுக்கு செங்கோடன் ஏங்க கொஞ்சம் கொறச்சுக்கக் கூடாதான்னு கேட்டார். இதென்னா நீங்க மாட்டு தரவு பேசிற மாதிரி பேசிறிங்க இது எப்பேர்ப்பட்ட விசியம் ஒருத்தருக்கு ஒருத்தரு தெரியாமல் காதும் காதும் வைத்தாற்போல் செய்யும் வேலை. இதெல்லாம் பேரம் பேசப் படாது. உங்களுக்கு வேணும்னா உடனே பணத்தைக் கொடுத்துட்டு போங்க எழுதி வைக்கிறம். ரண்டு நாளுக்குப் பொறவு வந்து வாங்கிட்டுப் போங்க என்று நடைய்ய கட்ட கால் எடுத்து வைக்கிறான் சின்னு. அதற்கு சித்தன் கோயிச்சிக்காத சின்னு என்றான். இதிலென்ன கோயிச்சிக்றது இருக்கு நீங்க பணம் கொடுத்தா அதற்குரிய வேலை என்றான் சின்னு. உடனே சித்தன் சொங்கோடனைப் பார்த்து என்ன செங்கோடா பணம் கொண்டு வந்திருக்கிறாயா? என்றான். அவ்வளவு பணம் கொண்டுவரவில்லையே என்றான் செங்கோடன். எவ்வளவு பணம் கையில் இருக்கிறதோ அதை அட்வான்சாகக் கொடுத்துவிட்டு போங்க மீதியை எழுதிய பிறகு கொடுத்து விட்டு வாங்கிக்கிட்டு போங்க. அந்த சகாயத்தை வேணும்னா நான் செய்யுறன். எழுதறவன் முழூதும் வாங்கிட்டுதான் எழுதுவான். நானு வேணுமுன்னா உங்களுக்காக சித்தங்கிட்ட இவ்வளவு நாள் பழகினதோசத்துக்காக நானே கையிலிருந்து கொடுத்து எழுதச் சொல்லி விடுகிறேன். என்னால இந்த சகாயம் தான் உங்களுக்காக செய்யமுடியும். எழுதிய பிறகு இது வேண்டாம் அது வேண்டாம் என்று கூறி எனக்கு நஷ்டத்த ஏற்படுத்த மாட்டிங்களே என்றான் சின்னு. அதைக் கேட்ட எங்களுக்கு உதவி செய்யற உனக்கு கெடுதல் பண்ணுவம்மா என்று இந்தாங்க இதுல ஆயிரத்தி இருநூறு இருக்கு இதை வைச்சி எழுதுங்க மீதியை கொடுத்திட்டு வாங்கிக்கிறோம் என்று பணத்தை நீட்டினான் செங்கோடன். அதை வாங்கி எண்ணிப் பார்த்துவிட்டு இன்னும் சரியா எட்டுநூறு ரூபாய் வர வேண்டும். இன்னும் சரியாக ரண்டு நாள் கழிச்சு வாங்க ரெடியா இருக்கும் என்று பணத்தை வாங்கிய வேகத்தில் வரங்கண்ணா சித்தண்ணா போயிட்டு வாங்க என்று கண்சாடை காட்டி விட்டு உள்ளே சென்று விட்டார். சித்தனும் செங்கோடனும் பெருமூச்சு விட்டபடி நடந்தார்கள். கூத்தம் பாளையத்தை விட்டு மீண்டும் பொன்னையன் கோவில் பக்கம் வந்து திரும்பி கரையாங்காடு போகும் பிரிவிலிருந்து கரையாங்காடு செல்லும் முன்பு பொன்னைய்யா நீ என்னை மன்னித்துவிடு. எம் பயன் கல்யாணத்துக்கு வேண்டி செய்யக் கூடாத வேலையெல்லாம் செய்யறேன். அந்தச் சாமி பொன்னையன் ஏண்டா தப்பா பண்ணுற என்று முறைத்துப் பார்க்கிற மாதிரி செங்கோடன் கற்பனை செய்து பார்த்தான். கூடவே வந்த சித்தன் இந்த ஒரு சான் வயித்தை வளக்க என்னவெல்லாம் செய்ய வேண்டியிருக்கு என்று

பொன்னையன் முகத்தைப் பார்த்து பயபக்தியோடு தன் இரண்டு கையை எடுத்து முகத்துக்கு முன்னால கொண்டு வந்து தாவாங் கொட்டை மீது பத்து விரலும் தொடும்படி செய்து பொன்னையா என்ன என்னை எதுவும் செய்திடாதப்பா என்று கையை மாத்தி மாத்தி தாவாய் கட்டை மீது தொட்டுக் கொண்டான். சரி வாண்ணே போகலாம் என்று செங்கோடன் கூப்பிட இருவரும் நடந்தார்கள். செங்கோடன் வீடு வந்தவுடன் சித்தன், செங்கோடா நேபகம் இருக்கட்டும் ரண்டு நாள் கழிச்சி நான் சோமார கிழமை காலம்பள பொழுதுக்கல்லாம் வந்திருடறேன். ரெடியா நீ இருக்கணும் உச்சி வெயிலுக்கு முன்னாடி நாம புதூருக்கு செல்ல வேண்டும். அதுக்கு முன்னாடி கூத்தம் பாளையம் போகணும். அதுக்கு வேண்டிய பணத்தை தயார்பண்ணி வெச்சுக்கோ ஆமா நா சொல்லிபுட்டேன் மறந்தராத என்ன? என்று கூறிக் கொண்டே அவன் வீட்டை நோக்கி நடையைக் கட்டினான். அதற்கு செங்கோடன் தஞ்சாவூர் தலையாட்டி பொம்மையாட்டம் சரியண்ணே சரியண்ணே என்று தலையை ஆட்டிக்கொண்டே யாண்ணா நா நா மறப்பனா அண்ணா அதெல்லாம் கரைக்ட்டா இருப்பண்ணா என்று கூறிக்கொண்டு செங்கோடன் தன் வீட்டு வாசல்ல நுழைஞ்சவுடனே அழகம்மா ஏண்டி அழகம்மா என்று சத்தம் போட்டு கூப்பிட்டான். அவ வேற இந்த ஆட்டை ஓட்டிப் போனவ இன்னும் வரல போல இருக்கு. இந்த பங்குனி உச்சி வெயிலு வேற மண்டையப் பொளக்குது என்று முணுமுணுத்துக்கொண்டே வீட்டு தண்டையில் கையை வைத்துத் தேடுகிறான். எங்க தொறக்கோலை இங்க தானே எப்பவும் வப்பாள். இன்னிக்கி எங்க வெச்சு தொலைச்சாளோ என்று நடந்த களைப்பாலும் வெயிலின் தாக்குதலிலும் எரிச்சலடைந்த நிலையில் தேடுகிறான் செங்கோடன். தொறக்கோலை இங்க கொண்டு வந்து வச்சிருக்கா என்று கையில் எடுத்துக் கொண்டு கூறிக்கொண்டே கதவைத் திறக்கிறான்.

வீட்டில் நுழைந்து தண்ணீரை திண்ணை மீது வைத்து விட்டு வாசலில் தாலியில் ஊற்றி வைத்த தண்ணீரை மேல மூடிவைத்திருந்த தகரத்தைத் தூக்கி தகரடப்பாவில் தண்ணீரை எடுத்து துணி துவைக்கிறதுக்கும் பாத்திரம் கழுவுவதற்கும் போட்டிருக்கும் பலகை கல் மீது ஒவ்வொரு காலாக எடுத்து வைத்து கால்களைக் கழுவிக் கொண்டுவிட்டு முகத்தின் மீது தண்ணீரை தெளித்துக் கழுவிக்கொண்டு மீண்டும் ஒருமுறை தண்ணீரை தாலிக்குள் மொண்டு ஒரு கையில் வைத்துக்கொண்டு மற்றொரு கையால் தண்ணீரை அள்ளிடப்பா இருக்கிற கையின் மீது தெளித்து கழுவினான். அடுத்த இந்தக் கையிலிருந்த டப்பா அடுத்த கையிக்கு மாறுகிறது. அந்தக் கையில் தண்ணீர் எடுத்துடப்பா

இருக்கும் கையின் மீது தெளித்துக் கழுவினான். டப்பாவில் மீண்டு மொருமுறை தண்ணீரை எடுத்து பலகை கல் மீது வைத்துவிட்டு கல்லின் மீது ஏரி நின்று குனிந்து டப்பாவில் இருக்கும் தண்ணீரை இரண்டு கையாலும் அள்ளி முதுகின் மீது தெளித்துக் கொண்டான். அந்தத் தண்ணீர் முதுகு நனைந்து வயிறுப்பக்கம் வழிந்து வந்தது. அதை இரண்டு கையாலும் தடவி விட்டு வயிறு நெஞ்சுப் பகுதியையும் தடவி விட்டு ஒரு அளவிற்கு உடம்பு முழுதும் தண்ணீர் படும்படி செய்து அதாவது காக்கா குளியல் போட்டுக்கொண்டான். திண்ணை மீதிருந்த துண்டை எடுத்து முகம், கால், வயறு, முதுகை துடைத்துக் கொண்டே அடேயப்பா இந்தப் பங்குனி வெயில் காட்டுல வேலை செய்ய முடியாத ஒரு பங்காளி எனக்கு பங்கே வேண்டான்னுட்டு டவுனு பக்கம் பொழப்பத்தேடி போயிட்டானாம். சரியாத்தான் இருக்கு இந்த வெய்யிலு இந்தக் காச்சு காச்சுதென்று சொல்லிக்கொண்டே திண்ணையில் வைத்திருந்த சொம்பை எடுத்து தண்ணீரை அண்ணாந்து குடித்துக் கொண்டிருந்தான் செங்கோடன். குடிப்பதை நிறுத்திவிட்டு அப்பா பசி வேற இன்னும் எங்க இவள காணும் என்று சூரியன் அடி சாய்ந்திருந்தது. ஒரு கையில் சொம்பை வைத்துக் கொண்டு மறுகையை தூக்கி நெத்திக்கு மேல் கையை இரண்டு கண்ணுக்கும் நேரில் கையை விரித்தது, சூரிய ஒளியில் கண் கூசாமல் இருக்கும்படி ஏதோ தூர திஸ்ட்டி கண்ணாடியில் பார்ப்பதைப் போல் பார்த்தான். அதோ இந்த வேகாத வெய்யிலல பாவம் தலைமீது முந்தாணியை போட்டு போத்தி மூடாக்கு போட்டுக்கொண்டு ஆடுகளை விரட்டிக் கொண்டு வந்து கொண்டிருக்கிறாள் என்று பார்த்துவிட்டு திண்ணை மீது போய் சோ... அப்பாடா என்று உட்கார்ந்து தனது மனைவியை எதிர்பார்த்து உட்கார்ந்திருக்கிறார். அவள் வருவதற்குள் உட்கார்ந்தபடியே அசந்து தூங்கிவிட்டான்.

ஆடுகளை ஓட்டி வந்த களைப்பில் ஆடு மேய்க்கும் மூங்கில் தடியை வாசலில் தடாலென்று வீசியவாறு யாங்க அங்கென்ன செய்யுறிங்க இங்க வாங்க சீக்கிரம் என்று சத்தம் போட்டாள் அழகம்மா. செங்கோடன் தடிவிழுந்த சத்தம் கேட்டு திடுக்கிட்டு தூக்கத்திலிருந்து விழித்துக்கொண்டு யங் என்ன? என்ன வந்துட்டியா? அழகம்மா என்றான் செங்கோடன். வந்துட்டங்க வந்துட்டங்க வாங்க இந்த ஆடுகளை யெல்லாம் தண்ணீரைக் குடிக்க வைச்சி கொண்டு போய் பட்டியில அடைச்சிட்டு வாங்க என்று சத்தம் போட்டாள் அழகம்மாள். தூக்க கலக்கத்திலிருந்து மடாலென்று எழுந்தது தான் தண்டையில் தலை இடித்தது. ஆங் அடேங்கப்பா நல்லா இடிச்சிருச்சே வந்து இந்த தண்டை வேற அப்பவே இதை கொஞ்சம் உயரமா கட்டியிருந்தா பரவாயில்லை இடிக்காது என்று தலையை உள்ளங்கையால் தேய்த்துக்

கொண்டு வேகமாகச் சென்று தனது மனைவியை பார்த்து யா இவ்வளவு நேரம் கழிச்சி வர. கொஞ்சம் முன்னாலேயே ஓட்டி வர வேண்டியதுதானே என்று கூறிக்கொண்டே ஆடுகளை ஓடி சுற்றி வளைத்து ஓட்டி வந்து, தண்ணீர் தாழி இருக்குமிடத்தில் விட்டார் செங்கோடன். ஆடுகள் வெயில் வெப்பத்தைத் தாங்க முடியாமல் எல்லா ஆடுகளும் முண்டியடித்த படி தண்ணீர் குடித்தது. ஒரு ஆடு மட்டும் அன்னாந்தாழ் போட்ட ஆடு தண்ணீரை குடிக்க முடியாமல் அங்கேயும் இங்கேயும் தலையை குனிந்துகொண்டு தண்ணீருக்காக ஓடுகிறது. அதைப் பார்த்த செங்கோடன் அந்த ஆட்டைப் பிடித்து நிறுத்திக் கொண்டு அன்னாந்தாழ் கயிறை அவிழ்த்துவிட முயற்சித்தார். அது விடாமல் துள்ளிக் குதித்து செங்கோடனை கீழே தள்ளி விடுகிறது. கீழே விழுந்தவன் கண்டார ஓலி ஆடே கீழியா தள்ளர, என்று கூறிக்கொண்டு அதுக்குத்தான் ஒங் திமிருக்குத் தான் இப்படி அன்னாந்தாழ் போட்டு அடக்கினாலும் அடங்க மாட்டங்கிற. எல்லா ஆட்டு மேலேயேயும் ஏறி வேற இம்சப்படுத்திற. எல்லா ஆடு மாதிரி நீயும் இருந்தா உன்னை யா இப்படி நாங்க அன்னாந்தாழ் போடப் போறம் என்று கூறியபடியே அங்கே கிடந்த மூங்கில் தடியை எடுத்து தடால் தடால் என்று இரண்டு மூன்று அடி அடித்தான். கோபம் கொஞ்சம் தணிந்த பிறகு அந்த மோலை கிடாவை மீண்டும் பிடித்து ஆட்டின் முதுகின் மீது ஒரு காலை தூக்கி வைத்து அமுக்கிக் கொண்டு கயிற்றை அவிழ்த்து விடுகிறார். அவிழ்த்ததுதான் தாமதம் ஓடிப் போய் இரண்டு மூன்று ஆடுகளை இடித்து தூர தள்ளி விட்டுட்டு அது தண்ணீரை குடித்துக்கொண்டிருந்தது. அங்கு தண்ணி குடித்துக் கொண்டிருந்த ஆடுகள் அடுத்த தாழியை நோக்கி ஓடின. இதையெல்லாம் பார்த்துக்கொண்டு தண்ணீரைக் குடிக்க வைத்த பிறகு ஆடுகளை அடுத்த அணப்பில் போடப்பட்டிருந்த பட்டிக்கு ஓட்டிச் சென்று ஆடுகளை சுற்றி வளைத்து பட்டிக்குள் ஓட்டி அடைத்து விட்டு, பட்டியின் வாயில் படலை இழுத்து கெவ்வை ஊணியை எடுத்து அதில் செருகி தள்ளி பட்டியை அடைத்து கயிரை இருண்டு படலிலும் நுழைத்து இழுத்து கட்டிவிட்டு ஆம்பள நம்பளாலேயே இந்த ஆட்டுங்ககிட்ட ஒண்ணும் செய்ய முடியல பாவம் பொட்ட பொம்பல ஒருத்தி என்னா செய்வா? என்று சிந்தித்தபடியே வீட்டிற்கு வந்து திண்ணையில் உட்கார்ந்தான் செங்கோடன். அதற்குள் அழகம்மாள் தாழியில் இருந்த தண்ணீரில் கை கால் மூஞ்சியெல்லாம் அலம்பிக்கிட்டு கணவனுக்கு ஒரு குண்டாவில் கம்பஞ்சோற்றைப் போட்டு கரைத்து அந்தக் கஞ்சியையும் மிளகாய், டம்ளர் எடுத்துக் கொண்டு வந்து கணவனைப் பார்த்ததும் பாவி மனுசன் பசி தாங்கமாட்டார். நேரமாயிடுச்சு எப்படியோ கோபப்படாமல் இருக்கிறார் பசி

எடுத்துருச்சின்னா கண்ணுமுன்னு தெரியாமல் சண்டை போடுவார் என்று மனதுக்குள் நினைத்தபடியே இந்தாங்க கஞ்சியைக் குடிங்க என்று டம்ளரை அழகம்மாள் கொடுத்தாள். கிளாசை வாங்கி பிடித்துக் கொண்டு குண்டாவில் கையை விட்டு கம்பஞ்சோற்று பருக்கைகளை அள்ளி டம்ளரில் போட்டாள். அதன் பிறகு கஞ்சி ஊற்றினாள். அதை வாங்கியவன் அவசர அவசரமாக மொடக் மொடக்கென்று இரண்டு முடக்கில் கிளாசை காலி செய்துவிட்டு மீண்டும் கிளாசை நீட்டிக் கொண்டே கஞ்சி புளிப்பா இருக்கு என்றான் செங்கோடன். இதோ இந்த மிளகாயை ஒரு கடி கடிச்சிக்கிங்க புளிப்பு தெரியாதென்று மிளகாயை கையில் கொடுத்தாள் அழகம்மாள். அதை வாங்கி பாதி மிளகாயை கடித்துக் கொண்டு அதே காரத்தில் இரண்டு டம்ளர் கஞ்சியை குடித்து விட்டான். இப்படியே அந்தக் குண்டாவிலிருந்த கஞ்சி தீரும்வரை குடித்துவிட்டு சரி போதும் நீ போய் இனி குடி என்று கூறியதுதான் நேரம்; அங்கிருந்த துண்டை எடுத்து திண்ணை மீது விரித்தவன் அப்படியே நீண்டு படுத்தான்.

சிறிது நேரத்தில் செங்கோடன் விட்ட குறட்டை சத்தம் தான் வந்தது நாலு மணிக்கு வெய்யதாழ எழுந்து ஆட்டை ஓட்டி மேய்க்கிற மனுசன் இன்னும் தூங்கறாரே என்ன செய்யறது. சரி இன்னிக்கு பொண்ணு பார்க்க போனவர் கிட்ட என்ன ஆச்சின்னு கூட கேக்க முடியல. தூங்குகிற மனுசன் எழுந்தாதானே கேக்கிறதுக்கு எழுப்பலா மின்னாலும் அவரு தூங்கறத பாத்தா பாவமா இருக்குது தூங்குகிறவங் களை எழுப்பக் கூடாதுன்னு சம்பரதாயம் வேற இருக்கு. அதுவேற இந்த மனுசன் குறட்டை வேற போடராறு இவரை எழுப்பினா அந்த குறட்டை நம்பல வேற புடுச்சிக்கும்ன்னு வேற பெரியவங்க சொல்லி வைச்சிருக்கிறாங்க என்று நினைத்துக் கொண்டே சரி! இன்னிக்கு அந்த கோம்பையில கொட்டி வைச்சிருக்கிற கொல்லு பொட்டை அள்ளி வேணும்னா ஆடுகளுக்கு போட்டு தின்ன வைத்து விடலாம் என்று சிந்தித்துக் கொண்டே கதவின் நிளவு மேல் உட்கார்ந்து கொண்டு இன்னிக்கு கொள்ளு பருப்பு குழம்பு வைத்து ஆரிய கலியை கிண்டி விடலாம். இந்த ஆரியத்தை வேற இந்த ஆரியகல்லுல போட்டு அரைக்க வேண்டும். இன்னிக்கு இந்த வெய்யிலில் அலைஞ்சி இந்த ஆடு மேய்த்ததில் ரொம்பத்தான் களைப்பா இருக்கு. இந்த மனுசன் எழட்டும். அதற்குள் வெய்யிலில் காயவைத்த ஆரியத்தை எடுத்து வரலாம் என்று வாசலில் சாக்கு பையில் காய வைத்திருந்த ஆரியத்தை சுருட்டி மடக்கி எடுத்து வந்து முறத்தில் கொட்டி புடைத்து நேம்பி சிறு சிறு கற்களை பீராய்ந்து எடுத்துவிட்டு, ஆரியத்தின் மேல் ஒட்டிக் கொண்டிருக்கும் மூட்டை நீக்கி சுத்தப்படுத்திக் கொண்டிருந்தாள்

அழகம்மாள். அப்பொழுதுதான் கண்களை துடைத்துக் கொண்டு எழுந்து சென்று தாழியிலிருந்த தண்ணீரில் வாயை கொப்பளித்தவாறு மூஞ்சையையும் கழுவிக் கொண்டு துண்டில் மூஞ்சை துடைத்தவாறு மேற்கு நோக்கி சூரியனை பார்த்தான். சூரியன் சிவப்பு நிறத்தில் தங்க தகடுமாதிரி காட்சியளிக்கிறது. அடி சாய்ந்து விட்டது மணி ஐந்து கிட்ட இருக்கும் போல இருக்கே. ஆடுகளை இன்னிக்கு மேய்க்க நேரம் போதாதே என்று எண்ணியவாறு யாண்டி அழகம்மா நான் தான் வெய்யிலில் நடந்து வந்த அலுப்புல அந்த புளிச்ச கஞ்சியை குடித்தவுடன் நல்ல தூக்கம் வந்துச்சி தூங்கிட்டேன். நீயாவது எழுப்ப மாட்ட என்று படபடப்புடன் பேசிக் கொண்டிருந்தான் செங்கோடன்! நீ நல்ல அழுப்புல தூங்கின ஒன்ன எழுப்ப கூடாதுன்னுதான் விட்டுட்டேன் அதனாலென்னா? இன்னிக்கு கோம்ப மேல ஏறி ரண்டு மக்கர கொல்லு பொட்டை அல்லி வந்து அதுகளுக்கு வைத்து விட்டு வாங்க அதுங்க திங்கட்டும் என்றாள் அழகம்மாள். அதைக் கேட்ட செங்கோடன் ஆமாடி இப்ப அதை அள்ளி வைச்சுட்டா மழை காலத்தில ஆடு மேய்க்க முடியாத போது என்ன செய்வ என்றான். ஆமா அந்தக் காலம் மாதிரி நாப்பது ஐம்பது நாள் அடைமழை பெய்யும் அப்ப தேவைப்பட்டுச்சி. இப்பதா ஒரு மணி ரண்டு மணிநேரம் கூடமழை பெய்யறது இல்லை என்றாள் அழகம்மாள். பிள்ளைப்பேறும் மழை எப்பபெய்யுமின்னு அந்தப் பரமசிவனுக்கே தெரியாதாம். உனக்கு இந்த வருசம் அடை மழை பெய்யாதுன்னு உனக்கு எப்படியடி தெரியும் என்றான் செங்கோடன். ஆமா, இது கடவுளுக்கே தெரியலன்னா மனுசனுக்கு தெரியாதா? இந்த நாலு ஐந்து வருசமா அப்படிதான் இருக்கு இப்பதா ரேடியாவிலியே மழை எப்ப பெய்து எங்க பெய்துன்னு சொல்லுறாங்களே என்றாள் அழகம்மாள். அதைக் கேட்ட செங்கோடன் சரி என்ன தான் பேசினாலும் இனிமேல் ஆடு மேய்க்க முடியாது சரி நீ சொல்லுற படியே செய்யுறேன். அதற்கு அழகம்மாள் இன்னிக்கு ரா சாப்பாடு ஆரிய கலிதான் ஆரியத்தை நான் ஒருத்தி மட்டும் இந்தக் கல்லை இழுத்து அரைக்க முடியாது. நீங்களும் வந்து ஒரு கை பிடியுங்கள் அப்பதா அரைக்க முடியுமென்று கூறினாள். அதைக் கேட்ட செங்கோடன் இன்னிக்கு ஏண்டாப்பா எலி அம்மணத்தோடு ஓடுதேன்னு பார்த்தேன் அதுக்கு யோக்கியதை இல்லை அதனால அது அப்படி ஓடுது என்றான் செங்கோடன். அப்படி சொல்லிவிட்டு என் தூக்கத்தைக் கெடுக்கக் கூடாதுன்னு என்ன எழுப்பலையாம். ஆடு நனைகிறதுன்னு ஓநாய் கவலைப்பட்டதாம் அப்படி இருக்கு உன்னுடைய கதை. அது போல நான் தூங்கினதற்கு இது தான் எழுப்பிவிடக் கூடாதின்னு இதுக்குதான் கவலைப் பட்டியா? தெரியுது தெரியுது இப்ப உங்கவலை என்று கூறிக் கொண்டே மக்கறையை எடுத்துசென்று கோம்பைக்கடியில் வைத்து

விட்டு ஏணியை எடுத்து வந்து கோம்பையின் மீது சாத்தி வைத்து விட்டு அதன் மீதேறி கோம்பையின் கதவை தூக்கி கெவ குச்சியில் இணைத்து தூக்கி பிடித்து கோம்பையின் சுவரின் மீது சாய்த்து ஊன்றி வைக்கிறான். அதன் பிறகு உள்ளே ஏறி இறங்கி அங்கிருந்த கூடையில் கொல்லுபொட்டுகள அள்ளி கோம்பையின் வாயிற் சுவற்றின் மீது ஒரு பகுதியில் வைத்து விட்டு அதன் மீதேறி இன்னொரு கையில் ஏணியைப் பிடித்துக்கொண்டு கீழே இறங்கினான். இதைப் பார்த்தால் ஒரு சர்க்கஸ் வேலை நடப்பதைப் போல் தோன்றியது. இப்படியே பலமுறை ஏறி இறங்கி இரண்டு மக்கறையை நிரப்பி ஆடுகளுக்கு வைத்து விட்டு மனைவிக்கு ஆரியம் அரைக்க உதவ வந்தான். அதற்குள் ஆரிய கல்லை தள்ளி வந்து அடியில் ஒரு பழைய துணியை விரித்து அதன் மீது ஆரிய கல்லை அடிகல்லைப் போட்டு அதன் மேல் கல்லைப் போட்டு மாட்டி வைத்து தயாராக அழகம்மாள் கணவரை எதிர்பார்த்திருந்தாள்.

செங்கோடன் வந்தவுடன் அழகம்மாள் யாங்க அந்த ஆரியம் வைச்சிருக்கிற முறத்தை இப்படி என் பக்கம் எடுத்து வையுங்க என்றாள். ஆரிய முறத்தை எடுத்து வந்து அழகம்மாள் கைப் பக்கத்தில் வைத்துவிட்டு அவள் உட்கார்ந்திருக்கிற எதிர் முகாமில் எதிர் எதிர் காலை நீட்டி உட்கார்ந்து கொண்டான் செங்கோடன். அழகம்மாள் ஆரியக்கல்லின் முளைக்குச்சியை ஒரு குண்டு கல்லில் ஓங்கி அடித்து கெட்டிப் படுத்தினாள். அழகம்மாள் ஒரு கையில் முளைக்குச்சியை பிடித்துக்கொண்டு மறு கையில் முறத்திலிருக்கும் ஆரியத்தை (கேழ்வரகை) அள்ளிப் போட்டாள். இரண்டு பேரும் சேர்ந்து மேல் கல்லை ஒரு தூக்கு தூக்கி கும்மாலியில் போட்ட ஆரியம் உள்ளே போகும்படி செய்து கல்லை சுத்த ஆரம்பித்து அரைக்க ஆரம்பிக்கிற பொழுது அந்தக் கல்லை இழுத்து சுத்திக் கொண்டே ஆரியம் குறையக் குறைய நாலாபக்கமும் ஆரியம் அரைபட்டு மாவாக வந்து விழுகிறது அப்படியே ஒரே கையில் அரைத்தால் கை வலிக்கும். அதனால் ஆரியத்தை கும்மாலியில் போட்ட பிறகு மேல் கல்லை தூக்கி ஆரியத்தைக் கீழே இறக்கியவுடன் கையை மாற்றி மறுபக்கம் சுழற்றுகிறார்கள். இப்படியே பணியை தொடங்கியவுடன் கை அதன் பணியை ஒரு இயந்திரம் போல் செயல்படத் தொடங்கிவிடும். ஆரியத்தை அரைத்துக் கொண்டே கணவனைப் பார்த்து அழகம்மாள் கேட்டாள் ஏங்க நீங்க போன காரியம் என்னாச்சி என்று கேட்டாள். பொண்ணுடைய அப்பன் நல்ல வேலையா வெளியில் எங்கும் போகாமல் கடையில் இருந்தார். பொண்ணோட அம்மாவையும் அப்பாவையும் பாத்தாச்சி. அவங்க பூ வாக்கு கேட்டு பார்த்துட்டு

சரியா இருந்தா நாளை மறுநாள் வரச்சொல்லி அனுப்புகிறேன் என்று சொன்னார்கள். அவங்க முகத்தைப் பாத்தா நல்லபடியாதா சிரிச்ச முகத்தோட பதில் சொன்னாங்க. அதனாலே பொண்ணு கொடுத்துருவாங்கன்னுதான் நான் நினைக்கிறேன். அப்பறம் அந்த ஈசன் விட்ட வழிதான் என்று ஆரியத்தை அரைத்துக் கொண்டிருந்தார்கள் கணவனும் மனைவியுமாக. அறிவு இளம்பிள்ளைக்கு சென்று விசைத்தறி பேக்டரியில் விசைத்தறி ஓட்டுனராக பணிபுரிந்து விட்டு எட்டு மணிக்குத் தான் வீடு வந்து சேர்வான். இன்றைக்கு ஏழு மணிக்கே வந்து சேர்ந்து விட்டான். அம்மா அழகம்மாள் சமையல் வேலையில் ஈடுபட்டிருந்தாள். அப்பா மாடு, கோழி, ஆடு இவைகளுக்கான வேலைகளை செய்து கொண்டிருந்தார் செங்கோடன். தனது மனைவி அழகம்மாளை கூப்பிட்டு பயன் வந்துட்டானா? என்று கேட்டான். யாங் வந்துட்டாங்க என்று சத்தம் போட்டு சொன்னாள். அதற்கு ஐயா துரை வந்ததும் பேசாம உட்கார்ந்துட்டானா? இந்த வேலைகளுக்கு ஒத்தாசை செய்யக் கூடாதாமா? என்று சத்தம் போட்டார். இதை காதில் கேட்ட அறிவு உடனே சட்டைய கழட்டி ஆணியில் மாட்டி வைத்து விட்டு வீட்டிலிருந்து வெளியே ஓடிவந்து அப்பா என்ன? செய்ய வேண்டும் என்று கேட்டான். யாப்பா என்ன செய்ய வேண்டுமென்று உனக்கு தெரியாதா? சொல்லித்தான் செய்யணுமா? இன்னும் எத்தனை நாளைக்கு தான் சொல்லிக் கொடுக்கிறது. கல்யாணமாகப் போவுது பொண்டாட்டி வேற வரப்போறா. ஆனா குடும்பவேலைகளை எப்படி செய்யுறதென்று இன்னும் படிமானம் வரவில்லை. எங்களுக்குப் பிறகு இந்தக் குடும்பத்தை வைத்து எப்படித்தான் காலம் தள்ளப் போறீங்களோ தெரியவில்லை. வரப் போற மவராசி எப்படிப்பட்டவளோ நல்லவளா? கெட்டவளா? தெரியவில்லையென்று தன்னால பேசிக் கொண்டே ஒவ்வொரு மாடாகப் பிடித்து கோதாணியில் கட்டிக் கொண்டிருந்தான். மாட்டை கட்டிக்கொண்டு டேய் அறிவு அந்த குத்தாரியில் போயி ஐஞ்சு கத்தை தட்டை எடுத்துவந்து நறுக்கி அந்த மாடுகளுக்கு கோதாணியில் போடு இதெல்லாம் தெரியாதா? என்று சத்தம் போட்டார் செங்கோடன். இவ்வளவு நாளும் அப்பா சொன்னா மறுத்து பேசறவன் கோபப் படறவன் இன்னைக்கு கோப்படல பேசல, காரணம் பெண் பார்க்கப் போனது என்ன ஆனது காயா? பழமா? என்று தெரிந்து கொள்ளத்தான் ஆவலாக இருந்தான். உடனே குத்தாரியில் ஐந்து கத்தை சோள தட்டுகளை உருவி எடுத்து வந்து தட்டு நறுக்கும் கட்டையை எடுத்து வந்து போட்டுவிட்டு வீட்டிற்கு ஓடிப் போய் கொடுவாளை எடுத்து வந்து தட்டை ஒவ்வொரு கைப் பிடியாக அளவு எடுத்தது போல் நான்காக நறுக்கி எல்லா மாடுகளுக்கும் அதைப் போட்டான், அறிவு. அதற்குள் செங்கோடன் வேலையும் முடிந்தது. இருவரும் சென்று

கைகால்களை கழுவிக்கொண்டு துண்டில் துடைத்துக்கொண்டு வீட்டில் நுழைந்தார்கள்.

அதற்குள் அழகம்மாள் கழியை கிளறி உருண்டை பிடித்து தாம்பாளத்தில் வைத்து விட்டு குழம்பு சட்டியை அப்படியே அதில் அகப்பையைப் போட்டு எடுத்து வந்து நடு வீட்டில் வைத்தாள். அப்பன் மகன் இருவரும் அதன் அருகில் உட்கார்ந்தார்கள். ஆளுக்கொரு தட்டை எடுத்து வைத்து உருண்டை கலியை எடுத்து வைத்து அகப்பையில் கொள்ளு பருப்பு கொழம்பைக் கொண்டு ஊற்றினாள் அழகம்மாள். காலையில அப்பாவும் அந்தக் கல்யாணத் தரகரும் புதூர் போயி பொண்ணோட அப்பா அம்மாவைப் பார்த்து பேசினாங்களாப்பா அவுங்க பூவாக்கு கேட்டுட்டு அக்கம் பக்கம் விசாரித்துவிட்டு ரண்டு நாள் கழிச்சி சொல்லி அனுப்புவதாகக் கூறினார்களாம் என்று கலி போடும் போது அழகம்மாள் கூறினாள். அம்மாவைப் பார்த்து அறிவு புன் முறுவல் செய்ததைப் புரிந்துகொண்டு அழகம்மாள் விபரத்தைக் கூறினாள். அதைக் கேட்டுகிட்டிருந்த செங்கோடன் அதெல்லாம் கவலைப் பட வேண்டியதில்லையப்பா. நாங்க பாத்தவரைக்கும் அவங்க நல்ல சேதியதான் சொல்லி அனுப்புவாங்கன்னு எனக்கு தோணுது என்றான். அதைக் கேட்ட அறிவு வெட்கத்தால் புன்னகைத்துக் கொண்டான்.

ஞாயிற்றுக் கிழமை சாயங்காலம் செங்கோடன் வீட்டு வழியாகச் சென்ற சித்தன் அப்படியே செங்கோடன் வாசற்படி வரை வந்து செங்கோடா செங்கோடா என்று கூப்பிட்டான். வீட்டிலிருந்து அழகம்மாள் யாருன்னு பாத்தா. சித்தண்ணன் குரல் மாதிரி இருக்கே என்று நினைத்தபடி வாசற் கதவு பக்கம் வந்து பார்த்தாள். சித்தண்ணனே தான் பார்த்தவுடன் வாங்கண்ணே வாங்க உள்ளே வாங்க என்று கூப்பிட்டாள் அழகம்மாள். இல்லம்மா நேரமாச்சு நான் வீட்டுக்கு போகணும். பொண்ணு வீட்டார் சொல்லச் சொல்லி அனுப்பினார்கள். அவங்க பூவாக்கு கேட்டாங்களாம் சரியா வாக்கு வந்திடுச்சாம் அதனால அவங்க சொல்லி அனுப்பினாங்க. அத சொல்லிட்டுப் போகலாமேன்னு வந்தேன் செங்கோடன் இல்லியா? என்று சித்தன் கேட்டான். இன்னும் அவர் ஆடு ஓட்டிகிட்டு போனவர் வரவில்லை, வர நேரம்தான் என்று அழகம்மாள் சொல்லி முடிப்பதற்குள் செங்கோடன் ஆட்டு மந்தையை ஓட்டிக்கொண்டு வந்தார். ஆடுகள் தண்ணீர் குடிக்க முந்தியடித்துக்கொண்டு ஓடிக்கொண்டிருந்தன. சித்தனைப் பார்த்தவுடன் வேக வேகமாக அவனை நோக்கி வந்தான் செங்கோடன். என்ணாண்ணே காயா? பழமா? அதற்கு சித்தன் நாம நெனச்ச மாதிரி பழம்தான் செங்கோடா என்று கூறினான். அதைக்

கேட்ட செங்கோடன் ரொம்ப சந்தோசமா இருக்கு எங்க அழகம்மாளுக்கு ஒத்தாசைக்கு ஒரு ஆள் கிடைச்சிடுச்சி என்கிற நம்பிக்கை ஏற்பட்டுடுச்சி என்று செங்கோடன் பெருமைப்பட்டுக் கொண்டான். அண்ணே சித்தண்ணே ஒனக்குதான்னே நன்றி சொல்லணும். இதுக்கு முழு காரணம் நீ தான்னே என்றான் செங்கோடன். அதற்கு சித்தன் ஆமாப்பா நன்றியோடு நின்னுக்காதப்பா நன்றி ஒண்ணும் என் வயித்தை நிரப்பாது என்று சிரித்தான். அதற்கு செங்கோடன் யாண்ணா நாங்க அப்படி என்ன ஒம் பொழப்பல மண்ண போடறவங்க மாதிரியா தெரியுது? என்றான். அதைக் கேட்ட சித்தன் சும்மா ஒரு தமாசுக்கு சொன்னேன். உன்ன இப்பதானா பாக்கிறேன்? சின்ன வயசிலிருந்து தெரியுமில்ல ஒருத்தருக்கு ஒரு சின்ன துரோகம் செய்யாத மனுசனாச்சில்ல நீ என்று கொஞ்சம் தூக்கலாக புகழ்ந்து வைக்கிறார். காரணம் அப்பதான் சொன்ன கமிஷன் முனை மழுங்காது வரும் என்று நினைத்தபடியே சரி நாளைக்கு அவங்களோட நீங்களும் போயி சோசியம் பார்க்கிறீங்களா? அல்லது பயன் குரூப்பை கொண்டு போயி அவங்ககிட்ட கொடுத்தா அவங்களே பாத்தா போதுங்கிறீங்களா? என்று சித்தன் கேட்டான். அதற்கு செங்கோடன் சோசியம் பாக்கிறதுக்கு எங்கிட்ட சொல்லல உங்கிட்ட சொல்லல என்று பங்கும் பங்காளிகளும் மாமன் மச்சான்களும் கோயிச்சிக்கு வாங்க அதனால் பயன் சாதகம் உங்கிட்டதானே அண்ணக்கி கொடுத்தேனே அத நாளைக்குக் கொண்டுபோயி நீயே குடுத்திரு அண்ணா என்று சித்தனைப் பார்த்து செங்கோடன் கூறினான். அதைக் கேட்ட சித்தன் சரி, சரி. நானே நாளைக்கு காலையில போறப்ப இப்படியே வரேன். உன்ன பார்த்திட்டு அப்புறம் பொண்ணு வீட்டுக்கு போயி பயன் குரூப்ப குடுத்துட்டுவரேன் என்று செங்கோடனைப் பார்த்து கை விரலை சுண்டி சைகை காண்பித்து விட்டு காத்தால வரேன் என்று விடை பெற்றுக் கொண்டு சென்றான்.

அடுத்த நாள் காலை எட்டு மணிக்கெல்லாம் அறிவு வேலைக்குச் சென்று விட்டான். அதன் பிறகு வீட்டு வேலைகளை முடித்துக் கொண்டு சீக்கிரமா ஆடுகளை மேச்சலுக்கு ஓட்டிச் செல்லும்படி தனது மனைவியிடம் கட்டளையிட்டு விட்டு திண்ணையில் உட்கார்ந்து சித்தனுக்காகக் காத்துக் கிடந்தான். அவனிடம் சோசியரிடம் கொடுக்க வேண்டிய மீதிப் பணத்தை கொடுத்து விடுங்கண்ணே மீதியை நீங்க வச்சுக்கங்கண்ணே. மீதியை கணக்கு போட்டு கல்யாணத்துல எல்லாம் வாங்கிக்கீங்க அண்ணே யாண்ணே தப்பா ஏதும் நினைச்சுக்காதிங்க. கல்யாணத்தில ஒரு பைசா கூட பாக்கி வைக்காம முழுசா கொடுத்து விடுவேன். பூரா காசையும் கொடுத்து விடலாமான்னு தான் நினைச்சேன். ஒரு இடத்தில கை மாத்தா காசு கேட்டிருந்தேன் அது

வரல வீட்டிலிருந்து இவ்வளவுதான். அதை எடுத்து உங்கிட்ட கொடுத்திட்டேன் என்று முடிப்பதற்குள் சித்தன் எழுந்துகொண்டு அதுக்கென்னா செங்கோடா அப்பவே குடு ஒன் மீது எனக்கென்ன நம்பிக்கையா இல்ல என்று கூறியவாறு யான்னா முழுதும் கொடுத்திருந்தா ஒரு கடன்காரனுக்குக் கொடுத்திருப்பேன் அவன் வேற நச்சரிச்சுக்கிட்டே இருக்கிறான் என்று சலிப்பாகக் கூறிக்கொண்டே புறப்பட்டான். வாசல் வரை வந்து வழியனுப்பி வைத்து விட்டு அவன் ஊர் எல்லை புளியமரம் செல்லும்வரை நின்று அவனையே பார்த்து விட்டு சரி, சரி. அழகம்மா வேற ஆடு மேய்க்க சீக்கிரம் வரச் சொன்னா நேரமாச்சின்னா சத்தம் போடுவா என்று நினைத்தபடியே மேற்கு நோக்கி ஆடு மேய்க்க நடையைக் கட்டினான் செங்கோடன்.

சித்தன் கூத்தம் பாளையம் சென்று சோசியர் சின்னுவை பார்த்தான் சைகைகாட்டி உட்காரச் சொல்லி விட்டு உள்ளே சென்றான். சின்னு சோசியம் பார்ப்பவர்கள் வரிசையைப் பார்த்து அப்படியே பிரமித்துப் போய் இவ்வளவு கூட்டமா? சொல்வதெல்லாம் சரியாயிருக்கும் போலிருக்கு அதனால் தான் இவ்வளவு கூட்டம் என்று நினைத்துக் கொண்டே அவர்களோடு சித்தனும் உட்கார்ந்து கொண்டு அந்தக் கூட்டத்தை பாத்துக் கொண்டிருந்தான். சிறிது நேரம் கழித்து சின்னு வீட்டிலிருந்து வெளியே வந்து சித்தனைப் பார்த்து கையசைத்தான். சித்தன் பக்கத்தில் சென்றவுடன் தனி இடத்துக்குக் கூட்டிச்சென்று எழுதி முடிச்சாச்சு மீதிப் பணம் கொண்டு வந்தீங்களா என்று கேட்டான். ஆம், மீதிப் பணத்தை வாங்கி வந்துவிட்டேன் என்று பணத்தை எடுத்துக் கொடுத்தான். வாங்கிக்கொண்டு இரண்டு நூறு ரூபாய் நோட்டை எடுத்துக் கொடுத்துவிட்டு சாப்பிடு என்ன திருப்திதானே என்று கேட்டான் சின்னு. அதற்கு திருப்திதான் என்று சொல்வது போல் புன்னகைத்தது தலையை செம்மறி ஆடு போல் ஆட்டினான் சித்தன். அதன் பிறகு சின்னு சித்தன் காதருகில் வந்து இனி இந்த மாதிரி வேலை வந்தால் கூடுதலாக செலவாகுமின்னு ஒரு மூவாயிரம் ஆகும் என்று சொல்லி கூட்டிவா. அப்பதா நான் ஏதாவது உனக்கு இதுக்கு மேலும் கூட்டிக்கொடுக்க முடியுமென்று குசு குசுவென்று கூறினான். அதற்குப் பிறகு இந்த மாதிரி மாத்தி எழுதறதால் தான் ஏதோ நமக்கும் நாலு காசு கிடைக்குது ஆமாம், ஆமாம். என்று அதற்கு பல்லிளித்துவிட்டு ஆமாம். இப்படி மாத்தி எழுதற வேலையால தப்பு எதும் நடந்துடாதே? சின்னு எனக்கு என்னமோ பயமாகவே இருக்குது என்றான் சித்தன். இதுக்கெல்லாம் எதுக்கு பயப்படுறீங்க? சாதகம் சோசியமெல்லாம் ஒரு காரியத்தை திருப்தியா மனிதன் செய்யுறதுக்குதான். அந்த திருப்தியை நாம் செய்து கொடுக்கிறோம் என்று விவரித்தான் சின்னு.

அதுசரி சித்தா நீ சொல்லறதும் சரியாதான் இருக்கு. ஆனா கல்யாணங்கிறது ஒரு குடும்ப வாழ்க்கைப் பிரச்சனை. அதில் ஏதாவது சிக்கல் வந்துடுமோ என்றுதான் பயப்படுகிறேன் என்றான் சித்தன். அதற்கு சின்னு எல்லா கிரக ராசி பலனிலும் எழுபது வயது, எண்பத்தைந்து வயது, நூறு வயது, வரை ஆயுசு உள்ளது என்று தான் சோசியம் சொல்லுது ஆனா இன்னிக்கு எவ்வளவு பேர்கள் கொலை செய்யப்படுறாங்க. வாழ்க்கையில் ஏற்பட்ட கசப்பால் எவ்வளவு பேர் தற்கொலை செஞ்சுகிட்டு சாவறாங்க. எத்தனையோ வகையான விபத்துல செத்துப் போறாங்க. அதுக்கெல்லாம் சோசியம் பொறுப்பாகுமா? அப்படி ஏதாவது தப்பு நடந்தாலும் மக்கள் நம்ம தலையில கடவுள் அப்படிதான் எழுதியுள்ளான். அத நாம மாத்த முடியுமா? அது விதி வழி. அந்த விதிப்படிதான் நடக்குமென்று மக்கள் எடுத்துக் கொள்வார்கள் அதனால் நீ எதுக்கும் பயப்படவேண்டாம். அது விதிப்படிதான் நடக்கும் என்று தைரியம் சொல்லிவிட்டு பொண்ணுக்கும் மாப்பிள்ளைக்கும் பொருத்தம் சரியில்ல, கிரகம் சரியில்ல, அந்த தோசம் இருக்கு, இந்த தோசம் இருக்கென்று மக்களை அலைய விடாதே! எது எது எவருக்கு எப்படி வேணுமோ அவரவற்கு அப்படியே எழுதிக்கொடுத்து அந்தக் காலத்தில் பெண் பார்க்க ஏழு செருப்ப தேய்ப்பாங்களாம்! அப்படியெல்லாம் ஜனங்களை ஆளாக்க வேண்டாம். இனி ஒரு செருப்பு கூட தேயாமல் நாம் காரியத்தை நம்மை நம்பி வரும் மக்களுக்கு செய்து கொடுப்போமென்று சின்னு கூறினான். இவைகளையெல்லாம் கேட்டுக் கொண்டிருந்த சித்தன் சரி சின்னு நான் பெண் வீட்டாருக்கு சென்று இந்த சாதகத்தைக் கொடுக்க வேண்டும் அவர்கள் எதிர்பார்த்துக் கொண்டிருப்பார்கள் என்று கூறிக்கொண்டே கையெடுத்து கும்பிட்டுவிட்டு புதூரை நோக்கி புறபட்டான் சித்தன். கூத்தம் பாளையத்திலிருந்து புதூருக்கு சித்தன் நடந்தே போய் சேர்ந்தான். சாமி கடவுளே சம்மந்தப்பட்டவர்கள் இருக்கணும். இந்தக் கல்யாணம் நல்லா நடக்கணும் அதனால் எனக்கு கிடைக்க வேண்டிய தரகு எந்தவித இடையூறுமில்லாமல் கிடைக்க அந்த ஈசன்தான் எனக்கு உதவணும் என்று நினைத்துக் கொண்டே பெண் வீட்டிற்கு போய் சேர்ந்தான் சித்தன். நல்ல வேளையாக பொண்ணுடைய அப்பன் கோவிந்தனும், பொண்ணுடைய அம்மா வெள்ளச்சியும், நமக்காகத்தான் காத்துக் கொண்டிருக்கிறார்கள் போல இருக்கு என்று நினைத்துக் கொண்டு வீட்டிற்குள் நுழைந்தான் சித்தன். இவரை எதிர்பார்த்திருந்த கோவிந்தனும் வெள்ளச்சியும் எழுந்து நின்று பெரிய மரியாதையோடு வாங்க வாங்க என்று ஒரு சேர அழைத்து புன்னகையோடு வரவேற்று உட்கார வைத்தார்கள்.

ஏண்டி வெள்ளச்சி சித்தண்ணன் வெய்யிலில் வந்திருக்கிறார் ஏதாவது குடிக்கிறதுக்குக் கொண்டுவந்து குடு என்று கூறினார் கோவிந்த சாமி. ஏங்கண்ணே கலரு கொண்டுவரட்டுமா? என்று கேட்டாள் வெள்ளச்சி. இல்ல அது வேணாம்மா என்றார் சித்தன். இல்லாட்டி சோடா தான் தரட்டுமா? என்றாள் வெள்ளச்சி. அதெல்லாம் எதுக்குமா? என்றார் சித்தன். இல்ல வேகாத வெய்யிலில் வந்திருக்கிங்க தாகமாக இருக்கும் அதனால தான் சொன்னேன் என்கிறாள் வெள்ளச்சி. அதெல்லாம் வேண்டாம் நேத்து வீட்டில என்ன சோறு செஞ்சிங்க என்றான் சித்தன். அதற்கு வெள்ளச்சி கம்பஞ்சோறு செஞ்சம் என்கிறாள். மீதி சோத்தல தண்ணீ ஊத்தி வச்சிருப்பிங்கில்ல என்றான் சித்தன். ஆமாம் என்கிறாள் வெள்ளச்சி. அந்தத் தண்ணியை ஒரு ஏனத்தில் இறுத்து அதில் லேசா உப்பு போட்டுக் கொண்டு வா அது போதும் என்கிறான் சித்தன். அப்படியே கொண்டுவரேன் என்று சமயல் கட்டுக்கு ஓடி ஒரு குண்டாவில் கம்பந்தண்ணீரை இறுத்து ஊத்திக் கொண்டு உப்பு கல்லைப் போட்டு கரைத்துக் கொண்டே வந்து கிளாசை நீட்டுகிறாள் வெள்ளச்சி. அப்படியே கொடும்மா கிளாசெல்லாம் வேண்டாம் என்று அதை வாங்கி அண்ணாந்து வாயில் ஊற்றி மடக்கு மடக்கென்று சத்தம் வர வர குடித்தான். குடித்து விட்டு பெருமூச்சு விட்டவாறு குண்டாவை வெள்ளச்சியிடம் கொடுத்து விட்டு அடேயப்பா என்ன வெயில் இந்த வெய்யில் கூடாதப்பா நல்ல புளிப்பா இருந்தது கம்பம் சோத்து தண்ணி, உடம்பே குளிந்து போச்சு இது தான் தேவாம்பரம் போலிருந்தது. இதைக் குடிச்சா இந்த வெய்யிலில வந்ததுக்கு உடம்பு குளிர்ச்சியாகுமா? போயிம் போயி சோடாவாம், சிஞ்சராம், கலராம், இதெல்லாம் இந்த கம்பந்தண்ணிக்கிட்ட வந்து நிக்க முடியுமா? என்று கூறிவிட்டு தன்னை ஆசுவாசப்படுத்திக் கொண்டுவிட்டு சித்தன் வெள்ளச்சியையும், கோவிந்தனையும் பார்த்து பயனோடைய குருப்பை வாங்கி வந்திருக்கிறேன் என்று கூறிக் கொண்டே தமது கம்மங்கட்டையில் வைத்திருந்த மஞ்சள் பையை எடுத்து அதை விரித்து அதிலிருந்து ஒரு சாதகத்தை எடுத்தான் சித்தன். அதை ஆவலோடு எதிர்பார்த்த கோவிந்தனிடம் எழுந்து நின்று சாமி அப்பா பரமேஸ்வரா நல்லதே நடக்கணும்பா என்று கும்பிட்டு அந்த சாதகத்தைக் கொடுத்தான் சித்தன். சாதகத்தை வாங்கிக் கொண்டு அதை தன் இரண்டு கண்களிலும் ஒற்றிக் கொண்டான் கோவிந்தன். அதன் பிறகு தன்னுடைய மனைவி வெள்ளச்சியிடம் கொடுத்து இதை கொண்டு யோயி சாமிபடம் இருக்கிற மாடத்தில் வை நாளைக்கு சோசியரை பாக்கிற பொழுது எடுத்துப் போவோம் என்று கூறி கொடுத்தான். அதை ரொம்பவும் பவ்வியமாகக் குனிந்து அதை இரு

கரங்களாலும் வாங்கிக் கொண்டு போய் சாமிபடம் இருக்கும் மாடத்தில் வைத்தாள் வெள்ளச்சி. நாளைக்கு நீங்க எந்த சோசியரை பாக்க போவீங்க என்று கேட்டான் சித்தன். அதற்கு எங்க குடும்ப சோசியர் ஒருத்தர் இருக்கிறார். அவரிடம் தான் நாங்கள் பாப்போம் அவர் பாத்து சொன்னாத்தான் சரியா இருக்கும். அவரை கேட்காமல் எந்த நல்லது கெட்டதுல கூட கலந்துகொள்ள மாட்டம் என்றான் கோவிந்தன்.

இதைக் கேட்ட சித்தன் அந்த சோசியர் எந்த ஊர்க்காரர் என்று கேட்டார். அவரு உனக்கும் தெரிந்தவர்தான் சித்தன் என்றார் கோவிந்தன். அப்படியா? அவர் யாரு என்றார் சித்தன். அதற்கு கோவிந்தன் யாரு கூத்தம் பாளையத்து கந்தன் தான். அதைக் கேட்ட சித்தன் ஓ... அப்படியா அவர் தான் உங்க குடும்ப சோசியரா அவர் நம்பவும் பிரபலமானவரா இருக்கிறாரே. எந்த நேரம் பாத்தாலும் சோசியம் கேட்க நாப்பது ஐம்பது பேர்கள் காத்திருக்கிறார்களே என்றான் சித்தன். ஆமாம். ஆமாம். அவர் சொன்னா சரியா நடக்குதுல்ல அதனால தான் அவ்வளவு கூட்டம் என்றான் கோவிந்தன். சித்தன் மனதுக்குள்ளே அப்பாடா நல்லதா போச்சி வேற சோசியரைப் பாத்தா அவன் வேற மாதிரி கூறிவிட்டானால் நமது கதை கந்தலாகிவிடும் என்று நினைத்துக் கொண்டிருந்தான். இதைக் கவனித்த கோவிந்தன் என்னண்ணே எதோ சிந்தனையிலிருக்கிறீங்க என்றான். ஒண்ணுமில்லப்பா சோசியரைப் பற்றியும் அவருக்கு வரும் கூட்டத்தையும் பார்த்து அவருக்கு ஏகப்பட்ட வருமானம் வரும் என்று நினைத்தேன் என்றான் சித்தன். அதையா கேக்கிற அவரு சோசியம் பாத்துதான் அவங்க நாலு பிள்ளைங்களுக்கும் கிலோ கணக்கில் பவுனு போட்டு கல்யாணம் கட்டிக் கொடுத்தார். பெரிய பெரிய இடத்துலதான் சம்மந்தம் வைத்துள்ளார். மூன்று பசங்கள பெரிய படிப்பு படிக்க வைத்துக் கொண்டிருக்கிறார். ஒருவன் படித்துவிட்டு வீட்டிலியே இவருக்கு துணையா இருக்கான். ஒரு பையன் தலைநகர் டில்லியில படிக்கிறானாம். இன்னொரு பயன் வெளி நாட்டில படிக்கிறானாம். அதுவுமில்லாமல் இங்க உள்ளூரிலே முப்பது நாப்பது ஏக்கர் காடு வேற வாங்கிப் போட்டுள்ளார். மேலும் மூன்று மெத்த வீடு வேற கட்டியுள்ளார். அவரும் நம்ம சாதிக்காரருதான் அவரை நினைக்கிற பொழுது எவ்வளவு பெருமையா இருக்குது தெரியுமா? என்று அடுக்கிக் கொண்டு போகிறான் கோவிந்தன். இதை யெல்லாம் கேட்டுக்கொண்டிருந்த சித்தன் வாயை பொழந்து கொண்டு அவன் வேலையெல்லாம் நமக்குதானே தெரியும் அதெல்லாம் தெரிஞ்சா இவன் இந்த புகழ் புகழ்வானா? என்று நினைத்துக் கொண்டிருந்தான் சித்தன். கோவிந்தன் சித்தனைப் பார்த்து நாங்க நாளைக்கு காத்தால

சோசியரைப் பாத்து என்ன ஏது என்று விளாவாரியா முடிவெடுத்து விடுவோம். நீ போய்விட்டு நாளைக்கு மத்தியானத்திற்கப்பறம் எப்பவந்தாலும் எங்களுடைய முடிவை சொல்லுவோம். அதன் பொறவு நீ மாப்பிள்ளை வீட்டுக்கு தகவல் கொடுத்துடு என்றான் கோவிந்தன். அதற்கு சரி, சரி. என்று சிரித்துக் கொண்டு எழுந்து ஒரு பெரிய கும்பிடு போட்டுவிட்டு நடையைக் கட்டினான் சித்தன்.

அன்று இரவு செங்கோடனும் அழகம்மாளும் வீட்டிலிருந்தார்கள். சித்தன் புதூருக்கு போய்விட்டு குதூகலமாக வேக வேகமாக கரையாங் காட்டை நோக்கி வந்து கொண்டிருந்தான். செங்கோடன் வீட்டை நோக்கி வாசல் பக்கம் வந்தவுடன் செங்கோடா செங்கோடா என்று மிகுந்த மகிழ்ச்சி கலந்த குரலில் கூப்பிட்டான் சித்தன். சித்தன் கூப்பிடும் அந்தக் குரலில் மகிழ்ச்சியும் கலந்து வருவதை வைத்து பழம்தான் என்று நினைத்துக் கொண்டு வீட்டிலிருந்து எழுந்து வெளியே ஓடிவந்து வாங்கண்ணே வாங்க சித்தண்ணே சொல்லுங்க சொல்லுங்க பொண்ணு வீட்டார் என்ன சொன்னாங்க பொண்ணு கொடுக்க ஒத்துக் கொண்டாங்களா? என்று மூச்சுவிடாமல் கேட்டான் செங்கோடன். ஆமாம், ஆமாம். நாம நினைத்த மாதிரி தான் பொண்ணு வீட்டார் பொண்ணு கொடுக்க ஒத்துக் கொண்டாங்கள் என்று சித்தன் கூறியதும் அழகம்மாவும் வெளியே ஓடிவந்து என்ன? பொண்ணு கொடுக்க ஒத்துக்கொண்டார்களா? என்று கேட்டு விட்டு கணவனும் மனைவியுமாக சந்தோசமாக சித்தனை வீட்டிற் குள்ளே அழைத்துச் சென்று உட்கார வைத்துவிட்டு சித்தண்ணே சோசியர் என்ன சொன்னாராம் என்று செங்கோடன் கேட்டார். அதற்கு சித்தன் பத்து பொருத்தமும் சரியா இருக்குதாம் எந்த தோசமும் இல்லையாம் கயிறு பொருத்தம் மட்டும் ஒண்ணு கம்மியா இருக்குதாம் அதனால ஒண்ணும் குத்தமில்லையாம் சந்தோசமா கல்யாணம் செஞ்சு வைக்கிலாமின்னு சோசியர் அடிச்சு சொல்லிட்டாராம். வேறு ஒரு மாப்பிள்ளைக்கு இவ்வளவு பெரிய பொருத்தம் சாதகம் அமையறது குதிரை கொம்பாம். அதனால இந்த சாதக பயனுக்கே கல்யாணம் செஞ்சுடலாமின்னு கூறி விட்டார்கள். பொண்ணு ஊடு மாப்பிள்ளை வீடு பாத்தவுடன் அடுத்த முகூர்த்தத்திலேயே ஒரு கோவிலில் வைத்து தாலிகட்டிடலாம் என்று கூறிவிட்டாங்க என்று மூச்சுவிடாமல் கூறி முடித்தார், சித்தன். புத்திரபாக்கியம் பற்றி விசாரித்தாங்களாமா? என்று அழகம்மாள் கேட்டாள். அதையே கேக்கிறம்மா குடும்ப கட்டுப்பாடு செஞ்சுக்கலன்னா அஞ்சு ஆணும் அஞ்சு பொண்ணும் பொறக்குமாம். அந்தளவிற்கு புத்திர பாக்கியம் இருக்காம் என்று சித்தன் கூறினான். சரி, சரி. பொண்ணூடு பாக்க வரதாமா? அதைப் பத்தி ஏதாவது சொன்னாங்களா? என்று அழகம்மாள் முந்திக் கொண்டு

மிகுந்த ஆவலோடு கேட்டாள். ஆமாம், ஆமாம். அதைப் பத்தியும் சொன்னாங்க நாளைக்கே நல்ல நாள்தானாம். நீங்கள் காலையில வந்துட்டு பாத்திட்டு போயிட்டா சாயங்காலமே அவங்க வந்து பாத்திட்டு போயிடுவாங்களாம் என்றான் சித்தன். அப்படியா ரொம்ப நல்லதா போச்சி. பயன் கல்யாணம் இவ்வளவு சீக்கரம் கூடுமுன்னு நான் நினைச்சுக்கூட பாக்கல என்று கூறிவிட்டு ஏங்க அண்ணே சித்தண்ணே நாளைக்கே சாப்பாடும் சாப்பிடுறதும் வைச்சுக்கலாமாமாம் என்று செங்கோடன் கேட்டான். இல்ல, இல்ல. நாளைக்கு ஏதாவது காபி தண்ணி மட்டும் குடிச்சா போதுமாம், சாப்பாடு எல்லாம் பொண்ணு நிச்சியத்தல வைச்சிக்கிலாமுன்னு பொண்ணோட அப்பா சொல்லிட்டாரு என்று கூறினார் சித்தன். ஆமாம், ஆமாம். அதுவும் சரிதான் ரண்டு சாப்பாட்டு செலவு எதுக்கு ஒரே சாப்பாட்டு செலவா பொண்ணு நிச்சியத்திலேயே வைச்சிக்குவோம் என்று செங்கோடன் கூறினான். அப்ப நாளைக்கு காத்தால ஏழு மணிக்கெல்லாம் பக்கத்தில் இருக்கிற நாலைந்து பேர்களை மட்டும் முக்கிய சொந்தக்காரர்களை அழைத்து வைத்திருங்கள். நானும் ஏழு மணிக்கெல்லாம் வந்துடறேன் வெய்யிலேறுவதற்குள் போய்ட்டு வந்துடுவோம் என்று கூறிவிட்டு சித்தன் விடைபெற்றுக் கொண்டு சென்றான்.

பின்னாலேயே செங்கோடன் சென்று சித்தன் கையைப் பிடித்துக் கொண்டு எப்படியோ நாம செஞ்ச காரியம் நல்லதா முடிந்து விட்டது. இதுனால பின்னால ஏதும் தொந்தரவு வராதே சித்தன் என்று பயத்தோடு குசுகுசுவென்று கேட்டான். அதற்கெல்லாம் பயப்படாதே செங்கோடா ஆயிரம் பொய்யச் சொல்லியாவது ஒரு கல்யாணத்தை செய்யச் சொல்லி யிருக்கிறாங்க பெரியவங்க. நாம ஒரே ஒரு பொய்யத்தானே சொல்லி யிருக்கோம். இதுக்குப் போயி இந்த பயம் பயப்படற போ... போ... உம் பொஞ்சாதிக்கு தெரியப் போவுது யாருக்கு தெரிந்தாலும் தெரியலாம் பொம்பளங்ககிட்ட மட்டும் சொல்லக்கூடாது. அவங்க எதையும் மனசுல வச்சுக்க மாட்டாங்க. அதுவும் பயந்து போயிடுவாங்க. அதனால் அவங்ககிட்ட சொல்லிடாதே. அது தமுக்கடிச்சி சொல்லுறதுக்கு சமமென்று சித்தன் கூறினான். ஆமாம், ஆமாம். நீ சொல்லுறது நூத்தல ஒரு வார்த்தை அவளுக்கு தெரிஞ்சா அவ பயந்துருவா. எல்லோருக் கிட்டையும் சொல்லி காரியத்தையே கெடுத்திடுவா. நா சொல்ல மாட்டேன். இந்த விசியம் நம்ம ரண்டு பேருக்குள்ளேயே இருக்கட்டும் சரி, சரி. சித்தண்ணே நீ போய்ட்டு காலை ஏழு மணிக்கெல்லாம் வந்து சேந்திடுங்க என்று வழி அனுப்பிவைத்தான் செங்கோடன். சித்தன் சென்றவுடன் வேலையிலிருந்து அறிவும் வந்து சேர்ந்தான். டே அறிவு ஒனக்கு பொண்ணு செட்டாயிடுச்சுடா உங்கம்மாவும் நானும் பெரிய

சந்தோசமா இருக்கிறோமடா, இப்பதா சித்தண்ணன் வந்து சொல்லிப்புட்டு போறாரடா என்று கூறிக்கொண்டே இருவரும் வீட்டிற்குள் அறிவும் செங்கோடனும் செல்லுகிறார்கள். உடனே மகிழ்ச்சி குடுக்கிறன்னு சொல்லிட்டாங்கடா நாளைக்கே காத்தால ஏழு மணிக்கெல்லாம் பொண்ணூடு பாக்கப் போகணும் எப்படி உனக்கு சந்தோசமா? என்று அழகம்மாள் கேட்டாள். போமா என்று மூஞ்சை திருப்பிக்கிறான். வெக்கத்தைப் பாரு வெக்கத்தை பொம்பளங்கதான் இதுக்கெல்லாம் வெக்கப்படுவாங்க என்று கூறினாள். உடனே செங்கோடன் இப்பவே போயி நா உங்க மாமனையும் மாமன் பொண்டாட்டியையும் அப்படியே போயி, உங்க அத்தையும் அத்த புருசன்கிட்டையும் வரச் சொல்லிவிட்டு அக்கா மாமாவையும், வரச்சொல்லிட்டு வருகிறேன் என்று தோளில் துண்டை எடுத்து போட்டுக் கொண்டு வேக வேகமாகச் சென்றான்.

அடுத்த நாள் காலையில ஏழு மணிக்கெல்லாம் வீட்டு சாமியை கும்பிட்டுவிட்டு மொத்தம் அறிவோட சேர்ந்து ஒன்பது பேர்கள் வாசலில் வந்து நின்றார்கள். அப்பொழுது தான் சித்தன் வேக வேகமாக வந்தபடியே யார் எல்லாம் வந்துட்டாங்களா? என்று கேட்டான். சித்தனைப் பார்த்தவுடன் அழகம்மாளின் அப்பா பெரியதம்பி, மருமகன் செங்கோடனை பார்த்துக் கேட்டார் ஓ... இவர் தான் அந்தப் பொண்ண பாத்து புடுச்சாரா? பரவாயில்ல மாப்பிள்ளை நல்லா தான் பாத்து புடுச்சிருக்கு என்றார். அதற்கு ஆமாம் மாமா. நாங்க தானே உங்க புள்ளைங்களுக்கொல்லாம் சோடி சேக்கணும் என்றான் சித்தன். அதைக் கேட்ட எல்லோரும் கொல் என்று சிரித்தார்கள். சரி, சரி. சித்தண்ணே நீங்க பத்தடி முன்னே போங்க அப்புறம் நாங்க புறப்பட்டுவறோம். நாம ஒன்னா சேர்ந்துக்கலாம். யாண்ணா நாங்கள் புறப்பட்டுவந்து நாம ஒன்னா சேர்ந்துக்கலாம். யாண்ணா நாங்க ஓம்பது பேர் இருக்கோம். ஒத்த படையாதான் மொதலில் புறப்படணும். ஒன்ன சேத்தம்னா பத்து ஆவுது ரட்டைப் படை ஆகாது என்று கூறுகிறான் செங்கோடன். ஆமா அது சரிதான்! அப்ப நான் முதலில் போய் விடுகிறேன் ஒரு ஐஞ்சு நிமிசம் கழித்து அப்பறம் நீங்க வாங்க என்று கூறிவிட்டு வேக வேகமாக சித்தன் போகிறான். அதன் பிறகு ஐஞ்சு நிமிடம் கழித்து இவர்கள் சென்றார்கள். புறப்படுகிற பொழுது செங்கோடன் மாமனாரைப் பார்த்து மாமா நீங்கதா பெரியவங்க சரியா கவனிப்பிங்க நீங்க சகுன மெல்லாம் சரியா இருக்குதா? என்று கவனித்து வாங்க என்று செங்கோடன் கூறுகிறான். அதற்கு பெரியதம்பி அதெல்லாம் நான் பாத்துக்கிறேன் என்று கூறிக்கொண்டே முதலில் சென்றார். அவரைத் தொடர்ந்து எல்லோரும் சென்றார்கள். கொஞ்ச தூரத்தில் சித்தனும் இவர்களோடு

சேர்ந்து கொள்கிறான். போகும் வழியில் பொன்னையன் கோவிலில் கற்பூரத்தைப் பொருதி வைச்சி எல்லோரும் ஒருசேர கும்பிட்டு விட்டு பெண் வீட்டார் வீட்டை நோக்கிச் சென்றார்கள். எங்க சித்தண்ணனை காணோம் என்று செங்கோடன் கேட்டான். அவரு, நீங்க சாமியை கும்பிட்டுட்டு வாங்க அதுக்குள்ள நான் போயி பொண்ணு வீட்டாரை தயாராக இருக்க வைக்கிறேன் என்று போய்விட்டார் என்று அழகம்மா அப்பா பெரியதம்பி கூறினார்.

அதோ பெண் வீடும் பக்கமா வந்திடுச்சு அதோ அவர்கள் இவர்களை வரவேற்க வாசலில் எதிர்பார்த்துக் காத்திருக்கிறார்கள். இவர்களும் பக்கத்தில் சென்றவுடன் பெண் வீட்டார் எல்லோரும் ஒரே குரலில் வாங்க வாங்க ஒரம்பரைங்களாம் என்று இரண்டு கைகளையும் தூக்கி கைகூப்பி வரவேற்கிறார்கள். வந்தவர்கள் கை கால அலம்பிக் கொண்டு முன்னெச்சரிக்கையாக விரித்துப் போடப்பட்டிருந்த பாய்களில் போய் உட்காந்தார்கள். மாப்பிள்ளை வீட்டாரும் பெண் வீட்டாரும் அந்த நேரத்தில் வீட்டின் பின்னாலிருந்து யாருடனே பேசிகிட்டிருந்து விட்டு வந்த சித்தன் வந்து எல்லோரையும் பார்த்து வாங்க வாங்க ஒரம்பரைங்கெல்லாம் சரியான நேரத்துல வர ரயிலு கிடைச்சுச்சா என்று கேலியாக சிரித்தார். அதைப் பார்த்த பெரியதம்பி, ஆமாம் சித்தன் பொண்ணூட்டு பக்கம் தான் அதனாலதான் நான் உங்களை வரவேற்கிறேன் என்றான். அப்படியா நீ எங்களோட ஊரு பக்கம் வா எங்க பசங்ககிட்ட சொல்லி கால ஒடைக்கச் சொல்லுறேன் என்றார் பெரியதம்பி. அதைக் கேட்ட எல்லோரும் சிரிக்கிறார்கள். கொஞ்ச நேரம் அமைதியாக எல்லாம் உட்கார்ந்திருந்தார்கள். எல்லோருக்கும் சொம்பில் தண்ணீர் கொண்டு வந்து கொடுத்தார்கள். எல்லோரும் குடித்துவிட்டு அஞ்சு நிமிசமாக அமைதியாக உட்கார்ந்திருந்தார்கள், கூட்டத்தில் ஒருத்தர் ஒரம்பரைங்க வந்து அமைதியா உக்காந்து கிட்டிருக்கிறீங்க? வந்த விசியத்தை சொல்லுங்க என்று கேட்டார். அதைக் கேட்ட பெரியதம்பி இந்த வூட்டு பொண்ண எம்பேரனுக்கு கேட்டு வந்திருக்கிறோம் என்றார். அப்படியா நல்ல காரியமாதான் வந்திருக்கிறீங்க. அதுவும் பொண்ண பாக்க வந்திருக்கிறீங்க வரும் பொழுது பயணமெல்லாம் சரியா இருந்ததா? என்று கேட்டார் அந்த ஊர் பெரியதனக்காரர் முத்தண்ணன். அதைக் கேட்ட பெரியதம்பி பயணமெல்லாம் சிறப்பா எந்த இடையூறும் இல்லாம வந்துட்டோம் என்றார். இதைக் கேட்ட முத்தண்ணன் நீங்க பெரியவங்க கலியாணம்ங்கிறது ஆயிரம் காலத்துப்பயிர் என்பார்கள். அதனால நீங்க வருகிற பொழுது ஏதாவது சகுனம் ஏற்பட்டதா? என்று கேட்டார். இதைப் புரிந்து கொண்ட பெரியதம்பி எல்லாம் சரியா இருந்தது நல்ல சகுனம் தான் நடந்தது

கெட்ட சகுனம் எதும் நடக்கல என்று விலாவாரியாக எடுத்துச் சொன்னார். அப்ப ரொம்ப சந்தோசம் என்று கூறிவிட்டு எங்க மாப்பிள்ளை பயன் வந்திருக்கிறானா? என்று கேட்டார் முத்தண்ணன். அதோ எந்திரிப்பா அறிவு என்று கூறுகிறார் பெரியதம்பி. அறிவு எழுந்து சபையோரைப் பார்த்து கும்பிட்டு நின்றான். இவர்தான் மாப்பிள்ளையா? என்று கேட்டுவிட்டு சரி வாப்பா இப்படி எல்லோருக்கும் தெரியறாப்போல வந்து நடுவுல உக்காரு என்று கூறினார் முத்தண்ணன். அறிவு வந்து எல்லோர் மத்தியிலும் நடுவில் உட்கார்ந்து கொண்டான். வெட்கத்தால் தலையைக் குனிந்து கொண்டான். அதைப் பார்த்த கூட்டத்தில் இருந்த பெண்வீட்டார் பக்கத்து பெண் ஒருத்தி மாப்பிள்ளை கழுத்து சுழுக்கிடுச்சா? அல்லது கோண கழுத்து மாப்பிள்ளையா? நிமிர்ந்து பாக்கமாட்டாரா? என்று கேட்டாள். அதைக் கேட்ட எல்லா பெண்களும் சிரித்தார்கள். இன்னொருத்தி பொண்ண பாக்கவாவது நிமிர்ந்து பார்ப்பாரா? என்றாள். அதற்கும் எல்லோரும் சிரித்தார்கள். எப்பா அறிவு நல்லா நிமிர்ந்து உட்காருப்பா நம்ம பொன்னையன் சாமியாட்டம் நிமிர்ந்து உக்காரு அப்ப எல்லாரும் உன்னைப் பார்த்து பயப்படுவார்கள் என்று கூறினாள் அழகம்மாள். அதைக் கேட்ட மாப்பிள்ளை வீட்டார் கைகொட்டி சிரித்தார்கள். சரி, சரி. மாப்பிள்ளையை கேலி பேசியது போதும் பொண்ண வரச் சொல்லுங்க அப்பதா மாப்பிள்ளை தைரியமா நிமிர்ந்து பார்ப்பார் என்று முத்தண்ணன் கூறினார்.

அதன் பிறகு தட்டில் காபியை வைத்து எல்லோருக்கும் கொண்டு வந்து கொடுக்க வந்தாள் பொண்ணு மயிலேறி. முதலில் அதோ என்று மாப்பிள்ளையை கை காட்டி அவருக்கு குடுமா என்று அடையாளம் காட்டினார் முத்தண்ணன். அவள் அறிவு பக்கம் சென்று காபியை நீட்டுகிறாள். காபியை எடுக்கிற பொழுது இருவரும் ஒருவரை ஒருவர் பார்த்துக்கொண்டார்கள். உடனே சுதாரித்துக் கொண்ட மயிலேறி சட்டென்று பக்கத்தில் இருப்பவர்களிடம் காபி தட்டை நீட்டுகிறாள். அப்படியே எல்லோருக்கும் காபியை கொடுத்து விட்டு உள் வீட்டிற்கு ஓடிச் சென்று சன்னல் வழியாக அறிவையே உற்றுப் பார்த்துக் கொண்டிருந்தாள். இதைக் கவனித்த அறிவு அவள் பார்ப்பதைப் போல் எல்லோர் மத்தியிலும் உட்கார்ந்து கொண்டு அவளை தொடர்ந்து பார்த்து, அவன் கூனி குருகி வெட்கத்தோடு உட்கார்ந் திருப்பதைப் பார்த்து ரசித்துக்கொண்டிருந்தாள். அவனும் ஐந்து நொடிக் கொருமுறை நிமிர்ந்து நிமிர்ந்து மயிலேறியை பார்த்துக்கொண்டிருக் கிறான். சரி, சரி. என்று கூறிக்கொண்டு பொண்ணுக்கும் மாப்பிள்ளையை பிடிச்சு போச்சுன்னுதான் நினைக்கிறேன். மாப்பிள்ளைக்கும் பொண்ண புடுச்சி போச்சின்னுதான் நினைக்கிறேன். இரண்டு வீட்டாரும் என்ன

சொல்லிறீங்க என்று கேட்டான் சித்தன். அதுக்கு பெண்ணோட அப்பன் கோவிந்தன் எங்களுக்கு மாப்பிள்ளையை பிடிச்சு போயிடுச்சி என்று கூறுகிறார். அது போலவே அறிவு அப்பா செங்கோடனும் எங்களுக்கும் பொண்ணப் பிடிச்சு போச்சு என்றான். சரி நல்லதா எல்லாம் நடக்கட்டும் நல்ல காரியத்தை நாம அதிக நாள் தள்ளிப்போடக் கூடாது இன்னைக்கு நல்ல நாளா இருக்கு. பொண்ணு வீட்டாரும் இன்னைக்கே மாப்பிள்ளை வீட்டையும் சென்று பாத்துவிட்டு வந்திடுங்க என்ன நான் சொல்லுறது சரிதானே? என்று எல்லோரையும் பார்த்துக் கேட்டார். சரியென்ற வகையில் மகிழ்ச்சியோடு அமைதியாக உட்கார்ந்திருக்கிறார்கள். மவுனமே சம்மதத்திற்கு அறிகுறி. மாப்பிள்ளை வீட்டார் என்ன நினைக்கிறார்கள் என்று அவர்கள் பக்கம் திரும்பிக் கேட்டார். அதைக் கேட்ட பெரியதம்பி நீங்கள் சொன்னபடியே அவர்களும் இன்னைக்கே மாப்பிள்ளை வீட்டையும் பாத்திடட்டும். அதன் பிறகு ரண்டு நாள் கழித்து நாங்க இங்க வந்து பருப்பும் சோறு போட்டு உறுதிப்படுத்திட்டு போறோம் என்றார். அதற்கு அவர் சொல்லறது பொண்ணு வீட்டாருக்கு சம்மதம்தானே என்று கேட்டார் முத்தண்ணன். அதற்கு பொண்ணு வீட்டார் தரப்பிலிருந்து சம்மதம்தான் என்று கோவிந்தசாமி கூறினார். பெண் வீட்டிற்கு மாப்பிள்ளை வீட்டிற்குச் சென்று பார்த்தார்கள்.

பெண்வீட்டார் பக்கம் தலைமை தாங்கி வந்த முத்தண்ணனார் எல்லோரும் வந்து அமர்ந்து காப்பி குடிக்கும் முன் மாப்பிள்ளை வீட்டாரை கூப்பிட்டு எதற்கு வந்திருக்கிறீர்கள் என்று கேட்க மாட்டீர்களா? என்று கேட்டார். அதற்கு முன்னாள் அமர்ந்திருந்த பெரிய தம்பி. ஓ... தலைவருக்கு வேறு வேலை காத்திருக்கு போலிருக்கு அவசரப்படுத்துகிறார் என்று கூறிக்கொண்டு தட வழி எல்லாம் சரியாக இருந்ததா? சகுனமெல்லாம் சரியா இருந்ததா? என்று கேட்டார். உம் எல்லாம் சரியாக இருந்தது, சகுனமெல்லாம் நல்லாவே இருந்தது, நல்லா வழிவிட்டது என்று கூறினார் முத்தண்ணன். அதற்குள் காபி கொண்டு வந்து அழகம்மா எல்லோருக்கும் கொடுத்துக் கொண்டிருந்தாள். அதைப் பார்த்த முத்தண்ணன் பொண்ணு வீட்டுக்கு வந்தா எங்க பொண்ண காபி கொடுக்கச் சொல்லுறீங்க. இங்க என்னடானா மாப்பிள்ளை காபியை கொடுக்காம அவங்க அம்மா கொண்டாந்து காபி தண்ணியை கொடுக்கிறாங்க என்று கூறி சிரித்தார். அதைக் கேட்ட செங்கோடன் பொண்ணூட்டுக்கு மாப்பிள்ளையை கூட்டியாந்தம். அது போல நீங்களும் பொண்ண கூட்டியாந்திருந்திங்கன்னா மாப்பிள்ளையை காபி தண்ணி குடுக்க வைத்திருப்போம் என்று கூறி பதிலுக்கு அவரும் சிரித்தார். அது வழக்கமில்லையே என்று முத்தண்ணன் கூறினார்.

என்ன வழக்கமோ நம்ம வழக்கம் பொண்ணுதா இந்த வூட்டல வந்து பொழைக்கப் போவுது. அவதா இந்த வூட்டை வந்து பாக்கணும். மாப்பிள்ளை ஏதோ நல்லதுக்கும் கெட்டதுக்கும் வரவன். அவனை போயி வீட்டை வந்து பாக்க வழக்கமாம். வழக்கமெல்லாம் நம்ம வாழ்க்கைக்கு தகுந்த மாதிரி மாத்தி அமைச்சிக்கணும் என்று பெரியதம்பி சிரித்துக் கொண்டே கூறினார். எல்லோரும் காபி குடித்து முடித்தவுடன் வெத்தலை பாக்கு சுண்ணாம்பு கூட்டத்தில் மத்தியில் தட்டில் கொண்டு வந்து வைக்கப்பட்டது. பாக்கை எடுத்து வாயில் போட்டுக் கொண்டு வெற்றிலையை எடுத்து தொடை மீது வேட்டியில் துடைத்துக் கொண்டு சுண்ணாம்பை ஒரு விரலில் எடுத்து வெற்றிலையில் தடவி சுருட்டி வாயில் துருத்திக் கொண்டு முத்தண்ணன் பெரிய தம்பிபை பார்த்து அப்புறம் பருப்பு சோறு போட்டு பரியம் போட எப்ப வறீங்க எத்தனை பேரு வருவீங்க என்று கேட்டார். எதுக்கு கேக்குறன்னா அதுக்கு தகுந்த மாதிரி சாப்பாடு செய்யணுமில்ல என்று கேட்டார். அதைக் கேட்ட செங்கோடன் நாங்க நாளானைக்கு சோமாற கிழமை வரோம். இருவத்தைஞ்சு பேரு வருவாங்க என்று கூறினார். அதற்கு முத்தண்ணன் சொன்ன மாதிரியே வந்திருங்க கூட குறைவா ஐஞ்சு பேர் இருக்கலாம் குறைவாக வந்தா பரவாயில்லை கூட நாப்பது ஐம்பது பேர்கள் வந்தா தா... அவங்களுக்கு உடனே சாப்பாடு செய்யுறது சிரமமா இருக்கும். அதுக்குதான் அப்படி சொல்லுறம் அதுக்காக சாப்பாடு போட முடியாதவங்க என்று நினைக்காதீங்க ஒங்க ஊரையே கூட்டி வந்தாலும் நாங்க சாப்பாடு போட தயார் என்று வெற்றிலை பாக்கை குதப்பிக்கொண்டே முத்தண்ணன் கூறினார். எல்லோரும் சிறிது நேரம் அவரவர் கருத்துகளை பேசிக்கொண்டிருந்தார்கள். சரி மாப்பிள்ளை வீட்டார் ஏங்க நாங்க கிளம்பணும் நாங்க விடை பெற்றோம் விடை கொடுங்க என்று முத்தண்ணன் எழுந்தார். எல்லோரும் எழுந்து வீட்டிற்கு வெளியே வந்து வாசலில் இருகூறாக நின்றார்கள். சரி நாங்க போயிட்டு வர்றோம் என்று பொண்ணு வீட்டார் கை கூப்பினார்கள். அதே போல் மாப்பிள்ளை வீட்டார் கை கூப்பி போயிட்டு வாங்க எல்லாம் நல்லதே நடக்கும் என்று வழியனுப்பி வைத்தார்கள்.

இரண்டு நாட்கள் கழித்து மாப்பிள்ளை வீட்டார் சீர் தட்டில் பழம், தேங்காய், பூ, வெள்ளம், அரிசி, பருப்பு என்று பதினொரு வகையான தட்டுகளுடன் புடைச்சூழ பறை முழங்க நாதசுரம் இசைத்துக்கொண்டு முன் செல்ல புதூர் ஜனங்களே வீட்டிலிருந்து வெளியே தெருவில் நின்று கொண்டு வேடிக்கை பார்த்தார்கள். ஒருவருக்கொருவர் என்ன வென்று கேட்டு தெரிந்து கொள்கிறார்கள். ஹோ... அப்படியா

சமாச்சாரம். கடைக்கார வெள்ளச்சி மகள் மயிலேறிக்கு இன்னிக்கு பரியம் போடுகிறார்களாம் என்று எல்லோரும் கேட்டு பேசி தெரிந்து கொண்டார்கள். வீட்டருகில் வந்ததும் சீர்களோடு வரும் மாப்பிள்ளை வீட்டாரை பெண் வீட்டார் முன்னோக்கி ஓடி வந்து எதிர்வரிசையில் நின்று எல்லோரும் கை கூப்பி வணங்கினார்கள். நடுவீட்டில் போடப் பட்டிருந்த பாயில் சீர் தட்டுகளை பெண்கள் கொண்டுபோய் வைத்து விட்டு எல்லா பெண்களும் ஓரமாய் வட்டமாய் நிற்கிறார்கள். இரண்டு வீட்டு ஆண்கள் பெரியதனக்காரர்கள் சீர் தட்டை சுற்றி பொண்ணு மாப்பிள்ளை உட்காருவதற்கு இடம் விட்டு உட்கார்ந்து கொண்டார்கள். முதலில் முத்தண்ணன் வாய் பேசினார். யாப்பா கோவிந்தா வா, மற்ற உங்க பங்கும் பங்காளிகளையெல்லாம் அழைச்சாச்சா என்று கேட்டார். அண்ணே எல்லோரையும் கூப்பிட்டாச்சி அண்ணே என்று கோவிந்தன் கூறினார். அப்ப சரி. மாமன் மச்சான்களெல்லாம் வந்தாச்சா? என்று முத்தண்ணன் கேட்க அவர்களும் வந்தாச்சண்ணே என்றார் கோவிந்தசாமி. அப்ப சரி. பொண்ணோடைய அத்தைய கூப்பிடு என்றார் முத்தண்ணன். இதோ கூப்பிடுறேன் என்று கோவிந்தசாமி சின்னபொண்ணு சின்ன பொண்ணு என்று கூப்பிட்டான். அவளும், தாண்ணே வந்துட்டேணே என்று ஓடிவந்து நின்றாள். இதோ வந்துட்டாண்ணா பொண்ணோட அத்தகாரி எந்தங்கச்சி என்றான் கோவிந்தசாமி. வந்தாச்சா? இங்க வாம்மா பக்கம் வா என்று கூப்பிட்டு நடு சபையில் நிறுத்தி இந்தா இந்தத் தட்டுல சீலை ரவிக்கை இருக்கு இதை கொண்டு போய் பொண்ணுக்கு கட்டி இதோ பூவும் இருக்கு அலங்காரம் செஞ்சு கூட்டிவா என்று தட்டை சின்ன பொண்ணுவிடம் கொடுத்தான் முத்தண்ணன். அதன்பிறகு அந்த இடைவெளியில் உறவினர்கள் ஒருவருக்கு ஒருத்தர் பார்த்து நலம் விசாரித்துக் கொண்டார்கள். ஓரே சத்தமா சலசலப்பா இருக்கு அந்தப் பகுதியே.

சரி, சரி. எல்லோரும் கொஞ்சம் பேசறதை நிறுத்துங்க வந்த வேலையை கவனிப்போம் என்றான் முத்தண்ணன். எல்லோரும் அமைதியானார்கள். எங்கப்பா மாப்பிள்ளையை வந்து உக்காரச் சொல்லுங்க என்று கூறினான் முத்தண்ணன். மாப்பிள்ளை அறிவு வந்து சபையை பார்த்து கை கூப்பி கும்பிட்டு விட்டு அவனுக்கு போட்டிருந்த இடத்தில் அமர்ந்தான். அடுத்து எங்க பொண்ணோட அந்த சின்ன பொண்ணு இன்னுமா? பொண்ண சிங்காரிக்கல கூட்டிட்டு வாமா என்று சத்தம்போட்டார் முத்தண்ணன். அதைக் கேட்ட சின்னபொண்ணு இதோண்ணா கூட்டிட்டு வந்துட்டேன் என்று பொண்ணை அழைத்து வந்து மாப்பிள்ளை பக்கத்தில் உட்கார வைத்தார் சின்னபொண்ணு.

அங்கு கூடியுள்ளவர்கள் பொண்ணையும் மாப்பிள்ளையையும் பார்த்து விட்டு நல்ல சோடி. மாப்பிள்ளைக்கேற்ற பொண்ணு என்று மனதுக்குள் எண்ணினார்கள். என்ன மாப்பிள்ளைதான் பொண்ணகாட்டிலும் வெக்கப்படுகிறார். பொண்ணு நல்ல சூட்டிப்பான புள்ள. ஆமாம், அதற்கெல்லாம் அந்த புள்ள நாளுபேர் வந்துபோற கடையில இருந்து பழக்கம் நாலு பேரோட பழகியிருக்கிறாள் அதனால அவ கூட்டத்தை பார்த்தும் மற்றவர்களைப் பார்த்தும் வெக்கமோ கூச்சமோ படல என்ன? அந்த அளவிற்கு மாப்பிள்ளைக்கு பழக்கவழக்கம் இருக்காது போல அதனால கூட்டத்தையும் பெண்களையும் பார்த்து வெட்கப்படுகிறார் என்று நிகழ்ச்சிக்கு வந்தவர்களில் ஒருவர் இன்னொருவரிடம் கூறினார். அதை அங்குக் கேட்டவர்களெல்லாம் ஆமாம், ஆமாம். நீங்க சொல்லறது தான் சரி என்று கூறினார்கள். உடன் முத்தண்ணன் வாங்க ஒரு தாம்பூல தட்டுல அரிசி போட்டுக் கொண்டு வாங்க என்று கேட்டார். அதை கொண்டு வந்து கொடுத்தார்கள். அதை சபை நடுவினில் வைத்து விட்டு வந்தவர்களுக்கெல்லாம் வந்த களைப்பு தாகம் தீர தண்ணீ குடுத்திங்களா? பங்கும் பங்காளி மாம மச்சான் எல்லோருக்கும் கொடுத்தீங்களா நான் யா சொல்லுறன்னா நல்ல காரியம் நடக்கிற நேரத்தில யாரும் கோபப்படக் கூடாது அதுக்காகத்தான் சொல்லுறேன் என்று கோவிந்தசாமியையும் வெள்ளச்சியையும் பார்த்துக் கேட்டார் முத்தண்ணன். எல்லோருக்கும் குடுத்தாச்சிங்க என்று கூறினார் கோவிந்தசாமி எங்க மாப்பிள்ளையோட அப்பன் என்று முத்தண்ணன் கூப்பிட்டார். பரியம்போட பணம் பதினொன்னே கால் ரூபாய் சில்லறை வச்சிருக்கிறாயா? என்று கேட்டார். இதோ வச்சிருக்கிறேன் என்று பாக்கட்டி லிருந்து எடுத்து மஞ்ச துணியில் முடிந்த சில்லறைக் காசுகளின் மூட்டையை எடுத்துக்காட்டினார் செங்கோடன். சரி, முதலில் உங்க பெரிய வீட்டுக்காரர் இருப்பாருல்ல அதாங்க உங்க பங்காளிகளில் மூத்த குடும்பத்தை சார்ந்தவர வரச் சொல்லி அவர்கிட்ட குடுத்து இந்த தட்டுல பரியம் போடச் சொல்லு என்றார் முத்தண்ணன். அதைக் கேட்ட செங்கோடன் நான்தாங்க எங்க குடும்பத்தில் பெரியவூட்டுக்காரன் என்றார். அப்படியா அப்ப நல்லதா போச்சு, நீயே கிழக்கே திரும்பி சூரிய பகவானை கும்பிட்டு அந்தப் பணத்தை அந்த அரிசி உள்ள தட்டில் புதூர் கோவிந்தசாமி வெள்ளச்சி மகள் மயிலேறியை எங்கவீட்டு பயன் அறிவுக்கு கண்ணாலம் கட்டி வைக்க நான் பரியம் போடுறேன் என்று சொல்லி மூணுமுறை போடு என்று செங்கோடனைப் பார்த்து முத்தண்ணன் கூறினார். உடனே அவர்சொன்ன மாதிரியே சாமியை கும்பிட்டு விட்டு அவர் சொல்லியபடி சொல்லி மஞ்சள் துணியிலிருந்து பணத்தை அவிழ்த்து எடுத்த நாணயத்தைத் தட்டில் பல பலவென போட்டார். மாப்பிள்ளை வீட்டார் போடுற பரிய பணம் சத்தமே கேக்கல என்று

கூறி பெண் வீட்டார் சிரித்தார்கள். அதில் ஒருவர் செங்கோடா எல்லோருக்கும் சத்தம் வருகிற மாதிரி பணத்தை அள்ளி தூக்கிப் போடு என்று கூறினார். அது போலவே பணத்தை அள்ளி தூக்கி பணத்தை அப்படியே தெளிக்கிறார். அதைக் கேட்டவர்கள் யாங் சத்தம் வருதப்பா என்று எல்லோரும் சிரிக்கிறார்கள் அப்படி மூன்று முறை செங்கோடன் போட்டுவிட்டு பிறகு ஒவ்வொரு பங்காளிகளும் செங்கோடன் செய்தது போலவே வரிசையாக வந்து போட்டு முடித்தார்கள். இதைப் பார்த்துக் கொண்டிருந்த மாமன் மச்சான் முறையுள்ளவர்கள் கேலியும் கிண்டலும் பேசி ஒரே சிரிப்பும் கும்மாளமாகவும் கலகலப்பாகவும் பரியம் போடும் நிகழ்ச்சி நடந்தேறியது. அதைப் பார்த்துக்கொண்டிருந்த முத்தண்ணன் எல்லோரையும் அமைதிப்படுத்திவிட்டு சரி பொண்ணுக்கு மாப்பிள்ளை வீட்டார் என்ன நகை நட்டு போடுறீங்க அதையெல்லாம் நீங்களே பேசி முடிச்சுட்டீங்களா? அல்லது இப்ப பேசப் போறீங்களா? என்று கேட்டார். அதற்கு செங்கோடன் அதையெல்லாம் நாங்கள் ஏதும் பேசிலிங்க அவங்க பொண்ணுக்கு என்ன போடணுமோ அதை அவங்க போடட்டும் எம் மருமவளுக்கு நாங்க என்ன போடணுமோ அதை நாங்க போட்டுறோம் என்று கூறினார். அதைக் கேட்ட முத்தண்ணன் இப்படிதாம்பா இருக்கணும். நீ கூறியதை கேட்டதும் சந்தோசமா இருக்கு என்று கூறினார் முத்தண்ணன். அதைக் கேட்ட கோவிந்தசாமி சம்மந்தி என்ன சொன்னாரோ அதையே தான் நானும் சொல்லுறேன் என்றார். இதைக் கேட்டதும் சபையே சிரிக்கிறது. அதற்கு யா எல்லோரும் சிரிக்கிறீங்க என்று முத்தண்ணன் கேட்டார். அதில் ஒருத்தர் இப்பவே சம்மந்தியும் சம்மந்தியும் ஒண்ணாய்ட்டாங்கிறப்ப சந்தோசமான சிரிப்பு எல்லோரும் பங்கும் பங்காளி அண்ணன் தம்பிகள் வந்து பொட்டு வைத்து எழுப்பிவிடுங்க. முதலில் தாய்மாமன்கள் தாய்மாமன் மனைவிகள் வந்து பொட்டுவையுங்கள் என்று கூறினார். அதுபோலவே எல்லோரும் பொண்ணுக்கும் மாப்பிள்ளைக்கும் பொட்டு வைத்தார்கள்.

எல்லோரும் பொட்டு வைத்த பிறகு, சரி! பொண்ணு மாப்பிள்ளை எழுப்பி விடுங்க என்று முத்தண்ணன் கூறிவிட்டு பொண்ணு வீட்டாரை கூப்பிட்டு பருப்பும் அரிசியும் மாப்பிள்ளை வீட்டார் கொண்டு வந்தார்களே அதை எடுத்து பருப்பும் சோறும் செய்து விட்டீர்களா என்று கேட்டார். அதைக் கேட்ட வெள்ளச்சி அதெல்லாம் செஞ்சாச்சுங்க என்றார். அதைக் கேட்ட முத்தண்ணன் அப்ப சாப்பிட எல்லோருக்கும் கை கழுவ தண்ணி கொடுங்க என்றான். அதை கேட்டுக் கொண்டிருந்த அறிவு அப்பா செங்கோடன் கலியாணத்தை எப்ப வைச்சிக்கிலாமுன்னு எதுவும் சொல்லலியே என்றார். ஆமாம் அது பத்தி எதுவும் கூறலியே நல்ல வேளை நேபகப்படுத்துனீங்க என்று

கூறி முத்தண்ணன் எல்லோரையும் பார்த்து எந்திரிக்காதீங்க கல்யாண தேதியை குறிக்கச் சொல்லி மாப்பிள்ளை வீட்டார் கேட்கிறார்கள். பெண் வீட்டார் என்ன சொல்கிறீர்கள் என்று கேட்டார். அதைக் கேட்ட கோவிந்தசாமி நாங்கள் எந்த தேதியில வேணுமுன்னாலும் வச்சிக்க தயாரா இருக்கிறோம் என்றார். அப்படியா? இப்பன்னா சித்தரை பதினைந்து ஆயிடுச்சி. வைகாசியில நல்ல முகூர்த்தம் இருக்கு அந்த தேதியில வச்சிக்குவமா? என்று இருவரையும் பார்த்து கேட்டார் முத்தண்ணன். இருவரும் சரி. வைகாசியிலேயே வைத்துக்கொள்ளலாம் என்று கூறினார்கள். அதற்கு முத்தண்ணன் சோசியர்கிட்ட போயி பஞ்சாங்கத்தல பாத்து நாள் குறிச்சிக்கிறீங்களா? அல்லது கேலண்டரை பாத்து முகூர்த்த நாள் பாத்து வச்சிக்கிறீங்களா? என்று கேட்டார் அதற்கு செங்கோடன் முதலில் இதற்கெல்லாம் எதுக்குங்க சோசியரிடத்தில் போய் கேக்கணும். கேலண்டரை பாத்தே நாள் குறிச்சிக்குங்க என்றார். அதைக் கேட்ட கோவிந்தசாமி சம்மந்தி சொல்லுறபடியே வச்சிக்கிலாங்க என்றார். சரி, அப்படியே வச்சுக்குவம் ஏம்பா சுவத்தில மாட்டியிருக்கிற காலண்டரை ஒருத்தர் எடுங்கப்பா என்று கூறினார் முத்தண்ணன். அதற்குள் வேறொருவர் பாக்கட் டைரியை எடுத்துக் கொடுத்து இதுல பாருங்க என்று கூறினார். அதை வாங்கி புரட்டி பார்த்துக் கொண்டே வைகாசியில முதல் வாரத்தில வச்சுக்கிறீங்களா? அல்லது கடைசியா வச்சுக்கிறீங்களா? என்று கேட்டார். அதுக்கு கடைசியில வச்சுக்கலாம் என்ன சம்மந்தி உங்களுக்கு சம்மதம்மா? உங்க சவுரியத்தை வச்சி வச்சுக்கலாம் என்று கோவிந்தசாமி செங்கோடனைப் பாத்து கேட்டார். அந்தச் சமயத்தில் முத்தண்ணன் தலையிட்டு வைகாசியில ரண்டே முகூர்த்தம்தான் இருக்குது. முதல் முகூர்த்தம் உங்களால முடியாது. அது இன்னும் ஒரு மாசம் கூட இல்ல அதனால கடசி முகூர்த்தம் வைகாசி 23ந்தேதி தான், அந்தத் தேதியில் வச்சிக்கிங்க என்றார். ரண்டு வீட்டாரும் சரி என்று அந்தத் தேதியையே ஒப்புக் கொண்டார்கள். இப்ப எல்லோரும் சாப்பிடப் போகலாம் முதலில் மாப்பிள்ளை வீட்டார் சாப்பிட்ட பிறகு நாம உள்ளூர்க்காரர்கள் சாப்பிட்டுக் கொள்ளலாம் என்று கூறினார் முத்தண்ணன்.

இரண்டு மூன்று நாட்கள் கழித்து பத்திரிக்கை அடிப்பதற்காக பெண் வீட்டாரைப் பார்த்து பேசச் சென்றார் செங்கோடன். கல்யாணத்தை வீட்டிலேயே பச்ச பந்தல் போட்டு நடத்திக் கொள்ளலாம் என்று நினைக்கிறோம். அதுக்கு உங்கள் சம்மதத்தைக் கேட்டு விட்டுப் போகலாம் என்று வந்தேன் என்று சொல்லி முடித்தார். அதற்கு கோவிந்தசாமி கேட்டுக்கொண்டே வெள்ளச்சி வெள்ளச்சி என்றவுடன் கடையில் வியாபாரம் செய்துகொண்டிருந்த வெள்ளச்சி இதோ

வந்துட்டேங்க என்று ஓடிவந்தாள். சம்மந்தி வந்திருக்கிறார் என்று கோவிந்தசாமி கூறியதும் வாங்க சம்மந்தி என்று கைகூப்பி வணங்கி விட்டு உள் வீட்டிற்குள் நுழைந்து தண்ணீர் எடுத்து வந்து செங்கோடனிடம் கொடுத்தாள் வெள்ளச்சி. அதற்குள் கோவிந்தசாமி பாயை எடுத்துவந்து விரித்த வண்ணம் உக்காருங்க சம்மந்தி என்று உட்காரச் சொன்னான். செங்கோடன் உட்கார்ந்த பிறகு நலம் விசாரித்தார்... ம்... எல்லாம் நல்லா இருக்கிறாங்க என்று கூறிவிட்டு அமைதியான செங்கோடன், யோசித்தபடி கலியாணத்தை வீட்டு வாசலிலேயே பந்தல் போட்டு வச்சிக்கலாமுன்னு சொல்லுறாங்க அதுதான் சரி. அது தான் நம்ம சாதி வழக்கம். அப்படி செய்து விடலாம் என்று கூறிவிட்டு இப்பல்லா வேற சாதிக்காரங்க கல்யாண மண்டபத்தில கலியாணம் வச்சிக்கிறாங்க. அப்படியெல்லாம் நாம செஞ்சா நம்ம குடும்பம் விருத்தியாகாது. அதே நேரத்தில எந்தப் பொருளானாலும் உடனே வீட்டில எடுத்துக்கலாம். ஒரு பொருள் வேணுமின்னாலும் வீட்டுக்கு அல்லது கடைக்கு ஓடணும். அதெல்லாம் சரிப்பட்டு வராது. அதே சமயம் நம்ம ஜாதி ஜனங்க நம்ம வீட்டை கல்யாணம் காச்சி ஆனாதான் வந்து போவாங்க. அதையும் நாம் கலியாண மண்டபத்திலே வச்சா அங்க மட்டும் வந்துட்டு அப்படியே போயிடுவாங்க. அதுவும் நாம கல்யாண மண்டபம் பாக்கிறதுன்னா இளம்பிள்ளை போகணும். அதவுட்டா இந்தப் பக்கம் கொங்கணாபுரம் போகணும். அங்கு கிடைக்கிலன்னா அதுக்குமேல ஏழு கிலோமீட்டர் எடப்பாடி போகணும். அதெல்லாம் எவ்வளவு அலச்சல் என்றார் செங்கோடன். அதான் வீட்டிலேயே கலியாணத்தை வைச்சுக்கிலாம் என்றார் கோவிந்தசாமி. அப்புறம் பத்திரிக்கை அடிக்கணுமா? வெத்தல பாக்கே வைச்சுக்கலாமா? என்று கேட்டவாறு பத்திரிக்கை அடிச்சுக்கலாம் ஏண்ணா இப்ப எல்லாரும் அப்படிதான் செய்யுறாங்க அப்படியே செஞ்சுக்குவோம் வேண்டுமானால் முக்கிய சொந்தக்காரர்கள் மாமன் மச்சான்களுக்கு பத்திரிக்கையோடு பணம் பாக்கு வெத்திலையும் சேர்த்து வச்சிடுவோம் என்று கூறினார் செங்கோடன். அதற்கு அப்படியே செஞ்சுடுவோம் இப்பல்லாம் எல்லோரும் அப்படித்தான் செய்கிறார்கள் என்று கூறினாள் வெள்ளச்சி. சரி அப்படியே செய்திடுவோம் அப்ப பத்திரிக்கை அடிக்கிறதுக்கு உங்க சொந்த பந்தம் உங்க பெயர்களையெல்லாம் கொடுங்க என்று செங்கோடன் கேட்டார். அதைக் கேட்ட வெள்ளச்சி பக்கத்தில மாரி மவன் முருகனை கூப்பிடுவோம் அவந்தான் படிச்சவன் அவனை எழுதிக்கொடுக்க சொல்லலாம் என்றாள். அதைக்கேட்ட கோவிந்தசாமி அப்படியே செய்யலாம் வெள்ளச்சி ஓடிப்போயி அவனை கூட்டிவா என்றான் கணவன். கூறியபடியே ஓடிப்போயி முருகனை கூட்டிவந்து இதோ அப்பா தா கூப்பிட்டார் என்னன்னு கேளு என்றாள் வெள்ளச்சி.

அதுக்கு முருகன் ஏப்பா கூப்பிட்டிங்களா என்றான். ஆமாடா கண்ணு நம்ம மயிலேறி கண்ணாலத்துக்கு பத்திரிக்கை எழுதணும் எழுதி குடுக்கிறியா? என்று கேட்டார் அதுக்கென்னாப்பா எழுதி கொடுக்கிறேன் என்று கூறிக்கொண்டே வெளியே போகிறான். கையோடு பேனா பேப்பரோடு வந்து உட்கார்ந்து அவர்கள் சொல்லச் சொல்ல எழுதிக் கொடுத்து இதைக் கொண்டு போயி அச்சாபிசில கொடுத்திடுங்க அவங்க பத்திரிக்கை உங்களுக்கு எவ்வளவு வேணும் என்றான் முருகன். எங்களுக்கா ஏம்புள்ள நமக்கும் இருநூறு வேணுமுள்ள சொந்த பந்துக்கள் ஏராளமான பேர்கள் இருக்காங்க என்று கூறிவிட்டு ஒட்டு மொத்தமா ஐநூறு அடிக்கச் சொல்லுங்க பத்தலன்னா மேலும் எப்ப போயி அடிக்கிறதென்று கூறினார் கோவிந்தசாமி. சரி, அப்படியே அடிச்சுப் புடலாம் என்று கூறிவிட்டு, சரி, சம்மந்தி நான் புறப்படுறேன் என்று எழுந்திருக்கிறார் செங்கோடன். அதைப் பார்த்த வெள்ளச்சி என்னாங்கண்ணா கால்ல சுடுதண்ணி ஊத்திகிட்டு தான் வறீங்க. சாப்பிட்டு வெய்யதாழ சாய்ந்தரமா போகலாம் இந்த வேகாத வெய்யிலுல அப்படி என்ன ஓடுறீங்க என்றாள். அதைக் கேட்ட வோவிந்தசாமி ஆமாங்க சம்மந்தி, வெள்ளச்சி சொல்லுறதும் சரிதான். இருந்து சாப்பிட்டு புட்டு வெய்யதாழ போலாம் உக்காருங்க என்றான். அதைக் கேட்ட செங்கோடன் இப்ப போனாதான் மாடுகளை தண்ணி காட்டி நிழல புடுச்சி கட்ட முடியும் இல்லன்னா பாவம் வாயில்லா ஜீவன்க வெய்யிலிலேயே காயும் அது பாவமில்லையா? நம்ம வேலையை மட்டும் பாக்கக் கூடாது அதுகளையும் கவனிக்கணுமில்லையா? சம்மந்தி என்றார் செங்கோடன். அதைக் கேட்ட கோவிந்தசாமி சம்மந்தி சொல்லுறதும் சரிதான். சரிங்க, சம்மந்தி நீங்க புறப்டுங்க என்றார் அதைக் கேட்ட வெள்ளச்சி என்னாங்க நீங்க அவர் சொல்லுறதையே கேக்கிறீங்க என்றாள். அதைக் கேட்ட கோவிந்தசாமி பேசாம இருடி வெள்ளச்சி சம்மந்தி போகட்டும் என்றான். செங்கோடன் விடைபெற்று புறப்பட்டான்.

பத்திரிக்கையை அறிவு மூலம் கொடுத்தனுப்பி இளம்பிள்ளையில அச்சாபிசில கொடுத்து பத்திரிக்கை அச்சடிச்சு கொண்டாந்தாச்சு. முதல்ல குலதெய்வ கோயில வைச்சு கும்பிட்டு விட்டு அப்படியே போயி சம்மந்தியூட்டிலேயே அவர்கள் கேட்ட பத்திரிகையை கொடுத்து விட்டு வந்திருவோம் என்று கூறிவிட்டு செங்கோடன் ஆடுகளை மேய்க்க ஒட்டிக்கொண்டு போயிட்டான். அடுத்த நாள் அறிவு, அழகம்மா, செங்கோடன் மூவரும் பொன்னையன் கோவிலுக்கு போயி பத்திரிக்கையை வைத்து பூஜை செய்து கும்பிட்டு விட்டு முதல் பத்திரிக்கையை எடுத்து சாமிகிட்ட வைத்து விட்டு பாதியை எடுத்து

இந்தா அறிவு நானும் உங்கம்மாவும் இப்படியே போயி உங்க மாமன் களுக்கு முதலில் வெத்தலபாக்கு பணத்தோடு பத்திரிக்கையும் வைத்து விட்டு வீட்டுக்கு போறோம். நீ இத கொண்டு போயி உங்க மாமனார் வீட்டுல குடுத்துட்டு வா என்றான் செங்கோடன். அதைக் கேட்ட அறிவு வெட்கத்தோட நான் போகல என்றான். ஆமாடா நீதான் அன்னைக்கே பத்திரிக்கை அடிக்க பேருங்கல கேக்க போனப்ப எங்க மாப்பிள்ளையை கூட்டி வரலையான்னு கேட்டாங்க. இல்ல கூட்டி வரலன்னு சொல்லிட்டு வந்துட்டேன். அவங்க ஒன்ன எதிர்பாத்திட்டு இருப்பாங்க போடா ஏண்டா சங்கோசப்படற என்றான் செங்கோடன். அதற்கு அழகம்மாள் டேய் கண்ணு போடா அந்தப் பொண்ணு வேற எதிர் பாத்திருப்பாடா அவள நீயும் பாக்கணுமுடா இல்லன்னா அவங்க தப்பா எண்ணுவாங்கடா என்று கூறினாள்.

வெளியூர் உள்ளூர் எல்லா இடத்திற்கும் சென்று பத்திரிக்கை களையெல்லாம் செங்கோடன், அறிவு இருவரும் சென்று வைத்தார்கள். ஓரளவிற்கு பத்திரிக்கைகளையெல்லாம் வைத்து விட்டார்கள். இன்னும் உள்ளூர் மட்டுமே பாக்கியாக இருந்தது. அறிவு நாளைக்கு உங்கம்மாவ கூட்டிக்கிட்டு உள்ளூர்க்காரர்களுக்கெல்லாம் மறக்காம நாலணா பணம் முறிச்சி வச்சுகிட்டு அவங்களுக்கு மறக்காமல் பணம் பாக்கு வெத்தல வைச்சிருங்க இல்லன்னா கோவிச்சிக்கிட்டு கண்ணாலத்துக்கு வரமாட்டாங்க. வழியில பாத்த அவ்வளவு எலக்காரமா போயிடுச்சு, ஒரு மட்டு மருவாதி இல்லாம வெறும் பத்திரிகை வைச்சு கண்ணாலத்துக்கு கூப்புடுறானுங்க இந்தக் கூத்தையெல்லாம் நாம எங்க போயி சொல்லறது என்று நம்ம காதுபடப் பேசுவாங்க. அதுமட்டுமல்ல நாலணா காசு நாம பொறமாட்டமா அல்லது நாலணா காசுக்கு இவங் களுக்கு யோக்கியதையில்லியா? என்று பேசுவார்கள் அதனால் கால் ரூபாயை வெத்தல பாக்குல வச்சு அதன் மேல பத்திரிக்கை வைச்சு நேபகமா குடுத்திடுங்க இல்லன்னா என் தலைதான் உருளும் என்று கூறினான் செங்கோடன்.

இப்படிப் பேசிக் கொண்டிருக்கிறபொழுது ஒரு பையன் ஓடி வருகிறான். அவன் அறிவைப் பார்த்து அறிவு அறிவு என்று கூப்பிட்டான். ஏண்டா பெருமாள் அப்படி ஓடியாடுற மெதுவா வா விழுந்து பல்லகில்ல ஓடச்சுக்காதே என்றான் அறிவு. அதற்கு ஓடிவந்தவன் உங்க தாத்தா இல்ல தாத்தா அதாண்ணே உங்கம்மாவோட அப்பா அவரு... அவரு என்று கூறிக்கொண்டிருந்தான். அதைக் கேட்ட அறிவு டேய் எங்க தாத்தாவுக்கு என்னடா விவரமா சொல்லுடா என்றான். அதுக்கு ஓடிவந்த பெருமாள் சொல்லுறன் சொல்லுறன் என்று மூச்சு

வாங்க வாங்கச் சொன்னான். அவரு... அவரு செத்துப் போயிட்டாரு என்று கூறினான். அதற்கு டேய் ஏண்டா தமாஷ் பண்ணுற அவர பத்தியல்லாம தமாஷ் பண்ணுற என்று மிரட்டுற தொணியில் கேட்டான் அறிவு. அதைக் கேட்ட அவங்க அப்பனும் அம்மாவும் வெளியே ஓடிவந்து என்னடா அறிவு, பெருமாள் ஏதோ சொல்லுறான் என்று ஆள் மாத்தி ஆள் பதட்டத்தோடு கேட்டார்கள். அதற்கு அறிவு, அம்மா இவன் ஏதோ தாத்தா செத்துப் போயிட்டார்ன்னு தமாஷ் பண்ணரான்மா என்று கூறினான் அறிவு. அதைக் கேட்டு ஓடிவந்த பெருமாள் நான் தமாசெல்லாம் செய்யல இதுக்கெல்லாமா தமாஷ் பண்ணுவாங்க. நான் நெசத்தைதான் சொல்லுறேன் என்றான். அதைக் கேட்ட அழகம்மாள் நெஞ்சுமேல் அடித்துக்கொண்டு ஏண்டா கண்ணு நெசமாவா எங்கப்பன் செத்துப் போய்ட்டாங்க சொல்லுப்பா சொல்லென்று அவனை பிடித்து உலுக்கினாள். அதற்கு பெருமாள் நெசமாத்தான் நான் சொல்லுறேன். அதுக்கு செங்கோடன் டேய் எப்படியடா இது... இது நடந்ததென்று கேட்டான். நெஞ்சுவலிக்குதுன்னு நெஞ்ச பிடிச்சுட்டு உக்காந்திருந்தார் அப்படியே கீழே விழுந்து விட்டாராம் டாக்டரிடம் கொண்டு போக வண்டி ஏற்பாடு செஞ்சுகிட்டிருந்திருக்கிறார்கள் அதற்குள் அவர் மூச்சு நின்று போச்சுன்னு பாத்திட்டு சொல்லியிருக்கிறாங்க. எல்லா ஊரே கறே முரான்னு அழுது கிட்டிருக்காங்க. அதனால உங்ககிட்ட முதல சொல்லலாமேன்னு ஓடி வந்தேன் என்றான் பெருமாள். அழகம்மாள் அப்படியே கீழே விழுந்து அழுது புரண்டு கொண்டே பேரன் கல்யாணத்த கூட பாக்காமல் போயிட்டியே அப்பா. பேரனுக்கு பருப்பு சோரு போட வந்து எல்லோர்கிட்டேயும் எவ்வளவு சந்தோசமா பேசிட்டிருந்த... பேரன் கலியாணத்தை முன்னிருந்து நடத்துவேன் என்று எவ்வளவு சந்தோசமா பேசிக் கொண்டிருந்த அப்பா. இப்படி எங்களை யெல்லாம் விட்டுட்டு போயிட்டியே. அட கடவுளே இது உனக்கே நியாயமா இருக்கா? ரண்டு நாளா ராத்திரியில அந்தப் பக்கமே நாயி கொலச்சிக்கிட்டேயிருந்தது ஏதோ திருடன்கள் வந்திருப்பான் களோன்னு எண்ணிக் கொண்டிருந்தேன் எமன்தான் வந்திருப்பான் போலிருக்குது நாயிங்க கண்ணுக்குத்தான் எமன் தெரிவானாம் என்று கதிறிக் கதறி அப்பாவின் கடந்த கால பிரதாபங்கள சொல்லி சொல்லி அழுதுகொண்டிருந்த அழகம்மாளை மகன் அறிவு ஓடிவந்து அமுக்கி பிடித்து எழுந்திரும்மா நாம போவம் என்றான். அதை கேட்டுக் கொண்டிருந்த செங்கோடன் பதறிப்போய், டேய் அறிவு என்று அழுது கொண்டே நமக்கு அந்தப் பாக்கியம் இல்லப்பா இப்ப நாம இறந்த வூட்டுக்கு போனா தீட்டுப்பா கண்ணாலம் உனக்கு நிச்சியம் ஆயிடுச்சு. நாள் குறிச்சி வெத்தலை பாக்கும் ஊர்லவச்சி அழைச்சாச்சு. இன்னும்

எண்ணி பத்துநாள்தான் இருக்கு. இந்த நேரத்தில் நாம செத்த எழவுக்கு போகக்கூடாது என்றார் செங்கோடன். அதைக் கேட்ட அறிவு என்னா அப்பா நம்ம தாத்தா இறந்திருக்கிறார் இதற்கெல்லாம் சாங்கியம் சம்பிரதாயம் தீட்டு எல்லா பேசிகிட்டுருக்கிறீங்க என்றான். ஆமாடா அறிவு. நாம கலியாணத்தை வைச்சுகிட்டு எழவுக்கு போகக் கூடாதப்பா. அப்பா சொல்லுறது தாம்பா உம்மை என்று அழகம்மாளும் செங்கோடன் கூறியதை அங்கீகரிக்கிறாள். யாம்மா இதையெல்லாம் யாரும்மா உங்களுக்கு சொல்லிக் குடுத்தாங்க இவ்வளவு கொடுமையை என்று கேட்டான் அறிவு. டேய் அறிவு என்று அழுதபடியே உங்க தாத்தா சொல்லிக் கொடுத்ததுதான் அப்பா உயிரோடு இருந்தாலும் இதையெல்லாம் அவரே சொல்லுவாரு. ஊர் கோயில் திருவிழா போட்டிருந்தா கூட யாராவது ஊர்ல செத்துப் போயிட்டா யாரையும் அழகூட விடமாட்டாங்க. மேளம் கொட்டவும் கூடாது தேர்கட்டக் கூடாது உடனே எல்லை தாண்டி வேற ஊர் சுடுகாட்டில தான் கொண்டு புதைக்கவேண்டும். உடனே சாங்கியம் சடங்கெல்லாம் செய்து விட வேண்டும். இல்லன்னா சாமி குத்தமாயிடுமாம் அது போல தான் நம்மவீட்டுக் கண்ணாலமும் திருவிழா மாதிரிதான். அதனால நாம எழவுக்குப் போக வேண்டாம் இங்கேயே உக்கார்ந்து அழுதுக்கவேண்டியது தான் என்று அழகம்மா ஒப்பாரி வைக்கத் தொடங்கினாள். உடனே செங்கோடன் அழுது கொண்டிருந்தவன் முகத்தை துண்டால் துடைத்துக் கொண்டு அழகம்மா சும்மா வேணுமுன்னா அழுதுக்க ஒப்பாரியல்லாம் வீட்டு கிட்ட வைக்காதே அது அவச குணமாயிடும் எனக் கூறினான்.

இதையெல்லாம் பார்த்துக் கொண்டிருந்த அறிவு என்னடா உலகம் என்னடா சாதி என்னடா சடங்கு சாங்கியம் என்ன கட்டுப்பாடு இதையெல்லாம் வகுத்தவன் என் முன்னால் வந்தா கொலையே செய்து விடுவேன் என்று புலம்பினான். அதைக் கேட்ட செங்கோடன் மகன் அருகில் வந்து நாம மட்டுமல்லப்பா இந்த சமூகமே இப்படித்தான் அப்பா என்று தனது மகன் தலையைப் பிடித்து தலையை கோதி விடுகிறார். அதைக் கேட்ட அறிவு அப்பா, நாம நம்ம தாத்தாவுக்காக அதை ஏன் மீறக்கூடாது. நம்ம தாத்தா என்னை சின்ன வயதிலிருந்து எவ்வளவு அன்போடு என்னை எங்க போனாலும் தோள் மீது தூக்கிக் கொண்டு போவாரப்பா. என்னை பொத்தி பொத்தி வளர்த்தாரப்பா. அவர் நம்ம குடும்பத்துக்கு எவ்வளவு செய்திருக்கிறார். அவர் இறுதி சடங்குக்கு நான் போகணும் அம்மாவுடைய அப்பாப்பா அவரு. என்ன பாக்கிறப்பல்லாம் டேய் அறிவு எனது பேரா, நா செத்தா நீ எனக்கு நெய் பந்தம் புடுச்சாதான் என் சரீரமே வேகும் அப்பதா என் ஆத்மா சாந்தியடையும் என்று கூறுவார். அவருக்கு கடைசி சடங்கில் கலந்து

கொண்டு அவருக்கு நான் நெய் பந்தம் புடுச்சே ஆக வேண்டுமென் கிறான். அழுது புரண்டு கொண்டிருந்த அழகம்மா டேய் அறிவு அடம் பிடிக்காதேடா பொண்ணு வீட்டார் இதுக்கு ஒத்துக்கமாட்டாங்கடா. என் அப்பா வாழ்ந்து தாண்டா இறந்திருக்கிறார். நீ வாழ வேண்டிய வண்டா. அதனால நாமபோக வேண்டாம்பா என்று கெஞ்சினாள். டேய் எனக்காவது அவர் என்னை பெத்தவர்தான். ஆனால் நான் உன்னை பெத்தவண்டா. அவரு என்னை வாழவைத்துவிட்டார். என்னை உன் தாத்தா வாழவைத்த மாதிரி உன்னை நான் வாழவைக்க வேண்டாமா? என்று கதறினாள். அதற்கு அறிவு, அப்பன் இறந்து கிடக்கிறார் அது உனக்கு பெரிசா தெரியல இந்த சடங்கு சாங்கியம் தீட்டு இதுதான் உங்களுக்கு பெரிசா தெரியுது என்றான். டே நம்ம சமுதாயமே இப்படி இருக்கிறப்ப நாம அதுல ஒரு துரும்படா. நாம மட்டும் அத மீறினால் நாம இந்த சமுதாயத்தையே புறந்தள்ளி விட்டுட்டு வேற எங்கடா போய் வாழறது என்று செங்கோடன் கேட்டான். அப்பா, நாம பொண்ணு வீட்டல போயி சொல்லிட்டு அவர்களுடைய சம்மதத்தை வாங்கிகிட்டு போகலாம்பா என்றான் அறிவு. அதுக்கு செங்கோடன் அவங்க ஒத்துக்கிட்டாலும் நாங்க ஒத்துக்க மாட்டம்டா. ஏ...ன்னா நாங்கபெத்த ஒரே புள்ளடா நீ ஒங் வாழ்க்கை தாண்டா எங்களுக்கு முக்கியம். உங்க தாத்தாவுக்கு எப்படி எங்க வாழ்க்கை முக்கியமோ அதைப் போலத்தான் உன் வாழ்க்கை எங்களுக்கு முக்கியம். அவர் உயிரோடு இருந்தாலும் இதைத் தாண்டா செய்வார். அவர், எங்களுக்கு சொல்லி வளர்த்த வளர்ப்புப்படி தாண்டா நாங்கள் வாழ்ந்தோம். அதைத் தாண்டா நாங்கள் கடைபிடிக்கிறோம். இதை நாங்கள் மீறினால் அவரு எங்களுக்கு கத்து கொடுத்ததை மறந்தவங்களாவோம் என்று செங்கோடன் கூறினார். நாம எழவுக்கு போகலன்னா நம்ம சொந்த பந்தங்கள் நம்மல வெறுக்காதா என்று அறிவு கேட்டான். அதைக் கேட்ட அழகம்மா, நாம இந்த நிலையில் போனா தான் நம்மல வெறுப்பாங்க திட்டுவாங்க. உங்களுக்கு புத்திமாறாட்டம் ஆயிடுச்சான்னு சொல்லுவாங்க. அதனால நாம கலியாணத்தை வைச்சுக்கிட்டு இப்ப போக வேண்டாம் வேணுமுன்னா கல்யாணம் முடிந்த பிறகு போயிக்கலாம் என்று கூறினாள். அழகம்மாள் அப்பா, அறிவு தாத்தா பெரியதம்பி இறந்து பத்து நாட்கள் கூட ஆகவில்லை. அவர் இறந்த துக்கத்திலேயே கல்யாண வேலைகளை அரை மனதோடு நடை பெற்றது. பெரியோர்கள் நிச்சயித்தபடி அந்தத் தேதியிலேயே வீட்டின் முன் பச்ச பந்தல் போட்டு திருமணம் நடைபெற்றது. கல்யாணத்திற்கு வந்தவர்கள் துக்கம் விசாரித்துக் கொண்டிருந்தார்கள். அழகம்மாள் அப்பா இறப்புக்கு காரியம் நடக்கவில்லை. அதனால் தாத்தா

குடும்பத்தின் பங்காளிகள் யாரும் அறிவு கல்யாணத்திற்குக் கூட வரமுடியவில்லை. அவர்கள் வந்தால் கல்யாண வீடு தீட்டு ஆகிவிடும் என்று பெரியவர்கள் சொல்லி வைத்ததால் அவர்கள் யாரும் வரவில்லை. எப்படியோ துக்க காலத்திலேயே சடங்குத் தனமாக கல்யாணம் நடந்து முடிந்தது.

ஒரு ஆண்டுக்குப் பின்னால் மயிலேறிக்கு ஆண் குழந்தை பிறந்தது. சோசியரிடத்தில் சோசியம் பார்த்ததில் தோஷம் இருக்கு. அதும் பதினொரு நாளைக்கு இருக்கு அதுவரைக்கும் குழந்தை பிள்ளத்தாச்சி குளிக்கக் கூடாதென்று சோசியன் சொன்னான். அதன் பிறகும் எனது மனசு அறுத்துக் கொண்டேயிருந்தது. அதனால் சோசியரிடம் கிரகமெல்லாம் சரியாக இருக்கிறதா என்று பார்த்து சொல்லுங்கள் என்று கேட்டேன். அப்பதான் சோசியன் குழந்தை பிறந்த நேரம் சரியில்லை. கேட்டை நட்சத்திரத்தில் பிறந்துள்ளான். ராகு காலத்தில் வேற பிறந்துள்ளான். அதனால் அப்பா அம்மாவிற்கு சரியில்லை அவன் கூட இருந்தால் அவர்களை அடித்துவிடும். ஆனால் அவன் சிறப்பான படிப்பாளியாகவும் நல்ல குணம் படைத்தவனாகவும் இருப்பான் என்று சோசியர் கூறினார். அதைக் கேட்ட நான் அதற்கு பரிகாரம் ஏதாவது இருக்கான்னு கேட்டேன். எந்தப் பரிகாரமும் இல்லை என்று சொல்லிவிட்டான். அப்பவே நாம செய்த தப்பால் மகனுக்கும் மருமகளுக்குமே ஆபத்து வந்துவிட்டது என்று மனம் பதறிப்போய் வீட்டிற்கு வந்து நடந்த விபரத்தைக் கூற வீடே சோகத்தில் மூழ்கி விட்டது. இப்படியே மூன்று மாத காலம் ஆனபிறகு ஒருநாள் அறிவும் மயிலேறியும் வீட்டில் பேசி அழுது கொண்டிருந்ததைக் கவனித்து அவர்கள் நம்ம மகன் இருந்தா நம்ம உயிருக்கு ஆபத்தாம் நாம என்ன செய்யலாம் என்று பேசிக் கொண்டதைக் கேட்டதுதான். அவர்கள் உயிருக்கு எந்த ஆபத்தும் வந்துவிடக் கூடாதென்று. அதனால் பேரன் உயிருக்கும் இவர்களால் ஏதாவது ஆபத்து வந்துவிடுமென்றுதான் நானும் அழகம்மாளும் மூன்று மாத குழந்தையைத் தூக்கிக்கொண்டு சென்றோம் என்று நினைத்தபடி செங்கோடன் அந்தப் பயனை கதிரவனை 23 வருடம் வளர்த்து ஆளாக்கி அத்தாந்தர காட்டில் விட்ட மாதிரி விட்டுபுட்டு வந்து விட்டோமே என்று நினைத்து நினைத்து கதறிக்கதறி அழுது மயக்கம் போட்டு விழுந்து விட்டார் செங்கோடன்.

கொண்டலாம்பட்டி கதிரவன் வீடு. மாலை ஐந்து மணிக்கு அழகம்மாளும் செம்மலும் வந்து கதவைத் தட்டினார்கள். கதிரழகி வந்து கதவைத் திறந்தாள். அவர்களைப் பார்த்து உங்களுக்கு யார் வேணும் என்று கேட்டாள். கதிரவன் இருக்கிறாரா? என்று செம்மல் கேட்டான்.

அவர் இல்லிங்க அவர் ஆறு மணிக்கு மேல்தான் வேலையிலிருந்து வருவார். அவர் வேலைக்கு போயிருக்கிறார் அவரை பாக்கணுமா? என்றாள் கதிரழகி. ஆமாம் அவரை கட்டாயம் பாக்கணும் என்றான் செம்மல். அப்ப வாங்க உள்ளே வந்து உக்காருங்க அவர் வந்திடுவார் பாத்திட்டே போங்க என்று உள்ளே அழைத்துச் சென்று பெஞ்சை எடுத்துப் போட்டு, "உக்காருங்க" என்றாள் கதிரழகி. அம்மா, அம்மா என்று தனது அம்மாவைக் கூப்பிட்டாள். செல்லம்மாள் பக்கத்து ரூமிலிருந்து குரல் கொடுத்தாள். இதோம்மா வந்துட்ட என்று வந்தாள். அழகம்மாளையும் செம்மலையும் காட்டி மாமாவை பாக்க வந்திருக்காங்க என்று அறிமுகப்படுத்திவிட்டு இவங்க கிட்ட பேசிகிட்டிரும்மா என்று உள் வீட்டிற்குள் சென்று தண்ணீர் எடுத்து வந்து தண்ணீரை வந்தவர்களுக்கு கொடுத்து விட்டு குடியுங்கள் வருகிறேன் என்று மீண்டும் வீட்டிற்குள் சென்றாள் கதிரழகி. அதன் பிறகு அழகம்மாளையும் செம்மலையும் பார்த்து செல்லம்மாள் அம்மா நீங்க எங்கிருந்து வறீங்க தம்பியைப் பாக்க வந்திருக்கிறீங்க. அதைக் கேட்ட அழகம்மாள் நாங்க இளம்பிள்ளைக்கு மேல் அழகப்பம் பாளையம் பக்கம் கரையாங்காடு கிராமத்திலிருந்து வறோம் என்றாள். அதைக் கேட்ட செல்லம்மா அதிக தூரத்திலிருந்து வந்திருக்கிறீங்க பாவம் பெரியவங்க களைப்பா இருப்பீங்க; கதிரழகி கதிரழகி என்று செல்லம்மாள் கூப்பிடுகிறாள். இதோ வந்துட்டம்மா என்று குரல் கொடுத்தாள் கதிரழகி. அதுக்கு செல்லம்மாள் வந்திருக்கிறவங்களுக்கு காபி போட்டு கொண்டுவாம்மா என்று கூறினாள். அதைக்கேட்ட கதிரழகி இதோம்மா பால் சுடவச்சிட்டேன். உடனே கொண்டு வாரமா என்று கூறினாள். இதைக் கேட்ட அழகம்மாள் நல்ல குடும்பத்துலதான் என் பேரன் பொண்ணெடுத்திருக்கிறான். நல்ல அழகான பொண்ணாத்தான் இருக்கிறாள். குணமும் நல்ல குணம்தான். பாரேன் நாம யாருன்னு அவங்க அம்மாதான் கேட்டா. ஆனா அவ வயதானவங்க வந்திருக்காங்க முதலில் களைப்பை போக்கிவிட்டு பேசலாமுன்னு நினைத்துக் கொண்டு முதலில் அன்போடு பெஞ்செடுத்து போட்டு உட்கார வைத்து முதலில் தாகத்திற்குத் தண்ணீர் கொடுத்து விட்டு அவங்க அம்மாள கூப்பிட்டு நம்மகிட்ட பேச வைத்துவிட்டு நலம் விசாரிக்கக் கூறி விட்டு காபி போட போயிட்டாள். அவ அம்மாகாரியும் மகளுக்கு தகுந்த மாதிரியே சிந்தித்து காபி போட சொல்லுறாள். அதுக்கு முன்னமே அவள் அதை செஞ்சுகிட்டிருக்கிறாள். அப்படி நல்ல பழக்கத்தை கத்துக் கொடுத்து வைத்திருக்கிறாள் அவள் அம்மாகாரி. பரவாயில்லை நாம போன பிறகு எப்படியோ அவன் நினைத்த மாதிரியே அந்தப் பொண்ணையே கலியாணம் கட்டிக்கிட்டான். நினைத்தாலே

சந்தோசமா இருக்கு எங்க எம் பேரன் கடையில் சாப்பிட்டு உடம்பை கெடுத்துக்கிறானோ என்று பயந்து போயிட்டேன் என்று மனதுக்குள் நினைத்துக் கொண்டாள். இதைக்கேட்டால் படுக்கையில் படுத்திருக்கும் இவன் தாத்தா கேட்டாலே போதும் எழுந்து உக்காந்துக்குவார் நோயே காணாமல் போய்விடும் என்று எண்ணிக் கொண்டாள் அழகம்மாள்.

இதைக் கவனித்துக் கொண்டிருந்த செல்லம்மாள் ஏம்மா ஏதோ கவலையில் இருக்கிற மாதிரி தெரியுதே? உடம்புக்கேது சரியில்லையா? அல்லது வந்து களைப்பா இருக்கா? வாங்கம்மா வாங்க வந்து கொஞ்ச நேரம் கட்டிலில் படுங்கம்மா என்று கூறினாள். இதைக் கேட்டுக்கிட்டு வந்த கதிரழகி இந்தா காபி கொண்டு வந்து விட்டேன். சாப்பிட்டு விட்டு வேணுமுன்னா படுக்கட்டும்மா என்று காபியை இரண்டு பேருக்கும் கொண்டு வந்து கொடுக்கிறாள் கதிரழகி. செம்மல் காபியை குடித்துக்கொண்டு கதிரழகியைப் பார்த்தான். இவங்க தான் அண்ணன் மனைவியா இருப்பாங்க போலிருக்கு ஆணா கழுத்தில் தாலியை காணுமே ஒரு வேளை இன்னும் கல்யாணம் நடக்கலயோ என்று மனதுக்குள் நினைத்துக் கொண்டான். காபியை குடித்துக் கொண்டே செம்மல் பாட்டி காதருகில் குனிந்து பாட்டி இவங்கதான் அண்ணன் பொண்டாட்டியா இருப்பாங்களோ என்று கேட்டான். ஆமாடா அப்படித் தான் இருக்கும் போலிருக்குது என்றாள் அழகம்மாள். அப்படீன்னா அவங்க கழுத்தில தாலியை காணுமே என்றான் செம்மல். அதன் பிறகு தான் அழகம்மாள் அதைக் கவனித்தாள். ஆமாடா தாலியை காணுமே அப்ப கல்யாணம் இன்னும் ஆகல போலிருக்கு என்றாள் குசு குசுவென்று செம்மல் கிட்ட. இதை கவனித்துக் கொண்டிருந்த செல்லம்மா யாம்மா என்ன ரண்டு பேரும் பேசிக்கிறீங்க? காபியில சர்க்கரை இல்லியா? என்று கேட்டாள். அதற்கு அழகம்மாள் அதெல்லாம் சரியா இருக்கு. இவன் என் பேரன் பேரு செம்மல். இவன் கதிரவனுக்கு கல்யாணம் ஆயிடுச்சான்னு கேட்டான். அதுக்கு செல்லம்மா இவதா என் பொண்ணு, பேரு கதிரழகி. அவதான் அவரு பொண்டாட்டி என்று கூறினாள். அவ கழுத்தல தாலியை காணுமே? என்ற சந்தேகம் வந்துடுச்சா! அதையாப்பா கேக்கிற பதிவுத் திருமணம் செஞ்சுகிட்டாங்க அதுவே போதும் தாலிகட்ட வேண்டாம். அப்படி தாலிகட்டுவதா இருந்தா அவ கதிரழகியும் எனக்கு தாலி கட்ட வேண்டும் என்று கூறிவிட்டார். அது எப்படியப்பா சரியாகுமின்னு கேட்டதற்கு அதென்ன ஆணுக்கு ஒரு சட்டம் பொண்ணுக்கு ஒரு சட்டம் என்று கேட்டார். இதைக் கேட்ட எம்மவ கதிரழகி மாமாவுக்கு நான் தாலிகட்டினா அதை போட்டுகிட்டு வெளியில போவாரு

எல்லோரும் கேலி பேசுவாங்க அதனால அவரு எனக்கும் தாலி கட்ட வேண்டாம் நானும் அவருக்கு தாலிகட்ட வேண்டாமென்று கூறிவிட்டாள். அதனால மாலையை மாத்திக் கொண்டு பதிவுத் திருமணம் மட்டும் செய்து கொண்டார்கள். கல்யாணத்தை விமர்சியா செய்யலாம் என்று சொன்னதுக்கு எங்க தாத்தா பாட்டி இல்லாமல் நான் எப்படி விமர்சியா செய்ய முடியும், முடியாது! அதே நேரத்தில் கலியாணத்திற்கு அதிக செலவு செய்யாமல் எளிமையாக செஞ்சு மத்தவங்களுக்கு எடுத்துக்காட்டா இருக்கணுமுனுட்டார். அவரை எங்களால் மீற முடியவில்லை. அவர் நல்லதைத் தான் செய்வார் அவர் சொல்லுறபடியே நடத்தட்டுமுன்னு கதிரழகி அப்பாவும் ஒத்துக்கிட்டார். அதனால தான் அவ கழுத்தில தாலி இல்ல என்றாள் செல்லம்மா. இதைக் கேட்ட அழகம்மாள் அப்ப தாலி கட்டல அவன் சொன்னா சொன்னது தான் அவன் சொல்லுறதிலும் நாயம் இருக்கும் என்றாள்.

இதைக் கேட்ட செல்லம்மாள் அவரைபத்தி சரியா சொல்லுறீங்களே அப்ப நீங்க அவங்க பாட்டியா? என்றாள் செல்லம்மாள். இதைக் கேட்டவுடன் அழகம்மாளுக்கு அடக்க முடியாமல் ஆமாம்மா அவனை தவிக்க விட்டுட்டுப்போன பாவி பாட்டிதான் என்று ஓ... வென்று அழுதாள். இதை கேட்டுக்கிட்டிருந்த கதிரழகி ஓடி வந்து பாட்டியை கட்டிப் பிடித்துக் கொண்டு பாட்டி வந்துட்டிங்களா? என்று கட்டிப் பிடித்து அழுதாள். உங்களையும் தாத்தாவையும் நினைக்காத நேரமேது. வீட்டிற்கு வந்தா சில நேரங்களில் வீட்டில் நுழைந்தவுடன் பாட்டி பாட்டி தாத்தா இன்னும் வரலய்யா? இன்னுமா? வேலை முடியலையாம் என்றுதான் நுழைவாரு. எங்களை பாத்ததும் தான் நீங்க இங்கே இல்ல என்கிற நினைப்பே வரும். அதனாலேயே அவர் லீவு நாள்கூட வீட்டில இருப்பதில்லை. இந்த வீட்டுல இருந்தா உங்க நினப்பா இருக்குதுன்னு எங்கயாவருது வெளியில போயிட்டு தூங்க மட்டுந்தான் வீட்டிற்கே வருவாரு என்று கூறிக் கொண்டே அழுதாள். செல்லம்மாளும் இப்படியா அவரை அனாதியாக்கிட்டு போவிங்க? நீங்க போன நாளிலிருந்து அவரு பைத்தியம் புடுச்சவரு மாதிரிதானே இருக்கிறார். நல்ல வேளை நாங்க குடும்பத்தோடு வந்து அவரோடு இருப்பதால் கொஞ்சம் ஆறுதலா இருக்கிறார் என்று கூறி விட்டு இவரு இந்தத் தம்பி யாரு அவர் முக சாடையாகவே இருக்குது என்று கேட்டாள். அதற்கு அழகம்மாள் அவனுடைய தம்பிதான். இன்னொரு தங்கச்சியும் இருக்கிறாள் என்றாள். இதையெல்லாம் கவனித்த செம்மல் கண்ணை கசக்கிக் கொண்டு உட்காந்திருக்கிறான். கதிரழகி எழுந்து உட்கார்ந்து முகத்தை துடைத்துக்கொண்டு எங்க பாட்டி தாத்தா அவர் வரலியா? என்று கேட்டாள். அதைக் கேட்ட

செம்மல், பாட்டி எதையாவது சொல்லி அவங்க மனசை சங்கடப்படுத்த போறாங்க என்று எண்ணி தாத்தா அங்கு ஊரிலதான் இருக்கிறாரு. நல்லா இருக்கிறாரு. அண்ணன் நினைப்பாகவே இருக்கிறார். அவர் தான் அண்ணனை பாத்து கூட்டிவரச் சொன்னார். அதனாலத்தான் பாட்டியும் நானும் வந்தோம் என்றான். அந்த நேரத்தில் கதிரவன் வரும் வண்டிச் சத்தம் கேட்கிறது. அதைப் பார்த்த செல்லம்மாள் அதோ தம்பியும் வந்துட்டாங்க என்று கூறினாள். இதைக் கேட்டதும் செம்மல் அண்ணனைப் பார்க்க வேண்டும் என்ற ஆவலோடு எழுந்து நின்னு வாசல் பக்கம் பாக்கிறான். அண்ணனைப் பார்த்தவுடன் சந்தோசத்துடன் நிற்கிறான். வண்டியை நிறுத்திவிட்டு வாசற்படியில் கால் வைத்தவுடன் பாட்டியை கண்டு கொண்டான் கதிரவன். ஓடிவந்து பாட்டியை கட்டிப் பிடித்துக் கொண்டு எங்க பாட்டி, தாத்தா? ரண்டு பேரும் என்னை தனியே விட்டுட்டு எங்க போனிங்க. இப்படிப் போனதிற்கு நீங்க என்னை கொன்று போட்டுட்டு போயிருக்கலாம் என்று கதறி அழுகிறான். இதைக் கேட்ட அழகம்மாள் அப்படியெல்லாம் சொல்லாதப்பா. உங்க அப்பா அம்மா நேபகம் வந்திடுச்சு. அதனால உங்கிட்ட சொன்னால் நீயும் வருவேன்னு அடம் பிடிப்ப அதனால சொல்லாமல் போயிட்டம் அதான் வந்துட்டன்ல்ல. நீங்க வந்துட்டிங்க தாத்தா எங்க அவருக்கு என்னாச்சு, அவர் யா பாட்டி வரல சொல்லு பாட்டி, அவருக்கு என்னாச்சி சொல்லு சொல்லு என்று பாட்டியை பிடித்து உலுக்கினான் கதிரவன். இதைப் பார்த்துக் கொண்டிருந்த செம்மல் நான் சொல்லுறேன் அண்ணா என்றான்.

இதைக் கேட்ட கதிரவன் அண்ணாவா? பாட்டி இவன் யாரு என்றான். இவனா இவன்தாண்டா உங் தம்பி! பேரு செம்மல் என்றாள் பாட்டி அழகம்மாள். இதைக் கேட்டவுடன் கதிரவன் செம்மலை கட்டிப் பிடித்து எனக்கு ஒரு தம்பி இருக்கிற இவ்வளவு பெரிய பயனா இருக்கிற உன்னை இன்னிக்குத்தான் பாக்கும் பாக்கியம் எனக்குக் கிடைத்தது. கூட பொறந்த பொறப்பைப் பாக்க எவ்வளவு சந்தோசமா இருக்கு. உன்னையாவது பாத்துட்டேன். இன்னும் என்னை பத்து மாசம் சுமந்து பெத்த அம்மாவையும் அப்பாவையும் பாத்ததே இல்லை. இதுக் கெல்லாம் அந்த சோசியக்காரன் தான் அவன் மட்டும் என் கண் முன்னால் வந்தான் வச்சுக்க வெட்டியே சாய்ச்சிடுவேன் என்று உணர்ச்சிவசப் பட்டவனாய் குமுறுகிறான். நான் எங்கப்பா அம்மாவைப் பாத்தால் அவங்களுக்கு ஆபத்தென்று கூறியிருக்கிறான். அதனால தாத்தா பாட்டி மகனையும், மருமகளையும், காப்பாத்த என்னை இரவோடு இரவா தூக்கிக் கொண்டு ஓடி வந்து விட்டார்கள். இன்னும் தாத்தாவுக்கு அந்த சோசியத்து மேல் இருக்கும் நம்பிக்கையை

வைத்துக் கொண்டு இன்னும் என் தாய் தந்தையை காண்பிக்க மறுக்கிறார். இனி இவர்களை நம்ப வேண்டியதில்லை. இனி நீ வந்துட்ட தம்பி உன் மூலம் அம்மாவையும் அப்பாவையும் பாக்கும் பாக்கியம் கிடைத்து விட்டது என்று கதறிக் கதறி அழுகிறான். தம்பி நீ மட்டுந்தான இன்னும் என்னோடு பிறந்தவர்கள் இருக்கிறார்களா? என்று கேட்டான். அதைக் கேட்ட செம்மல் நமக்கு ஒரு தங்கச்சி இருக்கிறாள் அண்ணா என்றான். அப்படியா? அவ பேரு என்னாப்பா? என்றான் கதிரவன். அவ பேரு அகவி என்றான் செம்மல். உங்களுக்கு என்னப்பா அம்மா நல்ல பெயர்களை தேர்வு செய்து வைச்சிருக்கிறார்கள். ஆனா எனக்கு பெத்தவங்க பேரு வைக்கவில்லையே! தாத்தாவும் பாட்டியும் ஒரு நல்ல மனிதர் மூலம் பேர் வச்சிவிட்டாலும் அவர் கைவிடல. அவர்தான் எனக்கு ஆறுதலா இருந்தார். அவர்தான் எனக்கு கல்யாணம் கூட இருந்து செஞ்சுவச்சார் என்று கூறினான் கதிரவன். இதைக் கேட்ட செம்மல் உங்க பேருக்கென்னா? அண்ணா எவ்வளவு நல்ல பேர் உங்க பேருக்கு தகுந்த மாதிரி உங்க குணம் அறிவு எல்லாமே அமைந்திருக்கிறது என்றான். தம்பி, இவ உங்க அண்ணி கதிரழகி. இவங்க என் மாமியார் செல்லம்மா என்று அறிமுகப்படுத்தி வைக்கிறான். எங்க மாமாவை காணோம் இன்னும் வரலையா? என்று கேட்டான் செம்மல். அந்த சமயத்தில் நாயர் இதோ வந்துட்டேன் மாப்பிள்ளையென்று வெளியிலிருந்து வீட்டிற்குள் நுழைகிறார். அவரை காட்டி இவர் தான் மாமனார். இவங்க தான், என்னை தாத்தா பாட்டி விட்டுச் சென்ற பிறகு அப்பா அம்மாவா இருந்து என் மீது அன்பு காட்டி என்னை அனாதையென்று நினைக்காமல் அவங்க ஒரே பொண்ணையும் எனக்கு கல்யாணம் செஞ்சுவச்சு என்னை பாதுகாத்து வருகிறார்கள் என்று பாட்டியிடமும் செம்மலிடமும் கூறினான் கதிரவன். இதைக் கேட்ட நாயர் அழகம்மாளைப் பார்த்து வணக்கம்மா வாங்க எப்ப வந்தீங்க நல்லா இருக்கிறீங்களா? எங்க பெரியவரைக் காணோம் அவர் வரலியா? என்று கேட்டார். அதற்கு அழகம்மாள் அவர் வரல அவர்தான் பாத்துபுட்டு கதிரவனை கூட்டி வரச்சொல்லி என்னையும் பேரன் செம்மலையும் அனுப்பி வைத்தார் என்றாள். செம்மலா? இவர் யாரு மாப்பிள்ளையோட தம்பியா? என்று கேட்டார் நாயர். ஆமாப்பா கதிரவனோட தம்பிதான். அகவி என்கிற தங்கையும் இருக்கிறாள் என்றாள் அழகம்மாள். நான் பார்த்தவுடனே ஊகித்தேன் மாப்பிள்ளை முகசாடையா? இருக்கிறத பாத்து அவர் தம்பியாதான் இருக்குமுன்னு நினைத்தேன். அது நினைச்ச மாதிரியே இருக்கு என்று; செல்லம்மா எல்லோருக்கும் சாப்பாடு தயாராக இருக்கா என்று கேட்டார் நாயர். எல்லாம் தயாரா இருக்குதுங்க என்றாள் செல்லம்மாள். அப்ப

எல்லோருக்கும் சாப்பாடு போடு. சாப்பிட்டு விட்டு அப்புறம் பேசிக்கலாம். அவங்க வந்த களைப்போடு இருப்பாங்க என்று நாயர் கூறினார். இதைக் கேட்ட செல்லம்மா வாங்கம்மா. வாங்க தம்பிகளா, கைகால் அலம்பிகிட்டு வாங்க சாப்பிடலாமென்று கூப்பிட்டாள்.

அவர்கள் கை கால்களை அலம்பிக்கிட்டு வருவதற்குள் அவர்கள் உட்கார பாயை விரித்துப் போட்டாள் கதிரழகி. சாப்பாடு குழம்பு வகைகளை எடுத்து வந்து வைத்தாள் செல்லம்மாள். ஓடிப் போய் தண்ணீர் தட்டுகளையெல்லாம் எடுத்து வந்து வரிசையா வைத்தாள் கதிரழகி. எல்லோரும் வரிசையாக அமர்ந்தவுடன் சாப்பாடு பரிமாறினாள் செல்லம்மா. நின்று கொண்டிருந்த கதிரழகியைப் பார்த்து அழகம்மாள், ஏண்டா அம்மா கதிரழகி நீயும் உட்காருமா எங்களோடு உட்காரு சேர்ந்து சாப்பிடலாம். ஏம்மா எம்பக்கத்தில உக்காரு எங் ராசாத்தி எம் பேரனுக்கு தகுந்த சோடியா கிடைச்சிருக்கா. அழகான உன்னை பெத்து என் பேரனுக்கு கொடுத்த உங்கம்மா அப்பாவுக்கு தாம்மா நாங்க நன்றி சொல்லணும் என்று கூறினாள். இதைக் கேட்ட செல்லம்மாவுக்கும் நாயருக்கும் அப்படியே முகமே அன்று மலந்த மலர் போல காட்சியளித்தது. உடனே நாயர் உங்கபேரன் மட்டும் என்ன எதில் குறைந்தவர் அழகிலா? அறிவிலா? எதில் குறைந்தவர். உங்கள் பேரனை நாங்கள் மருமகனா அடைந்ததிற்கு போன ஜென்மத்தில் நாங்க புண்ணியம் செஞ்சிருக்கணும்மா என்றார். உடனே கதிரவன் செம்மலைப் பார்த்து தம்பி நம்ம ஊர் எது என்றான். நம்ம ஊராண்ணா என்று இழுத்துக் கொண்டே பாட்டியை பார்க்கிறான். பாட்டி சொல்லு சொல்லு என்று சாடை காட்டுகிறாள். அண்ணே எளம்பள்ளி அடுத்து எடப்பாடி போற வழியில அழகம்பாளையம் பக்கமுள்ள சிறிய கிராமம் கரையாங்காடு அண்ணே என்றான். இனி இது போதும்பா. நானும் நினைவு தெரிந்ததிலிருந்து கேட்டிருக்கிறேன் தாத்தாவும் பாட்டியும் சொல்லவே மறுத்துவிட்டார்கள். யாப்பா செம்மல் நம்மல பெத்த அம்மா பேரு என்னாப்பா? என்கிறான் கதிரவன். அதற்கு உடனே அம்மா பேரு மயிலேறி. அப்பா பேரு அறிவு என்றான் செம்மல். பாத்தியா கதிரழகி, என் தம்பியிடம் எங்கம்மா அப்பா பேரை கேட்டு தெரிஞ்சுக்க வேண்டியிருக்கு. எங்க தாத்தா தன் மகனுக்கு அறிவுன்னு பேரு வச்சிட்டு அறிவுக்கு பொருந்தாத சோசியத்தை நம்பி என்னை இவ்வளவு நாள் சிறை வச்சிட்டாரே என்றான் கதிரவன். பாட்டியை பார்த்து பாட்டி நீயும் தாத்தாவும் எனது அப்பா அம்மாவையும் ஊரையும் மறைச்சி வச்சீங்க. நீ என் தம்பி. நீ எனக்கு சொல்லிவிட்டாய் இனி நான் நீங்களே இல்லன்னாலும் கண்டுபிடித்து விடுவேன் என்று கண்ணத் துடைத்துக்கொண்டே

கதிரவன் கூறினான். மிகுந்த மகிழ்ச்சியோடு எல்லோரும் சாப்பிடுங்க என்று செல்லம்மாள் கூறினாள். சாப்பிட்டுக் கொண்டே தம்பி செம்மலைப் பார்த்து அப்பா, அம்மா, தங்கச்சி, தாத்தா, எல்லோரும் நல்லாயிருக்கிறாங்களா? என்று கதிரவன் கேட்டான். உடனே பாட்டியைப் பார்த்தான் செம்மல். பாட்டி சாப்பிட்டுக் கொண்டே செம்மலை பார்த்து சொல்லாதே என்ற பாவனையில் தலையை ஆட்டுகிறாள். அதைக் கவனித்த செம்மல் எல்லோரும் நல்லா இருக்கிறாங்கண்ணா என்றான். அதைக் கேட்ட கதிரவன் தாத்தா எப்படி இருக்கிறார். அவரும் நல்லாயிருக்கிறாங்கண்ணா என்றான் செம்மல். அவர் சோசியம் பார்த்து தான் கதிரழகியை கல்யாணம் செய்யணுமுன்னு விடாப்பிடியா இருந்தார். சோசியம் தான் என்னையும் என் குடும்பத்தையும் பிரித்து வைத்தது. அதனால் எனக்கும் கதிரழகிக்கும் ஒருத்தரை ஒருத்தர் பிடித்திருக்கிறது; சோசியம் பார்த்தால் அது ஏடா கூடமா சொன்னா அதையே தாத்தா பிடிச்சு கிட்டு தாத்தா கதிரழகியை கல்யாணம் செய்யக் கூடாதென்று சொல்லி என்னை மீண்டும் வாழ்நாள் பூராவும் சிறையில் போட்டு பூட்டி வைத்திருப்பார். அதனால் தான் நான் சோசியம் பார்க்காமதான் கல்யாணம் பண்ணணுமின்னு பிடிவாதமா இருந்தேன். அதனால் தான் பாட்டியை கூட்டிகிட்டு சொல்லிக்காமல் போய் விட்டார். அவர் சோசியத்தை நம்பி அவர் ஒரு தலைமுறையையே பாழ்படுத்தி விட்டார். இரண்டாவது தலைமுறையையும் எனது தந்தையை பாழ்படுத்திய மாதிரி என் தலைமுறையையும் பாழ்படுத்தியிருப்பார். அவர் சொல்லுறபடி நடந்தால் எனது மகன் தலைமுறையும் பாழாகியிருக்கும். அதனால் அவரையும் மற்றவர்களையும் இந்த சோசியத்திலிருந்து விடுவிப்பது தான் எனது முதல் வேலையாக இருக்கும் என்று கூறினான் கதிரவன்.

எல்லோரும் சாப்பிட்டு முடிந்து கையை கழுவிக்கொண்டுவந்து உட்கார்ந்தார்கள். அதன்பிறகு செல்லம்மாளை உட்காரவைத்து கதிரழகி பரிமாறுகிறாள். பாட்டி உண்மையை சொல்லுங்க, தாத்தா எப்படித்தான் இருக்கிறார். நான் அப்பவே கேக்கலாம் என்றிருந்தேன். எனக்கு ஒரு சந்தேகம் இருக்கு அவரு நல்லா இருந்திருந்தா உங்களை இங்கு வர விட்டிருக்கமாட்டாரே என்றான் கதிரவன். இதைக் கேட்ட அழகம்மாள் இவ்வளவு நேரமும் அடக்கி வைத்திருந்த விபரத்தை சொல்ல கதிரவனை வந்து கட்டிப் பிடித்துக் கொண்டு டேய் கதிரவா நீ தாண்டா அவரை முழுதுமா புரிந்து கொண்டிருக்கிற. அவரு இங்கிருந்து போனதிலிருந்து ஒரு பத்து நாள் மட்டும் பேரன் பேத்தி மகன் மருமகளையும் மற்றும் சொந்தக்காரர்களை பாத்ததில் உன்னை

கொஞ்சம் மறந்திருந்தார். அதன் பிறகு ரா பகலா உன் நினைப்பிலே தான் புலம்பிக் கொண்டேயிருந்தார். ரண்டு மூணு முறை மயக்கம் போட்டு விழுந்து விட்டார். அப்பயெல்லாம் டாக்டரை கூட்டி வந்து ஊசி போட்டு மாத்திரை மருந்து கொடுத்து குணப்படுத்துவோம். பைத்தியமே புடுச்சிடுச்சுன்னுதான் நாங்களெல்லாம் எண்ணி விட்டோம். அவரை குணப்படுத்த உன்னை கூட்டி வருகிறோம். என்றாலும் ஒத்துக் கொள்ளவே மாட்டங்கிறார். இப்ப ரண்டு நாளா சாப்பிடவுமில்ல கதிரவன் கதிரவன்னு படுத்தவர் டாக்டரை கூட்டி வந்து பாத்தோம். டாக்டரும் எல்லா வைத்தியமும் செஞ்சி பாத்திட்டு நீங்க அவர் சொல்லுற கதிரவனை கூட்டிவந்தால்தான் அவரை பிழைக்கவைக்க முடியும். அவருக்கு மருந்தே கதிரவன் தான் என்று கூறிவிட்டாரப்பா. அதனாலதான் அவரைக் காப்பாத்த எங்களுக்கு வேற வழி தெரியவில்லை. அப்புறந்தான் அறிவு உன் அப்பா எப்படியும் நீங்க போயி கதிரவனை கூட்டிகிட்டு வாங்க என்று அனுப்பி வைச்சான். அதைக் கேட்ட கதிரவன் புழுவாய் துடித்தான். யா பாட்டி வந்ததும் சொல்லல. அப்பவே புறப்பட்டிருக்கலாமே என்றான் கதிரவன். இதைக் கேட்ட அழகம்மாள் அதிலும் ஒரு குழப்பம்பா என்றாள். அப்படி என்ன பாட்டி குழப்பம் என்று பதட்டத்தோடு கேட்டான் கதிரவன். கதிரவா நீ வந்து தாத்தாவை தாத்தா தாத்தா என்று கூப்பிட்டால் ஆவேசத்தில் எழுந்து உட்கார்ந்து தெளிவாகி குணமாகிவிடுவார். அதில் ஆபத்தும் இருக்கு அடுத்த நிமிசமே நீ மகனையும் மருமகளையும், பாத்திட்ட என்ற நினைப்பு வந்தால் அவங்க உசுருக்கு ஆபத்து வந்திடுமேயென்று பயந்து அதிர்ச்சி அடைந்து மறுபடியும் நினை விழந்தால் அவரை காப்பாத்தவே முடியாமலே போய்விடும்பா. அதனால் தான் குழப்பத்தில் தயங்கி வந்தவுடன் சொல்லல என்றாள் அழகம்மாள். இதைக் கேட்ட கதிரவன் ஆமா பாட்டி நீ சொல்லுறதிலும் உண்மை இருக்கத்தான் செய்யுது. என்னை விட அவர் மகன் மருமகள் உயிருக்கு ஆபத்து வரக் கூடாதுன்னுதானே நீங்க ரண்டுபேரும் என்னை தூக்கிக் கொண்டு வந்து அவர்கள் உயிரை பாதுகாத்திங்க. இப்ப நான் அவர்களை பாத்திட்டேன்னா அவர்கள் முகத்தில் முழிச்சிட்டன்னா அவரு நினைச்சார்னாவே அந்த அதிர்ச்சியில மூச்சே நின்னு போய்விடும். நான் வருவதால தாத்தா உயிருக்கே கூட ஆபத்து வரலாம் பாட்டி. அதனால நான் அங்கு வந்து தாத்தாவை பாக்கிறது சரியாயிருக்காது பாட்டி. எங்க தாத்தா எப்படியோ உயிரோடு இருந்தா போதும் பாட்டி நான் வந்து அவரை சாகடிக்க விரும்பல என்று புலம்பிக்கொண்டு ஓ... என்று கதிரவன் அழ குடும்பமே சேர்ந்து தேம்பித் தேம்பி அழ ஆரம்பித்துவிட்டார்கள். தேக்கம் தேறி ஏதோ சிந்தித்தவன் போல தெளிவாக பாட்டி என்ன நடந்தாலும் பரவாயில்லை. என் அப்பா

அம்மாவை பார்க்கணும் போலிருக்குது. பாட்டி பாட்டி ஒரு யோசனை. தாத்தாவை தெளிய வைக்க ஒரு பொய்ய சொல்ல வேண்டியதுதான். ஆனால் அந்தப் பொய்யை நிரூபிக்க எல்லாரும் ஒத்துழைக்கணுமே என்றான் கதிரவன். அதென்னப்பா அத சொல்லு அது நல்லதா இருந்தா அப்படியே செய்வோம். எப்படியும் தாத்தாவை காப்பாத்தணும் என்றாள் அழகம்மாள்.

பாட்டி நான் ஒரு வருசத்திற்கு முன்பிருந்தே எங்க அப்பா அம்மா தங்கச்சி தம்பியை உனக்கு தெரியாமலே பாத்துக்கிட்டுதான் இருந்தேன். நான் அவங்களை பாத்தும் அவங்களுக்கு ஒண்ணும் ஆகலியே அதனால சோசியமில்லாம் பொய் அதை நம்பாதீங்க என்று அவரை தெளிவுபடுத்துவோம் என்றான் கதிரவன். அதைக் கேட்ட எல்லோரும் ஆமா அதுதான் சரி, என்றார்கள். செம்மல் அண்ணே சூப்பர் ஐடியா அண்ணே. ஒரு வருசமா பாத்து கொண்டுதானே இருந்திருக் கிறார்கள். யாருக்கும் எதுவும் ஆகலியே என்று தாத்தா தெரிஞ்சுகிட்டா நிம்மதி அடைந்து குணமாயிடுவார். நம்ம தாத்தாவை காப்பாத்த இது தாண்ணே சரியான வழி என்றான். இதை கேட்டுகிட்டிருந்த நாயர் பெரியவர் பிழைக்க ஒரு பொய்தானே சொல்லுறம் அது தப்பே இல்ல. அப்படியே செய்யலாமே என்றார். தம்பிக்கு எப்படிதான் இந்த நல்ல யோசனை வந்ததோ அப்படியே செய்யலாம் என்றாள் செல்லம்மா. அழுத கண்ணீரை துடைத்துக்கொண்டு தாத்தாவை எப்படியும் காப்பாத்திடலாம் என்ற நம்பிக்கை வந்திடுச்சு அப்படியே செய்யலாம் என்றாள் அவ பங்குக்கு கதிரழகி. கதிரவா நீ சொல்லுறபடியே செஞ்சுடலாம் எங்க அப்பா அம்மாவிடமும் மற்றவர்களிடமும் இதை தெரியப்படுத்தி இந்தப் பொய்யை மெய்யாக்கிடனும் அப்ப நாளக்கு காத்தால ஐஞ்சு மணிக்கே ஒரு பஸ்சு இருக்கு. அதிலேயே போயிடலாம் என்கிறாள் அழகம்மாள். அதைக் கேட்ட கதிரவன் பாட்டி கார் ஒண்ணு வாடகைக்கு எடுத்துக்கிட்டு போயிரலாம் பாட்டி என்றான். அதைக் கேட்ட பாட்டி ஏப்பா கதிரவா அதுக்கு நிறையா செலவாகும்பா. பேசாம பஸ்சிலேயே போய்விடலாம் என்றாள் பாட்டி. பணமென்ன பணம் அதெல்லாம் என் தாத்தாவுக்கு முன்னால அது ஒரு தூசி காசு எவ்வளவு வேணுமின்னாலும் செலவாகட்டும். என் தாத்தாவுக்காக! நான் எவ்வளவு வேண்டுமானாலும் செலவழிக்க காத்திருக்கிறேன் என்றான். அதைக் கேட்ட அழகம்மாள் வீணா எதுக்கு செலவுன்னு பாத்தேன். சரிப்பா கதிரவா காத்தால நேரமா எந்திருச்சி போயிடலாம் நீ கார்க்கு ஏற்பாடு செய் என்று கூறிவிட்டு சரி காத்தால நேரத்தல எழுந்து ஊருக்குப் போகணும் எல்லாரும் கொஞ்ச நேரம் கண்ணயர்வோம் போங்க போய் படுங்க நானும் படுக்கிறேன் என்று

கூறிப்படுத்துக் கொண்டாள். எல்லோரும் படுத்து கண் அயர்ந்தார்கள் கதிரவனுக்கு மட்டும் தூக்கம் வரவேயில்ல. தாத்தா, அப்பா, அம்மா, தங்கச்சியை பாக்கப்போறோம் அந்த மகிழ்ச்சி ஒரு பக்கம் நாம போயி தாத்தாவை பாக்கிறப்ப அவருக்கு ஏதும் ஆகிவிடக் கூடாதென்ற பயம் ஒரு பக்கம். இதை நினைத்து நினைத்து புரண்டு, புரண்டு படுத்தான். அதிகாலை நாலு மணிக்கே கதிரவன் எழுந்து எல்லோரையும் எழுப்பி சீக்கிரம் தயாராகுங்கள் என்று கூறிவிட்டு பால் பூத்திற்குச் சென்று பால் வாங்கி வந்து எல்லோருக்கும் காபி வைச்சுக் கொடுக்க கூறிவிட்டு அவன் தயாராகிறான். எல்லோரும் காலை கடன்களை முடித்துக் கொண்டு காபி குடித்து விட்டு தயாரானார்கள். இரவு கதிரவன் கூறியபடி வாடகை கார் சரியாக ஐந்து மணிக்கு வீட்டு வாசலில் வந்து நின்றது. காரில் நாயர் அவர் மனைவி செல்லம்மாள் உள்பட எல்லோரும் காரில் ஏறிக்கொண்டார்கள். கதிரவன் செம்மலை கூப்பிட்டு எப்படி போகணுமுன்னு டிரைவருக்கு வழி சொல்லுப்பா என்றான். அதைக் கேட்ட செம்மல் அண்ணே டிரைவர் அண்ணே முதலில் நீங்க சித்தர் கோவில் வழியா எளம்பிள்ளைக்கு போங்க நான் அங்கபோனதும் அங்கிருந்து வழிச்சொல்லுகிறேன் என்றான். வண்டி புறப்பட்டது.

கரையாங் காட்டில் செங்கோடனை சுத்தி அறிவு, மயிலேறி, அகவி, அவங்க தாத்தா, பாட்டி இன்னும் உறவினர்களெல்லாம் நின்று கொண்டு பாட்டியும் செம்மலும் எப்படியும் கதிரவனை கூட்டி வந்து விடுவார்கள், இவர் வேற அவன் பெயரை சொல்லிக்கொண்டே இருக்கிறார். அறிவு நினைக்கிறான்: முனிவர்கள் கடவுளுக்கிட்ட வரம் வாங்க ஈஸ்வரா ஈஸ்வரா என்று உச்சிரிப்பது போல தன் பேரன் பெயரை இப்படி மூன்று நாளா அன்ன ஆகாரமில்லாமல் அவம் பேரையே சொல்லிகிட்டு கிடக்கிறாரே. அவ்வளவு அன்பை அவன் மீது வைத்துக்கொண்டிருக்கிறவர் எதற்கு இப்படி எங்களை பாக்க வரவேண்டும். இருபத்தி நாலு வருசமா வராதவர் இப்ப வந்து இப்படி தவிக்கிறார் நம்மளையும் தவிக்க விடறாரே என்று மனதுக்குள் நினைத்துக்கொண்டு நின்று புலம்பிக் கொண்டே கண்ணீர் வடிக்கிறான். அதைப் பாத்த மயிலேறி எதையே நினைச்சுக்கிட்டு அழறானு நினைத்து அவளும் அழுது கொண்டே வடியும் கண்ணீரை முந்தானையால் துடைத்துக்கொண்டு நிற்கிறாள். அகவி தாத்தாவுக்கு உடம்பு சரியில்லாததால் பாட்டியும் செம்மலும் அண்ணனை கூட்டிவரப் போயிருக்காங்க எப்படியும் கூட்டி வந்திடுவாங்க அண்ணணை பாக்க எவ்வளவு சந்தோசமா இருக்கும். என்னைவிட அவனை பத்து மாசம் சுமந்த அம்மா அப்பா இருபத்தி நாலு வருசமா பாக்காமல் எப்படி

தவித்திருப்பார்கள். அவர்கள் எவ்வளவு சந்தோசமடைவாங்க. எப்ப பாத்தாலும் அண்ணனை நினைத்து புலம்புவார்கள் இன்னைக்கு கண்ணால் காணப்போகிறார்கள். இதை நினைக்கிற பொழுதே இவ்வளவு சந்தோசமா இருக்கே இன்னும் இதை நேரில் பாத்து அனுபவித்தால் எவ்வளவு சந்தோசமாக இருக்குமென்று நினைத்துக் கொண்டு அவளும் கண்ணீரை பாவாடையால் துடைத்துக்கொண்டாள். இதைப் பார்த்துக் கொண்டிருந்த மயிலேறி அம்மா வெள்ளச்சி யாரும் அழாதீங்க. இன்னும் கொஞ்ச நேரத்தில் வந்து விடுவாங்க. எல்லாம் சரியாயிடும். அதுக்குள்ள மனச போட்டு குழப்பிக்காதீங்க என்று ஆறுதல் கூறினாள். அதைத் தொடர்ந்து செங்கோடன் சம்பந்தி கோவிந்தசாமி, ஆமாம், வெள்ளச்சி சொல்லுற மாதிரி சம்மந்தியும், செம்மலும் அவங்களை கூட்டி வந்துட போறாங்க. அதுக்குள்ள எதுக்கு மனசை போட்டு அலட்டிக்கிறீங்க என்று அவர் பங்குக்கு ஆறுதல் கூறினார். அகவியை கூப்பிட்டு அம்மாவை கூட்டிப்போ அவங்க வந்தாங்கன்னா எத சாப்பிட குடுப்பீங்க நீங்க எத சாப்பிடுவீங்க இப்படியே மூணு நாளா அவரையே பாத்துக்கிட்டிருந்தீங்கன்னா அவரை பாத்துக்க நீங்க நல்லா இருக்க வேண்டாமா? போங்க போயி வேலையைப் பாருங்க. வெள்ளச்சி அவங்களை கூட்டிப் போயி சோறு ஆக்க உதவி செய் என்று கோவிந்தசாமி கூறுகிறார். அதைக் கேட்ட அறிவு அதுதான் மாமா சொல்லுறாருல்ல போயி சாப்பாட்டு வேலையைப் பாருங்க என்று கூறினான்.

கதிரவனும் மற்றவர்களும் வந்த கார் எளம்பள்ளி வந்து விட்டது. சார், டிரைவர் சார் அப்படியே போயிகிட்டே இருங்க மாரியம்மன் கோவில் வரும். அதற்கடுத்து மேற்கு புறமா புதூர் போகும் வழி என்று போட்டிருக்கும். அந்த வழியில் நேரா போங்கள் என்று செம்மல் கூறினான். இதைக் கேட்ட கதிரவன், தம்பி செம்மல் இன்னும் எவ்வளவு தூரம்பா இருக்கு? பக்கமா வந்துட்டம், கோழி பியானூர் அதற்கடுத்து தப்ப குட்ட காசகாரனூர், அதுக்கடுத்து கரையாங்காடு எப்படியும் பதினைஞ்சு கிலோமீட்டர்தாண்ணே இருக்கும் என்று செம்மல் கூறினான். அதைக் கேட்ட கதிரவன் இன்னும் பதினைந்து கிலோ மீட்டர் இருக்குமா? அடேயப்பா என்னடா இது கொஞ்சம் தூரமின்ன எவ்வளவு தூரம் வந்துட்டம். வந்த தூரமே ஏதோ ராமாயணத்தில அனுமார் வாலு நீளுகிறமாதிரி வந்திருக்கிறோம். இன்னும் வேற பதினைந்து கிலோமீட்டர் போகணுங்கிற எப்படியும் மத்தியானம் ஆயிடுமா? என்றான். அதைக் கேட்ட அழகம்மாள் அவசரப்படாதப்பா இதோ வந்திடுச்சு பக்கம்தான் என்றாள். நானு உங்கபாட்டன கல்யாணம் கட்டிகிட்டு வந்தப்ப இங்க எளம்பிள்ளை நடந்து

வந்துதான் வெள்ளி சந்தையில வீட்டுக்கு வேண்டிய சாமான்கள வாங்கிட்டு நடந்தே போவோம். பதினைஞ்சு கிலோ மீட்டர் ஒரு தூரமா? ஒவ்வொரு வாரத்துக்கு கொங்கணாபுரம் சந்தை இருபது கிலோமீட்டர் தூரம் நடந்தே தலை சுமையா கொட்டமுத்து, தட்டபயிறு, பச்சபயிறு, நரிபயிறு இவைகளை தூக்கிக் கொண்டுபோய் வித்துபுட்டு சந்த செலவு செஞ்சுகிட்டு மீண்டும் தலை சுமையா வருவம். இந்தக் கால பசங்களுக்கு இதெல்லாம் ஒரு தூரமா தெரியது என்று கூறினாள். இதைக் கேட்ட நாயர் மாப்பிள்ளை அவசரப்படறதெல்லாம் தூரத்த பத்தியில்ல அம்மா, அப்பா, தாத்தாவைப் பாக்கிற ஆவலில் அப்படி சொல்லுகிறார் என்றார் இப்படியே பேசிக்கொண்டே வருகிறார்கள். உடனே செம்மல் டிரைவர்கிட்ட அதோ அங்க முன்னால ஒரு வட்ட கிணறு தெரியுதுல்ல அதற்கடுத்து ஒரு டீ கடை. அதற்கடுத்து வடக்கு பக்கமா ஒரு ரோடு திரும்பும் அதுல திரும்பிப் போங்க என்றான். செம்மல் சொன்ன வழியில கார் செல்கிறது. அகவி சமையல் வேலைகளை முடித்துவிட்டு வெளியில் வந்து பார்த்தாள். ஏரி மூலையில் ஒரு கார் வேகமாக புழுதியை கிளப்பிக்கொண்டு வருது. இதைப் பார்த்த அகவி ஓடிப்போய் அப்பா அப்பா, அம்மா ஓடி வாங்க கார் ஒண்ணு ஏரிகிட்ட வந்து கிட்டிருக்கு. அது அது நம்ம அண்ணன் தான் வருவான் போலிருக்கு வாங்க வாங்க ஓடிவாங்க என்றாள். எல்லோரும் செங்கோடனை விட்டு புட்டு வெளியே ஓடிவந்து ஆவலோடு ஏரி பக்கம் பார்த்தார்கள். ஆமாம், ஆமாம். கார்தான் வருது. அவங்கதான் வருவாங்க நம்ம ஊரல கார் வச்சிருக்கிறவங்க யாரு இருக்கிறாங்க. அவங்களாத்தான் இருக்குமென்று அறிவு உறுதிப்படுத்துகிறான். உடனே மயிலேறியை பாத்து நம்ம பயன் முதல் முதலில் நம்ம வீடு வரான் ஆரத்தி கரைச்சி வை அவன் வந்தவுடன் ஆரத்தி எடுக்கணும். நான் எப்படிங்க ஆரத்தி எடுக்கமுடியும்? அவனை பாத்ததும் அவனை கட்டிப்புடுச்சி அழுகை தானே வரும் என்னால் முடியாது என்றாள் மயிலேறி. இதைக் கேட்ட அகவி, அப்பா நான் எடுக்கிறேன்பா அண்ணனுக்கு என்று வீட்டிற்குள் ஓடினாள். அதோ கார் குல்லாங்காட்டுகிட்ட வந்திடுச்சி. நம்ம வீட்டை நோக்கித்தான் வருது சந்தேகமே இல்ல. கூத்தம்பாளையம் போறதா இருந்தா அந்த வழியிலயில்ல திரும்பியிருக்கும். இங்கேயே தான் வருது அதோ பக்கமா வந்துட்டாங்க. காரில் வந்த கதிரவன் பாட்டி நா ராத்திரி சொன்னது மனசுல இருக்குல்ல யாரும் சொதப்பிடப் போறாங்க. நீ தான் அவங்க கிட்ட தனியே சொல்லி புரிய வைக்கணும். அவங்க சொதப்பிட்டாங்கன்னா தாத்தாவை காப்பாத்த முடியாது தெரியுதா? என்று பாட்டிக்கும் காரில் வருபவர்களுக்கும் நினைவுபடுத்தற மாதிரி கூறினான் கதிரவன்.

கார் வந்து வாசலில் நிற்கிறது. செம்மல், எல்லாரும் இறங்குங்க வீடு வந்துடுச்சின்னு முதலில் கதவை திறந்து இறங்குகிறான். அடுத்து கதிரவன் இறங்கி தாத்தாவைத் தேடினான். அவரைக் காணவில்லை அதற்குள் அண்ணா இவங்கதான் நம்ம அம்மா என்று கை நீட்டி காட்டினான் செம்மல். இதைப் பாத்த கதிரவன் ஓடிப்போய் அம்மா என்று கட்டிப் பிடித்துக் கொண்டு அம்மா அம்மா என்றான். மகனே எங்கடா இவ்வளவு நாளும் எங்கள தவிக்க விட்டுட்டு போயிருந்த? அம்மா நான் உன்னைப் பாக்காமல் ஒவ்வொரு நாளும் எவ்வளவு விசனப்பட்டேன் தெரியுமா? என்று மகனுக்கு கண்ணத்தில் மாறிமாறி முத்தம் கொடுத்தாள். இதைப் பாத்த அறிவு ஓடி வந்து மகனை கட்டிப்பிடித்து, மகனே வந்துட்டியா உன்னை உங்தாத்தாவும், பாட்டியும் பூனை குட்டியை தூக்கிக் கொண்டு போய் மறைப்பதைப்போல் தூக்கிக் கொண்டு போய் இத்தனை வருசமா மறைச்சிட்டாங்கப்பா. நீ எவ்வளவு பெரிய ஆளாயிட்ட. ஒன்ன மூணுமாச குழந்தையில பாத்ததப்பா. நான் இனி கவலையில்லாமல் செத்துப் போயிடுவோம். ஒன்ன பாத்தது அது ஒன்னே போதும்பா என்று கதறிக்கதறி அழுதான். இந்த நேரத்தில் வெள்ளச்சி கோவிந்தசாமி இரண்டுபேரும் ஓடிவந்து பெரிய பேரனை கட்டிப்பிடித்து, வந்துட்டியா சாமி இனி எங்களை விட்டு போயிடாதப்பா நான் தாண்டா உன்னுடைய அம்மாவைப் பெத்த பாட்டி இவரு உன்னுடைய தாத்தா என்று கூறினாள் வெள்ளச்சி. அதைக் கேட்டு கதிரவன் தாத்தா பாட்டி உங்களையெல்லாம், பாட்டியும் செம்மலும் வருவரை பாப்பேன் என்று கனவிலும் நான் நினைக்கவில்லை. இந்த சமயத்தில் மற்ற மூணு பேரையும் பார்த்து மாமியாரிடம் இவர்கள் யாரு அத்தை என்று கேட்டாள் மயிலேறி. அதற்கு அழகம்மாள் கதிரழகியை காட்டி இவதான் நம்ம குலத்தை விருத்தி செய்ய வந்த ஒங் மருமவ என்றாள். அழகான பொண்ணு. எவ்வளவு முகலட்சணமா. நம்ம ஊர் சனங்களில் மத்தியில் நிறுத்தினா மதியத்தில் வந்த முழு நிலா மாதிரில்ல இருக்கிற என்று கூறிக்கொண்டே தனது கணவனிடம் காண்பித்து நம்ம மருமவளை பாத்தியா? சந்திர சூரியன பாக்கிற மாதிரி இருக்கா என்று காண்பித்தாள். அறிவு, கதிரழகியை பார்த்து தலையை தடவி ஆமா புள்ள நீ சொன்ன மாதிரிதான் நம்ம குடும்பத்தில இவ்வளவு அழகான பொண்ண நினைச்சு சந்தோசமா இருக்கு என்றான். வந்திருந்த உறவுக்காரர்கள் ஒவ்வொருத்தரும் கதிரவன சூழ்ந்து கொண்டு ஆசையாக அவனிடம் பேசினார்கள். நலம் விசாரித்தார்கள். உடனே கூட்டத்திற்குள் ஆரத்தித் தட்டோடு வந்து நகருங்க எங்கண்ணன் அண்ணிக்கு ஆரத்தி எடுக்க வேண்டும் என்று எல்லோரையும் ஒதுங்குங்க ஒதுங்குங்க என்று சொன்னாள் அகவி. இதைப் பார்த்த அழகம்மாள், கதிரவனையும்

கதிரழகியையும் இழுத்துவந்து ரண்டு பேரும் ஒன்னா நில்லுங்க. வீட்டுக்கு வந்த எங்கவீட்டு ராஜாத்தி குலவிளக்குக்கு ஆரத்தி எடுக்குது. எங்க வீட்டு குலவிளக்கு எல்லாம் இங்க கவனிங்க என்று கூறிவிட்டு, டேய் கதிரவா இவதாண்டா உன்னுடைய தங்கச்சி அகவி என்று காண்பித்தாள். அகவி, அண்ணனுக்கும் அண்ணிக்கும் ஆரத்தி எடுத்து திலகமிட்டு எங்க அண்ணா இவ்வளவு நாளும் எங்களை தவிக்க விட்டுட்டு போனதுக்கெல்லாம் சேத்து மொத்தமா ரூபா நோட்டா போட்டுருண்ணா என்றாள். அண்ணியைப் பாத்து அண்ணி அண்ணன் கிட்ட சொல்லண்ணி என்றாள். உடனே பாக்கட்டில் கையை விட்டு கையில் வந்த பணத்தை அப்படியே தட்டில் போட்டு விட்டு உன் வார்த்தையைக் கேட்க இந்த அண்ணன் எவ்வளவு கொடுத்து வச்சிருக்கணும் தெரியுமா? இப்படிப்பட்ட தங்கச்சி இருப்பான்னு நான் கனவுல கூட நினைச்சதில்லை. அதைக்கேட்ட அகவி நான் கூடத்தாண்ணா இப்படிப்பட்ட அண்ணனும் அழகான அண்ணியும் கிடைப்பாங்கன்னு இந்த நிமிசம் வரை நினைக்கில. நான் அண்ணன் வருகிறான்னுதான் ஆரத்தி எடுக்க கரைச்சேன். ஆனால், அண்ணி வருவாங்கன்னு தெரியாமல் போச்சே. அதுவும் இப்படிப்பட்ட அண்ணி வருவாங்கன்னு நினைக்கவே இல்லையேயென்று கதிரழகி கன்னத்தில் மஞ்சள் தண்ணியை தடவி விடுகிறாள். இதைப் பார்த்த கதிரழகி வெட்கத்தால் முகம் சிவந்து மேலும் அழகாயிருந்தாள். அகவியைப் பார்த்து பதிலுக்கு தட்டிலிருந்த மஞ்சள் தண்ணியை எடுத்து அகவி முகத்தில் பூசி இப்படிப்பட்ட நாத்தனார் இருக்கிறாங்கன்னு உங்கண்ணன் கூட சொல்லல. உங்களை யெல்லாம் நான் பாக்கிறபொழுது நான் ஏதோ வேறு கற்பனை உலகத்திற்கு வந்த மாதிரி இருக்கு என்று ஆனந்தக் கண்ணீர் வடிக்கிறாள். உடனே கதிரவன் எல்லோரிடமும் என்னுடைய தாத்தாவும் பாட்டியும் வளர்த்து ஆளாக்கி என்னை அனாதியா விட்டுபுட்டு வந்தப்ப நீ அனாதை இல்ல நாங்க இருக்கிறோம் என்று என்னை அரவணைத்து தங்களுடைய ஒரே பொண்ணையும் எனக்கு கட்டி கொடுத்து எங்களுடைய தாய் தந்தைக்குப் பதிலா இருந்தவங்க இவங்கதான் என்று காண்பிக்கிறார். நாயரையும் செல்லம்மாவையும் பார்த்து எல்லோரும் கையெடுத்து கும்பிடுகிறார்கள். அங்கிருந்த அனைவரும் அவர்கள் முன் இன் முகத்தோடு அன்போடு கையெடுத்து கும்பிட்டு வரவேற்றார்கள். சரி எல்லோரும் வாங்க என்று வீட்டிற்கு அழைத்துச் சென்றார்கள்.

அறிவும் மயிலேறியும் வீட்டில் நுழைந்தவுடன் கதிரவன், தாத்தா எங்க எங்க என்று தேடுகிறான். இதைப் பார்த்த அறிவு, கதிரவா இதோ தாத்தா இங்கே படுத்திருக்கிறார் என்று அடுத்த அறைக்கு அழைத்துச் சென்றார். தாத்தா நல்ல நிலையில் இருக்கும் வரை உன்னைபத்திய

எந்தத் தகவலும் கொடுக்க மறுத்து விட்டார். அம்மாவிடமும் சத்தியம் வாங்கிக் கொண்டார். அவர் பேச்சு மூச்சு இல்லாமல் மயங்கிய நிலையில் இருக்கிற பொழுதுதான் அவரை காப்பாத்தணுமுன்னா அவர் உச்சரிக்கிற நபரை கூட்டிவந்தால் தான் அவரை காப்பாத்த முடியுமென்று டாக்டர் சொல்லிவிட்டார். அதனால் தான் அது எது நடந்தாலும் நடக்கட்டும்; தாத்தாவை பொழைக்க வைக்கணுமுன்னு தான் உன்னை கூட்டிவர அம்மாவையும் செம்மலையும் அனுப்பி வைத்தேன் என்று செங்கோடன் படுத்திருக்கும் கட்டில் அருகில் கூட்டிச் சென்று நிறுத்தினார். மயக்கத்தில் கூட அவர் தனது பேரன் உன்னுடைய பெயரை சொல்லிகிட்டே இருக்கிறார். பாரு கதிரவா அவர் உன் நினைப்பாகவே இருக்கிறார். நீ அவர் அருகில் போயி அவரை கூப்பிடு என்றான், அறிவு. தாத்தாவை அந்த நிலையில் பார்த்த கதிரவனுக்கு அதிர்ச்சியில் அப்படியே உறைந்துபோய் நிற்கிறான். எதுவும் பேச முடியவில்லை எல்லோரும் அவனையே கவனித்துக் கொண்டிருக் கிறார்கள். பாட்டி அழகம்மாள் பக்கத்தில் வந்து கதிரவா பேசுப்பா தாத்தாவை கூப்பிடப்பா என்று கதறினாள். அதுவும் அவன் காதில் விழவில்லை அப்படியே வாயடைத்துப் போய் நின்றான். இதைப் பார்த்த நம் மகனுக்கு ஏதாச்சு ஆகி விடுமோ என்று ஓடிவந்து மயிலேறி கதிரவா கதிரவா என்று தட்டி எழுப்புவதைப் போல் முதுகில் தட்டிக் கொடுத்து கூப்பிடுப்பா தாத்தாவை கூப்பிடுப்பா என்று கெஞ்சினாள். இவ்வளவு வருசம் கழித்து வந்த உனக்கு இப்படியுமா சோதனை நடக்கணும். கூப்பிடுப்பா தாத்தாவை கூப்பிடுப்பா என்று கட்டிப் பிடித்து உலுக்குகிறாள். அதன் பிறகுதான் கதிரவன் சுய நினைவுக்கு வந்து தாத்தா மீது கை வைத்து அப்படியே நின்றபடியே தழுவி தாத்தா தாத்தா எழுந்திரு தாத்தா நா... நா...ன் தான் கதிரவன் வந்திருக்கிறேன் என்று கூறிக்கொண்டே அழுதான். அழுகையுடன் தாத்தா தாத்தா நான் தான் கதிரவன் கதிரவன் வந்துட்டேன் தாத்தா. எழுந்திருங்க எழுந்திருங்க தாத்தா என்று கன்னத்தில் கை வைத்து லேசாக தட்டிவிடுகிறான் கதிரவன். அதற்கும் செங்கோடனுக்கு நினைவு திரும்பல. தாத்தா தாத்தா உனக்கு என்னதான் ஆச்சு எழுந்திருங்க எழுந்திருங்க என்று தாத்தா நெஞ்சைப் பிடித்து உலுக்கினான். உடனே கட்டிலின் மீது படுத்திருக்கும் தாத்தாவோடு சேர்ந்து ஒரு பக்கம் படுத்து கால தாத்தா மீது குழந்தை போல போட்டு கட்டிப் பிடித்து படுத்துக் கொண்டு தாத்தா தாத்தா எழுந்திரு தாத்தா என்று சத்தம் போட்டான். செங்கோடன் லேசாக கண்விழித்துப் பார்க்கிறான். தாத்தா தாத்தா எழுந்திரு தாத்தா என்று மீண்டும் மீண்டும் சத்தம் போட்டான். செங்கோடன் கண் விழித்தவன் சுத்தியும் நிற்கிறவர்களைப் பார்க்கிறான். இதைப் பார்த்த

அறிவு, கதிரவா கூப்பிடுப்பா தாத்தா கண் முழிச்சுகிட்டார் என்று கூறினார். இதைக் கேட்ட கதிரவன் தாத்தா தாத்தா என்று உலுக்கினான். கதிரவன் டேய் கதிரவா வந்துட்டியா? என்று லேசா முனகுகிறார் இதைக் கேட்ட அழகம்மாள் டேய் கதிரவா தாத்தா பேசுறாருடா பேசறாரு. உன்னை வந்திட்டியா என்கிறார்டா என்று கூறினாள். அதைக் கேட்ட கதிரவன் தாத்தா தாத்தா எழுந்திரு தாத்தா என்று படுக்கையிலிருந்து இறங்கி தாத்தா எழுந்திரு வேலைக்குப் போகணும் வாங்க போகலாம் என்று கூப்பிட்டான். உடனே செங்கோடன் எழுந்திருக்க முயற்சி செய்துகொண்டே கதிரவா வந்துட்டியா? வாப்பா வா நல்லா இருக்கிறாயா? வா நான்தான் உனக்கு துரோகம் செஞ்சுட்டேன். உன்னை காட்ல விட்டமாதிரி ஓடி வந்துட்டேன். என்ன நீ மன்னிச்சுக்கப்பா என்று கதறுகிறார். கதிரவன் கைத் தாங்கலா செங்கோடனை தூக்கி உட்கார வைத்து அம்மா அம்மா என்று கூப்பிடுகிறான். மயிலேறி பக்கத்தில் வந்து நின்றாள். தாத்தாவுக்கு குடிக்க ஏதாவது கொண்டு வா ரொம்ப களைப்பா இருக்கிறார் என்று கூறினான். அதற்குள் அகவி ஓடிப் போய் தண்ணீர் கொண்டு வந்து கதிரவன் கையில் கொடுத்தாள். கதிரவன் தாத்தாவை கைத்தாங்கலாக பிடித்துக் கொண்டு லேசா தலையை சாய்த்து தாத்தா இந்தாங்க தண்ணி குடிங்க என்று தண்ணீரை குடிக்கவைத்தான். தண்ணீரை இரண்டு முழுங்கு குடித்தவுடன் கொஞ்சம் தெம்பு வருகிறது.

நெஞ்சை தடவிக் கொண்டிருந்த கதிரவனை உற்றுப் பார்த்து விட்டு கதிரவா வந்துட்டியா பாட்டியை பாத்தியா அவளாவது உன்னோடு இருந்திருக்கலாம், அவளும் என்னோடு வந்துட்டாப்பா. நாங்க ரண்டு பேரும் உனக்கு பெரிய பாவம் செஞ்சுட்டம்பா பெரிய பாவம் செஞ்சுட்டம் என்று அழுதார். அதைக் கேட்ட சுற்றி இருந்தவர்களும் இந்தக் கிழவன் இவனை மூணு மாச குழந்தையா இருக்கிறப்ப தூக்கிக் கொண்டு போன பாசம் அப்படியே இருக்கே என்று நினைத்துக் கொண்டார்கள். தாத்தா நீங்க எனக்கு எந்தத் துரோகமும் செய்யல எனக்கு துரோகம் செஞ்சதெல்லாம் சோசியம்தான். அந்த சோசியத்தை நம்புறதால எனக்கு மட்டும் துரோகம் வந்ததா நினைக்காதீங்க. இந்த நம்ம குடும்பத்துக்கு மட்டும் நடந்த துரோகமாக நினைக்காதீங்க. இந்த சமூகத்தையே ஆட்டிப்படைக்குது இந்த சோசியம் என்று தாத்தாவை தேற்றுகிறான். இதைக் கேட்ட செங்கோடன் எங்கப்பா உங்க அப்பன் அம்மா என்று தேடினான். அதற்குள் அவர்கள் மறைந்து கொண்டார்கள். யாப்பா கதிரவா உங்கம்மா அப்பாவை இப்ப பாத்தியா இப்ப இன்னும் பாக்கல அவங்க எங்கோ போயிட்டது நல்லதா போச்சி என்றான் செங்கோடன். யா தாத்தா அவங்களை நீங்க காட்டமாட்டீங்களா? என்று கேட்டான். அதுக்கு இன்னும் காலம் இருக்குது என்றார் செங்கோடன்.

அகவி அகவி என்று கதிரவன் கூப்பிடுகிறான். ஓடி வந்து சொல்லுங் கண்ணே என்றாள். தாத்தாவுக்கு சூடா கொஞ்சம் பால் கொண்டு வா என்றான். அவள் வேகமாக ஓடிப்போய் அடுப்பின் மீது வைத்திருந்த பாலை எடுத்து கிளாசில் ஊற்றி ஆத்திக் கொண்டு வந்து கதிரவன் கையில் கொடுத்தாள். கதிரவன், அதை வாங்கி தாத்தாவை பால் குடிக்க வைத்தான். செங்கோடனுக்கு இன்னும் கொஞ்சம் தெம்பு வருகிறது. தாத்தாவை கைத் தாங்கலாக படுக்க வைத்து தாத்தா படுத்துக் கோங்க பிறகு பேசிக்கலாம் ஓய்வெடுங்க என்றான். சரியப்பா நான் படுத்துக்கிறேன் நீ உடனே ஊருக்குப் புறப்படு உங்கப்பா அம்மா வருவதற்குள்ள என்றான் செங்கோடன். அதைக் கேட்ட கதிரவனும் மற்றவர்களும் அதிர்ச்சியடைந்தார்கள். கதிரவன், தாத்தா இப்பதான் வந்தேன் அதற்குள் உன்னை இந்த நிலையில் விட்டுட்டுப் போக சொல்லுறியே என்றான். அதைக் கேட்ட செங்கோடன் டேய் கதிரவா என்ன உடுறா நான் காட்டுக்கு கூடிய சீக்கிரம் போறவன். உன் அப்பன் எனக்கு உங் பாட்டிக்கும் கொல்லி குடம் போடறவன். அவனுக்கு எதும் ஆயிடக் கூடாதடா என்றான். தாத்தா உனக்கு தெரியாதா ஒரு வருசமா அப்பா அம்மாவை பாத்து பேசிட்டு தான் இருக்கேன் என்றான் கதிரவன். இதைக் கேட்டு அதிர்ச்சி அடைந்த செங்கோடன் தடார் என்று எழுந்து உட்கார்ந்து நீ பொய் சொல்லுற உனக்கு யார் உங்கப்பன் அம்மாவை காட்டினாங்க. ஒன்னு எனக்கும் உங்க பாட்டிக்குந்தான் இந்த ரகசியம் தெரியும். அவகிட்ட நான் சத்தியம் வாங்கிட்டேன். அவ சொல்லியிருக்க மாட்டாளே. இதைக் கேட்ட கதிரவன் தாத்தா அதெல்லாம் எதுக்கு உனக்கு இப்ப நா ஒரு வருசமா அப்பா அம்மாவை பாத்துக்கிட்டுதான் இருக்கேன். அவங்க மடியில படுத்து பாசத்தைக் காட்டிகிட்டுதான் இருக்கேன். அவங்க என் முகத்தில முழுச்சுகிட்டுத்தான் இருந்தாங்க. சோசியம் சொன்ன மாதிரி எதுவும் நடக்கிலியே அவங்க நல்லாதான் உசிரோடு இருக்காங்க. நீங்கதான் பயப்படுறிங்க இந்த சோசியத்தை நம்பி என்றான் கதிரவன். இதோ அவங்களே வந்துட்டாங்க என்று அவங்களை காட்டி அவங்ககிட்டியே கேளுங்க என்றான். ஆமாம்பா எங்களுக்கு ஒரு வருசமாகவே கதிரவனை தெரியும் என்கிறார்கள் அறிவும் மயிலேறியும். உங்களுக்கு எப்படி அவனைத் தெரியும் என்றார் செங்கோடன். அம்மாதான் கூட்டி வந்து காட்டினாங்க என்றான். அதைக் கேட்ட செங்கோடன் சண்டாளி அவ எங்க போயிட்டா? எனக்கு கொடுத்த சத்தியம் என்ன ஆச்சு அதை மீறீட்டாளா அவள... அவள... என்ன பண்ணுறன்பாரு என்றார் செங்கோடன். அதைக் கேட்ட கதிரவன் தாத்தா, பாட்டி மீறனது என்னமோ தப்புதா, நீங்க இருவத்தி நாலு வருசமா சோசியத்தை நம்பி

என்னை என் தாய் தந்தையிடமிருந்து பிரிச்சு வச்சிங்களே அது தப்பில்லையா? நா தான் ஒரு வருசமா பாத்துக்கிட்டிருக்கிறேன் அவங்களுக்கு ஒண்ணும் ஆகலன்னு தெரிஞ்சு போச்சுல்ல. இப்ப பாட்டி சத்தியத்தை மீறினதால என்ன தப்பு என்று கேட்டான். இதைக் கேட்ட செங்கோடன் சிறிது நேரம் வாய் பேசாமல் மவுனமாக சிந்தித்துக் கொண்டிருக்கிறார். உடனே கதிரவா எனக்கென்னமோ உங்க பாட்டியை கூப்பிடு என்றார். இதை எதிர்பார்த்த அழகம்மாள் பக்கத்தில் வருகிறாள். என்னங்க சொல்லுங்க என்றாள்.

செங்கோடன் அழகம்மாளை ஒரு முறை முறைத்துப் பார்த்து விட்டு உண்மையை சொல்லு நீ ஒரு வருசத்திற்கு முன்னமே எனக்கு தெரியாம கதிரவனுக்கும் அவன் அப்பா அம்மாவை காண்பிச்சியா என்றான். உண்மையை சொல்லு இல்லையன்னா வெட்டியே போட்டுருவேன் என்றான். இதைக் கேட்ட அழகம்மாள் நடுங்கிப் போய் என்ன மன்னிச்சிடுங்க கதிரவன்தான் என்னை கெஞ்சி கூத்தாடி கேட்டு அவங்க அப்பா அம்மாவை காட்டலன்னா நான் செத்துப் போயிடு வேன்னு மிரட்டினான். அதனால உங்களுக்கு தெரியாமல் அவனுக்கு சொல்லிட்டேன் ஒரு வருசமா நம்மகிட்ட ஏண்டா நேரம் கழிச்சி வருற என்று கேட்டா? நா பொது கூட்டம் போனேன் சினிமாவுக்கு போனேன் நாயர் டீ கடையில இருந்தேன் என்று பொய் சொல்லிட்டு அவங்க அப்பன் அம்மாவை தான் பாக்க போய்ட்டு வருவாங்க என்று பக்குவமா நம்பும்படியா கூறினாள். இதைகேட்ட செங்கோடன் முகத்தில் மேலும் கொஞ்சம் தெம்பு ஏற்படுகிறது. அத எங்கிட்டயும் சொல்லியிருக்கலாமில்ல? அப்படி சொல்லியிருந்தா நா ஏண்டி அவன தனியா விட்டுட்டு ஓடியாறேன் அவனையும் கூட்டிட்டு வந்திருப்பேனே என்றான். அதைக் கேட்ட அழகம்மாள் நீங்க என் சத்தியத்தை மீறிட்டேன்னு கோவப்படுவீங்கன்னுதான் மறைச்சிட்டங்க என்றாள். அதைகேட்ட எந்த சத்தியம் என்ன பண்ணுது நல்லதுக்காக எந்த சத்தியத்தையும் மீறலாம் அதைத்தான் நீ செஞ்சிருக்கிற இப்படிதான் பொய் என்றும் நிரூபணம் ஆயிடுச்சில்ல நீ நல்லதைத்தான் செஞ்சிருக்கிற நான்தான் முட்டாளா இருந்திருக்கிறேன். நீ என்ன விட அறிவாளிதான் அழகம்மாள் என்றான் செங்கோடன். உடனே சரி தாத்தா படுங்க இப்பதான் உண்மையை புரிஞ்சுகிட்டிங்கல்ல நல்லா ஓய்வெடுங்க என்று கூறிவிட்டு அம்மா தாத்தாவுக்கு சோத்தை நல்லா வேகவைத்து லேசா உப்பு போட்டு கஞ்சி கொண்டுவந்து கொடுங்க ரண்டு மூன்று நாளா சாப்பிடலன்னு சொல்லுறிங்க வயிறு காஞ்சிருக்கும். கஞ்சியில காரமேதும் போட்டிடாதீங்க என்றான் கதிரவன். சரி தாத்தா கஞ்சியைக் குடித்து விட்டு சாயங்காலம் வரை

தூங்குங்க ராத்திரிக்கு எல்லாம் பேசிக்கலாம் என்றான். சரி, சரி. எல்லோரும் கலைஞ்சு போங்க அவர் தூங்கட்டும் என்று எல்லோரையும் போகச் சொன்னான் கதிரவன். இதைக் கேட்ட செங்கோடன், டேய் கதிரவா நீ எங்கேயும் போயிடாதே இனி உங் அப்பா அம்மாவை நல்லா பாத்துக்கப்பா அவங்க ரொம்ப நல்லவங்கப்பா என்றார். ஆமா தாத்தா நீங்க எங்க அப்பா அம்மாவையும் பிரிச்சு வச்சீங்களே தவிர, ஆனா அவங்களை பத்தி அவ்வளவு உயர்வா சொன்னதனால தாத்தா, எனக்கு அவங்கமேல அளவு கடந்த பாசம் ஏற்பட்டு, உனக்கு தெரியாம பாட்டியிடம் தொல்லை செஞ்சி, எங்கப்பன் அம்மாவை பார்த்தேன் என்றான். அதைக் கேட்ட செங்கோடன் கண்ணீரை துடைத்துக்கொண்டு இனி மேலாவது நல்லது நடக்கட்டும்பா என்று கூறினான்.

வெளியில் சென்றவர்கள் தாத்தா பேரன இவ்வளவு வருசமா மறைத்து வைத்திருந்தார் மூட நம்பிக்கையால இப்ப அறிவுள்ள பேரன் அதே மூட நம்பிக்கையால தாத்தாவை காப்பாத்தியதுமில்லாம வீட்டையும் ஒன்றுபடுத்திவிட்டான். ஒரே பொய்யாலே என்று எல்லோரும் பேசிக் கொண்டே சென்றார்கள். ஊரில் உள்ள உறவினர் களெல்லாம் அறிவு அப்பா செங்கோடன் சாகபொழைக்க கிடந்தவர பேரன் வந்து தாத்தாவை கூப்பிட்டதும் எழுந்து உக்கார்ந்துட்டாராமே என்று ஊரே திரண்டு வந்து செங்கோடனைப் பார்த்துவிட்டு கதிரவனையும் கதிரழகியையும் பார்த்து வாழ்த்து சொல்லிட்டு போய்க் கொண்டிருந் தார்கள். இந்த ஊர் சனங்களை இவ்வளவு ஆண்டுகள் பார்க்காதிருந்த கதிரவனுக்கு ஒரே நாளில் எல்லோரையும் பார்த்தவுடன் கூண்டில் போட்டு பூட்டி வைத்த பறவையை திறந்துவிட்டது போல அது சிறகடித்து ஆனந்தமாய் பறப்பதைப் போல் கதிரவன் உற்சாகத்தோடு சிறகடித்துப் பறக்கிறான் ஆனந்தத்தில். அப்பன், அம்மா, பாட்டி, தங்கச்சி, தம்பி அம்மாவை பெத்த பாட்டி, பாட்டன் மற்றும் உறவினர் களோடு கூடி குலாவிக்கொண்டிருந்தான். கதிரழகிக்கும் கதிரவனுக்கும் நடந்த விநோதமான புதுமையான கல்யாணத்தைக் கேட்டு எல்லோரும் ஆச்சரியத்தோடும் அதிசயமாகவும் நினைத்து சிரித்துக் கொண்டு மகிழ்ச்சியோடு இருந்தார்கள்.

சாயங்காலம் ஐஞ்சு மணிக்கு தாத்தா எழுந்து உட்கார்ந்து கொண்டு அறிவு அறிவு என்று கூப்பிட்டார். அறிவு எழுந்து ஓடிப்போய் என்னாப்பா என்றான். இனி எம் உடம்புக்கு ஒண்ணுமில்ல அதான் என் பேரன் வந்துட்டான்ல இனி எனக்கு என்ன கவலை. மயிலேறிகிட்ட சொல்லி தண்ணியை சுட வைக்கச் சொல்லு, நான் தண்ணி ஊத்திக்கணும் என்றான் செங்கோடன். ஒரு தண்ணியா நல்லா சுட வையுங்க தண்ணியை வெளாவ கூடாது அப்படி வெளாவினா உடம்பு வலி

போகாது என்று மயிலேறிகிட்ட விபரமா சொல்லி தண்ணியை காய்ச்ச சொன்னான். ஏதோ நினைத்தவன் மயிலேறி நம்ம காட்டு மூலயில புதர் கிட்ட நொச்சி மரம் இருக்குதுல்ல அதுல போயி நல்லா கொழுந்து தலையா பாத்து செம்மலை ஒடிச்சுவரச் சொல்லி அதை தண்ணீயில போட்டு காய்ச்சி கொண்டு வா அப்பதா அப்பா உடம்பு வலி சீக்கரம் குணமாகும் என்றான் அறிவு. செங்கோடன் குளித்துக்கொண்டு வந்து வராண்டாவில் பெஞ்சை போடச்சொல்லி தெம்போடும் உற்சாகமாகவும் உட்கார்ந்தான். எல்லோரையும் பார்த்து எல்லோரும் என்னை பாக்க வந்தவர்களா? வீட்டுகிட்ட ஏதோ பண்டிகை போட்ட மாதிரி உற்சாகமாக இருக்கிறீங்க இருக்காதா பின்னே இவ்வளவு வருசமா வராத நம்ம கதிரவன் வந்திருக்கறான்ல அதனாலதான் உங்க முகத்தில மகிழ்ச்சி தாண்டவாமாடுது என்றார் எல்லோரையும் ஒரு பக்கமாயிருந்து பார்த்து விட்டு நாயரை பார்த்துவிட்டார். நாயரை பார்த்தும் செல்லம்மாவையும் கவனித்துவிட்டார். அவர்களைப் பார்த்ததும் அவங்க பொண்ணும் வந்திருப்பாளோன்னு துலாவுகிறார். அகவி பக்கம் நின்று கொண்டிருந்து கதிரழகியையும் பார்த்துவிட்டார். உடனே நாயரை கூப்பிட்டு நீங்க எப்ப வந்திங்க கதிரவன் வந்தப்பவே வந்துட்டீங்களா நான் உங்களை கவனிக்கலபாருங்க கதிரவனை பாத்த சந்தோசத்தில நான் இந்த உலகத்தையே மறந்துட்டேன். கதிரவனுக்கு உங்க பொண்ணை கல்யாணம் கட்டி வச்சிட்டிங்களா? என்று ஆவலோடு கேட்டான் செங்கோடன். அதற்கு நாயரு நீங்க வந்ததிலிருந்தே மாப்பிள்ளை மனசே விட்டுட்டார் கடையில சாப்பிடறதை பாத்துதான் நாங்க கண்டுபிடிச்சு கேட்டோம் நடந்ததைக் கூறினார். அதன் பிறகு எங்க வீட்டிலேயே சாப்பிடவச்சம். பிறகு உங்க தோழர் கருப்பண்ணனும் மாப்பிள்ளை முதலாளி ஆய்வேளுவும் வந்து பொண்ணு கேட்டு அவருடன் தொழிலாளர்களெல்லாம் சேர்ந்து பதிவுத் திருமணம் செய்ய பதிவு அலுவலகம் கூட்டிப் போய் தலைவரு கருப்பண்ணன் மாலை எடுத்து குடுக்க மாலையை மாத்திட்ட பிறகு பதிவுத் திருமணம் செஞ்சு வச்சுட்டம். கல்யாணம் ஆகி கூட ஆறு மாதம் ஆகுதுங்க என்று நடந்ததையெல்லாம் ஒப்புவித்தவுடன் அதைக் கேட்ட செங்கோடன் என்பேரன் சொன்னதை சாதிச்சிட்டான். அவன் என்ன பண்ணுவான் நான்தான் அவனை சிறைவச்ச மாதிரி வைச்சு புட்டு வந்துட்டேன் நல்லவேளை பாரிவள்ளல் முல்லைக் கொடி படர தனது தேரையே கொடுத்து காப்பாத்தன மாதிரி நீ என்பேரனுக்கு ஒன்னுடைய ஒரே பொண்ண குடுத்து எங்க வம்சம் தழைக்க உதவி செஞ்சிருக்கிறீங்க. உனக்கும் உம் பொஞ்சாதிக்கும் பெரிய நன்றியா என்றார் செங்கோடன். இதைக் கேட்ட கதிரவனும் கதிரழகியும் ஓடி வந்து தாத்தா காலில்

விழுந்து கதிரவன், தாத்தா எங்கள மன்னித்து ஆசீர்வாதம் செய்யுங்க என்று கேட்டான். அதைக் கேட்ட செங்கோடன் டேய் கதிரவா நீ அறிவாளியிடா நீ எதை செஞ்சாலும் சரியாத்தான் செய்வடா. நான் மதிக்கிற தலைவர் தான் உனக்கு பேர் வச்சாரு அவரே உனக்கு கல்யாணமும் முன்னிருந்து எங்க ஸ்தானத்திலிருந்து நடத்தியிருக்கிறார். அது ஒன்று போதுமடா அவர் வாழ்த்தினால் நாங்கஎல்லாம் வாழ்த்து வதற்கும் மேலானதடா என்று கூறி; எழுந்திருங்க மற்றவர் களுக்கு எடுத்துக் காட்டா வாழ்வாங்கு வாழ்வீங்க எனக்கு பூர்ணநம்பிக்கை இருக்குது என்றார் செங்கோடன். இதைக் கேட்ட கதிரவனும் கதிரழகியும் எழுந்து தாத்தா பக்கம் செல்லுகிறார்கள். இருவரையும் தாத்தா இரண்டு கைகளாலும் கட்டிப்பிடித்து நீங்க நல்லா இருப்பீங்க என்று மனதார வாழ்த்தினார்.

தாத்தா என்று கதிரவன் கூப்பிட்டு விட்டு நீ என்னை மன்னித்து விடுங்க தாத்தா கதிரழகியை கல்யாணம் கட்டிக்க நீங்க சோசியம் பாத்தும் பொருத்தம் பாத்தும் சரியா இருந்ததான் கல்யாணமுன்னு சொல்லிட்டிங்க அத நான் மறுத்ததாலதான் நீங்க கோபித்துக்கொண்டு என்னை விட்டுப் பிரிந்து வந்திட்டிங்க என்றான் கதிரவன். ஆமாம்... ஆமாம்... நான் கோபித்து வந்ததனால் தான் உனக்கு பக்க பலமா நாயர் குடும்பம், உன்னோட வேலை செய்யுற தொழிலாளர்கள், உங்க முதலாளி ஆய்வேள், எல்லாத்துக்கு மேல நான் மதிக்கிற தோழர் சாயக்கார கருப்பண்ணன் எல்லோரும் சேர்ந்து கல்யாணம் கட்டிவச்சிருக்கிறாங்களே என்றான் செங்கோடன். அதைக் கேட்ட கதிரவன் நானு சோசியம், பேர் பொருத்தம் வேண்டாம் என்று சொன்னதற்கு அதனால் கதிரழகியை எங்க கை பிடிக்காமல் போய்விடுமோ என்ற அச்சம்தான். காரணம் நான் அவங்க அப்பா அம்மாவுக்கு நான் வாக்குறுதி கொடுத்துவிட்டேன் தாத்தா என்றான் கதிரவன். அதைக் கேட்ட செங்கோடன் கதிரவா நீ அவங்களுக்கு வாக்கு கொடுத்தியா இதென்ன புது கதையாயிருக்கு என்றார்

அதை நான் சொல்லுறேன் என்று நாயர் முந்திக்கொண்டு வந்து நின்று, நாங்க கேரளாக்காரங்கன்னு உங்களுக்குத் தெரியும். நாங்க பொழப்பத்தேடி இங்க வந்து இருவத்தி ஐஞ்சு வருசமாகுது. தனி குடும்பமா டீ கடை வச்சி பொழப்பை நடத்தி வந்தோம். எங்க கதிரழகி ஒரே பொண்ணு அவ அழகுக்கு தகுந்த மாதிரி நல்லா படிச்சா அவள் ஒரே பொண்ணாச்சேன்னு கண்ணுக்கு கண்ணா வளர்த்தோம். அவள வாலிப பசங்க ஈ மொக்கிற மாதிரி சுத்தி சுத்தி வந்தாங்க அப்படிவரப்ப எம் பொண்ணு காலேஜிக்கு போயிட்டு வர வழியில நாலஞ்சு பசங்க சேர்ந்துகிட்டு கலாட்டா செஞ்சு தனியா காட்டுப்பக்கமா தூக்கிட்டு

போயி பலாத்காரம் செய்ய முயற்சி செய்துக்கிட்டிருந்துருக்கிறாங்க. நல்ல வேலையா அந்தப் பக்கம் வண்டியில வந்த மாப்பிள்ளைதான் எம் பொண்ணு சத்தத்தைக் கேட்டு வண்டியை நிறுத்தி ரோட்டல வர போரவங்களை நிறுத்தி ஏதோ பொண்ணின் அபயகுரல் கேக்குது அந்தப் பொண்ணுக்கு ஆபத்தென்று, வாங்க பார்க்கலாமென்று கூட்டிகிட்டு ஓடி வந்தப்ப அவனுங்க எம் பொண்ண விட்டுட்டு ஓடி விட்டானுங்க. அப்ப எம்பொண்ண காப்பாத்தி கூட்டிகிட்டு வந்து எங்க வீட்டல விட்டவரு, வாங்க அந்த பசங்களை தெரியும் போய் போலீசுல புகார் கொடுக்கலாமுன்னு கூப்பிட்டார். அதுக்கு நானும் செல்லம்மாளும் ஒத்துக்கல. அதற்கு மாப்பிள்ளை இன்னிக்கு உம் பொண்ண காப்பாத்தியாச்சி அடுத்து உங்க பொண்ண மீண்டும் இதே மாதிரி செய்ய மாட்டாங்கன்னு என்ன உத்தரவாதம் என்று கேட்டார். அதுக்கு நாங்க தனி குடும்பம் எங்களுக்கு யார் உதவிக்கு வருவாங்க என்று கேட்டதற்கு இப்ப நானும் ரோட்டுல போன நல்லவங்களும் வரவில்லையா? ஒருவருக்கு அதுவும் ஒரு பெண்ணுக்கு ஆபத்தின்னா எல்லோருமே வருவாங்க பயப்படாதீங்கன்னு கூப்பிட்டார். அதுக்கு நாங்க மறுக்கவே சரி ஒங்க பொண்ணுக்காக வராதீங்க அந்த கேடி பசங்களால மற்ற பொண்ணுங்களுக்கு ஆபத்து வருமே அது பரவாயில்லையா? என்று எங்களை மடக்கினார். நாங்கள் பதில் கூறமுடியாமல் நின்னோம். அதுக்கு மாப்பிள்ளை சரிவாங்க ஒங்க பொண்ண கூட்டிகிட்டு வாங்க காவல் நிலையம் போவோம் என்றார். அப்ப என் பொண்டாட்டி ஓடி வந்து தம்பி ஏதோ இது இதோடு போயிடும் போலிசுக்கு போனால் இது பத்திரிக்கையில எல்லாம் வரும். அது விளம்பரமாயிடும் ஊருல நாலுபேர் நாலுவிதமா பேசுவாங்க. அப்படிப் பேசுனா விளம்பரம் ஆனா எம் பொண்ண யாருப்பா கலியாணம் கட்டிக்க வருவாங்கன்னு கேட்டா. மாப்பிள்ளை அதுக்குத்தான் தயங்குகிறீங்களா? நான் ஒங்க பொண்ண கட்டிக்கிறேன் என்று கூறிவிட்டார். நாங்க ஏதோ சின்னபயன் உணர்ச்சிவசப்பட்டு அப்படிக் கூறினார் என்று தயங்கி நின்னோம். உடனே எம் பொன்ன பார்த்து நீ என்னை கட்டிக்கிறியா? என்ன புடிச்சிருக்கான்னு நேரடியா கேட்டுட்டார். அவளும் அதிர்ச்சியிலிருந்து மீளாதிருந்தவள் என்ன சொல்வதென்று தயங்கினா. அதன் பிறகும் மாப்பிள்ளை வீட்ல என் கையையும் செல்லம்மா கையையும் பிடித்து நீங்கள் தயங்க வேண்டாம் நான் யார் தடுத்தாலும் ஒங்க பொண்ண கல்யாணம் கட்டிக்கிறேன்னு சத்தியம் செய்து கொடுத்துவிட்டார். அதன் பிறகு தான் எங்களுக்கு நம்பிக்கை வந்து போலிசுக்கு போயி புகார் கொடுத்து அந்தப் பசங்களைப் பிடித்து கொடுத்து சிறையிலடைத்து எங்களையும் எங்க பொண்ணையும் பாதுகாத்தார் என்று நாயர் விபரமாகக் கூறினார்.

இதைக் கேட்டுகிட்டிருந்த எல்லோரும் கண்ணீர் விட்டு அதை துடைத்துக் கொண்டிருந்தார்கள். உடனே கதிரவன் இப்ப சொல்லு தாத்தா நா செஞ்சது தவறா? என்று கேட்டான். டேய் கதிரவா நீ எதுவும் பெரிய காரணமில்லாமல் என்னிடம் அவ்வளவு அழுத்தமா சொல்லமாட்ட மறுக்க மாட்டன்னு தெரியுமடா அதனால தான் நீ என் முன்னால் கல்யாணம் செஞ்சா மேலும் இன்னொரு தப்பு நடந்திரும் அதனால நம்ம குடும்பம் ஒண்ணு சேராமலே போயிடுமின்னு நினைத்து தான். இவன் இவ்வளவு உறுதியாய் இருக்கிறவன் எப்படியும் அந்தப் பொண்ண கட்டி வாழட்டுமுன்னு தான் வந்துட்டேன். அதுவுமில்லாமல் உனக்கு தலைவரு கருப்பண்ணன் நீ சொல்லுறதுதான் சரின்னு வேற உன்னை ஆதரிச்சு பேசினாரு. அவர் சொன்னா சரியாத்தான் இருக்கும். அதனால் நாம தடையா இருக்கக் கூடாதுன்னு வந்துட்டேன் என்று கூறி நாயரைப் பார்த்து நீங்க தப்பா எண்ண வேண்டாம் என்றார் செங்கோடன். அதைக் கேட்ட கதிரவன், சரி தாத்தா இன்னொரு தவறு செய்யக் கூடாதுன்னு சொன்னிங்களே அதென்ன என்று கேட்டான். செங்கோடனை, அவர் கூறிய வார்த்தையிலிருந்து மடக்கினான் கதிரவன். அதை யாப்பா கேக்கிற உங்கப்பனுக்கு முப்பத்தைஞ்சு முப்பதாறு இடத்தில பொண்ண பாத்தேன் செவ்வாதோசம் நாகதோசம் இருக்குன்னு எங்கேயும் பொண்ணு கிடைக்கல. கடைசியில சித்தன்னு நம்ம பங்காளி தான் பொண்ணு புரோக்கரா வேல செஞ்சிட்டிருந்தார். அவர் கிட்ட விசியத்தை சொன்னேன் அவர் தான் மயிலேறிக்கு மாப்பிள்ளை பாக்க சொல்லி அவங்க அப்பா அம்மா கூறியதாகக் கூறி சாதகத்தை காண்பித்து வீட்டுக்கும் கூட்டிபோய் காட்டினார். எனக்கு குடும்பமும் பொண்ணும் புடுச்சி போயிடுச்சி. அதுக்கு சித்தன்கிட்ட எப்படியும் இந்தப் பொண்ண அறிவுக்கு கட்டிவைக்க முயற்சி பண்ணுன்னு சொன்னேன். அதுக்கு உம் பயனுக்கு செவ்வாதோசம் நாகதோசமும் இருக்குதுன்னு சொல்லுற அந்தப் பொண்ணுக்கு அப்படியெல்லாம் இல்ல அதனால ஒம் பயன் சாதகத்தைக் குடு, அந்தப் பொண்ணு சாதகம் என்னிடம் இருக்கு, அதுக்கு பொருந்தற மாதிரி உங்க பயன் சாதகத்தை மாத்தி எழுதிவிடலாம் என்று கூறினான். அதன்படி மாத்தி எழுதி தான் மயிலேறியை அறிவுக்கு கல்யாணம் செஞ்சு வச்சோம் இந்த ரகசியம் சாதகம் எழுதியவருக்கும் எனக்கும் சித்தனுக்கு மட்டுமே தெரியும். அதனால் தான் நீ பொறந்தப்ப சோசியம் பாத்ததில் சோசியக்காரன் உம் முகத்தில ஒங்க அப்பனும் அம்மாளும் முழிச்சா அவங்க உயிருக்கே ஆபத்தின்னு சொல்லிட்டாங்க. அதைக் கேட்டு உங்கப்பனும் அம்மாவும் பதட்டப்பட்டாங்க. என்ன செய்யுறதுன்னு தவிச்சாங்க. அதை பாத்து தான் நாம செஞ்ச தவறால அவங்களுக்கு

ஆபத்து அதனால உன்னை ஏதாவது செஞ்சிடுவாங்களோ என்று எண்ணியும் அவங்களுக்கும் ஏதாவது ஆபத்து வந்துவிடும் நம்ம செஞ்ச தப்பாலதான். இப்படி நடந்துவிட்டதென்று நினைத்துதான் நானும் உங்கபாட்டியும் உன்னை தூக்கிக்கொண்டு ராவோடு ராவா போய்ட்டம்பா. நான் செஞ்ச தவறு உம்பாட்டிக்குக் கூட இதுவரை சொல்லல. மயிலேறி அவங்க அப்பா அம்மா முகத்தில எப்படியப்பா நான் முழிப்பேன். இவ்வளவு பெரிய தவறை செய்து விட்டேன் என்று தனது பாரத்தை இறக்கி வைத்து பெரும் மூச்சு விட்டார் செங்கோடன்.

உடனே கதிரவன், தாத்தா நீங்கள் பழமைவாதியென்றும் மூட நம்பிக்கையுள்ளவர் என்றும் நீங்க தப்பு செஞ்சவர் என்றும் நான் ஒப்புக்கொள்ள மாட்டேன் நீங்கள் செய்தது தான் சரியான முடிவு செவ்வாதோசம் என்கிறார்கள். அந்த செவ்வாய் கிரகத்திற்கு இப்பொழுது மனிதன் கால்வைக்கும் காலம் நெருங்கிவிட்டது. இப்ப மனிததோசம் தான் செவ்வாய் கிரகத்திற்கு பிடிக்கப் போகுது நம்மை அடிமைப்படுத்திய வெள்ளக்காரன் நம்மைக் காட்டிலும் எவ்வளவு வாட்ட சாட்டமாக ஏழு அடி உயரத்தில் திட காத்திரமாக உள்ளார்கள். அவர்கள் இந்தப் பூமியில் உள்ள முக்கால் வாசி நாட்டை ஆண்டவர்கள் அனுபவமுள்ளவர்கள் அவர்கள் இவ்வளவு சாதனைகளை செய்ய சோசியமா பார்த்தார்கள். கல்யாணம் செய்ய சோசியம் பார்த்தார்களா? அல்லது பேர் பொருத்தம் பார்த்தார்களா? இல்லையே. உலகத்தில் உள்ள சில நாடுகளில் பொழுது போக்குக்காக சோசியம் பார்க்கிறார்கள். அதை வாழ்க்கையில் பொருத்திப் பார்ப்பதில்லை இந்து மதத்தைச் சார்ந்தவர்கள் தான் சோசியம் சம்பிரதாயமெல்லாம் பார்த்து வாழ்க்கையோடு பொருத்துகிறார்கள் அதுவும் தமிழ்நாட்டில் தமிழ் இனத்தவர்கள் கூட சோசியம் பேர்பொருத்தம் பார்ப்பதில்லை. ஒவ்வொரு பிறப்பை வைத்துதான் ராசி நட்சத்திரங்கள் கணித்து அதன் மூலம் பலன் சொல்லுகிறார்கள். அப்படிப் பார்த்தால் கருதரிக்கும் நேரம், குழந்தை பிறந்த நேரம், தொப்புள் கொடி அறுத்த நேரம் இதையெல்லாம் மறந்து விடுகிறார்கள். ஒவ்வொரு கிரகத்திற்கும் ஒவ்வொரு கோளத்திற்கும் சக்தியுள்ளது. ஒருவர் புவியில் பிறக்கும் போது இந்தப் பிரபஞ்சத்தில் உள்ள அனைத்துக் கிரகங்களின் கதிர்களும் (ஈர்ப்பு சக்திகளும்) அப் பிள்ளையின் உடலில் பாய்ச்சப்படுகிறது. இது அந்தப் பிள்ளை பூமியில் வந்து அழும்நேரம் நடக்கிறது. அக்கிரகங்கள் இருந்த தூரங்கள் கோணங்கள் முதலியவற்றைப் பொருத்தே அக்கிரகங்களின் மூலகங்களின் அளவு அந்தப் பிள்ளையின் உடலில் செலுத்தப்படும். அதைப் பொறுத்தே அப்பிள்ளையின் புத்தி மற்றும் உடற்கூறு விடயங்கள் ஏற்படுகின்றன என்று கூறினார்கள். அதன்படி பார்த்தால் அதே அளவுகோலை வைத்துப்

பார்த்தால் பூமியில் பிறந்த அனைவருக்கும் ஒரே ராசி நட்சத்திரம் பலா பலன்கள் எல்லாம் ஒரே மாதிரிதானே இருக்கவேண்டும். இது பல ஆயிரம் ஆண்டுகளுக்கு முன் கண்டுபிடித்த கிரகங்களை வைத்தும் நட்சத்திரங்களை வைத்தும் கணிக்கப்பட்ட ஈர்ப்பு சக்தியின் விளைவு என்கிறார்கள். அப்ப கண்டுபிடித்த கிரகங்கள் பன்னிரண்டு சூரியனை சுத்தி வருபவை என்று கண்டுபிடித்தார்கள். இப்ப அதுவே பூமிக்கு மேல் உள்ளதாக கண்டுபிடித்துள்ளார்கள். கிரகங்களைப் போலவே சூரியனைப் போன்ற நட்சத்திரங்கள் இருபத்தேழு இருப்பதாகக் கண்டு பிடித்துள்ளார்கள். ஆனால் இப்ப பல லட்சக்கணக்கான நட்சத்திரங்கள் உள்ளதாகக் கண்டுபிடித்துள்ளார்கள். அப்ப இருபத்தேழு நட்சத்திரங்கள் பனிரண்டு கிரகங்கள் மட்டும் வைத்து 9 ராசிகள் மையமாக வைத்து கிரக சோசியம் கணித்து சொன்னால் அதெப்படி அந்த சோசியம் எப்படி நம்மை நம்ம வாழ்க்கையைப் பாதிக்கும் என்று கூறி தாத்தாவை பாத்து தாத்தா நீங்க இருவத்தைந்து வருசத்திற்கு முன்பே அதை திருத்தி மற்றவர்களை நம்பவைத்து கல்யாணம் தன் மகனுக்கு துணிஞ்சு செய்து வைத்திருக்கிறீங்க. நீங்க பெரிய துணிச்சல்காரர்தான் தாத்தா; அப்பவே நீ ஒரு முற்போக்குவாதியாக இருந்திருக்கிறீங்க. இடையில் உங்களையும் இந்த சமூக நடைமுறை பின்னுக்கு இழுத்து விட்டது. அந்த நடைமுறை அனுபவத்தில் நீங்கள் தெளிவு பெற்று விட்டீர்கள் நீங்கள் மட்டுமா தெளிவு பெற்றிருக்கிறீர்கள். நம்ம குடும்பத்தையே தெளிவுபடுத்தி விட்டீர்கள். நீங்கள் பெரிய புரட்சிக் காரர் தான் தாத்தா என்று கதிரவன் செங்கோடனைப் பாராட்டினான்.

தாத்தா மட்டுமல்ல மற்றவர்களும் தெளிவு பெறுவதற்காக கூறுகிறேன். ராசி வட்டத்தில் நட்சத்திர மண்டலங்கள் மட்டுந்தான் இருக்கின்றனவா? இல்லை என்கிறார்கள் வானிலையாளர்கள். அவர்கள் கணக்குப்படி நட்சத்திர மண்டலங்களின் எண்ணிக்கை 88 ஆகும். அப்படி என்றால் 27 நட்சத்திர மண்டலங்களை மட்டும் வைத்து ராசி பலன் சொல்லுவது எப்படி சரியா இருக்கும் அது மட்டுமல்ல அண்டத்தில் ஏறத்தாழ 36000 கோடி பால் மண்டலங்கள் இருக்கின்றன எனவும் ஒவ்வொரு பால் மண்டலத்திலும் 10,000/20,000/கோடி விண் மீன்கள் காணப்படுகின்றன எனவும் வானிலையாளர்கள் கூறினார்கள். இதெல்லாம் வைத்து எந்த ஈர்ப்பு சக்தியை வைத்து ஒரு மனிதனுக்கு சோசியம் கணிக்க முடியும். அதனால் சோசியத்தை நம்பி இந்த சமுதாயத்தை பாழ்படுத்திவிடாதீர்கள் என்று கூறினான். கதிரவன் இதையெல்லாம் கூறிவிட்டு இந்த விபரம் உங்களுக்கும் போதுமென்று நம்புகிறேன். இருந்தாலும் எங்க தாத்தாக்கள் பாட்டிகள் மற்றும்

இந்திய மக்கள் அனைவரும் அறிந்த மகாபாரத கதை எல்லோருக்கும் தெரியும். பெரும்பாலும் நமது இந்திய நாட்டு மக்கள் மகாபாரதம் ராமாயணம் இந்த இரண்டு இதிகாசங்களைத்தான் நடைமுறையா வைத்து தங்களின் வாழ்க்கை பயணத்தை நடத்துகிறார்கள். அதுதான் நமக்கு வழிகாட்டியும் கூட அதில் வரும் கதாபாத்திரங்களை நாம் கடவுள் களாகவே பாவிக்கிறோம். அந்த இதிகாசங்களில் ஒன்றில் மகாபாரதத்தில் இந்த சோசியத்தை எப்படி எங்க தாத்தா மாதிரியே திரித்தார்கள் என்று பார்ப்போம். அநேகமாக எங்க தாத்தாவுக்கு அந்த மகாபாரத கதை அத்துபடியானதால் அதில் சோசியத்தை திரித்தது போல் திருத்தி யிருப்பாரென்று தான் எண்ணுகிறேன். மகாபாரத போர் தொடங்கியது அந்த குருசேத்திரப்போரை தொடங்க காளிக்கு உயிர்ப் பலி கொடுத்து தொடங்கவேண்டும். பாண்டவர்களில் இளையவன் சகாதேவன் தான் சாஸ்திரம் படித்தவன். அவன் சோசியம் பார்த்து நேரம் குறித்து கொடுத்தால் தான் அந்த நாளில் உயிர்ப் பலி கொடுத்தால் தான் நாம் போரில் வெல்ல முடியும் என்று சகுனி கூறினான். பாண்டவர்களுக்கு முன் சகாதேவனை சந்தித்து யுத்தத்தைத் தொடங்க நாள் குறித்து விடுகிறான். துரியோதனன் பாண்டவர்கள் தம்பியைப் பார்த்து யுத்தத்திற்கு உயிர்ப் பலி கொடுக்க நாள் குறித்து கொடுக்க கேட்டார்கள். கௌரவர்கள் முதலில் கேட்டார்கள் வரும் அமாவாசை நல்ல நாள் அந்த நாளை குறித்துக் கொடுத்து விட்டேன் நான் என்றான் சகாதேவன். அர்ச்சுனன் கேட்டான் அவர் நம்ம சத்துருக்கள். அவர்களுக்கு கெட்ட நேரத்தைத்தானே குறித்துக் கொடுத்தாய் என்று கேட்டான். சாஸ்திரம் கற்றவன் சாஸ்திர தர்மத்தைத்தான் கடைபிடிக்க வேண்டும். அதில் சூட்சமம் இருக்கக்கூடாது. அதனால் நான் உண்மையாக குறித்துக் கொடுத்துவிட்டேன் என்று கூறினான் சகாதேவன். உடனே கண்ணன் நீங்கள் தோக்க உங்கள் தம்பியே நேரம் குறித்து கொடுத்து விட்டான். அதனால் கௌரவர்கள் இந்த குருசேத்திர யுத்தத்தில் வெற்றி பெறுவார்கள் என்று கண்ணன் அடித்துக் கூறினான். தர்மன் உள்பட பாண்டவர்கள் கண்ணனிடம் மாற்று வழி இல்லையா கண்ணா என்று கூத்தாடு கிறார்கள். உடனே கண்ணன் வழி இருக்கிறது பயப்படாதீர்கள் என்று கூறி மறைந்துவிட்டார். கண்ணன், அமாவாசைக்கு முதல் நாளே சென்று இறந்த முன்னோர்களுக்காக திவ்சம் கொடுத்துக் கொண்டிருந்தான். இன்னிக்கு நாள் தெரியாமல் திவ்சம் கும்பிடுகிறான் இந்தக் கிருக்கன் என்று போகிற வருகிறவர்கள் கண்ணனைக் கண்டு சிரிக்கிறார்கள். இந்தக் காட்சியை ஆகாயத்திலிருந்து பார்த்த சூரிய பகவான் நாளைக்கு தானே அமாவாசை; இந்தக் கண்ணன் இன்னைக்கே திவ்சம் கும்பிடுகிறானே பைத்தியம் பிடித்து விட்டதா? இவனுக்கென்று சூரிய பகவான் அங்கு தோன்றி கண்ணனைப் பார்த்து கண்ணா உனக்கு என்ன பைத்தியமா?

நாளைக்குத்தானே அமாவாசை இன்னிக்கு நீ எப்படி திவ்சம் கொடுக்கிறாய் என்று கேட்டான். ஆமாம் அதில் ஒரு விசயம் இருக்கிறது. கொஞ்ச நேரம் காத்திரு நான் திவ்சம் கொடுத்து முடித்து விட்டு வருகிறேன் என்றான் கண்ணன். சூரிய பகவான் தலையை பிய்த்துக்கொண்டு நிற்கிறான். சிறிது நேரத்தில் சூரிய பகவானுக்கு வந்த சந்தேகம் சந்திர பகவானுக்கும் ஏற்பட்டு இந்தக் கண்ணனுக்கு பைத்தியம் தான் பிடித்து விட்டது நாளைக்குதானே அமாவாசை இன்னிக்கு எப்படி திவ்சம் கொடுக்கிறான் என்று அவனும் அந்த இடத்திற்கு வந்து கண்ணனைப் பார்த்து கண்ணா உனக்கு பைத்தியம் பிடித்து விட்டதா? இன்னிக்கு திவ்சம் கொடுக்கிறாய் நாளைக்குத்தானே அமாவாசை என்றான்.

உடனே திவ்சத்தை செய்து முடித்து விட்டு சூரியனைப் பார்த்து சூரியபகவானே நீ எங்கு இருக்கிறாய் என்று கேட்டான் கண்ணன். இதோ இங்கேதான் உள்ளேன் என்றான். உடனே சந்திரனைப் பார்த்து சந்திரபகவானே நீ எங்கு இருக்கிறாய் என்றான் கண்ணன். இதோ இங்கே தான் உன்முன் இருக்கிறேன் என்றான் சந்திரன். இருவரையும் பார்த்து கண்ணன் சந்திரனும் சூரியனும் சந்தித்தால் அன்று என்ன நாள் என்று கேட்டான். சந்திரனும் சூரியனும் ஒரே குரலில் அன்று அமாவாசை என்று கூறினார்கள். அப்ப இப்ப இரண்டுபேரும் ஒரே இடத்தில் இருக்கிறீர்கள் இன்று அமாவாசைதானே என்று கூறினான் கண்ணன். இதைப் பார்த்த சந்திரனும் சூரியனும் திகைத்து நிற்கிறார்களாம். உடனே கண்ணன் பாண்டவர்களை கூப்பிட்டு இன்றே குருசேத்திர போருக்கு உயிர்ப் பலி கொடுத்துவிடுங்கள் என்று கண்ணன், சகாதேவன் சோசியத்தை திருத்தி எழுதி அன்று பலி கொடுத்து மகாபாரத போரில் பாண்டவர்கள் வெற்றியும் பெற்றார்கள். அதைப் போன்று தான் தாத்தா, அன்னக்கி எங்க அப்பா சாதகத்தை திருத்தி எழுதி கல்யாணம் செஞ்சு வச்சிங்க. அன்னைக்கு கண்ணன் சாதகத்தை மாத்தி எழுதி மகாபாரத போரில் பாண்டவர்களை வெற்றியடைய வைத்தான். நீங்கள் சாதகத்தைத் திருத்தி எழுதி நமது குடும்பத்தை தலைத்தோங்கச் செய்து விட்டீர்கள் தாத்தா; இனி நீங்கள் பயப்பட வேண்டாமென்று கதிரவன் கூறினான். இதையெல்லாம் உன்னிப்பாகக் கேட்டுகிட்டிருந்த அகவி அண்ணா எல்லாமே நல்லா தான் சொல்லுற பேசற அண்ணி அந்த கேடிங்ககிட்ட மாட்டிகிட்ட பொழுது மட்டும் ஏண்ணா சினிமாவல எம்.ஜீ.ஆர், சிவாஜி, ரஜினி, கமலஹாசன் மாதிரி தனி ஆளா நின்னு சும்மா பாஞ்சி பாஞ்சி அவர்களை அடித்து நொறுக்கி துரத்திவிட்டு காப்பாத்தாமல் அங்க ரோட்டல போறவாரங்களையெல்லாம் கூட்டிகிட்டு கூட்டமா போய் அவர்களிடம் சண்டை போடாமலேயே மிரட்டி அனுப்பிவிட்டீர்கள்

என்று கேட்டாள். இதைக் கேட்ட கூடியிருந்த உறவினர்கள் கொல் என்று சிரித்தார்கள். கதிரவனும் அவர்களோடு சேர்ந்த சிரித்துவிட்டு அகவி எல்லோரையும் சிரிக்கவும் சிந்திக்கவும் படியான கேள்வியா கேட்டிருக்கிறாள். காரணம் அவ எங்க தாத்தாவுக்கு பேத்தியல்லவா அதனால் தான் அவள் அப்படி சிந்தித்திருக்கிறாள். வாழ்க்கை என்பது சினிமா இல்லம்மா சினிமாவில வேணுமுன்னா கதாநாயகன் 10 பேத்த அடித்து வீழ்த்தி கதாநாயகியை காப்பாத்தலாம். சொந்த வாழ்க்கையில் அது சாத்தியமா அந்த நாலஞ்சு பேரும் காமத்தின் உச்சியில் மதம் பிடித்த யானைபோல் இருந்தார்கள். நான் மட்டும் தனியே போயிருந்தால் ஒவ்வொருவனும் யானை பலத்திலிருக்கிறான். ஒருவனே என்னை சாதாரணமாகக் கொன்றிருப்பான். இன்னிக்கு நான் உங்கள் முன்னால் பேசிக் கொண்டிருக்க முடியாது. தனிமனித சாகசமல்லாம் நிச வாழ்க்கைக்கு ஒத்து வராதம்மா. அதனால் தான் நான் போகவர இருந்த ஒரு கூட்டத்தை கூட்டிப்போய் அவர்கள் பயமுறுத்தி ஓட வைத்து கதிரழகியை என் கதாநாயகியை காப்பாத்தினேன் என்று கதிரவன் கூறவும் எல்லோரும் கைதட்டி ரசித்துக்கொண்டே சிரிக்கிறார்கள். இதை கேட்டுகிட்டிருந்த நாயர், மாப்பிள்ளை மட்டும் அப்படி செய்யலனு வச்சுக்கங்க அவங்க கேடிப் பசங்க அவரையும் கொன்றிருப்பார்கள் எங்க பொண்ணையும் களங்கப்படுத்தியிருப்பார்கள். அதைத் தாங்க முடியாமல் எங்க குடும்பமே தற்கொலையில் போய் முடிந்திருக்கும். சினிமா கதாநாயகன் போலில்லாமல் சமயோசித புத்தியால் சாகச வேலையில்லாமல் நிச வாழ்க்கைக்கு ஒத்த மாதிரி செயல்பட்டு எங்க பொண்ண காப்பாத்தினாரம்மா. சினிமா கதாநாயகன் சாகச வேலையெல்லாம், நிச வாழ்க்கைக்கு ஒத்து வராதம்மா என்று கன்னத்தில் வழிந்தோடிய கண்ணீரை துடைத்துக்கொண்டே கூறி முகத்தை மூடிக் கொண்டார். இதைக் கேட்ட செல்லம்மாவும் மற்றும் கூடியிருந்தவர்களும் அழுதேவிட்டார்கள்.

இதையெல்லாம் கேட்டுக்கிட்டிருந்த செங்கோடன் அதெல்லாம் நடந்து முடிந்த கதை அதையாங்க இப்ப நேபகப்படுத்தி எல்லோரையும் கண்கலங்க வைக்கணும் என்றார். அகவி மயிலேறி சாப்பாடல்லாம் தயார் செஞ்சுட்டீங்களா? எல்லோருக்கும் கைக்கு தண்ணி கொடுத்து சாப்பாடு போடுங்க எல்லாம் பசியோடு இருப்பாங்க என்று கூறினார். இதற்கிடையில் செம்மல், அண்ணே உங்களுக்கு பெயர் வைத்தவர் தோழர் சாயக்கார கருப்பண்ணன் பெயர் வைத்தாருன்னு தாத்தாவும் பாட்டியும் சொன்னாங்க. உனக்கு கதிரவன் என்று பெயர் வைத்தார். உனக்கு பெயர் வைத்ததற்கு பொருந்தர மாதிரியே கதிரழகி என்று அண்ணிக்கும் பெயர் வைச்சிருக்கிறார்களே அதெப்படி அண்ணா.

பரமசிவனுக்கு பார்வதிங்கிற மாதிரி கதிரவனுக்கு கதிரழகி என்று சரியா பொருந்தியிருக்கே என்று தனது சந்தேகத்தைக் கேட்டான். செம்மல் அதை கேட்டுக்கிட்டிருந்த செல்லம்மா தம்பி செம்மல், நீ கேட்டதும் தான் எனக்கு நேபகம் வந்தது. நாங்க இந்த ஊருக்கு வந்து எங்க போறது எப்படி பொழைக்கிறதென்று இருக்கிறபொழுது எங்களுக்கும் இந்த தோழர் சாயக்கார கருப்பண்ணன்தான் எங்களுக்கு ஆதரவு காட்டி எங்களுக்கு டீ கடை வைக்க இடத்தை வாடகைக்கு பிடிச்சு குடுத்தார். அந்த சமயத்தில் தான் எங்க கதிரழகி பிறந்த நாள், நாங்கள் அவர் தலைவரிடம் கொடுத்து நல்ல தமிழ் பெயரா வைக்கச்சொன்னோம். அப்பதான் அவர் கதிரழகி என்று பெயர் வைத்தார். இதைக் கேட்ட செம்மல், அப்ப எங்க தாத்தா பாட்டி மாதிரி ஓடிப்போய் தவிப்பவர் களுக்கும் உங்க மாதிரி மாநிலம் விட்டு மாநிலம் வந்து தவிப்பவர் களுக்கும் நாட்டல பாதுகாப்பளிப்பவர்கள் இந்தத் தோழர் சாயக்கார கருப்பண்ணன் போன்றவர்கள் தான் என்று தெரிகிறது என்றான் செம்மல். சாப்பிட்டுவிட்டு எல்லோரும் உட்கார்ந்துகொண்டு உறவினர்கள் எல்லோரும் ஒவ்வொருவர் நலன் பற்றி விசாரித்துத் தெரிந்து கொண்டார்கள்.

அந்த நேரத்தில் தாத்தாவும் பேரனும் சாப்பிட்டு முடித்து விட்டு வந்து உறவினர்களோடு உட்கார்ந்தார்கள். தாத்தாவைப் பார்த்து கதிரவன் தாத்தா சாதகம் சோசியம் இதையெல்லாம் பாத்து அதை நம்பியதால் நம்ம குடும்பம் இவ்வளவு நாளும் பிரிந்து வாழ்ந்தோம். இனியும் நாம எல்லோரும் இப்படிப்பட்ட நம்பிக்கைக்கு இடம் கொடுக்காமல் பழைய சாங்கியம் சோசியம் சம்பிரதாயம் இவைகளையெல்லாம் மூட்டை கட்டி வைத்துவிட்டு இந்த விஞ்ஞான பூர்வமான உலகத்தில் நாம் புது வாழ்வு வாழ்வோம் என்று கூறினார். இதைக் கேட்ட செங்கோடன் டேய் கதிரவா இனிமேல் நீ தாண்டா இந்தக் குடும்பத்துக்குத் தலைவன் இனி நீ சொல்லுற படிதாண்டா நடக்கும் என்றார். இதைக் கேட்ட பாட்டி அழகம்மாள் அறிவு மயிலேறி செம்மல் மற்றும் உறவினர்கள் எல்லோரும் ஆமாம், ஆமாம். என்று தலையை அசைக்கிறார்கள். இதைக் கவனித்த கதிரவன் இப்படிச் சொல்லுவதற்கெல்லாம் தலையசைப்பதால் தான் இந்த நாடு இப்படி போய்ட்டு இருக்குது எதையும் சிந்தித்துப் பாக்கிற தில்லை. நான் எப்படி இந்தக் குடும்பத்திற்கு தலைவனாக முடியும்? எங்க தாத்தா இருக்கிறவரை அவர்தான் தலைவர் அவருக்கடுத்து எங்க பாட்டி இப்படி யார் மூத்தவர்களோ அவர்கள் தான் தலைவர்கள். நல்லது கெட்டது எதுவானாலும் எல்லோரும் கூடி சிந்தித்து எது நல்லதோ அதை நாம் நடைமுறைப்படுத்த வேண்டும். அதுதான் ஜன நாயகம் என்றான் கதிரவன். இதைக் கேட்ட எல்லோரும் சிரித்துக்

கொண்டு ஆமாம், ஆமாம், என்கிறார்கள். உடனே கதிரவன், நான் சொன்னதற்கும் ஆமாம். தாத்தா சொன்னதற்கும் ஆமாம் என்கிறீர்கள் என்றவுடன் எல்லோரும் மீண்டும் சிரிக்கிறார்கள். குடும்பமே ஒரே கலகலப்பா இருக்கு. கதிரவன் நாங்க காலையில் முதல் பஸ்சுக்கு ஊருக்கு புறப்படணும் யாரும் வருத்தப்படவேண்டாம். என்னடா இவன் இத்தனை வருசம் கழித்து வந்தவன் உடனே புறப்படுகிறானே என்று வருத்தப்படவேண்டாம். என்னை நம்பி ஐம்பது குடும்பங்கள் இருக்கு. அந்தத் தொழிலாளிகளுக்கும் எங்க முதலாளி இடத்தும் சொல்லாம வந்துட்டேன் இன்று ஒரு நாளே வேலையே இல்லாமல் தவித்திருப் பார்கள் என்று கூறியவுடன் மயிலேறி என்னப்பா இனி எல்லோரும் சேர்ந்து புது வாழ்வு வாழலாம் என்று சொன்னதும் நான் சந்தோசப் பட்டேன். உடனே எங்களைப் பிரிந்து போகிறேன்னு சொல்லுறியே என்றாள். அம்மா இனிநான் உங்களை விட்டு எங்க போகப் போறேன். உங்களைக் காட்டிலும் உங்கள் மீது எனக்குத்தான் ஏக்கமே அதிகம். இனி வாரம் ஒருமுறை நாங்க வந்துட்டுப் போகப் போகிறோம் என்று கூறினான்.

அதுமட்டுமல்ல, நான் உங்களுக்கு ஒரு நல்ல விசயத்தையும் கூறப் போறேன். இன்னும் ஏழு மாதத்தில் எங்க தாத்தாவுக்கு ஒரு கொள்ளுப் பேரனோ பேத்தியோ கதிரழகி பெத்து கொடுக்கப் போறா என்றவுடன் மேலும் குடும்பமே சந்தோசத்தில் குதூகலித்தார்கள். கதிரழகியைப் பார்த்து பெண்களெல்லாம் வந்து தடவிக்கொடுத்து முத்தமிட்டார்கள் அகவி ஓடிவந்து அண்ணி நீங்க உங்க மாதிரியே ஒரு பெண் குழந்தையை பெத்துக் கொடுக்கணும் என்றாள். அதைக் கேட்ட அழகம்மாள் எதையோ ஆணோ பொண்ணோ இரண்டுமே இந்தக் குடும்ப வாரிசுதான். முடிஞ்சா இரண்டையுமே ஒண்ணா பெத்து குடும்மா அது போதும் என்றாள். இதைக் கேட்டு எல்லோரும் சிரித்தார்கள். ஆனா ஒண்ணு கதிரழகி குழந்தை பெக்கிறவரைக்கும் எங்க தாத்தா வீட்டுக்கு வரலாம் அதன் பிறகு வரக்கூடாது என்றான் கதிரவன். இதைக் கேட்ட எல்லோரும் என்ன இப்படி தாத்தாவை சொல்லிட்டானே என்று திகைப்போடு பார்க்கிறார்கள். அதைக் கவனித்த கதிரவன், நான் பிறந்தவுடன் என்னைத் தூக்கிக் கொண்டு ஓடிவிட்டார், கொள்ளுப் பேரனை பார்த்தவுடன் தூக்கிக் கொண்டு கங்கானா தேசத்துக்கு ஓடி விட்டார்னா மேலும் 25 வருசத்துக்கு நாம தேடிகிட்டல்ல இருக்கணும்ன்னு சொன்னது தான் எல்லோரும் புரிந்து கொண்டு கைதட்டியும் ஆரவாரத்தோடும் சிரித்தார்கள்.

• • •